अकूपार

लेखक
ध्रुव भट्ट

अनुवाद
अंजनी नरवणे

मेहता पब्लिशिंग हाऊस

Please contact us at **Mehta Publishing House,** Pune 411030.
✆ +91 020-24476924 / 24460313 / Mob. No. 9545000513
Email : production@mehtapublishinghouse.com
Website : www.mehtapublishinghouse.com

- *या पुस्तकातील लेखकाची मते, घटना, वर्णने ही त्या लेखकाची असून त्याच्याशी प्रकाशक सहमत असतीलच असे नाही.*

AKOOPAR by DHRUV BHATT
Originally Published in Gujarati

Translated into Marathi Language by Anjani Naravane

अकूपार / अनुवादित कादंबरी

अनुवाद : अंजनी नरवणे
Email : author@mehtapublishinghouse.com

मराठी अनुवादाचे व प्रकाशनाचे हक्क : मेहता पब्लिशिंग हाऊस, पुणे.

प्रकाशक : सुनील अनिल मेहता, मेहता पब्लिशिंग हाऊस,
१९४१, सदाशिव पेठ, माडीवाले कॉलनी, पुणे - ४११०३०.

मुद्रक : ट्रिनिटी ॲकॅडमी फॉर कॉर्पोरेट ट्रेनिंग लिमिटेड

मुखपृष्ठ : चंद्रमोहन कुलकर्णी

प्रथमावृत्ती : नोव्हेंबर, २०१२

किंमत : ₹ ३००

P Book ISBN 9788184984316
E Book ISBN 9789387789487
E Books available on : amazonkindle Apple Books Google Play Books

---

जिची रचना झाली वेगवेगळ्या अग्नींमधून,
जी उत्पन्न झाली आकाशात,
जी प्रकट झाली जलामधून
आणि जी वायूंमुळे सजीव झाली,
जी आजही ह्या चारही तत्त्वांना धारण करून आहे,
त्या
तत्त्वरूपा पृथ्वीला—

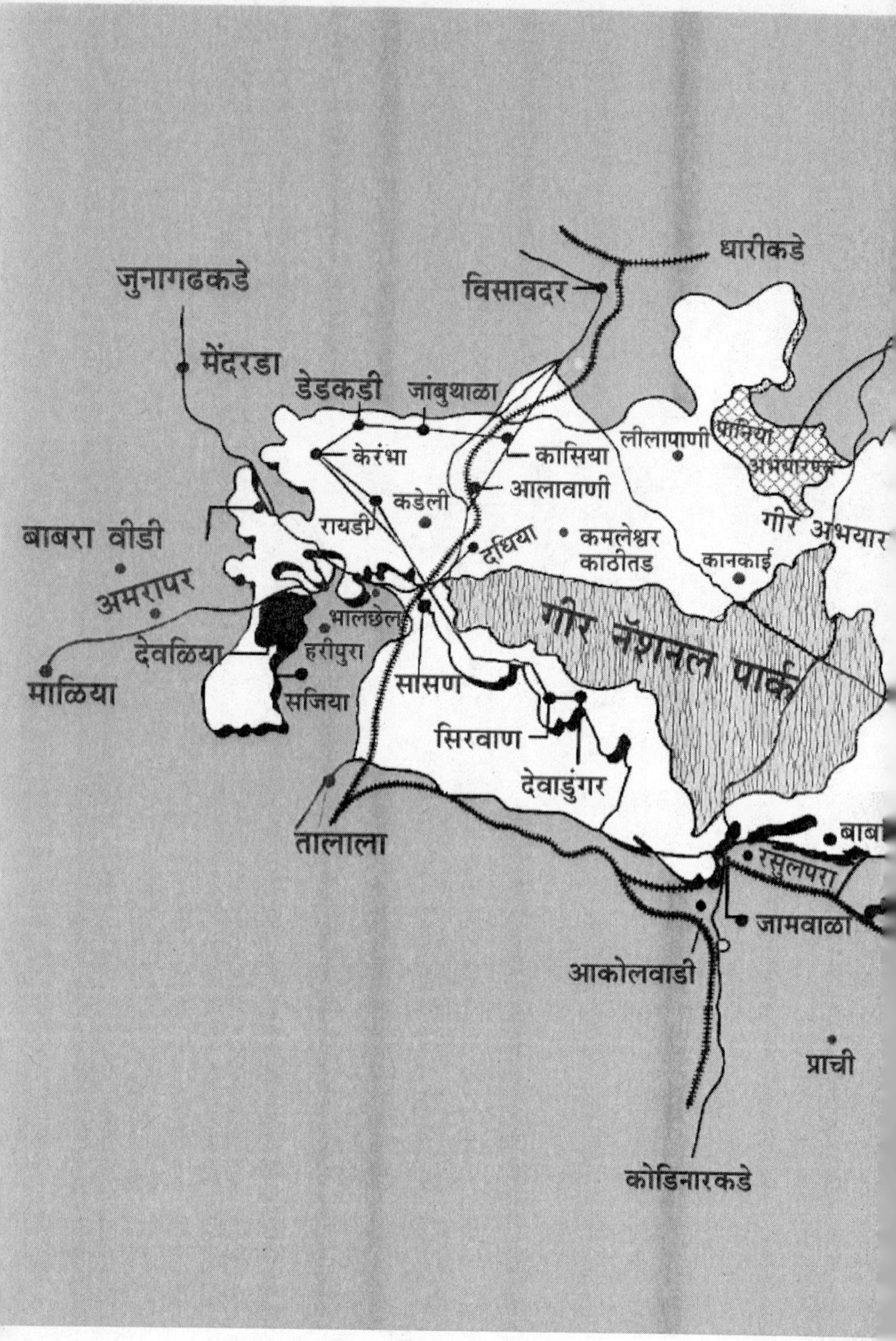
धारीकडे
जुनागढकडे
विसावदर
मेंदरडा
डेडकडी
जांबुथाळा
लीलापाणी
केरंभा
कासिया
आलावाणी
कडेली
रायडी
बाबरा वीडी
दुधिया
कमलेश्वर
काठीतड
कानकाई
अमरापर
देवळिया
हरीपुरा
माळिया
सासण
सजिया
गीर नॅशनल पार्क
सिरवाण
देवाडुंगर
तालाला
रसुलपरा
जामवाळा
आकोलवाडी
प्राची
कोडिनारकडे

'अकूपार'मध्ये जे विस्तार व स्थळं यांचे उल्लेख येतात, तसंच हे पुस्तक लिहीत असताना लेखक ज्या भागात गेले त्यांची कल्पना देणारा नकाशा.

नोंद : हा नकाशा फक्त रूपरेषा समजण्यापुरता आहे, प्रमाणबद्ध नाही.

निवेदन

सुमारे तीस वर्षांपूर्वी मी आणि दिव्या पायी पायी प्रवास करत गीरच्या प्रदेशात जाऊ लागलो आणि मग दहा वर्षे शाळांमधल्या मुलांचे कॅम्प्स घेऊन त्या प्रदेशात जात-येत राहिलो. २००८मध्ये अमरापर गावी आम्ही भाड्याने घर घेऊन राहिलो. आता आम्ही भालछेल गावी राहतो.

ह्या सर्व काळात आम्ही गीर प्रदेश जसा बघितला, समजून घेऊन आनंद मिळवला, त्यातून जो अर्थ लावला आणि ज्या कल्पना केल्या, त्या सर्वांमधून जे तयार झालं, ते हे लिखाण.

इतपत लिहून झाल्यावरही मी म्हणेन, की गीर प्रदेशाबद्दल माझं ज्ञान अगदीच त्रोटक आहे. अशी हजारो पुस्तकं लिहिली तरी त्यात गीरचं वैविध्य, वैभव सगळं सामावेल असं मला वाटत नाही.

ह्या पुस्तकाला 'अकूपार' नाव का दिलं ते पुढं लिहिलंच आहे, त्याखेरीज ह्या पुस्तकाबद्दल आणखी काही मला सांगावसं वाटलं, तरी ते मला सांगता येईलसं वाटत नाही, कारण असं की, 'तो आवाज' लगेच म्हणेल, 'राहू दे बाबा आता, गीर म्हणजे गीरच- कोणाची जहागीर नाही!'

– ध्रुव भट्ट

गोपालनगर, रेल्वे स्टेशन रोड, करमसद ३८८३२५
जिल्हा - आणंद, गुजरात
०२६९२-२२२६६२ / मो. : ९४२६३३१०५८

गाव - भालछेल, पोस्ट - सासण
तालुका - तलाला,
जिल्हा - जुनागढ, गुजरात

'अकूपार' शीर्षकाविषयी

गीर आणि घेड ह्यांच्याभोवती केंद्रित असं काहीतरी लिहिण्याचा विचार पक्का केल्यावर जे लिहीन त्याचं शीर्षक काय असावं ह्याबद्दल मनात खूपच उलटसुलट विचार येत होते. श्री. महेन्द्र चोटलिया वेगवेगळे शब्द सुचवत होते, त्यामध्ये त्यांनी 'अकूपार' नाव सुचवलं आणि त्याचा अर्थही सांगितला. रेवतूभा रायजादांनी (भा-वडील माणसांसाठी वापरण्यात येणारे संबोधन. उदा. दादा, आजोबा इ.सारखे) 'गोमंडल'मध्ये दिलेले अकूपारचे अर्थही लिहून पाठवले. अकूपारची महाभारतातील कथा माझ्या लक्षात होती, परंतु त्यातील अकूपारचा मी लिहिणार असलेल्या कथेशी कसा मेळ बसणार ह्याबद्दल माझं मन खूपच साशंक होतं. अजून तर मला नेमकं काय लिहायचं आहे आणि ते कसं लिहून होईल त्याबद्दलही मनातले विचार पुरेसे स्पष्ट नव्हते.

मधल्या काळात मी आणि दिव्यानं असं ठरवलं, की गीरला जाऊन राहायचं आणि तिथल्या लोकांना भेटून मगच काय लिहायचं, कसं लिहायचं ते नक्की करायचं. बऱ्याच मित्रांच्या मदतीनं आम्ही गीरमध्ये अमरापरला राहिलो. त्यावेळी १९८२मध्ये झालेल्या प्रचंड वादळाबद्दल सांगता सांगता तिथले एक आजोबा सांगू लागले, "अवंऽऽ, काई इचारूच नगा! सांगून समजनारच न्हाई असं झालंवतं समदं! मंजी बगा, ज्येवडं काई उबं व्हतं, त्ये समदं भुईसपाट झालंलं! गीरमदली यवडी आडवी पडल्याली झाडं काडून टाकावी लागली, की मंजी बगा समदं गीर जनू मरूनच ग्येलंवतं....

म्या तर म्हनालोबी, की संपलं गीरचं आयुष्य – खलास! पन आज बगा ना माजी बाय– ह्ये गीर– पुन्ना पहिल्यावानी हसत उबी ऱ्हाइलीय! आता मातुर छाती ठोकून म्हन्तो म्या, की आमचं बापदादा म्हनायचं त्ये बरूबरच म्हनत व्हते की ही माजी आय– ह्ये गीर, हिला कंदीबी मरन यिनारच न्हाय्, अमरच हाये ती!"

महाभारतातील अकूपारची कथा आणि हे आजोबा जे म्हणाले ते, ह्यामध्ये दिव्याला आणि मला फार फरक वाटला नव्हता.

दुसऱ्या एका प्रसंगी घेड माधवपूरमध्ये गोविंदभाई वेकरिया आणि इतर मित्रांशी गप्पा मारत असताना, आकाशदर्शन, पृथ्वीचं भ्रमण इ. विषयांवर बोलत होतो. 'पूर्वीच्या काळी अशी समजूत होती, की पृथ्वी शेषनागाच्या फणेवर टेकली आहे आणि शेषनाग कासवाच्या पाठीवर टेकलेला आहे' असं कोणीसं म्हणालं, तेव्हा दुसरं कोणीतरी म्हणालं, 'जर असं असेल, तर पृथ्वीचा जो बिंदू कासव आणि शेषनाग ह्यांच्या आधारावर टेकलेला असेल, तो भाग बरोबर गीरच्या खाली असेल!'

ह्या दोन प्रसंगांनंतर माझ्या ह्या लिखाणाचं नाव 'अकूपार' ठेवायचं आम्ही ठरवलं.

अकूपारविषयी

मोजक्याच पण अत्यंत अर्थपूर्ण, आगळ्यावेगळ्या कादंबऱ्या लिहिणारे श्री. ध्रुव भट्ट आज गुजरातीतील एक मोठे श्रेष्ठ लेखक आहेत. 'समुद्रान्तिके' (मराठीत 'सागरतीरी') ह्या त्यांच्या पहिल्याच कादंबरीला अनेक पुरस्कार मिळाले आणि दुसरी कादंबरी 'तत्त्वमसि' (मराठीत 'तत्त्वमसि' व इंग्रजीत 'That Thou Art'), तर इतर पुरस्कारांसह साहित्य अकादमीचा उत्कृष्ट साहित्याचा पुरस्कारही घेऊन गेली! त्यानंतर आली आणखी एक आगळीवेगळी कादंबरी 'अतरापि' आणि मग प्रस्तुत कादंबरी 'अकूपार'!

ध्रुव भट्ट ह्यांच्या कादंबऱ्यांचं एक वैशिष्ट्य हे आहे की, त्यांमध्ये कथानायक स्वतःच कथा सांगतो, परंतु त्याचं नाव शेवटपर्यंत समजत नाही आणि दुसरं वैशिष्ट्य हे की, जर एखाद्या विशिष्ट प्रदेशातली कथा लिहिली, तर ते सपत्नीक त्या प्रदेशात जाऊन तेथील लोकांमध्ये मिसळून राहतात, पायी हिंडून अनुभव घेतात आणि मगच कथा लिहितात. अकूपार लिहिण्यासाठी गीरमध्ये गेलेल्या ह्या जोडप्यानं आता तेथे एक छोटं घर बांधले आहे आणि वर्षातून काही महिने दोघे तेथेच राहतात. तिसरं वैशिष्ट्य हे की लढाया, हिंसा, गुप्तचर, कट, खून, मारामाऱ्या, उत्तान प्रणयकथांची भडक वर्णनं ह्या मसाल्यातलं काहीही नसताना ध्रुवभाईंच्या सर्वच कादंबऱ्या वाचकांना खिळवून ठेवण्याची किमया साधतात.

अकूपार आपल्याला गुजरातमधील गीरच्या प्रसिद्ध अभयारण्यातील सिंह-सिंहिणी व त्यांच्याबरोबरच तेथे राहाणारे वेगवेगळ्या जातींचे लोक, ह्यांच्या वेगळ्याच जगात घेऊन जाते. लौकिकार्थानं अशिक्षित किंवा अल्पशिक्षित, पण मनानं अत्यंत सुसंस्कृत, आतिथ्यशील, निर्भीड स्पष्टवक्ते पण समजूतदार आणि विशेष म्हणजे पर्यावरणाबद्दल उपजत जाण असणारे! अशा ह्या लोकांच्या आयुष्याचं व सिंहांच्या वागण्याचं वर्णन आपल्याला थक्क करतं आणि पर्यावरण, सृष्टिसंतुलन, मनुष्य व इतर प्राणी ह्यांमधील परस्पर संबंधांवर विचार करायला लावतं.

पंचमहाभूतांपैकी पृथ्वी ह्या तत्त्वावर आधारित बरीच चित्रं काढण्याचं मोठं

काम देण्यात आलेला कथानायक हा तरुण कलाकार. हे काम करण्यासाठी, त्याच्या आतल्या आवाजाच्या सुचवण्यावरून गीरमध्ये जाऊन राहण्याचं ठरवून तेथे जाऊन पोहोचतो आणि त्यानंतर काम पूर्ण होईपर्यंत त्याला जे जे अनुभव येतात, ते वाचताना वाचक गुंग होऊन जातो. हा प्रतिभावान व चिंतनशील कलाकार, एक खट्याळ, तल्लख बुद्धीची, तडफदार पण मायाळू स्वभावाची आणि अत्यंत स्वाभिमानी चारण जातीची तरुणी – सांसाई; तसेच निसर्ग, प्राणिमात्र आणि गीरच्या सर्व वैशिष्ट्यांना समजून घेऊन जगत असलेल्या, परिपक्व विचार असलेल्या, जन्मजात कलाकार वृद्ध आईमा, ह्या कादंबरीतील इतर मुख्य पात्रांबरोबर भेटत राहतात. अनेक वैशिष्ट्यपूर्ण व्यक्ती, या कथेला अनेक प्रसंगांतून असं काही पुढं नेत राहतात, की वाचकांची उत्कंठा व औत्सुक्य शेवटपर्यंत कायम राहतं. कलाकाराचा त्याला टोकत राहणारा तो 'आतला आवाज' कथेची रंगत वाढवतो. कलाकार आणि सांसाई ह्यांच्यामधल्या अबोल, काहीही शक्यता नसलेल्या आकर्षणाचे ओझरते उल्लेख, कलाकाराचं सर्व स्थानिक लोकांबरोबर त्यांच्यातलाच एक होऊन मित्र व मदतनीस होऊन राहणं, आणि याशिवाय अनेक इतर व्यक्तींबद्दलची ही कथा अत्यंत चित्तवेधक आहे.

आणि शेवटी, कथेचं शीर्षक 'अकूपार' का ठेवलं? अकूपार म्हणजे काय? महाभारतातील वनपर्वात अकूपार ह्या पुरातन, चिरंजीव म्हणता येईल अशा कासवाची कथा आहे. गीरमधले लोक सांगतात, की १९८२मध्ये झालेल्या प्रचंड विनाशकारी वादळामध्ये संपूर्ण गीर प्रदेश उद्ध्वस्त, धराशयी झाला. 'जे उभं होतं, ते सगळं आडवं झालं!' अशा भुईसपाट झालेल्या सर्व प्रदेशाकडे बघून तेव्हा असं वाटलं होतं, की झालं, आता गीरचं आयुष्य संपलं! पण नाही! थोड्याच वर्षांमध्ये गीर प्रदेश जसा होता, तसा पुन्हा झाला. झाडं, झुडपं, प्राणी– सर्व काही! म्हणून त्या चिरंजीवी कासवासारखा गीर हा अकूपार आहे!

दुसरं, प्राचीन समजुतीप्रमाणे अकूपार नावाच्या कासवाच्या पाठीवर शेषनाग बसलेला आहे आणि तो आपल्या शिरावर पृथ्वीचा भार तोलतो आहे. जेव्हा पृथ्वीवर

अन्यायी, पापी कृत्यं अतिशय वाढतात, माणसं आपली कर्तव्यं पार पाडेनाशी होतात, तेव्हा पृथ्वीचा भार वाढतो आणि तो शेषनाग व अकूपार ह्यांना असह्य झाला म्हणजे ते जागचे हलतात आणि पृथ्वी डगमगते, हादरते.

विशेष लक्षात असं आलं, की महाभारतात युद्ध सुरू होण्यापूर्वी दोन्ही पक्षांतील सर्व राजांनी जेव्हा शंखनाद केला, त्या वेळच्या वातावरणाचं वर्णन (सं. शब्दः तुमुलोऽभवत्) ज्ञानेश्वरीतील पहिल्या अध्यायातील १५४व्या ओवीत असे केलेले आहे –

तेणे महाघोष निर्घाते । शेष कूर्म अवचिते ।
गजबजोनि भूभाराते । सांडू पाहती ।।

गीरमधल्या लोकांच्या कल्पनेशी ही ओवी तंतोतंत जुळणारी आहे!

लेखकाच्या सांगण्याप्रमाणे आजही तत्त्वरूपा पृथ्वीचं मूळ स्वरूप येथे जितकं टिकून आहे, मनुष्य, इतर प्राणिमात्र आणि निसर्ग हे पृथ्वीचे सर्व घटक एकमेकांना समजून घेऊन, एकमेकांचा सहज स्वीकार करून येथे जसे एकत्र जगत आहेत, तसे इतर कोठे सापडणं कठीणच! ह्या सर्व घटकांची एकात्मता, एकमेकांशी तादात्म्य ठेवून, आपापलं कर्तव्य करत राहून एकत्र जगणं येथे आहे. अशा संतुलित जीवनानंच पृथ्वी टिकून राहू शकते, ही विचार करण्यासारखी गोष्ट आहे ना!

हे झालं अकूपारबद्दल! आणि शेवटी, अत्यंत मन:पूर्वक आभार 'मेहता पब्लिशिंग हाऊस'च्या श्री. सुनील मेहतांचे– ज्यांच्या सक्रिय प्रोत्साहनाशिवाय, माझ्या हातून झालं आहे तितकं लेखन झालंच नसतं. अर्थपूर्ण, आकर्षक मुखपृष्ठ करून देणारे कलाकार श्री. चंद्रमोहन कुलकर्णी, जागोजागी छानशा रेखाचित्रांनी पुस्तक मनोवेधक करणारे चित्रकर्ते आणि मेहता पब्लिशिंग हाऊसमधील सर्व कार्यक्षम आणि तत्परतेनं मदत करणाऱ्या मदतनिसांचे खूप आभार!

'सागरतीरी' आणि 'तत्त्वमसि'ला वाचकांनी उत्तम प्रतिसाद दिला, तसाच प्रतिसाद जाणकार मराठी वाचक अकूपारलाही देतील असा विश्वास वाटतो.

– अंजनी नरवणे

अकूपारची कथा

महाभारताच्या अठरा पर्वांमध्ये 'वनपर्व' असं तिसरं पर्व आहे. वनपर्वामध्ये पांडवांच्या बारा वर्षांच्या वनवासाचं चित्रण आहे. वनवासात असताना युधिष्ठिराला तसंच इतर पांडवांना भेटायला कृष्ण, बलराम, धृष्टद्युम्न इत्यादि सगेसोयरे येत असत, तसेच ऋषीमुनीही येत असत. युधिष्ठिर ह्या ऋषीमुनींकडून प्राचीन कथा ऐकून ज्ञानात भर घालत असे आणि दिवसही चांगल्या तऱ्हेनं घालवत असे. अशा अनेक कथांमुळे वनपर्व बरंच मोठं झालं आहे. कथाश्रवण करण्यामुळे जे ज्ञान मिळालं, त्याच्या परिणामस्वरूपच वनपर्वाच्या शेवटी युधिष्ठिर यक्षाच्या प्रश्नांची बरोबर आणि त्वरित उत्तरं देऊ शकला. जेथे धनुर्धारी अर्जुन आणि बाहुबली भीमाची शक्ती निष्फळ ठरते, तेथे युधिष्ठिर सफल झाला.

पांडव जेव्हा द्वैतवनात राहात होते तेव्हा मार्कण्डेय मुनी त्यांना भेटायला आले. मार्कण्डेय मुनींनी युधिष्ठिराला पुष्कळ कथा सांगितल्या; त्यातील एका कथेत अकूपार हे कासव आहे. महाभारताच्या (गोरखपूर आवृत्ती) वनपर्वातील अध्याय १९९मध्ये ती लिहिलेली आहे. तेथे कथावस्तूच्या आधारे 'इंद्रद्युम्न आणि चिरंजीवी प्राणी' असं शीर्षक देण्यात आलं आहे. कथेच्या सुरुवातीला मार्कण्डेय मुनींनी इंद्रद्युम्नची कथा सांगितली.

इंद्रद्युम्न राजाचे पुण्य संपुष्टात आल्यामुळे देवदूतांनी त्यांना सांगितले, की त्यांना स्वर्गातून पृथ्वीवर परत जावं लागेल. जोपर्यंत पुण्य शिल्लक असतं, तोपर्यंतच स्वर्गातील सुखं भोगता येतात. राजांनी सांगितलं, की त्यांचं पुण्य संपलेलं नाही, शिल्लक आहे, परंतु देवदूतांनी पुरावा मागितला. पुरावा आणायला राजा इंद्रद्युम्न पृथ्वीवर आले. त्या काळी पृथ्वीवर सर्वांत वयोवृद्ध मनुष्य मार्कण्डेय मुनी होते, ते म्हणाले, ''आम्ही कायम एका जागी राहात नाही. एका गावात एक रात्रच राहतो. तीर्थयात्रेसाठी वेगवेगळ्या ठिकाणी फिरत राहतो आणि व्रते, उपास-तापास करून शरीराला कष्ट देतो, त्यामुळे इतर आवश्यक कामेही आम्ही करू शकत नाही. आमच्या अनुष्ठानांचीही आम्हाला आठवण राहात नाही. अशा स्थितीत तुमची

आठवण आम्हाला कशी राहू शकणार?''

मार्कण्डेय मुनींचं हे उत्तर ऐकून राजा निराश झाले, तरी हताश न होता त्यांनी पुन्हा विचारलं, ''मुनिवर, आपण मला ओळखत नाही हे माझं दुर्भाग्य आहे. ह्या पृथ्वीवर कोणीतरी मला ओळखत असेल. तुमच्याही आधी जन्मला असेल अशा कोणा पुरातन प्राण्याला आपण ओळखता? कृपा करून मला सांगा.'' मार्कण्डेय म्हणाले, ''राजा, हिमालय पर्वतामध्ये प्रावारकर्ण नावाचं घुबड राहातं, ते माझ्याही आधी जन्मलेलं आहे. कदाचित ते तुम्हाला ओळखेल, परंतु हिमालय येथून खूप दूर आहे, बरीच लांबची यात्रा करून जावं लागेल.''

मार्कण्डेय मुनींच्या उत्तरानं आशा वाटू लागलेले इंद्रद्युम्न राजा अश्वाचं रूप घेऊन आपल्या पाठीवर मार्कण्डेयांना बसवून हिमालयाच्या वाटेला लागले, तेथे पोहोचून प्रावारकर्णाचं निवासस्थान शोधून त्याला भेटले आणि नम्रतेनं विचारलं, ''आपण मला ओळखता का?'' काही क्षण विचार करून प्रावारकर्ण म्हणाला, ''नाही! काही ओळख पटत नाही!'' राजा आणखी निराश झाले. दुःखी चेहऱ्यानं हात जोडून म्हणाले, ''तर मग तुमच्या आधी जन्मलेलं कोण आहे?'' घुबडानं सांगितलं, ''हो, आहे ना. इंद्रद्युम्न नावाच्या सरोवरात नाडीजंघ नावाचा प्रसिद्ध बगळा राहतो, तो माझ्याहूनही वयानं मोठा आहे, त्याला विचारा.'' सरोवराचं नाव ऐकून राजांना आशा वाटू लागली.

आता इंद्रद्युम्न राजा प्रावारकर्ण आणि मार्कण्डेय मुनींना घेऊन त्या सरोवरापाशी आले आणि नाडीजंघला आदरपूर्वक विचारलं, ''तुम्ही इंद्रद्युम्न राजाला ओळखता?'' बगळ्यानं काही क्षण विचार केला आणि उत्तर दिलं, ''मी राजा इंद्रद्युम्नला ओळखत नाही, परंतु ह्याच सरोवरात अकूपार नावाचं एक कासव राहतं, ते माझ्याहूनही वृद्ध आहे. तुम्ही त्यांना भेटा. शक्य आहे, की ते ह्या राजर्षींना ओळखत असतील.''

नाडीजंघ बगळा ह्या सर्वांना घेऊन अकूपारकडे गेला आणि त्यांच्या येण्याचं कारण सांगितलं. सर्वजण काठावर उभे होते. राजानं हात जोडून दीन स्वरात स्तुती केल्यावर प्रसन्न होऊन अकूपारनं सरोवरातून तोंड बाहेर काढलं. राजांना पाहताक्षणीच

त्याच्या डोळ्यात अश्रू आले. सरोवराच्या पाण्यापेक्षा वेगळं दिसणारं ते अश्रुजल बघून राजांना खूप आनंद झाला. हे भावपूर्ण दृश्य बघून मार्कण्डेय मुनींनी अकूपारला विचारलं, "आपण राजा इंद्रद्युम्नना ओळखता?"

मार्कण्डेय मुनींच्या प्रश्नानं व्याकूळ हृदय झालेला अकूपार भानावर आला, आणि त्यानं हात जोडून म्हटलं, "मी कसा विसरेन? प्राचीन काळात महाराज इंद्रद्युम्नांनी हजारांहून जास्त यज्ञ केले होते. सोन्यानं शिंगं मढवलेल्या आणि चांदीचे खूर लावलेल्या असंख्य गाई दान केल्या होत्या. त्या गायी येथून गेल्या तेव्हा त्यांच्या खुरांनी खोदल्या गेलेल्या जमिनीत पावसाचं पाणी भरल्यामुळं तर हे सरोवर झालं आहे, ज्यात मी कित्येक वर्षं राहात आहे. आपल्या पुण्याच्या प्रतापानं तर मला हे घर मिळालं आहे."

अशा रितीनं, अकूपारनं इंद्रद्युम्न राजांच्या ज्या पुण्यकर्माबद्दल देवांनाही माहिती नव्हती, त्यांचा पुरावा दिल्याबरोबर देवलोकातून दिव्य रथ पृथ्वीवर आला, त्यातून देवदूताची वाणी ऐकू आली – "राजन् आपण कीर्तिमान आहात, आपल्यासाठी स्वर्गाची दारं उघडी आहेत. स्वर्गात येऊन आपलं उचित स्थान ग्रहण करावं." राजानं देवदूताला सांगितलं, "मी हे दोन वृद्ध प्रावारकर्ण आणि मार्कण्डेय मुनींना त्यांच्या घरी पोहोचवून येतो तोपर्यंत येथे वाट पाहा."

त्यानंतर राजा इंद्रद्युम्न, प्रावारकर्ण घुबड आणि मार्कण्डेय मुनींना त्यांच्या घरी पोहोचवून स्वर्गात गेले.

(नवनीत समर्पण- सप्टेंबर, २००९मधील
श्री. राजेश पंड्यांच्या लेखातून साभार)

हे पुस्तक प्रकाशित होत आहे, तेव्हा...

...स्व. शैलेंद्र सिंहा यांची सर्वप्रथम आठवण येते. १९८०मध्ये आमच्या पहिल्याच कॅम्पमध्ये ते आम्हाला कमलेश्वर डॅमवर भेटले आणि रात्री आमच्या साइटवर येऊन मुलांबरोबर राहिले. त्यानंतर ते जन्मभर आमचेच होऊन राहिले. त्यांच्यासारखेच श्री. डी.एस. नर्वेही आमच्याबरोबर राहिले आहेत.

श्री. भरतभाई पाठक ह्यांचं सहकार्य नसतं, तर ह्या कथेचं बीज मिळवणं अवघड झालं असतं. स्वत:च्या घरी बोलावून निधिबहननी आम्हाला घरीच ठेवून घेतलं, आणि भरतभाईंनी महत्त्वाच्या बाबी समजावून सांगितल्या. स्वत:च्या अनेक व्यवधानांतून वेळ काढून त्यांनी वनसंरक्षकाच्या नजरेतून माझा गीरशी परिचय करून दिला आहे. गीरच्या जैविक विविधतेबद्दल, गीरचं गवत आणि वनस्पती ह्यांबद्दल स्वत:बरोबर हिंडून मला महत्त्वाची मदत केली आहे.

सौ. प्रवीणबा रायजादांनी आम्हाला स्वत:च्या घरच्या माणसांसारखं सांभाळलं आहे. अमरापूरमध्ये राहण्याचं ठरलं, तेव्हा भांड्याकुंड्यांपासून ते ज्वारीचं पीठ किंवा इतर वाणसामान त्या देऊन जायच्या, आमच्याबरोबर येऊन राहायच्या.

श्री. रेवतुभा रायजादांच्या गीरच्या अनुभवाचा आम्हाला खूपच फायदा झाला आहे. ह्या पुस्तकातील बऱ्याच गोष्टींचं बीज त्यांच्या अनुभव-वाणीतून मिळालं आहे.

श्री. गोविंद वेकुरिया कधी काही बोललेले मला तरी आठवत नाहीत. बस् ते बरोबर यायचे आणि काहीही न बोलता ते जे काही देऊन जात असत, त्यामुळे हे पुस्तक लिहिण्यासाठी प्रचंड माहिती मिळायची आणि मनोबळ वाढायचं.

श्री. आशित मोदींनी– हे पुस्तक लिहिलं गेलं, त्यामागील घटना रेकॉर्ड झाली पाहिजे, असा आग्रह धरून रेकॉर्डिंगच्या साधनांपासून ते प्रवासासाठी वाहनांची आणि आमच्या शारीरिक आरोग्याची काळजी पोटच्या मुलासारखी सदैव घेतली आहे.

आमच्या ह्या कामाची आर्थिक बाजू सांभाळणं श्री. पीयुष पटेल, प्रशांत देसाई, कनू पटेल ह्या तीन मित्रांच्या सहकार्यामुळं काही प्रमाणात सोपं झालं.

वनविभागाचे अधिकारी स्व. पी. पी. रावळ, श्री. मनिश्वर राजा, श्री. व्ही. जी. राणा,

श्री. अपारनाथी, त्यांचे सहकारी श्री. के. के. रायजादा, जे. जे. पाणखणिया, दिनेश देसाई, किशोर देथडिया, बी. ए. दवे, तसंच इतर अनेकजणांचं सहकार्य आम्हाला मिळालेलं आहे.

माळियाचे श्री. माधव कानाबार ह्यांनी आम्हाला अमरापरमध्ये आणि त्यामुळेच गीरमध्येही रहिवासीच केलं असं म्हणणं चूक ठरणार नाही.

अमरापरचे नागरिक, आमचे घरमालक जेन्तीभाई आणि रंजनबेन, खेडूत काळूभाई, त्यांची कन्या सोनल बाठिया, आमची मैत्रीण सोनल राठोड, नर्सरीमधील कर्मचारी शामत आणि राणी इतर अनेक ओळखीचे आणि अनोळखीही लोक - ज्या कोणाला आम्ही भेटलो, त्यांनी काही ना काही मदत केलीच आहे.

हे पुस्तक लिहीत असताना अनेकदा महेन्द्र चोटलिया, रेवतुभा आणि गोविंदभाईंनी सूचना दिल्या.

श्री. रघुवीर रायजादा गोंडलहून येऊन गीरच्या दुर्गम प्रदेशात आम्हाला घेऊन जात असत.

आम्ही मेर, चारण, रबारी आणि इतर बोलीभाषांचं रेकॉर्डिंग केलं, तेव्हा प्रत्येक गावानं आमच्यासारख्या अनोळखी व्यक्तींनाही, घरच्या माणसांसारखी घरीच त्यांच्याबरोबर राहण्याची, जेवणा-खाण्याची व्यवस्था करून आपापल्या बोलीविषयी समजावून सांगितलं. मेर बोली समजावण्यासाठी मेर लोकांखेरीज श्री. अरभम ओडेदरांची फार महत्त्वाची म्हणता येईल अशी मदत मिळाली आहे.

श्री. अरुण देवाणी आमच्याबरोबर नसते, तर आम्ही घेडच्या आतल्या दूरच्या खेड्यांमध्ये जाऊच शकलो नसतो, तसंच श्री. कादर ह्यांनी स्वतःच्या घराच्या भिंतीवर काढलेली चित्रं दाखवून आणि स्वतःच्या मासेमारीच्या बोटीत खोल समुद्रात घेऊन जाऊन आम्हाला केवढी मोठी वस्तुस्थिती समजावून दिली आहे!

वनखात्याचे कनिष्ठ समजले जाणारे कर्मचारी महमद, मुराद, टारझन ज्याचं नाव अरविंद असं पडलं होतं तो, अशा अनेकांनी मला कितीतरी अनुभव, कथा सांगितल्या, ज्या सर्वच्या सर्व मला ह्या पुस्तकात घेता आल्या नाहीत.

वेळ-अवेळ न बघता आपल्या जिप्सीतून आम्हाला रबाऱ्यांच्या वेगवेगळ्या वस्त्यांवर घेऊन जाणाऱ्या एहमदचा उल्लेख न करणं मला अतिशय अयोग्य वाटेल.

– ध्रुव भट्ट

।। १ ।।

"खमा गीर तुला!" (दुखी नगं होऊ गीर!)

आईमा असं म्हणाल्या तेव्हापासून अनेक विचारांची मनात गर्दी झालीय आणि ते माझा पिच्छाच पुरवतायत. डोक्यावरच्या सगळ्या चांदण्या आणि तारे लाखो योजनं पुढे सरकत सरकत थेट अस्ताचलापर्यंत पोहोचल्या, तरीही सकाळपासून रात्रीपर्यंत जे जे घडलं ते ओळीनं सगळं आठवत राहतं, पण मनातून जाता जात नाही.

आईमा गीरला 'खमा' म्हणाल्या तेव्हा आम्ही गोठ्याजवळच बसलो होतो. जाड फांद्या गिलोलच्या आकारात जमिनीत ठोकून त्यांच्यावर, जाड बुंध्यांमधून कापलेल्या, लांब फळ्या बसवून तयार केलेल्या, आडोशाच्या त्या जागा स्वच्छ चौकासारख्याच दिसत होत्या.

मी त्या चौकासारख्या जागेतच बसायला जात होतो, पण आईमांनी ते तर म्हशींचे गोठे आहेत असं सांगून माझ्यासाठी बाहेर खाट टाकून घेतली.

झोपडीच्या आतल्या बाजूला बाटलीत रॉकेल भरून त्यात वात घालून केलेल्या चिमणीचा अंधूक उजेड उंबरा ओलांडून बाहेर येईपर्यंत आणखीच अंधूक होत होता. दार नसलेल्या दरवाजाला टेकून बसून जपमाळ जपत असलेल्या आईमांचं छान चित्र काढता येईल असाही विचार मनात येऊन गेला.

दानाभाई चांदण्यांच्या अंधूक प्रकाशात इकडेतिकडे नजर टाकत खाटेवर बसून विडी ओढत होते. करमण दोहे गात होता. मी थकून गेलो होतो, त्यामुळे खाटेवर आडवा झालो होतो आणि करमणचे दोहे ऐकत होतो.

आणि अशा वेळी एकाएकी धोक्याचा इशारा देऊन ओरडणाऱ्या हरणांचा आवाज वाऱ्यावरून वाहात आला, पाठोपाठ बरेच मोर एकाचवेळी ओरडले आणि वानरांचे मोठ्या आवाजात हुंकारही आले. जणू काळ येऊन ठेपला होता आणि त्यामुळं सगळं वातावरण भीतीनं खळबळून गेलं होतं. काही क्षण विचित्र आवाज आले आणि मग क्षितिजापर्यंत चांदण्यांनी चमचमणाऱ्या आकाशाखालच्या ह्या भूखंडावर पुन्हा पूर्ववत शांतता झाली.

"बिबट्या असेल, मोराला नाहीतर एखाद्या जनावराला मारेल." मी म्हणालो. माझ्या बोलण्याकडे कोणी विशेष लक्ष दिलं नाही आणि उत्तरही दिलं नाही. फक्त आईमा म्हणाल्या, "खमा गीर तुला!"

आईमांचे शब्द मला बरोबर ऐकू आले होते. त्याचे जे अर्थ होऊ शकतात ('खमा'चे) तेही माहीत होते, म्हणून समजलं नव्हतं ते हे, की बिबट्याची शिकार झालेल्या हरीण, मोर, ससा, वानर किंवा आणखी कुठल्या प्राण्याला सांत्वनार्थी किंवा आशीर्वादार्थी 'खमा' म्हणण्याऐवजी आईमा साऱ्या गीरलाच 'खमा' का म्हणाल्या?

बिबट्याची शिकार होता होता कोणी प्राणी वाचला असेल असंही शक्य होतं, तरी पण जर आईमांना वाटलं असेल की बिबट्यानं कोणाला तरी नक्की पकडलंच असेल, तर आईमा त्या कोण्या एका प्राण्यासाठी 'खमा' किंवा मग आणखी दुसरं काहीही म्हणू शकल्या असत्या. काही नाही तर शेवटी कोणासाठी नाही, पण असंच नुसतं 'खमा' म्हणू शकल्या असत्या, पण त्या जे म्हणाल्या, ते मला स्पष्ट ऐकू आलं होतं. त्या 'खमा – गीरला' असंच म्हणाल्या होत्या.

हे शब्द त्यांच्या तोंडून निव्वळ सवयीनं गेले होते, का मग आईमांच्या मनातला या शब्दांचा काही वेगळाच अर्थ होता, ते ठाऊक नव्हतं. तर मग एक नवा प्रश्न मनात उभा राहिला.

आज सकाळपासूनच नाही, पण इथं येऊन, इथं राहून चित्रं काढायचं काम स्वीकारलं तेव्हापासूनच ह्या ना त्या कारणानं मी वेगवेगळ्या प्रश्नांमध्ये असाच अडकत जातोय!

मिताशी बोलणं झालं आणि तिनं पृथ्वीची पेंटिंग्ज मी तिला काढून देईन का विचारलं, तोपर्यंत तर सगळं सरळ आणि सोपं होतं. ही चित्रं कोणाला हवी आहेत, कशा उपयोगासाठी हवी आहेत ते मला माहीत नव्हतं आणि त्याचा विचार मला करायचाही नव्हता. मितानं एवढंच सांगितलं होतं की, "कार्तिकचे एक क्लायंट आहेत, त्यांचा खूप मोठा प्रोजेक्ट आहे, त्या प्रोजेक्टच्या आतलं सुशोभन मला करायचं आहे..."

मी मध्येच म्हणालो, "मिता, मला काम मिळावं म्हणून प्रयत्न करण्याबद्दल आभार, पण इंटीरिअर डेकोरेशनच्या कामाचं मी काहीही शिक्षण घेतलेलं नाही."

"मी घेतलं आहे, आणि हे काम मी करणार आहे."

'मी' वर जोर देत दृढ स्वरात मिता म्हणाली, "तुला काम मिळावं या उदार हेतूनं मी तुला बोलावलेलंही नाही! मला जे करून घ्यायचं आहे, ते तुला करता येईल असं आहे, म्हणून तुला बोलावलं."

"ओके, ओके! मी मध्ये बोलत नाही!" मी म्हटलं.

मितानं मग अधिक माहिती दिली.

"काम प्रचंड मोठं आहे. बजेटही तसंच मोठं. ह्या प्रोजेक्टच्या एका विभागासाठी मला पंचमहाभूतांची पेंटिंग्ज हवी आहेत."

"अवघड आहे." मी म्हणालो.

मिता आणि कार्तिक यांनी एकमेकांकडे बघितलं. दोघांपैकी कोणीच लगेच काही बोललं नाही.

मग कार्तिक म्हणाला, "सगळं काम तू करायचं नाहीयेस. जल, वायू, आकाश आणि अग्नी ह्या प्रत्येक तत्त्वासाठी वेगवेगळ्या माणसांकडे मी काम सोपवलं आहे. तू फक्त पृथ्वी तत्त्वाची चित्रं काढायची आहेत."

"साधारण पन्नास," मिता म्हणाली. आणि मग पुढे म्हणाली, "पण म्हणजे अशी धडाधड काढून भराभर दे असं नाही. अजून तर प्रोजेक्टची रूपरेषा होतेय. तीन तरी वर्षं बांधकामच चालेल." मितानं तिच्या सांगण्याला पाठिंबा आणि दुजोरा मिळवायला कार्तिककडे बघितलं.

कार्तिक माझ्या खांद्यावर हात ठेवून म्हणाला, "असं कर, तू कुठेतरी स्वस्थपणे जाऊन राहा. मनाशी पूर्ण विचार कर. आत्ता सुरुवातीला तुझे विचार स्पष्ट होईपर्यंत, conceptual clarity येईपर्यंत तसं कर, आणि मगच ब्रश हातात घे. तू जी चित्रं काढशील त्यांचा प्रॉजेक्टमध्ये आकार केवढा असेल तो तर नंतर ठरवू, तेव्हा तू तुझ्या कल्पनांचा विचार मोठ्या साइझच्या पेंटिंग्जमध्येच कर."

"अजून बांधकामाची रूपरेषा होतेय आणि तुझ्या क्लायण्टला इंटीरिअरची तयारी सुरू करायचीय? हा कोणीतरी 'भेजा-गॅप'– चक्रमच दिसतोय?" मी थट्टेतच म्हटलं.

कार्तिकच्या ऐवजी आता मितानं उत्तर दिलं, "अशी ही कामं करायची ठरवणारी, त्यांची जबाबदारी घेणारी आणि ती प्रत्यक्ष करणारी, सगळेच जण 'भेजा-गॅप' असली तरच अशी कामं होतात. आणि तू त्यातलाच एक, म्हणून तर तुला बोलावलंय! तू करू शकलास तर देशात नाव होईल तुझं. सांग आता, तुझी ऑफर देतोयस का नाही?"

मी म्हटलं, "ऑफर तर देईनच, पण माझ्या गावी – वडोदऱ्यात किंवा इथं तुमच्या राजकोटमध्ये बसून चित्रं कशाची काढायची? रस्ते आणि घरं! पण मग काय जगभर जाऊन हिंडू, का समुद्रात डुबक्या मारू का अंतराळात जाऊ? कारण सगळी पृथ्वीच! ही चित्रं काढायला मी कुठं जावं? तुमच्या मनात कोणत्या स्थळांची चित्रं आहेत त्याची काही कल्पना आली, तर त्या दृष्टीनं मला विचार करता येईल."

"हे बघ, काम करायचंय तुला, स्थळ वगैरे तूच ठरव. माझी अट फक्त

एवढीच, की मला फक्त ठिकठिकाणची लँडस्केप्स नकोयत. आपण पृथ्वीला तत्वरूपा – पंचमहाभूतांपैकी एक मानतो. हे तर तुला ठाऊकच आहे, होय ना?'' मिताचं बोलणं रोखठोक होतं.

''हो तर, ठाऊक आहे.'' मी असं म्हटलं तर खरं, पण माझे विचार अजून स्पष्ट नव्हते. त्यामुळं कुठे जावं, कशा पद्धतीनं काम करावं, ह्या विचारांमुळे रात्रभर मला झोप अशी नीट लागली नाही. पहाटे पहाटे जरा डोळा लागला आणि तेव्हा एक अपरिचित आवाज ऐकू आला –

'तू मिताला होकार तर दिलास, पण तत्त्वरूपा पृथ्वी कशी आहे, हे खरोखर माहीत आहे तुला?'

मी चमकलो. म्हणालो, 'बहुतेक... हो.' मग जराशानं पुढे म्हणालो, 'म्हणजे असं, की ह्याबद्दल माझ्या काही समजुती आहेत.'

पुन्हा एकदा तोच आवाज ऐकू आला, ह्या वेळी त्यात हलकसं हसू होतं. 'तुझ्या सध्याच्या समजुतींच्या आधारेच काम करणार असशील, तर मग घरी बसूनही काम करता येईल. कुठेतरी दुसरीकडे जाणं तुला जरुरीचं का वाटतं?'

हा आवाज कोणाचा, कोण माझ्याशी बोलतंय ते तर माझ्या लक्षात येत नव्हतं, पण त्या घटकेला तरी त्याचा प्रश्न समजून घेणं आवश्यक होतं, त्यासाठी एक दिशा मिळते आहे असं वाटलं. मी त्या आवाजालाच उलट विचारलं, 'बरं चल, समजा मी माझ्या सर्व समजुती बाजूला ठेवून जायचं म्हटलं, तरी पण कुठे जाऊ? तू सांग!'

पुन्हा तो आवाज ऐकू आला – 'गीर, घेड किंवा बरडो? काय वाटतं तुला? एके काळची आपली भूमी –'

आता मला 'आवाज' जे म्हणत होता त्याबद्दल शंका येऊ लागली. मी गीरला कधीही गेलेलं मला आठवत नव्हतं. घेड आणि बरडा हा विस्तार तर मला नकाशात शोधला तरी सापडणं अवघड, पण ह्या एकूण सर्व प्रकाराचं मला फार आश्चर्य वाटलं नाही. आपण अर्धवट झोपेत असलो किंवा कसल्या तरी तंद्रीत असलो म्हणजे उमज पडत नाही असं बोलणं ऐकू येत असल्याचा बरेचदा भास होतो.

तरी पण मी उत्तर तर दिलंच – 'माझा जन्म मुंबईचा आणि मी काम करतो वडोदरामध्ये. इकडे राजकोटला मिताकडेही हा पहिल्यांदाच आलो. लहान होतो तेव्हा एकदा केव्हातरी सोमनाथच्या दर्शनाला गेलो होतो, पण तू सांगतोयस त्यातल्या कोणत्याच जागी मी कधी गेलेलो नाही, तेव्हा पाहिलेलंही नाही.'

'आत्ता जरी तुला आठवत नसलं, तरी ह्या जागांशी आपले एके काळचे संबंध आहेत. चल, ते सगळं राहू दे. तुला कुठं जावंसं वाटेल, ते तू ठरव, मी तुझ्याबरोबर असेन,' तो आवाज म्हणाला.

मग मात्र मी विचारलं, 'तू आहेस कोण?'

'जो तू आहेस, तोच.'

मला नवलच वाटलं, मी विचारलं, 'तू असं सांगतोयस का, की तू माझ्या आत्म्याचा आवाज आहेस? अजन्मा, अविनाशी, ज्याला अग्नी जाळू शकत नाही वगैरे वगैरे...? आणि तसं असलं, तर तू आपला माझ्यापासून दूरच...'

माझं वाक्य संपण्यापूर्वीच त्याचं हसणं ऐकू आलं आणि मग तो म्हणाला, 'आत्मा वगैरेबद्दल मला काही ठाऊक नाही, तरी पण आपला संबंध आहे. तुझ्या वंशाच्या सुरुवातीपासूनच मी तुझ्याबरोबर आहे. आपण एकमेकांमध्येच आहोत. जे आपल्याला माहीत आहे, ते आपण दोघंही शिकलो आहोत. आणि हो! अग्नी मला जाळू शकतो! मी अजन्मा नाही आणि माझा अंतही होतो.'

त्यानंतर आवाज ऐकू येणं बंद झालं. मी म्हटलं, 'एऽ अरे! ए 'आवाज!' जरा ऐक तर खरं! तू माझ्याबरोबर असशील, तर मी कुठल्या नावानं तुझ्याशी बोलू?'

'तू आत्ता जे नाव म्हणालास, तेच बरोबर नाही?' प्रश्न!

गीर आणि घेडमध्ये काम करण्याचं मनाशी ठरवून मी माझी ऑफर दिली. त्यानंतर एक आठवड्यातच मितानं मला कार्तिकच्या ऑफिसमध्ये बोलावलं. सर्व जरुरीची कागदपत्रं माझ्या हातात देत मिता म्हणाली, "गीरमध्ये राहण्याच्या आणि जाण्या-येण्याच्या परवान्यांचे कागदपत्रं ह्यामध्ये आहेत. कोठे जाता येईल आणि कोठे जाण्याची बंदी आहे, ते त्या कागदांमध्ये लिहिलेलं आहे. कधीतरी तिथल्या ऑफिसमधून आणखी काही परवाना घ्यावा लागला, तर तो तेथे घे."

"तर मग मी प्रथम सासणला जाऊ?" मी विचारलं.

कार्तिक म्हणाला, "तसंही करता येईल, पण धारीला उतरून पाणिया अभयारण्याच्या मागच्या बाजूला एक झोपडी आहे. भरवाड लोकांच्या वस्तीत तिथं आमच्या ओळखीच्या एक आईमा राहतात. त्यांनाही आम्ही तू गीरला जाणार आहेस असा निरोप पाठवला आहे. तू त्या रस्त्यानं गेलास तरी चालेल."

कार्तिकच्या बोलण्याला जोडूनच असल्यासारखं मिता म्हणाली, "माझ्यातर्फेही थोड्या सूचना आहेत. कुठलाही कायदा मोडला जात नाही ह्याची काळजी घे. जिथं जाण्याची बंदी असेल, तिथं जाण्याचा प्रयत्न करू नको." आणि पुढे आणखी जरा जोर देऊन ती म्हणाली, "आणि गीरमध्ये जे, जिथं, जसं पडलं असेल, ते तिथेच, तसंच राहू दे. तिथून काहीही घेऊ नकोस आणि तिथे काहीही ठेवू नकोस."

"हे म्हणाली नसतीस तरी चाललं असतं असं नाही वाटत तुला?" मी विचारलं.

"ठाऊक आहे मला. ह्या सगळ्या गोष्टींमध्ये मला लक्ष घालावं लागू नये,

म्हणून तर हे काम तुझ्यावर सोपवलंय.'' मिता म्हणाली, ''तरी पण व्यवसायाच्या बाबतीत आम्ही आमचेच बनवलेले काही नीतिनियम आहेत. कार्तिक स्वतः जाणार असता, तरीही मी त्याला असंच सांगितलं असतं आणि मी जाणार असते तर कार्तिकनं मला सांगितलं असतं.''

मिताच्या सांगण्याला दुजोरा देत कार्तिक म्हणाला, ''तिथं तसा कायदाही आहेच, पण आमचा आपला असा शिरस्ता किंवा दंडक म्हण, आहे की जिथं काम करत असू त्या स्थानिक प्रदेशातलं काहीही बाहेर घेऊन जायचं नाही आणि नाइलाजच झाल्याशिवाय बाहेरून नेलेलं तिथं काही टाकायचं नाही.''

''अगदी बरोबर. चला तर, मग मी निघू आता?'' मी उठून उभा राहत म्हटलं. ''मी तिथे असेन तेव्हा कधीतरी तुम्हीही या तिकडे.''

''नक्की,'' मिता म्हणाली. ''बराय मग, तू आता तुझ्या सोयीनं नीघ. कशाची आवश्यकता वाटली तर फोन कर.''

दोन दिवसांनंतर मी निघालो. बसच्या खिडकीतून रस्त्याकडेचे कारखाने, हॉटेल्स, मग शेतं, टेकड्या आणि दुरून जवळ जवळ येत जाणारा गिरनार बघत होतो. जुनागढ जवळ येऊ लागेपर्यंत मनात प्रश्नही नव्हते आणि विचारही नव्हते. शहर जवळ आलं आणि माझं लक्ष गिरनारकडे गेलं. कोण जाणे, पण काही केल्या माझी नजर त्या अतिप्राचीन काळ्याकभिन्न पर्वतावरून हटेचना. गिरनार दिसत होता तोपर्यंत मी त्याच्याकडेच बघत राहिलो. नजर जणू त्याच्यावर चिकटलीच होती आणि तसं बघत असतानाच मनात प्रश्न प्रकट झाले, 'तत्त्वरूपा पृथ्वी म्हणजे काय?'...

धारीमध्ये जंगलखात्यातलं काम उरकता उरकता संध्याकाळ झाली, मग रात्र धारीतच काढून सकाळी उजाडताच टेम्पोमधून पुढचा प्रवास सुरू केला. नंतर एक छकडेवाला भेटला, त्यानं मला पाणिया अभयारण्याच्या नाक्यावर सोडलं आणि लीलापाणी गावाकडे जाणारा रस्ता दाखवला. मी त्या रस्त्यानं चालू लागलो.

रस्त्यात ती मुलगी भेटली नसती, तर आईमांच्या झोपडीवर पोहोचेपर्यंत माझ्या मनात 'तत्त्वरूपा पृथ्वी म्हणजे काय?' हाच विचार घोळत राहिला असता. हेही आहेच, की ती भेटली नसती तर माझं काय झालं असतं कोण जाणे! पण सकाळी त्या लीलापाणीकडे जाणाऱ्या रस्त्यानं जाताना जे जे काही घडलं, त्यानंतर बाकी सगळ्या गोष्टी विसरून मी 'ती मुलगी कोण असेल?' ह्याचाच विचार करत राहिलो.

कमालच होती त्या मुलीपुढे! माझी सगळी माहिती विचारून घेतली आणि ती कोण आहे ते न सांगता निघून गेली. जाताना शिवाय जणू आव्हान देऊन गेली, की 'असंल यवडी ताकद, तर माझं पायातलं चाळ तितंच पडलेले असत्याल, त्ये आनून द्ये परत.'

एकदा का मनात एक गोष्ट आली, की तिचा पुरता थांगपत्ता लागेपर्यंत मला चैनच पडत नाही, ही माझी सवय केव्हा जाईल कोण जाणे! त्या मुलीच्या दृष्टीनं ती कोण आहे, कोठे राहते ते न सांगणं हा नुसता थट्टेचा प्रकार असेल, पण मला तर उद्या सकाळीच तिचे चाळ शोधून तिच्याकडे पोहोचते करायचे आहेत, म्हणजे तिलाही शोधावीच लागेल!

मी त्या मुलीबद्दल कोणाकडे चौकशी करावी ह्या विचारात होतो, तेवढं पुरेसं नव्हतं म्हणून जणू झोपायच्या आधी आईमांचं ते गूढ वाक्य कानी पडलं!

आईमा असं का म्हणाल्या, ते त्यांनाच विचारता आलं असतं, पण त्या बोलता -बोलता उठून आत निघून गेल्या. मला खाटेवरून पुन्हा उठायचा आळस आला. मी खूप थकलो होतो. आणि खरं म्हणजे असं त्यांच्या मागे मागे आत जाणं योग्यही वाटलं नाही.

लक्ष्मी गोठ्याच्या बाहेरच्या लहानशा ओट्यावर समोरच बसली होती. करमण तर माझ्याच खाटेवर पायगती बसला होता, पण लक्ष्मीला किंवा करमणला विचारलं तर काय होईल, ते ह्या झोपडीत पाय ठेवला तेव्हापासून ते संध्याकाळपर्यंतच्या सगळ्या अनुभवांनी मला शिकवलं आहे. ती दोघं उत्तर देण्याऐवजी मोठ्यानं हसायला लागतील आणि म्हणतील, 'घ्या! तुला 'खमा' म्हंजी काय त्येच समजत नसंल, तर तुला पन 'खमा' रं बाबा!'

हां, 'तो आवाज' जो नेहमी माझ्याबरोबर असेल असं म्हणाला होता, तो मला लगेच ह्याचा अर्थ सांगू शकेल, पण तो सरळ सरळ काही सांगणार नाही. तो म्हणेल,

'तुला असं नाही का वाटत, की जे तुला नाहीच करता येणार अशा कामापुरतीच तू माझी मदत मागावीस?'

आईमा झोपडीत गेल्यावर करमण आणि लक्ष्मीही उठले. मला म्हणाले, "तुला आतल्या बाजूला जायचंय का हितं चालंल?"

"तू कुठं झोपणारेस?" मी करमणला विचारलं.

"मी तं हतं छपराखालीच खाटलं टाकंन, बापा पन हतंच असतील." करमण म्हणाला. "तुला भ्या वाटत असंल तर आतल्या बाजूला झोप जा." करमणनं 'स'चा उच्चार केला त्यात थोडा 'ह' मिसळलेला होता.

मी म्हटलं, "तुम्हा दोघांना काही होणार नाही, तर मग मला काय होणार? आपण तिघंही इथंच झोपू या."

करमण आत जाऊन आणखी एक खाट आणि पांघरायला गोधड्या घेऊन आला. शेण-माती आणि गवत वापरून उभ्या केलेल्या त्या झोपडीत सुंदर भरतकाम केलेली पांघरुणं बघून मला बरं वाटलं. खाटेवरून उठून करमणच्या हातातून त्या गोधड्या घेता घेता मी म्हटलं, "झकास! आरामात झोपेन."

“बस- जालं तर मंग. झोपून जा आरामात!” करमण माझ्याशी बोलता बोलता त्याच्या खाटेवर गोधडी घालत होता. माझ्या लक्षात आलं, की ह्या वेळी ‘बस’ म्हणताना ‘स’चा उच्चार त्यानं बरोबर केला होता. मी माझ्या खाटेवर आडवा झालो, पण बराच वेळ दिवसभर जे जे काय घडलं, तेच मनात घोळत राहिलं...

...पहाटे पाच वाजता थंडीतच निघालो होतो. काही अंतर एका छकडेवाल्यानं आणून सोडल्यावर मग चालत येत होतो. माझी समजूत होती, की जंगलातल्या त्या वाटेवर ‘आईमांची झोपडी कुठं आहे’ हे विचारायलाही कोणी भेटणार नाही. पण नवल म्हणजे अशा ठिकाणीही कोणी ना कोणी भेटतच होतं.

ह्या भागाला जंगल म्हटलं जातं ह्याचंच नवल मला सारा रस्ताभर वाटत होतं. जंगल म्हणायला थोडे उंच वृक्ष, कुठे कुठे बाभळीची झाडी, लहान-मोठ्या डोंगरांच्या उंचसखल पायथ्यांशी गुरांच्या चाऱ्याचं गवत उगवलेली पडीक जमीन.

हिंस्र प्राण्यांच्या ह्या प्रदेशात इतकी माणसं वाटेनं जाताना भेटणं – मोठी माणसं तर सोडा; पण बारा-चौदा वर्षांची मुलंही गाई-म्हशींना चरायला घेऊन जाताना दिसणं ह्या सगळ्याचं मला आश्चर्य वाटत होतं.

पुढे जात राहिलो तसं जमिनीचं रूप बदलत गेलं, त्याबरोबरच तिनं परिधान केलेली वस्त्रंही जणू बदलत गेली, तरी पण बारा महिने पानं असणारे वृक्ष सोडले तर बाकी सगळी झाडं पर्णहीन! पानगळीनं निष्पर्ण झालेले वृक्ष आणि कुठे कुठे तर वृक्षविहीन खडकाळ जमीन आणि टेकड्या.

मी हिमालयातल्या तराई प्रदेशातली दाट जंगलं पाहिली आहेत. नर्मदाकाठची विकट अरण्यं, दक्षिणेतली गुडूप अंधार असलेली वर्षावनं पाहिली आहेत, एवढंच काय, येथे गुजरातमध्येही महाल प्रदेशात दिवसासुद्धा सूर्याचे किरण जमिनीपर्यंत पोहोचू शकणार नाहीत अशी अरण्यं पाहिली आहेत. कंबोडिया, मध्य आशिया आणि आफ्रिकेतल्या जंगलांची छायाचित्रं पाहिली आहेत; त्यातल्या कोणाशीही तुलना होऊ शकेल अशी झाडी ह्या ठिकाणी नाही.

मनात प्रश्न उभा राहिला, ‘मी गीरच्या जंगलात जायचं असं बोलणं झालं होतं. ह्याला काय जंगल म्हणता येईल?’

एकाएकी ‘तो’ आवाज ऐकू आला – ‘जंगलाबद्दल कुठे काय बोलणं झालं होतं? माझ्या समजुतीप्रमाणे मिता फक्त ‘गीर’च म्हणत होती, बरोबर? आणि ह्या विशेषणांशी आपल्याला काही देणंघेणं आहे?’ एवढे प्रश्न विचारून ‘आवाज’ गप्प झाला.

पुढे जात राहिलो तसतशी वृक्षांची संख्या वाढत गेली. उंच, निष्पर्ण साग, बुंध्यांवर पातळ चिरा असलेले ‘खेर’चे (खदिर) वृक्षही दिसू लागले. पावसाळ्यात जंगल गाढ दिसत असेल. सध्या पानगळीच्या दिवसात तसं दिसत नाही.

जसजसं झोपडीच्या दिशेनं जात राहिलो, तसतशा बाभळी दिसेनाशा झाल्या. आता जांभूळ, करंजा आणि इतर काही बारा महिने हिरवेगार राहणाऱ्या वृक्षांच्या हिरव्या रांगा दिसू लागल्या. करवंदांच्या जाळ्या दिसल्या. जसजसा पुढे गेलो, तसतसा वृक्ष आणि वेलींच्या पलीकडचा आकाशाचा भाग लहान लहान दिसू लागला... तिथंच ती अनोळखी मुलगी भेटली होती....

मुलगी मला थेट लीलापाणीच्या चौकीपर्यंत पोहोचवून गेली. नंतर एका मालधारीला (मालधारी म्हणजे गुराख्यांसारखी एक जात) विचारून आईमाच्या झोपडीचा रस्ता धरला. मध्ये एक लहानशी नदी ओलांडावी लागली. किनाऱ्यावरचे कितीतरी वृक्ष अजूनही हिरवे होते आणि नदीत आपलं रूप बघायचा प्रयत्न करत असावेत, तसे नदीच्या बाजूला वाकले होते!

तेथेच नदीवर एक स्त्री एकटीच बसून भांडी घासत होती. नदीच्या वरच्या बाजूला थोडं पुढे एक हातपंप होता, त्यावर एक मुलगी पाणी भरत होती. मी तिथला लहानसा चढ चढून त्या मुलीकडे गेलो आणि तिला विचारलं, ''आईमांची झोपडी इथं; एवढ्यातच आहे?''

''तो उंच चढ आहे, तो चढून जा,'' तिनं पाणी भरलेली गोळी (गोल आकाराची लहान तोंड असलेली घागर) पुढे ओढून हातपंपाच्या खालून बाहेर काढली.

''उचलून देऊ?'' मी सहज विचारलं. त्या मुलीचा डोळ्यांसकट सबंध चेहरा गंमत वाटल्यासारखा हसला आणि तिनं म्हटलं. ''ह्याच्या मदी उचलून देण्यासारकं काय हाये?''

'शुं' (म्हणजे काय) हा शब्द बोलताना तिनं जो उच्चार केला, तो स आणि ह यांचं मिश्रण – 'स्हूं' असा होता आणि त्याच्या आधी 'सडी जा' (म्हणजे चढून जा) म्हणताना म्हटलेला 'स' स्पष्ट होता. कदाचित इकडे काही काही शब्दांमधलाच 'स', 'स्ह' असा उच्चारला जात असेल!

मी तिच्या भाषेच्या उच्चारांचा गोड वाटणारा ढंग (लहेक) ऐकत तिचं छान हसणं बघत होतो, तेवढ्यात तर तिनं ती गोळी उचलली आणि सबंध शरीराला एका बाजूला हलकासा हेलकावा देत गोळी डोक्यावर ठेवलीही! बारा-तेरा वर्षांचीच दिसणारी ती मुलगी तेवढं वजन म्हणजे काहीच नसल्यासारखं सहजपणे डोक्यावर ठेवून तो जवळ जवळ उभा असलेला चढ चढू लागली, ते बघून मी थक्क झालो.

तिथेच उभा राहून मी तिला जाताना बघत होतो, तेवढ्यात ती म्हणाली, ''वांहे वांहे वयो आव्य. हुं न्यां ज रउं सुं.'' (माझ्या मागे मागे ये, मी तिथेच राहते.)

चढ चढून मी झोपडीजवळ पोहोचलो आणि बघितलं तर एक आजी आणि दोन

लहान मुलं एवढीच माणसं झोपडीत. मगाशी नदीवर ती एकटी बाई, चढ चढून येणारी ती एकटी मुलगी! शेणामातीनं लिंपलेल्या भिंती असलेल्या त्या घराला दरवाजाच नव्हता. नुसतीच दाराएवढी मोकळी जागा होती. समजा, कोणाला सांगितलं, की जिथं कोणीही एकटं बाहेर हिंडू-फिरू शकतं आणि जिथं घर बंद करण्याची काळजी घ्यावी लागत नाही, अशी जागा जंगलात आहे, तर कोणाला खरं वाटेल?

"ये बेटा," म्हातारी झोपडीतून बाहेर येता येता म्हणाली, "करमण, बाळा खाट आणून टाक भाईर."

"ए हो आईमा," म्हणता म्हणता मुलगा खाट आणायला आत गेला. इथं येण्यापूर्वी मला मनातून जरा अवघडल्यासारखं वाटत होतं, की अनोळखी जागी, अनोळखी माणसांबरोबर एकदम बोलणं कसं सुरू करावं! पण आईमांनी अगदी सहजपणे स्वत:च बोलणं सुरू केल्यानं माझं अवघडलेपण दूर झालं. "कवा निगालावतास रं भाय्? (भाय - भाईचा अपभ्रंश. भाई म्हणजे भाऊ, पण बोलीभाषेत तो सरसकट संबोधनात्मक वापरला जातो.)

"सकाळी लवकर निघालो होतो. पाणियाच्या नाक्यापर्यंत टेम्पो मिळाला होता, पुढे मग चालत आलो."

"बरं. ब्येस जालं आलास ते. च्या पितोस न्हवं? का मंग ताक घेऊ?" आईमांनी विचारलं. ती मुलगी दिसली नाही. ती घरात कोठून गेली आणि गोळी कुठं ठेवलीन ते मला समजलंच नाही.

मुलानं खाट बाहेर आणून ठेवली होती. घर तर नाहीच, खरं म्हणजे धड झोपडीही म्हणता येणार नाही अशा त्या दाराशिवायच्या राहण्याच्या जागेच्या बाहेर समोर मोकळी जागा होती. मधल्या भागात जाड फांदीचे, गिलोलच्या आकाराचे तुकडे ठेवून, त्यांच्यावर आडव्या फळ्या बसवून त्या मोकळ्या जागेला आडोसा केला होता. तिथेच खाट ठेवता येईल असं मी सुचवलं, तर त्या मुलाला हसू आलं. म्हणाला, "आईमा, हा तर गोठ्यात खाट ठेवायला सांगतोय!"

आईमांचं लक्ष बाहेरच्या कवाडाकडे होतं, त्यांनाही हसू आलं. "तितं न्हाय बसायचं. ह्या हिकडं ठीव – हिकडं छपराखाली."

खाट ठेवायचं चाललं होतं तेवढ्यातच ती मुलगी घागर रिकामी करून बाहेर आली आणि माझ्या जवळून जाता जाता दबक्या आवाजात भावाला म्हणाली, "करमण, त्येला गोठ्यात बसायचंय तर बशीव ना तू आपला! एक कुंढी (म्हशीची एक जात) ज्यास्तीची आली असं समज!"

करमण गालातल्या गालात हसत खाट घेऊन ती छपराखाली ठेवायला तिकडे गेला. ते दोघं माझी काहीतरी चेष्टा करतायत एवढं कळलं, पण कुंढी जास्तीची

आली म्हणजे काय आणि नेमकी काय थट्टा केली, ते मला समजलं नाही. मी विचारलं, ''त्या चौकात का नाही बसायचं?''

मला काय उत्तर मिळतंय ते ऐकायला उभी असल्यासारखी ती मुलगी कवाडापाशी गेलेली, तिथे थांबून राहिली.

''त्यो गोठा हाये. म्हशींसाठी केलाय!'' आईमांनी खुलासा केला.

''ओ होऽ!'' मलाही हसू आलं.

त्या लहान मुलीनं घागर खाली ठेवली आणि जमिनीत टेका देण्यासाठी ठोकून बसवलेली लांब दांडकी आणि त्यावर बसवलेल्या लांब फळ्यांकडे हात लांब करून

दाखवत, न संकोचता तिनं सरळ विचारलं, ''गोठा येगळा काडलाय् तरी त्यो न्हाई समजत? हितं जमिनीत दांडकी ठोकल्याती, वर आडव्या फळ्या घातल्याती, त्ये बगितलं न्हाई?''

''मला वाटलं स्वच्छ चौक आहे, बसायला चांगला आहे.'' मी खुलासा केला. ''सच्छ न्हाई ठिवलं तर म्हशी आत बसतील व्हय? सऽमद्या रातभर उसासं टाकत ऱ्हातील. झोपू पन घेनार न्हाईत कुनाला!'' येणारं हसू दाबायला खाली बघत ती उभी राहिली.

आईमा सगळं बोलणं ऐकत होत्या. त्या म्हणाल्या, ''माज्या थोरल्या लेकाची ल्येक हाये – दानाची. फार लाडात वाडिवलीय ना. त्ये जरा ज्यास्तीच बोलतीया!''

मी हसून आईमांकडे बघितलं आणि म्हटलं, ''पण खरंच हाये ना ती म्हणतेय ते! मला कळायला हवं होतं!''

''अरं ऱ्हाऊ दे आता. उगाच कोनीबी कायबी बोलंल, त्ये ऐकून नगं घ्येऊ!'' आईमांनाही हसू आलं. ''आमी म्हशींची जागा कुटली ठिवलीय त्ये तुला रं कसं ठावं आसनार?''

''किती म्हशी आहेत तुमच्या?'' मी विचारलं.

"अठ्ठ्यावी" (अठ्ठावीस) आईमांच्या ऐवजी लक्ष्मीनंच उत्तर दिलं. "तीन तर कुंढी हायेत."

अरेच्या! कमालच म्हणायची! लक्ष्मीची न् माझी आत्ताच तर कुठे ओळख झाली. मी तिच्या घरचा पाहुणा म्हणायचा, तरीसुद्धा म्हशींच्या गोठ्यावरनं माझी थट्टा करण्याइतकी मोकळेपणानं ती वागली! तिचं असं सहज, मोकळं वागणं मला भावलं. ह्या लक्ष्मीचं चित्र मला काढावंसं वाटलं, तर तिच्या स्वभावातला हा उपजत मोकळेपणा मी कसा दाखवू शकेन? अगदी अनोळखी माणसाशी वागताना, जशी नेहमी वागते तसंच वागणं कसं जमत असेल? मलाही तितक्याच मोकळेपणानं तिच्याशी गप्पागोष्टी करायला आवडल्या असत्या, पण मी काही बोलेपर्यंत तर ती झपझप पावलं उचलत हँडपंपाच्या दिशेनं गेलीसुद्धा.

जेवणं होईपर्यंत दोन वाजले होते. खाटेवर पडून मी एक झोप काढली आणि संध्याकाळी चारच्या सुमाराला मी आणि करमण नदीच्या बाजूला गेलो. हरणं दबकत, सावधपणानं पाणी प्यायला येत होती. एक सांबरही किनाऱ्याचा उतार उतरून पाणी पिऊन परत गेलं. आम्ही समोरच्या डोंगराच्या पायथ्याशी फिरून परत आलो तोवर अंधार पडला होता. म्हशी आडव्या फळ्यांच्या मागे गोठ्यात गेल्या होत्या. अनोळखी मला बघितल्यावर समोर बसलेल्या एक-दोन म्हशी जरा रागीट आवाजात घुरकल्या. आईमा त्यांना म्हणाल्या, "विजू, मोरली, पावनं हायेत त्ये, असं त्येंच्यावर घुरकायचं न्हाई."

जणू काही लक्ष्मीला किंवा करमणला दटावत असतील, तितक्या सहजपणानं आईमांनी म्हशींना त्यांची नावं घेऊन दटावलं होतं! मला तेव्हा वाटलं, की चित्रांविषयी काही विचार करण्याआधी मला दुसऱ्या बऱ्याच गोष्टी समजून घ्याव्या लागतील.

जेवणं झाल्यावर करमणनं छपराखाली असलेली खाट खुल्या जागेत आणून ठेवली आणि त्याच्यावर बसण्यासाठी पोती अंथरू लागला.

मी म्हटलं, "राहू दे ना करमण, मी इथं खाली ओट्यावर बसतो."

"न्हाई-न्हाई! तू ततं न्हाय बसायचं," आईमा दारात खाली बसता बसता मला म्हणाल्या, "हतं गीरमंदी हज्जार जातीचं जीव-जिवाणू फिरत असत्यात भुईवर."

"पण तुम्ही तर खालीच बसलायत आणि ही लक्ष्मी इकडं ओट्यावरच बसलीय की." मी हरकत घेतली.

"आमी तर जलमल्यापास्नं गीरमंदीच ऱ्हातुया," आईमा म्हणाल्या. "आमी त्या जिवांशी मर्यादा सांबाळून ऱ्हातो. तुला हितलं कायबी ठावं न्हाई. तुला त्यांच्यासंगं सांबाळून ऱ्हायला जमनार न्हाई."

जीव-जिवाणूंबरोबर मर्यादा सांभाळून राहायचं म्हणजे काय ह्याचा मला विशेष उलगडा झाला नाही, पण जास्त वादात न पडता मी मग खाटेवर आडवाच झालो.

आईमा करमणला म्हणाल्या, "अरं, तू तुज्या दोस्ताला दोहे गाऊन दाकिवलेस का न्हाई?"

करमण दोहे गात होता आणि तेवढ्यातच हरणांचा तो धोक्याचा इशारा देऊन ओरडण्याचा आवाज ऐकू आला, पाठोपाठ मोरांच्या ओरडण्याचाही. आईमांनी गीरला 'खमा' म्हटलं.

— सगळी दृश्य गुंगीतच डोळ्यांसमोर दिसत असतील तशी येत राहिली. रातकिडे, निशाचर पक्षी, माळरानांवरून वाहणारा वारा हे सगळे आवाज ऐकता ऐकता, ते ऐकूच येणार नाहीत अशी गाढ झोप मला केव्हा लागली, ते कळलंही नाही.

।। २ ।।

सकाळी मला लवकर निघायचं होतं. मी उठलो तेव्हा म्हशींना गोठ्यातून बाहेर आणून अंगणातच उभ्या करून दानाभाई आणि आईमा दूध काढत होते. लक्ष्मी काढलेलं दूध लांब ठेवलेल्या कॅन्समध्ये नेऊन ओतत होती. करमण अजून दातण करत होता. (दातण – दातवण – कडुलिंबाच्या किंवा बाभळीच्या काड्या बऱ्याच वेळ चावून मग त्यांनी दात घासतात.)

अजून पुरतं उजाडलं नव्हतं, त्या अंधूक उजेडात नदीपर्यंत एकट्यानं जाणं मला ठीक वाटलं नाही. मी हॅन्डपंपवर जाऊन आंघोळ केली, कपडे धुतले आणि पिळत होतो, तेव्हा दानाभाई म्हशींना घेऊन तिथून गेले. 'राम राम' ते मला म्हणाले.

मीही 'राम राम' म्हटलं आणि पुढे सांगितलं, ''मीही निघतोच आहे आता.''

''का?'' म्हणत दानाभाई चालायचे थांबले आणि म्हणाले, ''ऱ्हावा ना! लखमीची मा दुपारपोत्तर ईलच म्हायेरून. ऱ्हावा आज, उंद्याच्याला जावा.''

''राहता तर नाही येणार हो,'' मी म्हटलं, ''जावं लागेल, काम आहे.''

''बरं मंग गीरमंदी ऱ्हानार असाल तर या पुना कवाबी.'' एवढं बोलून दानाभाई म्हशींच्या मागे गेले.

मी आंघोळ आटोपून झोपडीवर पोहोचलो, तोपर्यंत तर केरकचरा काढून सबंध अंगण स्वच्छ केलेलं होतं. झोपडीच्या बाहेर लक्ष्मीच एकटी भांडी घासत होती. मी तिला विचारलं, ''आईमा कुठं गेल्या?''

''त्या न् करमण कानकडियाच्या नाक्यावर दाणं आनाया (धान्य आणायला) ग्येल्यात, यवड्यात यतीलच, बस तू आरामात,'' विसळून झालेली भांडी पालथी घालता घालता लक्ष्मीनं सांगितलं.

मी म्हटलं, ''लवकर निघालो तरच बरं पडेल. दुपारचं ऊन फार होतं आणि रस्त्यावर कुठलंही वाहन घेऊन जाणारं कोणी भेटणं अवघडच.''

''त्ये मी काय तुला थांबवून धरत ऱ्हाई!'' उठून उभी होता होता ओढणीला हात पुसत लक्ष्मी म्हणाली. ''हतं थांबून तुला खोटी व्हत असली, तर मंग मी काय म्हननार?''

"नाही-नाही, तसं नाही, मला तर इथं कायम राहायला पण आवडेल, पण खूप काम आहे मला." मी पुढं विचारलं, "इथून सासणकडे जायचं असलं, तर वाटेत भूतिया वड येतो?"

"का? घाबरतोस?" लक्ष्मीनं उलट प्रश्न विचारला.

"नाही! भीती नाही वाटत, मला भूतिया वडाकडूनच जायचं आहे म्हणून विचारलं."

लक्ष्मी खाट उभी करून ठेवत होती. ती थांबून माझ्याकडे बघत राहिली. तिला आणखी काही तरी थट्टा सुचली असेल, तसं तिनं येऊ बघणारं हसू दाबलं आणि मग काळजीच्या स्वरात विचारलं, "पण तुला भूतियाकडे कशापाई जायचंय? आनि तिकडनं तं लांब पडंल. तीन रस्ते फुटतात ततनं सरळ मोट्या रस्त्याला जाऊन मंग तितनं जा ना!"

आता ह्या लक्ष्मीला जर सांगितलं, की मला त्या मुलीचे चाळ आणायला जायचं आहे, तर कदाचित मला त्या मुलीचं नावही समजेल. कदाचित लक्ष्मी माझ्याबरोबर त्या वडापर्यंत येईलसुद्धा. तसं सगळं मला नव्हतं करायचं. मला माझ्या रितीनंच तिला शोधायची होती आणि तिचे चाळ तिच्या हातात ठेवून सांगायचं होतं. 'घे! बघ, तुझे चाळ घेऊन आलो!'

मी लक्ष्मीला काही उत्तर दिलं नाही, तेव्हा मात्र ती म्हणाली, "नदी वलांडून आलास ना, त्याच रस्त्यानं परत जा, सरळ भूतिया वडापोत्तर पोचशील. तितनं मावळतीकडं जा, त्यो सासणचा रस्ता हाये. कुटं पन कोनी बी तरी म्हशी चारत असत्यालच, त्येन्ला इच्चार, त्ये दाकवतील रस्ता." एवढं सांगता सांगता ती झोपडीत गेली आणि लोणी, भाकरी आणि ताक घेऊन बाहेर येत म्हणाली, "न्ह्यारी करून जा. यवडं लांब चालनार हायेस, उशीरबी लागंल, ह्या तर गीरच्या वाटा. कुटून कुटंबी घिऊन जात्यात!"

मी नाश्ता केला आणि माझा थैला उचलला.

दुपार होण्यापूर्वी मोठ्या रस्त्याला लागलो, तर सासण जाणारं एखादं वाहन मिळेल ह्या विचारानं मी भराभरा चालू लागलो. काल ती मुलगी मला आईमांच्या झोपडीकडे जाणारी वाट दाखवून मला जिथं सोडून गेली होती, ती जागा तर सापडली. पुढे जाता जाता काल घडलेला प्रसंग मनात घोटाळत राहिला.

काल मी समोरच्या वाटेनं झोपडीकडे येत होतो, आईमांच्या झोपडीची नेमकी वाट सांगेल अशा कोणालातरी शोधत होतो आणि पाठीमागून शब्द ऐकू आले होते.

"तितंच थांब."

आवाज इतक्या खालच्या पट्टीत, हळू होता की आजूबाजूला थोडाही आवाज असता, एखाद्या गावाचा बाजार असता, मी छकड्यातून उतरलो होतो तो नाका असता, किंवा अगदी कोणाचं शेत जरी असतं, तरी कदाचित मला ऐकू आलं

नसतं; पण ती जागा इतकी शांत होती, की पानगळीनं खाली पडलेल्या पानांमध्ये असणाऱ्या लहान किड्यांची वळवळ किंवा हवेचं वाहणंही ऐकू यावं, त्यामुळे ते शब्द स्पष्ट ऐकू आले होते. कोणीतरी मला थांबायला सांगत होतं.

मी मागे वळून बघितलं. लगेच तर कोणी दिसलं नाही. मोठ्यानं ओरडून उत्तर देणार त्याआधीच निष्पर्ण वृक्षांमध्ये, डोक्यावरून किरमिजी म्हणता येईल अशा रंगाची ओढणी, कमरेपासून खाली काळी जीमी (काठेवाडी स्त्रिया घाघऱ्याच्या ऐवजी अंगाभोवती जे काळ्या किंवा किरमिंजी रंगाचं कापड गुंडाळतात, त्याला जीमी म्हणतात.) आणि वरच्या अंगावर तसंच पण भरतकाम केलेलं कापड गुंडाळलेलं, अशी एक मुलगी दिसली. तिनं हात वर करून मला थांबायला आणि मग लगेचच ओठांवर बोट ठेवून गप्प राहायला, तसंच ती माझ्याबरोबर येत होती असं सांगायला खुणा केल्या.

मी ह्या ठिकाणी नवखा आहे. ही अवघड वाट माझ्या माहितीची नाही. अशा ठिकाणी येथेच राहाणारी वाटेल, अशी कोणी व्यक्ती मला काहीतरी सांगत असेल, तर ते मी ऐकलं पाहिजे हे मला समजत होतं. मी गप्प उभा राहिलो. मला वाटलं, की कदाचित असंही असेल, की ती अनोळखी मुलगी काही अडचणीत असेल आणि अशा जागेतून एकटीनं जायला घाबरत असेल.

जवळ येता येता त्या मुलीनं उतारावरून खाली पायवाटेवर येता येता थोडं लांब पाऊल टाकून उडी मारायचा प्रयत्न केला. तसं करताना तिच्या पायातले चाळ वाजले. मग थोडीशी आणखी उडी मारून तिनं पुन्हा चाळांचा आवाज केला आणि त्याची तिला मजा वाटली असावी, तशी ती माझ्याकडे बघून हसली.

मधूनच वाजणाऱ्या तिच्या चाळांचा तालबद्ध आवाज सोडला, तर तिचं चालणं अगदी नि:शब्द होतं. मी जर तिला बघितलं नसतं, तर माझ्या पाठीमागून इतक्या जवळून चालत ती येत होती, हे मला कळलंही नसतं. मध्ये काही क्षण ती जांभळाच्या झाडाच्या सावलीत आली आणि तेथून पुन्हा उजेडात. तिच्या चेहऱ्यावरचं स्मित बघून ती काही अडचणीत असेल असं वाटलं नाही.

मी काही विचारायच्या आधीच त्या मुलीनं पुटपुटल्यासारख्या आवाजात म्हटलं, "मी म्होरं जाते, तू मागं मागं ये."

म्हणजे नेमकं ह्या मुलीला काय सांगायचंय ते मला पळभर समजलंच नाही. मी जरा गोंधळून उभा राहिलो. मला वेंधळ्यासारखा उभा राहिलेला पाहून तिनं जरा रागानं म्हटलं, "सांगत्येय न्हवं? त्या बाजूला जाऊ नगं. मला फुडं ऱ्हाऊ दे. काईबी न बगता चालतुयास पन तितं भूतिया वडाजवळ रमजाना आनि ती दुसरी, दोगी बसल्याती."

एक तर ती बोलत होती ती भाषा मी ह्या आधी कधी ऐकली नव्हती. आणि

त्यात ती मुलगी इतकं हळू बोलत होती, की मला ते ऐकायलाही प्रयत्न करावा लागत होता, तरी पण ती बोलत होती तेव्हा तिचे हात, तोंड, डोळे सगळ्यांच्या आविर्भावावरून तिला जे सांगायचं होतं, त्याचा भावार्थ कळत होता.

भूतिया वड हे शब्द ऐकून मला असं वाटलं, की मुलगी डाकीण, भूत, प्रेत वगैरेंपैकी काहीतरी सांगते आहे, तरी मी तिच्यासारखाच हळू आवाज काढायचा प्रयत्न करत म्हटलं, ''कोण रमजाना?''

उत्तर द्यायच्या आधी पहिल्यांदा तर तिला हसू आलं, मग ती एकदम म्हणाली, ''रमजाना कोन त्ये सांगत्ये ना आता तुला! तितवर पोहोचलो म्हंजी दिसंलच समूर. मंग कोन त्ये आपल्या डोळ्यांनीच बगून घ्ये! आत्ता आता मुकाट ऱ्हा!'' सचा उच्चार तिनं ह मिश्रित स वापरून केला, तो मला बरोबर वाटला नाही, तरी कानांना मात्र गोड वाटला.

माझ्या उत्तराची वाट न बघता ती पुढं चालायला लागली. मला राग आला, पण ही रमजाना कोण आणि तिच्यापासून सावध राहण्यासारखं काय आहे, ते मला समजून घ्यायचं तर होतंच आणि तिच्या मागं मागं गेल्याशिवाय ते समजणार नव्हतं!

नाहीतरी दुसरी वाट फुटेपर्यंत मला ह्याच रस्त्यानं जायचं होतं. 'दुसरा रस्ता फुटेल तेव्हा ह्या मुलीला विचारीन' असा विचार करत तिच्या मागे जात होतो, पण हे असं गप्प राहून कोणाच्या मागून मागून चालणं मला आवडत नव्हतं. तिच्याशी काहीतरी बोलण्याच्या हेतूनं मी विचारलं, ''नाव काय आहे तुझं?''

मुलगी चालत होती ती थांबली, मागे वळली. पळभर टक लावून माझ्याकडे बघत राहिली, मग तिला एकदम हसू आलं आणि ओठ मुडपून पुढे चालायला लागता लागता म्हणाली, ''घ्या! त्वांड बगितलं न्हाई तेवड्यात तर नाव इचारायला लागला!''

असं काही होईल अशी माझी अपेक्षा नव्हती. तिनं गप्प राहायला सांगितलं नसतं, तर मी मोठ्यानं ओरडून तिच्याशी भांडलो असतो, विचारलं असतं तिला, की 'समजतेस कोण तू स्वतःला?' पण ती तर जणू काही झालंच नसावं तशी संथ गतीनं पुढे जात राहिली.

आता तर मला त्या मुलीबरोबर जायचंच नव्हतं. मी तिच्या पुढे जायला बघू लागलो, तशी तिनं हात आडवा धरून मला थांबवलं! मी चिडलो. मी काही बोलणार किंवा करणार त्याच्याआधी ती मागे वळून ठामपणानं माझ्यासमोर उभी! कमरेवर हात ठेवून तिनं डोकं एका बाजूला वाकडं केलं. ओठ जरा घट्ट आवळले. पळभरात तर कोण जाणे काय काय न् कसे डोळे विस्फारले, क्षणार्धात एकदम बारीक केले, पुन्हा मोठ्ठे केले. तेवढ्या त्या क्षणांमध्ये मला अगदी स्पष्टपणे लक्षात

आलं, की आत्ता ह्या घटकेला मी तिच्या अधिकारात आहे आणि तिनं मला मुक्त करेपर्यंत मी असंच चालायचं होतं!

ही मुलगी असं का करतेय ते मला कळेना. माझा संयम संपला आणि मी विचारलं, "हे आहे तरी काय सगळं?"

"ही सगळी गीर आहे– माथेफिरू गीर! आता आणखी पुढे बोललास तर बघच...!" एवढं बोलून ती पुन्हा पुढे चालू लागली. मी तिच्या मागे मागे आजूबाजूला बघत-बघत चालत राहिलो. थोड्या अंतरावर एक खूप मोठा विस्तारलेला वड दिसला. आम्ही जात होतो तिथे आमची वाट एका लहानशा ओढ्यातून पुढे जात होती. बाकीच्या जमिनीपेक्षा ओढ्याच्या भागात ओलसरपणा जास्त होता. ओढ्यात कुठे पाणी असलं तर पिता येईल ह्या विचारानं मी आजूबाजूला बघितलं. त्याच क्षणी ती मुलगी चालायची थांबली, मला 'शू' करून तिच्यामागे उभं राहण्याची खूण केलीन आणि मग समोरच्या बाजूला बोट दाखवत पुटपुटली, "कुटं तरी बगतुयास, तं हिकडं– करवंदांच्या जाळीकडं बग."

मी सरकून बरोबर तिच्यामागे उभा राहिलो आणि ती दाखवत होती त्या बाजूला नजर वळवली.

एखादं दृश्य बघण्याच्या, सहन करण्याच्या, भीतीच्या किंवा आनंदाच्या परम सीमा असतात असं मी ऐकलं आहे. अत्यंत मनोहर किंवा अत्यंत भीषण दृश्यं ज्यांनी बघितली आहेत ते सांगतात, की 'अशा वेळी आपली वाचाच बंद होते' असा अनुभव त्यांना आला आहे. अशा लोकांना त्यांनी बघितलेल्या दृश्याचं वर्णन करता करता एका क्षणी एकदम मौन होऊन थांबताना मी ऐकलं आहे किंवा असं होतं असं बघितलंही आहे, तरीही त्या क्षणी त्यांची मन:स्थिती कशी असत असेल ह्याची कल्पना मी कधीही करू शकलो नव्हतो.

करवंदांच्या जाळीकडे बघताक्षणी मला तो अनुभव आणि ती मन:स्थिती पूर्णतया समजली! एकाएकी झालेल्या त्या दर्शनाला रम्य म्हणावं, मनोहर म्हणावं तर मग माझ्या मनावर आरूढ होऊन संपूर्ण देहाच्या रोमरोमांत व्यापलेल्या भीतीला काय म्हणायचं ते मला कळेना! माझ्या छातीचे ठोके जलद पडत होते आणि तरीही ते बंदच पडले असतील तसा मी अवाक, मूढ, दगडासारखा उभा राहून नजर खिळवून बघत राहिलो, बघतच राहिलो!

...समोरच, ओढ्याच्या समोरच्या चढावर, रस्त्याच्या मधोमध, फार फार तर दहा मीटर अंतरावर, चमकणाऱ्या मातकट पिवळ्या रंगाचा मांसल देह, चमकणारे डोळे आणि भव्य स्वरूपाची स्वामिनी – सिंहीण शेपूट लांब पसरून झोपली होती. तिच्या समोर दुसरी एक सिंहीण बसली होती. त्या दोघींजवळ सिंहांचे दोन छावे एकमेकांच्या अंगांवर लोळत, उड्या मारत, खेळत होते!

असे किती क्षण गेले ते कळलंच नाही. वळून माझ्याकडे न बघताच ती मुलगी म्हणाली, "बसलीया ती सरयू आन् आडवी पडलीया ती रमजाना."

माझ्या तोंडून शब्द फुटणं अशक्य झालं होतं. माझ्याकडे वळून न बघताही माझी अवस्था समजून गेली असेल. तशी ती पुढे म्हणाली, "आता असा दगडासारका व्हऊन उबा नगं ऱ्हाऊ. माज्या मागं मागं येत ऱ्हा. त्येंच्या जवळनंच जायचं हाये आपल्याला."

रस्त्यात मध्ये बसलेल्या दोन सिंहिणींच्या जवळून चालत जाणं मला जमणं अशक्य वाटलं, पण नेमका तेव्हाच त्या मुलीच्या पायातल्या चाळांचा आवाज झाला. मुलगी ताबडतोब थांबली. तिच्या मागे मीही अजिबात हालचाल न करता उभा! माझ्या मनातली भीती आता आणखी वाढली.

चाळांच्या त्या आवाजानं सिंहिणींच्या त्या छाव्यांच्या बागडण्यात भंग पडला. हा नवाच आवाज कुठून आला ते बघायला त्यांनी कान उभे केले आणि लगेच अपार आश्चर्य भरलेल्या डोळ्यांनी ते मुलीच्या पायांकडे बघत राहिले. पळभरानं त्यातला एक बच्चा त्या दुसऱ्या सिंहिणीकडे गेला आणि दुसरा, तो उभा होता तेथून एक पाऊल पुढे टाकून मुलीच्या पायांकडे येऊ लागला.

आपला बछडा माणसांच्या जवळ जातोय हे बघितल्याबरोबर ती सरयू नावाची सिंहीण सावध झाली आणि थोडीशी गुरगुरली. आडवी पडलेली रमजाना उठून बसली आणि समोरचे पाय पुढच्या बाजूला लांब करून आमच्याकडे बघत शांत बसली. ते पिल्लू आणखी पुढे आलं तर दोन्ही सिंहिणी आमच्यावर तुटून पडतील की काय, ह्या भीतीनं माझी तर गाळणच उडाली. ज्याच्यावर चढता येईल असं एखादं झाड जवळ दिसतंय का असं मी बघू लागलो.

मुलगी अजिबात न हलता शांत उभी होती. तिनं अगदी हळू आवाजात मला सांगितलं, "आता घाबरू नगं आनि भीतीनं मरून जाशीलसं वाटलं, तरी पन काइबी जालं तरी पळाया लागू नगं. आत्ता जर का पळत सुटलास ना तर घरी कांई पोचायचा न्हाईस!" आणि मग लगेच ती उठून बसलेल्या सिंहिणीकडे बघत, शांत हळू आवाजात म्हणाली, "रमजाना, माजं बाय, नगं धावून यिऊ अंगावर. म्या कायबी न्हाय करनार तुज्या बछड्यांना."

आणि मग सिंहिणीशीच बोलत असेल तसंच काहीतरी बोलत राहात तिनं स्वतःचा एक पाय गुडघ्यातून मागच्या बाजूला वळवला. तिनं इतक्या शिताफीनं पाऊल वर मांडीच्याही वरपर्यंत वळवलं, की मला वाटलं सिंहिणींना किंवा त्या समोर उभ्या असलेल्या बच्चालाही तिची जीमीसुद्धा हललेली दिसली नसेल.

काही क्षण एका पायावर स्थिर उभं राहून तिनं दोन्ही हात मागे नेले, थोडाही आवाज न करता तिनं चाळाचा फासा काढला आणि चाळ काढून हातात घेतला.

आता समोर उभ्या असलेल्या छाव्याला शंका आली, की काहीतरी हालचाल होतेय. तो आणखी समोर येऊन शंकास्पद नजरेनं मुलीकडे बघू लागला. मी जर इथं उभाच्या उभा भीतीनं गळाठून खाली पडलो तर मग काय होईल, ह्या विचारानं मी स्वत:ला कसाबसा सावरून धरत उभा होतो.

पाठोपाठ तशाच तऱ्हेनं तिनं दुसऱ्या पायातला चाळही काढून घेतला. मला वाटलं होतं की आता आम्ही इथून पुढं चालायला लागू. जितक्या होईल तितक्या लवकर इथून जायची इच्छा मी कशी काय दाबून धरली होती, ते माझं मलाच कळत नव्हतं.

आणि मग, मी कमालीच्या आश्चर्यानं बघत असताना त्या मुलीनं दोन्ही चाळ हातात ठेवून छाव्याचं लक्ष वेधून घेण्यासाठी त्यांचा आवाज केला. बछडं जरासं घाबरलं, कान उभे करून मुलीच्या हाताकडे बघत राहिलं.

पुढच्या क्षणी त्या मुलीनं दोन्ही चाळ दूर फेकले, ते रुमझुम आवाज करत सिंहिणींच्या जवळूनच त्यांच्या पाठीमागे जाऊन पडले. दोघी सिंहिणी उभ्या राहिल्या आणि शेपट्या उंच करून अंगावर धावून येणार असतील तशा पुढे आल्या. मुलीनं मुळीच न घाबरता त्यांच्यावर हात उगारला आणि "हांऽ बाय माज्या-हां!" असं काहीसं म्हणाली.

चाळांचा जोड दूर जाऊन पडला, त्याच्या मागे छावाही तिकडे पळाला, तशी रमजाना पुन्हा खाली बसली. दुसरी सिंहीणही छाव्यांच्या मागे जाता-जाताही मागे वळून बघत आमच्याकडे लक्ष ठेवत तिकडे गेली.

मला वाटलं आता मला रडू फुटणार, तेव्हाच त्या मुलीनं माझा हात पकडला आणि म्हणाली, "दोगींनी बी उगाच खोटं खोटं शेपट्याचं झेंडं वर केलंवतं, आपल्याला धमकावायला. आता बछडे दोनीबी त्येंच्या जवळ हायेत, तवा आता इकडं न्हाई यिनार त्या. आता नीग तू फुडं, मी हाये उबी हितं, तू आपला ह्या हिकडनं नीग न् जा फुडं."

मी त्या मुलीच्या मागे उभा होतो, तो दुसऱ्या बाजूनं पुढे निघालो. जरा दूर गेल्यावर मागे वळून पाहिलं, तर ती मुलगीही येतच होती. माझ्याजवळ येऊन तिनं पुन्हा हात पकडला आणि थट्टेनं म्हणाली, "ताप भरला असला तर करियातुं घिऊन टाक!" (करियातु - एक प्रकारची औषधी) मग ताण जरा कमी करायला तिनं विचारलं, "कुनीकडनं आलाय्?"

"कोण- मी?" अजून बधीरच असलेल्या डोक्यानं मी उलट विचारलं.

"तं मंग हतं तुला तिसरं दिसतंय कोनी?" मुलगी चालता चालताच पुढे वाकून पोट धरधरून हंसू लागली.

"हां- हं- मी!... बस... घरून!" अजूनही माझं डोकं बधिरच होतं.

"पन घर हाये कुटं?" मुलीनं विचारलं आणि मग पुढे म्हणाली, "ऱ्हाऊन दे आत्ता घर कुटं हाये त्ये, पन ह्ये सांग, की तू मास्तर हायेस?"

"नाही! का?"

"तं मंग त्ये दोन दोन वर्सांनी सिंहांच्या पीएसड्या (पीएच.डी.) कराया येत्यात ना, त्येंच्या सारखे ह्यो कागदं तू बरूबर घिऊन फिरतुयास त्ये कसलं हायेत?" मुलीनं कागदावर लिहिल्यासारखे हावाभाव करत विचारलं.

"मी चित्रं काढतो. थोडं लिहितो, पण रिसर्चसाठी नाही."

"त्ये तं जे असंल त्ये." येवढं बोलून मुलीनं विषय सोडून दिला आणि मला सल्ला दिला –

"ऐक, गीरमंदी भाईर निगायचं असलं, तर जंगलखात्यातल्या शिकाऱ्याला बरूबर घ्यायचा. शिकाऱ्याबिगर यकटा कंदी बी निगू नगं. यकाद्या दिवशी लई भारी पडंल!" मग तिनं पुढं विचारलं, "टूरिष्टांना आनि शिकाया येत्यात ना त्येंना गीरमंदी यकट्यांना जाऊ द्यायचं न्हाई असा कायदा हाये. तू यकटा कुटून आलास आनि कुटं निगालास?"

मुलीच्या बोलण्याचं मला हसू आलं. मी म्हटलं, "मी रिसर्चर नाही आणि टूरिस्टही नाही. थोडे दिवस गीरमध्ये राहायला आलोय, बस एवढंच."

"मंग ऱ्हान्यासाठी तं समदा मुलूक पडलाय. हतं गीरशी तुजं काय काम?" तिनं मला 'गीरमध्ये तुला काय करायचं आहे?' असं नाही, पण 'गीरशी तुजं काय काम?' विचारलं. त्या प्रश्नाचा अर्थ वेगळा होता, दुर्लक्ष करता येण्यासारखा नव्हता. मला चित्रं काढायची होती, परंतु ते तर माझं काम होतं. गीरचं नव्हतं. अत्यंत सुंदर, रहस्यपूर्ण अशा ह्या गीरला माझा काय उपयोग?

मी म्हटलं, "ह्याचं उत्तर मी आज नाही दिलं तर चालेल?"

"घ्या, मी तं तुला सांगितलं, इचारलं न्हाई! तुला तं ऐकलेलं नीट समजत पन न्हाई!" मुलगी डोळे विस्फारून शब्दांना छान हेलकावे देत म्हणाली.

मी स्तब्ध झालो. थोड्याच वेळापूर्वी मला ह्या 'स'चा उच्चार 'ह' मिश्रित करणाऱ्या मुलीची भाषा अडाणी, असंस्कृत वाटत होती, पण एकाच वाक्यात तिनं जो स्पष्ट फरक सांगितला, तो लक्षात आल्यावर मला वाटलं, की भाषेतले शब्द योग्य अर्थानं वापरायला तिला अगदी बरोबर येतं.

"तरी पण मी उत्तर तर दिलं पाहिजेच." मी म्हटलं. "मी अजून इथं राहणार आहे. जाण्यापूर्वी तुला उत्तर देऊन जाईन."

"उत्तर शोधाया बसनार असलास, तर परत जायच्या इचारावर फुली मारून टाक! गीरमंदी जो लई दिवस ऱ्हातो, तो हितंच ऱ्हाऊनच जातो." ती म्हणाली.

तीन रस्त्यांपाशी येऊन थांबलो, मग मी तिला विचारलं, ''आईमांची झोपडी कुठल्या बाजूला?''

एका रस्त्याकडे हात लांब करून दाखवत ती म्हणाली, ''ह्या रस्त्यानं जा. फुडं दोन वाटा फुटत्याल, तितं सरळच जायाचं. पन डोळे बंद ठिवून चालू नगं!''

एवढं बोलून ती थांबली. तिच्या टोमण्यानं मला वाईट तर वाटलं नसेल ना, ह्याची खात्री करून घ्यायला ती माझ्याकडे बघत राहिली. मी अजून विचार करत उभाच होतो हे बघून तिला हसू आलं. ''आता जातुयास का थेटपोत्तर घालवाया यिऊ?'' मुलगी अशा सुरात विचारत होती, की जणू जगाच्या कुठल्याही टोकाला मला सुरक्षितपणे पोहोचवायला ती समर्थ होती.

मी पुढं निघण्यासाठी पाऊल उचलणार तेवढ्यात अचानक दूरच्या झाडीतून जात असणाऱ्या दोघांकडे माझं लक्ष वेधत ती म्हणाली, ''त्या धानूच्या मागं दोराती चाललीया. त्या दोगांच्या बरूबर जा.''

मी मुलीनं दाखवलेल्या दिशेकडे नीट बघितलं. त्या बाजूला असलेल्या वृक्षांच्या मागून दोन कृष्णवर्णी तरुण चालत येत आहेत असं मला वाटलं. दोघांचेही कपडे मिलिटरीच्या लोकांसारखे खाकी, हिरवे – कॅमोफ्लॅज होणारे असतात तसे होते. त्यांच्या पाठीवरच्या रकसॅक्समध्ये जड सामान असावं असंही वाटलं.

''कोण आहेत?'' मी विचारलं आणि त्या येणाऱ्या दोघांकडे बघत राहिलो.

''धनियो आनि मागून येतेय दोराती.'' दोन्ही पायांनी उड्या मारत टाळ्या वाजवत मग ती म्हणाली, ''आता बग, तिला अशी चिडवते ना!''

(गुजराती भाषेत 'दोराती'चा अर्थ 'जिला कोणीतरी घेऊन येतंय ती' असा होतो. डोरोथी ह्या नावाचा उच्चार ती मुलगी 'दोराती' करते आणि दोरातीच्या गुजराती अर्थावरून तिला चिडवत असते.)

कोणाला आणण्यात येत आहे आणि ही मुलगी कोणाला चिडवायचं म्हणते आहे, ते मला समजत नव्हतं. तिला विचारण्यासारखंही नव्हतं. तिचं सगळं लक्ष त्या दोघांकडेच होतं. मी मग मुकाट्यानं बघत राहिलो.

ती दोघं दुसरीकडे वळत होती, हे दिसल्यावर मुलीनं दोन्ही हात उंच करून मोठ्यानं हाक मारली, ''धानू, हिकडं ह्या बाजूला, ह्या बाजूला!''

ती हाक ऐकून ते दोघं तिथंच थांबले, समोरच्या युवकानं मागून येणाऱ्या युवकाकडे वळून आमच्याकडे हात करून खुणांनी काहीतरी विचारलं आणि त्यानं मान हलवून 'नाही' म्हटलं, ते मला दिसलं.

त्यानंतर समोरच्यानं खुणेनं आम्हाला सांगितलं, की ते दोघं इकडे येत नव्हते, पण सरळ जाणार होते.

मुलीला खूप राग आला असावा तशी ती म्हणाली, "थांब जरा. तुज्या मायची दोराती! येक दिवस तुला सीधी न्हाई केली तं सांग मला!"

मुलगी मला तर जणू विसरलीच होती. ती कोणाबद्दल आणि काय बोलत होती ते मला समजू शकलं नाही. मला वाटलं की आता मी चालायला लागावं. मुलीचा निरोप घेणार तेवढ्यात ती माझ्याकडे वळून म्हणाली, "चल तर खरा, बगन्यासारकं हाये."

माझ्या उत्तराची वाट न बघता ती ते दोघं उभे होते तिकडे निघाली आणि मोठ्यानं ओरडून त्यांना थांबायला आणि मला बरोबर घेऊन जायला सांगू लागली.

आम्ही त्या दोघांच्या जवळ पोहोचलो, तेव्हा माझ्या लक्षात आलं की पाठीमागून येणारी व्यक्ती युवक नसून युवती होती. कृष्णवर्णी, कुरळ्या केसांची, आफ्रिकन असावी तशी दिसणारी.

जवळ गेल्याबरोबर त्या मुलीनं त्या युवतीकडे बघून विचारलं, "दोराती, आत्ता ह्या वेळी कुटं? सावजांचं (सिंहांचे) फोटू काडाया गेलीवतीस?"

त्या युवतीला ह्या मुलीचा प्रश्न आणि तिचं असं येणं फार आवडलं असावं असं वाटत नव्हतं. तिनं मुलीकडे बघून म्हटलं, "नो दोराती- डोरोथी. अंडरस्टँड? डो-रो-थी."

आता त्या मुलीला हसू आवरत नव्हतं. त्याबरोबरच्या युवकालाही ह्या मुलीचं हे वागणं फार योग्य वाटलं नाही. त्यानं जरा त्रासल्यासारखं विचारलं, "आत्ता तू इकडं कुटं भटकतीयास? तू तुज्या रस्त्यानं जा ना. नीग!"

डोरोथीला स्वतःच्या नावाचं जास्त स्पष्टीकरण द्यायचं असावं, तसं ती म्हणाली, "धानू, टेल हर माय नेम डोरोथी, नॉट दोराती."

डोरोथीच्या इंग्रजी बोलण्यावरून आणि उच्चारांवरून कळत होतं की त्या भाषेवर तिचं प्रभुत्व नव्हतं.

आणि धानूला तर त्याच्या बरोबर असणाऱ्या त्या काळ्या तगड्या स्त्रीनं जे सांगितलं, त्यातलं त्याचं नाव आणि 'दोराती' शब्द सोडून बाकी कुठलाही शब्द समजला असेलसं वाटलं नाही. तो गोंधळून डोरोथीकडे बघत राहिला आणि डोरोथीनं काहीही म्हटलं, की त्याचं उत्तर द्यायलाच हवं असं वाटलं असावं, तसा एकदम म्हणाला, "नो परोबलेम!"

"ओ. नो!" डोरोथीला हसायला आलं. मग जरा दूर जाऊन एका मोठ्या झाडाच्या फांदीला तिचा थैला टांगला. झाडाच्या बुंध्यापाशी उंचवटा होता. त्याच्या मागे जायला वळली. जाताना जरासं थांबून तिनं धानूला विचारलं, "धानू, एनी प्रॉब्लेम?"

धानूचा चेहरा उजळला. झटकन छाती फुलवून उभा राहात तो म्हणाला, "नो परोबलेम!"

मला हा प्रॉब्लेम– परोबलेमचा प्रकार नवा होता, तो उलगडेना. कुठे आणि

काय अडचण असू शकेल तेही समजलं नाही. मी काही विचारण्यापूर्वीच ती मुलगी धानूला म्हणाली, "अरं, तू भूतिया वडाच्या बाजूला जानार असलास, तर माजं चाळ तितं पडल्यात तिवडं घिऊन ये."

"तू वाट्टंल त्ये वाट्टंल तितं इसरून येनार, त्ये म्या आनायचं?" धानू म्हणाला.

मुलीला राग आला. "कोनी कायबी इसरलेलं न्हाई. तुला न्हाई म्हनायचं असलं, तर तसं सांग ना, 'न्हाई' म्हनून!" मग माझ्याकडे हात दाखवत म्हणाली, "ह्या बरूबर नसता तं मला चाळ तितं टाकायाच नस्तं लागलं!"

मला कल्पनाच नव्हती, की तिला चाळ माझ्यामुळे फेकावे लागले. मी लगेच आश्चर्यानं विचारलं, "माझ्यामुळं?"

"तं कोनाच्या?" मुलगी सरळपणानं म्हणाली, "मी यकटीच असते, तर सरळ सरळ निगून आलं असते."

धानूला वाटलं की आमचं दोघांचं भांडण होणार. तो वाद थांबवायला म्हणाला, "म्यां तकडनं ग्येलो-आलो तर घिऊन यीन. आत्ता तर मला हिच्या मागं जायाचं हाये ना?"

"मागं की फुडं?" मुलीनं विचारलं. "मागं मागं तं ती येत्ये. जसं नाव तसं लक्षान हाये!" असं बोलता बोलता तिनं जो अविर्भाव केला, तो बघून मला हसू आलं.

एवढ्यात डोरोथी टेकाड्याच्या मागून येऊन त्या वाळलेल्या झाडाच्या बुंध्याला टेकून उभी राहिली होती. मुलीच्या गप्पा लांबत चालल्यात हे बघून ती जरा अस्वस्थ झाली. तिचा रकसॅक पाठीवर अडकवताना तिनं धानूला विचारलं, "धानू, एनी प्रॉब्लेम?"

"परोबलेम" धानू म्हणाला म्हणून डोरोथी तशीच थांबली, मग धानू डोरोथीजवळ गेला आणि तिच्यासमोर पाठमोरा होऊन चालू लागण्यापूर्वी म्हणाला, "नो परोबलेम."

धानू 'नो परोबलेम' म्हणाल्यावर मगच डोरोथी चालायला लागली. ती दोघं दूर गेली तोपर्यंत मुलीला, डोरोथीला चिडवायला जी मजा आली होती, त्याचंच हसू येत राहिलं. ती एकटी एकटीच इतकं हसली, की शेवटी तिला झाडाचा आधार घ्यावा लागला. मी म्हटलं, "बरं, चल आता. इतकं त्यात हसण्यासारखं काय आहे?"

"घ्या! जायचंय तुला आनि मला 'चल आता' म्हनतोय! मला कुटं जायचंय? तुला काय आईमांच्या झोपड्यापोत्तर पोचवायला यायचंय?" तिला आणखी हसू आलं.

"नाही-नाही! बरं चल, मी जाईन. तुला कुठं जायचंय? म्हणत असलीस तर मी येतो सोडायला." मी म्हटलं.

मुलीनं आता हसू दाबत म्हटलं, "आता पुन्ना तू मला सोडायला येनार? लई शूर मरदच ना तू! यवडा जोर असंल अंगात, तर माजे चाळ आनून दे! तितंच असत्याल पडलंलं."

मुलगी माझ्या अंगात किती हिंमत आहे त्यावरून माझी थट्टा करत होती हे

लक्षात येऊन माझ्या मनाला जरा लागलं. मी चिडून म्हटलं, "बघच तर मग, तुझे चाळ उद्या दुपारपर्यंत तुला पोचते करतो. नाहीतरी तुझे चाळ गेले, ते माझ्यामुळेच ना? सांग, कुठं पोचते करू?"

मुलीचं तोंड पडलं. ती गंभीर झाली आणि म्हणाली, "म्यां तं उगच म्हन्तेय! म्या तं कोना डायवरला न्हाई तं शिकाऱ्याला सांगन, म्हंजी त्ये घिऊन येत्याल. तू नगं जाऊ कुटं."

"तू त्याची नको काळजी करू. तू राहतेस कुठं तेवढं सांग." मी म्हटलं.

"आता तर सांगनार असत्ये तरी पन न्हाई सांगत जा. सांगन आनि तू चाळ शोधाया निगशील." ती म्हणाली आणि वृक्षांच्या मागच्या पायवाटांवरून चालू लागली. जरा पुढे जाऊन थांबली आणि मला साद घालत म्हणाली, "एऽ, ऐक जरा. सांबाळून जा. ह्ये तं गीर म्हनायचं...."

ह्या मुलीनं आधीही म्हटलं होतं, की 'ह्यो गीर हाये' आत्ता पुन्हा म्हणत होती की 'ह्ये तं गीर म्हनायचं!' आज सकाळी निघालो तेव्हा लक्ष्मीनंही ह्या भूमीचा उल्लेख गीर असाच केला होता.

इथं, हे लोक, ह्या प्रदेशाला क्वचितच जंगल म्हणतात. माझ्यासारखंच ह्या लोकांनाही हे जंगल वाटत नसेल? का मग हे असं बोलण्याची त्यांची काही वेगळीच कारणं असतील? ठिकठिकाणच्या लोकांच्या भाषा, वर्तणूक आणि व्यवहार एकमेकांपेक्षा वेगळे असण्याचं कारण आणि त्यांची वेगवेगळी जाण काय असते ते मला शोधून काढलं पाहिजे, असं मला वाटलं. त्याच्याही आधी शोधलं पाहिजे त्या मुलीचं नाव, जिनं मला माझं नाव विचारलेलं नाही!

कालच्या ह्या सगळ्या आठवणींमधून परत भानावर येत मी वडापर्यंत जाऊन शोधलं, तर चाळ मिळाले नाहीत. आसपास पडलेली पानं उलथापालथी करूनही बघितलं, पण काही सापडलं नाही. कदाचित ती स्वतःच परत येऊन घेऊन गेली असेल किंवा कोणाकडून तरी मागवून घेतले असतील.

आता तेथे थांबण्यात अर्थ नव्हता. मला सासणच्या रस्त्याला लागायला हवं होतं. मी त्या जागेवर एकदा शेवटची नजर फिरवली. वडाखाली उभं राहून थैल्यातून बाटला काढून पाणी प्यायलो. माझ्या मनात आलं, की चाळ मिळालेच नाहीयेत, तर मग काल भेटलेल्या मुलीला शोधण्यालाही काही अर्थ राहिलेला नाही.

अजून पाऊल उचलतोय तेवढ्यात 'तो आवाज' मला थांबवत असल्यासारखा म्हणाला, 'मुलीला शोधायची जरूर तुला फक्त चाळ देण्यापुरतीच वाटतेय?'

मी परत विचार केला. काल जवळजवळ ह्याच वेळी, ह्याच जागी, एका हिंस्र प्राण्याबरोबर – सिंहिणीबरोबर – त्या दोघी मैत्रिणी असतील अशा तऱ्हेनं बोलत ती मुलगी उभी होती. तिनं सिंहिणीबद्दल 'जणी' हा शब्द वापरला होता हे मी बरोबर

ऐकलं होतं आणि त्याचं कारण मला तिचं भाषेविषयीचं अपुरं ज्ञान वाटलं होतं; (जण किंवा जणी हे पुल्लिंगी आणि स्त्रीलिंगी सर्वनाम गुजरातीत माणसाला – पुरुष किंवा स्त्रीला उद्देशून वापरली जातात.) आणि हे चूक होतं, हे कळण्याची अपेक्षा तिच्याकडून ठेवणंही बरोबर नव्हतं.

'तो आवाज' जरा हसतच म्हणाला, 'तिचं भाषेविषयीचं ज्ञान अपुरं की तुझी समजण्याची कुवत कमी? खरोखर ह्यापैकी काय खरं आहे, ते तू समजून घेणं जरुरीचं नाही? लक्षात ठेव, तू चित्रकार आहेस म्हणजे तू एक सर्जन आहेस आणि सर्जनाच्या मार्गात काहीच अंतिम नसतं; नाहीतरी तुझ्या आत्तापर्यंतच्या समजुती बाजूला ठेवून तू आला आहेस असं तू म्हणतोएसच.'

मी विचारलं, 'एका मुलीच्या, तिच्या दृष्टीनं बरोबर अशा शब्दांना इतकं महत्त्व मी कशासाठी देऊ? समजा ह्या घटनेतून काही शिकण्यासारखं असलं, तरीही मी ते कसं काय शिकू शकेन?'

'तू चित्र काढू शकशील,' उत्तर आलं. 'जग पुढे जात राहतं, चित्रं पुढे जात नाहीत. ती तर काढून झाली, की जशी असतील तशीच, ज्यावर काढशील त्यावर स्थिर होऊन राहतात.'

मी गप्प उभा राहून विचारांमध्ये हरवून गेलो. ज्या जागेवर काल दोन सिंहिणींच्या रौद्र रूपानं माझी विचारशक्तीच कुंठित केली होती, त्याच जागी आज मला एक नवी दिशा सापडत होती.

मी वडाखाली बसलो, माझ्या थैल्यातून स्केचबुक काढलं आणि काल इथं घडलं त्या घटनेचं चित्र काढू लागलो. ते दृश्य कागदावर काढताना माझ्या आपोआपच लक्षात आलं, की ती मुलगी रमजानाला ओळखत होती एवढंच नाही, रमजानाही तिला ओळखत होती.

म्हणजे मग मी समजत होतो, त्यापेक्षा काही वेगळ्या प्रकारचा संबंध चराचरातील सर्वांचा एकमेकांशी असणं शक्य आहे! ही नवी समज, मला हा वेगळा संबंध कुठे, केव्हा आणि कसा तयार झाला असेल, ह्याचा शोध घेण्यास उद्युक्त करते आहे.

ह्या शोधातून मला जी समज येईल, ती माझ्या चित्रांमध्ये किंवा लेखनामध्ये मी दाखवू शकेन की नाही, ते मला अजून माहीत नव्हतं. तेव्हा एवढं मात्र लक्षात आलं, की चाळ मिळाले किंवा नाही मिळाले, तरी त्या मुलीच्या बोलण्याच्या उगमापर्यंत शोध घेण्यासाठी मला त्या मुलीला शोधायचं आहे.

चित्रांमधून मला इतकी स्पष्ट सूचना मिळू शकेल, ह्याची मला कल्पना नव्हती.

॥ ३ ॥

तासाभरानंतर पेन्सिल बाजूला ठेवली तेव्हा खूप छान वाटत होतं. दुपारच्या उन्हात मुख्य रस्त्यापर्यंत चालावसं वाटलं नाही. आणखी एखादा तास इथंच घालवून मग निघालो तरी संध्याकाळ होण्यापूर्वी मुख्य रस्त्यापर्यंत पोहोचून जाता येईल एवढं मला माहीत होतं. तोपर्यंत त्या ओढ्याच्या पात्रातच कुठेतरी थंड, शीतल अशी जागा शोधून आराम करणं जास्त चांगलं. आसपास पडलेल्या वाळक्या फांद्यांपैकी मी एक जरा मजबूत फांदी शोधून ती काठीसारखी वापरायला म्हणून बरोबर घेतली.

टेकड्यांच्या माथ्यावर सुकत असलेल्या निष्पर्ण सागांच्या वृक्षांची आशा टिकून राहावी म्हणून निसर्गानं खाली, ओढ्याकाठी रचलेला जांभूळ, करंजा, पीलू, करवंद आणि बांबू अशा झाडांचा सुंदर, हिरवागार पट्टा ओढ्यावर दूरपर्यंत ओठंगून उभा असलेला दिसत होता.

ओढ्याच्या पात्रात पाण्याचे कुठे-कुठे बारके ओहोळ होते. हवेत दमट थंडपणा होता. कुठल्याही प्राण्याला – माणसालाही दुपारची वेळ घालवावीशी वाटेल अशी रमणीय जागा मला सापडली, पण ओढ्यात प्रत्यक्ष उतरताना मात्र जरा भीती वाटली. वरूनच वाकून ओढ्याच्या दोन्ही दिशांना मी दूरपर्यंत नीट बघितलं. मी उभा होतो तेथून जराशीच दूर रेताड कोरडी जागा होती, तिथं बसायचं ठरवून तिकडे निघालो, तर काठावर हरणांचा कळप दिसला. त्यातली काही बसली होती, काही चरत होती, पण तरी सगळीच थोड्या थोड्या वेळानं दचकून बघत असावीत तशी चहूबाजूंना बघत होती. त्यांना ठाऊक आहे, की सावध राहतील तोपर्यंतच ती जिवंत राहतील. निसर्गाचा हाच तर नियम आहे आणि निसर्गाच्या दृष्टीनं जीवन आणि मृत्यू, ही ऊर्जेचं, चैतन्याचं फक्त बदललेली रूपंच तर आहेत ना?

माझी हालचाल बघून हरणं जास्त सावध झाली. जी चरत होती, ती थोडी दूर गेली. बसलेली होती ती उठून उभी राहिली आणि माझ्या हालचालींवरून माझा हेतू समजून घेण्याचा प्रयत्न करत असावीत, तशी कान टवकारून, चमकणारे मोठे-

मोठे डोळे विस्फारून माझ्याकडे बघत राहिली.

मी पुढं जायचं सोडून तिथेच खाली बसलो, पण तेवढ्यानं हरणांची भीती आणि शंका दूर होणार नव्हत्या. अगदी बेसावध राहण्यात शहाणपणा नाही, शांत आणि स्थिर बसलेला प्राणी केव्हाही कमालीच्या वेगानं येऊ शकतो, हे त्यांना अनुभवानं माहीत आहे.

हळूहळू सगळीच हरणं झाडीच्या मागे जात जात दिसेनाशी झाली. कोण जाणे का, पण हरणं निघून गेल्यावर मला एकटं एकटं वाटतंय असा भास होऊ लागला. थोड्या थोड्या वेळानं जरा जरा भीतीही वाटत राहिली. जराशानं भीती वाढली, मग एकदम भूकही लागली.

निसर्गाच्या शांत, शीतल पदराखालून बाहेर पडावंसं तर वाटत नव्हतं. त्यामुळं इथून निघून जावं की दुपार येथेच घालवावी ह्याचा विचार करत होतो, तेवढ्यात उतारावरून कोणी तरी खाली उतरत असल्याचा आवाज आला. मी त्या दिशेला बघितलं. काल धानूच्या अंगावर होते तसेच कपडे घातलेला एक माणूस ओढ्यात उतरला. त्याच्या हातात एक मजबूत काठी होती आणि कमरेला वॉकी-टॉकीचा हॅन्डसेट अडकवलेला होता.

ओढ्यात उतरत असताना त्याचं लक्ष माझ्याकडे गेलं, तसा तो माझ्या दिशेनं आला आणि त्याने जरा अधिकाराच्या स्वरात विचारलंन, ''का हितं बसलाय?''

मला त्याचं वागणं आवडलं नाही. त्याच्याकडे दुर्लक्ष केल्यासारखं दाखवायला मी लगेच काही उत्तर दिलं नाही. त्याला जवळ येऊ दिलं आणि मग म्हटलं, ''बस. असंच! सासणच्या बाजूला जातो आहे, जरा विश्रांती घ्यायला इथे थांबलो.''

माझ्या बोलण्यावर त्याचा विश्वास बसलासा वाटलं नाही. साशंक नजरेनं तो माझ्याकडे बघत राहिला आणि मग विचारलंन, ''कुटून आलात?''

''आईमाच्या झोपडीतून. काल त्यांचा पाहुणा होतो.''

पुन्हा साशंकतेनंच त्यानं विचारलंन, ''परमिट?''

मी माझ्या थैल्यातून माझी कागदपत्रं काढून त्याला दाखवली. ती त्यानं नीट तपासून बघितली आणि मला परत देत विचारलं, ''सासण जायचं हाये, मंग ह्या धारीच्या रस्त्याला का जाताय?''

''ह्या रस्त्यानं विसावदर जाणारं कुठलंतरी वाहन मिळतं.'' मी सांगितलं.

''पण इतका मोठा वळसा घेण्याऐवजी माज्याबरोबर चला ना. आतल्या बाजूच्या लहान पायवाटांनी गेलो की आत्ता येईल कमलेसर डॅम. वालोदऱ्याच्या तीन रस्त्यांवर पोचलो, की टूरिस्ट सफारीवाल्यांचं कुटलं ना कुटलं वाहन मिळेल.'' असं म्हणत तो माझ्यासमोर बसला आणि त्याचा जेवणाचा डबा काढत त्यानं मला विचारलं, ''घ्येनार?'

''मी आईमांकडून खाऊनच निघालो होतो.'' थोडी भूक लागली होती, तरी मी लगेच एकदम 'हो' म्हटलं नाही.

''त्यवडं खाल्लंय त्येच्यावर काई सांजपोतर तर न्हाई चालनार. चला, घ्यावा. न्हाईतरी आमाला गीरमदी हिंडायचं म्हंजे घरी कवा पोचू त्येचा काई न्येम नसतो. तवां टिफिनमदी जास्तीचंच असतं. ह्यामदी मटण-मच्छी कायबी न्हाई हं!''

मी त्याच्याबरोबर खाऊ लागलो. खाता खाताच मी गीरमध्ये राहायला आलो आहे, हे मी सांगून टाकलं आणि माझं सामान राजकोटहून रेल्वे पार्सलनं येणार आहे, नंतर मग घर शोधायचं आहे हेही सांगितलं. माझ्या असं लक्षात आलं, की मुस्तुफा थोडं फार शिकलेला आहे, त्यामुळं त्याच्या एरवी खेडवळ असणाऱ्या भाषेतच काही शहरी शब्दही मिसळलेले असतात.

बोलता बोलता तो म्हणाला, ''तुमी आईमाचे पाहुणे म्हणून ऱ्हान्याचं परमिट घ्येतलंय, हे तं बरोबर, पन हितं ऱ्हानार असला तर आत्ताच सांगतो, की यकट्यानं भायेर हिंडू नगा. हितला कोनी मुलगा असला बरूबर तरी चालंल. त्येला गीरची समदी म्हाइती असंल, तुमाला नसनारच. आता ह्ये आत्ताचं बगा ना, तुमच्या बरूबर हितला कोनी असता तं त्यानं तुमाला हितं असं बसू नसतं दिलं. तो सोत्ता पन असा हितं बसला नसता.'' तो पुढं म्हणाला, ''ह्ये गीर हाये. बापाचं घर न्हाई आपल्या! हितं मनाला यील तितं बसून जाता येत न्हाई!''

ह्या ठिकाणाची माझ्यापेक्षा जास्त माहिती, अनुभव आणि अधिकार त्याला आहेत, त्यामुळे साहजिकच तो मला असं सांगू शकतो. शिवाय आत्ता तर तो माझा अन्नदाताही होता! त्यानं ह्याहूनही कडक भाषेत सांगितलं असतं तरी मी ऐकून घेतलं असतं. मी म्हटलं, ''तुम्ही सांगताय ते बरोबरच आहे. मी लक्षात ठेवेन. कायदा प्रत्येकानं पाळला पाहिजे.''

''कायद्याची गोस्ट तर नंतर, आदी गोस्ट तुमच्या जिवाची! आम्ही तं शिकारी म्हनायचे, पन इचारा कोनालाबी, की मुस्तुफा नीट बगितल्याशिवाय वाट्टंल तितं बसलाय कदी बी?'' तो म्हणाला.

मी काही उत्तर दिलं नाही. मुस्तुफा स्वत:ला शिकारी म्हणवतो. ह्याचं मला नवल वाटलं, पण त्याचा खुलासा विचारायची ही योग्य वेळ नव्हती. माझ्या मनात असा विचारही आला, की आज काढलेलं चित्र मुस्तुफाला दाखवलं तर कदाचित तो त्या मुलीचा पत्ता सांगू शकेल, पण अगदी अनोळखी आणि स्पष्टवक्ता वाटणाऱ्या माणसाबरोबर एखाद्या मुलीबद्दल बोलणं मला योग्य वाटलं नाही. हां, धानू तर त्या मुलीला ओळखतो, त्यानं आम्हाला दोघांना बरोबर बघितलंही आहे, तेव्हा त्याला विचारता येईल. मी मुस्तुफाला विचारलं, ''धानू सासणलाच राहतो का?''

"तो– नो परोबलेम? तो आनि कुठं भेटला तुमाला?" मुस्तुफाने हसत हसत विचारलं.

"तुम्ही सगळे त्याला 'नो परोबलेम' म्हणता?"

"आमी तं चिडवतो उगाच धनियाला! आता तुमीच सांगा, दिवसभरात बडबड करत आणि गाणी म्हणत ऱ्हाणाऱ्या ह्या पोराला चोवीस तास 'नो परोबलेम' म्हणत बसलेला बगितला तर आमी त्याचं दोस्त तर त्याला चिडवनारच का, न्हाई?" मुस्तफा म्हणाला, "अंगठा छाप ह्यो पोरगा विंग्रजी बोलाया लागला, पन खरं तं बिचारा कंटाळलाय, अगदी रातंदिवस ती बाई जितं जायाचं म्हनंल तितं तिच्या फुडं-फुडं चालत ऱ्हायाचं. सावज दिसलं की तितं थांबून ऱ्हायाचं."

"तीच जर त्याची नोकरी असेल, तर नोकरीमध्ये जे काम देतील ते तर करावंच लागतं की नाही?" खाणं संपवून उठता उठता मी म्हटलं.

"त्ये तं समजतंय हो आमाला पण. सायबांना कितींदा सांगितलं तवां कुटं ही रोजीवरची नोकरी मिळालीया त्येला. आता त्येला सारकी भीती वाटत असती, की त्या हबशिनीला काई तरी कारनानं राग आला आनि तिनं सायबाकडं काई वाईट रिपोट क्येला तं नोकरी जाईल म्हनूनशान." मुस्तुफानं जेवण संपवून हात धुता-धुता सांगितलं. तो उठून उभा राहिला, आम्ही जेवलो होतो ती जागा स्वच्छ केलीन. पाणी प्यायला आणि म्हणाला, "चला, आता निगू या ना?"

साग आणि सादड (एका वृक्षाचं नाव)ची गळून पडलेली पानं आणि वाळलेल्या गवतावरून आम्ही चालत होतो. आमच्या पायांखाली येऊन तुटणाऱ्या वाळक्या पानांचा, काटक्याकुटक्यांचा आवाज दूरपर्यंत ऐकू येईल एवढा मोठा होत होता.

मुस्तुफा समोर चालता चालता बोलत होता आणि आजूबाजूच्या वृक्षांची नावं सांगत होता. एका उंचवट्यावर बसून आम्ही थोडी विश्रांती घेतली. तेथून उठून पुढे निघालो तेव्हा मुस्तुफानं दूर दिसणाऱ्या बऱ्याच डोंगरांची नावं सांगितली. "तो दिसतोय न्हवं, तो लासा, समूर दिसतोय तो सोनबाईचा साहा, मंग तो तिकडे करकडी आणि करकीया..."

सगळ्या डोंगरांची ओळख करून देऊन मग मुस्तुफा म्हणाला, "ह्ये सगळे डोंगर आमी सगळ्या बाजूंनी बगितले, पण आंबलासारखा सुंदर डोंगर एक पण न्हाई."

कुठलेही लोक त्यांच्या प्रदेशातल्या कुठल्याही खास जागा ओळखू याव्या म्हणून त्यांची नावं ठेवतात हे साहजिकच आहे, त्यात नवल नव्हतं, पण मुस्तुफानं डोंगरासाठी 'सुंदर' हा शब्द वापरला ह्याचं मला आश्चर्य वाटलं. मी विचारलं, "सुंदर म्हणजे?"

“त्ये तं तुमी तो बगा, त्याच्या माथ्यापोतर जाऊन तितनं समदं गीर बगा, तवां समजंल. मी तोंडानं सांगून न्हाई समजनार.”

“ते तर बरोबर,” मी म्हटलं. “पण ‘सुंदर’ हा शब्द आम्ही तरी माणसांबद्दल बोलताना वापरतो.”

“ती तं आमची बोलायची रीतच अशी! आणि सुंदर म्हनायचं ते मानसं म्हना की डोंगर. त्येचा अर्थ काय बदलतुया व्हय? अर्थ तं त्योच ना? काय वाटतं तुमास्नी?”

मी त्याला काही उत्तर दिलं नाही. तेव्हा मुस्तुफा पुढे म्हणाला, “तुमी तं बोलीचं म्हन्ताय. हितं तं मानसांनी डोंगरांचं लगीन पन लावलंय!”

आईमा गीरला ‘खमा’ म्हणतात. ती मुलगी सिंहिणीला ‘बाई’ म्हणते, मुस्तुफा आंबला डोंगराला ‘सुंदर’ म्हणतो आणि आता तर तो डोंगरांच्या लग्नाबद्दल सांगतोय. कोण जाणे कुठल्या उपवर मुलीचं लग्न जबरदस्तीनं डोंगराशी लावून दिलं असेल. मी विचारलं, “डोंगराशी? डोंगराशी कोणाचं लग्न?”

“टेकडीशी! आणखी कोणाशी?”

“इथं? गीरमध्ये?” माझं मन शांत झालं. एखाद्या उपवर मुलीच्या आशांवर, स्वप्नांवर पाणी फिरलं असण्याची माझी भीती चुकीची होती.

“होच तर. ह्या सासणच्या बाहेर... त्ये गाणं हाये ना.—

घंटलो पयणे घंटलीने ने अणवर वाहाढोर.

हीरण, मेघल जानडियुं ने गय्रमां झाकमझोळ!”

(सासण गावाच्या बाहेरच्या घंटलो नावाच्या डोंगराचं घंटली नावाच्या टेकडीशी लग्न केलं. वांहाढोर नावाचा डोंगर वराच्या मागे उभा होता. (अणवर) हीरण आणि मेघल नद्या ह्या वऱ्हाड घेऊन आल्या, असं गीरमध्ये थाटामाटानं लग्न झालं!)

घंटलो आणि घंटली ही सासणजवळच्या दोन टेकड्यांची नावं असणार अशी मी कल्पना केली. सासणजवळून वाहणारी हीरण मी अजून पाहिली नाही, तिचं नावही मी ऐकलेलं नाही. मेघल हेही नदीचंच नाव असणार. पण वांहाढोर? मी विचारलं, “वांहाढोर म्हणजे?”

“डोंगर हाये. सासणजवळ हीरण नदीच्या काठी अघोडियापास्नं जरा फुडं. गुरं हाकायला लांब बांबू घ्येत्यात ना, तसा लांब आडवा पसरलेला, म्हनून त्यो वांहाढोर. (वांहा = बांबू, ढोर = गुरं) अघोडियाला हीरण नदी जवां बगाल ना सायेब, तं बगतंच ऱ्हाल इतकी सुंदर.”

मुस्तुफा सांगतोय ती अघोडिया गावाजवळची रम्य, स्वच्छ, नितळ पाणी असलेली हीरण, हिरव्या रंगाच्या अगणित छटांच्या झाडीनं दोन्ही बाजूंनी झाकलेली. जवळच्या लहान लहान टेकड्यांमुळे तिथे असलेली नीरव, रम्य शांतता, वरती

निळ्या आकाशाचा मांडव. अशा भव्य लग्नमंडपाची कल्पना करू शकणारा कशा कशा सृष्टीची कल्पना करू शकत असेल? आणि तशी कल्पना साकारही करू शकत असेल!

लहानपणी बाहुला-बाहुलीचं लग्न लावायचा खेळ खेळून आम्ही खूप मजा करायचो. त्या खेळात आम्ही इतके तल्लीन होऊन जात असू की ती निर्जीव खेळणी आम्हाला जिवंत वाटायची. घंटला-घंटलीच्या लग्नाची कल्पना करणाऱ्याचा अनुभव कसा होता ते मला माहीत नाही, पण त्यानं कधीतरी बनवलेल्या किंवा कल्पना केलेल्या त्या लग्नमंडपाचं चित्र मला काढावंसं वाटलं.

हा विचार आल्याबरोबर मला आठवलं की आणखीही कोठेतरी मी दोन टेकड्यांचं लग्न करून दिल्याचं वाचलं होतं- अरे हो! मी तसा फोटोही पाहिला आहे. जपानमध्ये कुठल्याशा गावाजवळ असे दोन डोंगर लग्नाच्या पवित्र बंधनानं बांधलेले आहेत.

मी उद्या सकाळीच घंटला-घंटलीच्या लग्नाचं चित्र काढायचं मनाशी ठरवून टाकलं. तेवढ्यात 'तो आवाज' एकाएकी ऐकू आला- 'तू घाई करतोयस असं नाही वाटत तुला?'

'का?' मी उलट प्रश्न केला.

'तुझ्या ब्रशला 'तो काळ' सापडेल? तो काळ, जेव्हा ह्या पृथ्वीवर माणसानं इतर सजीव आणि निर्जीव वस्तूंपेक्षा वेगळं, असं स्वत:चं स्थान शोधायला सुरुवात केली नव्हती!'

मी 'त्या आवाजा'ला लगेच प्रत्युत्तर न देता विचार करत राहिलो. आवाज म्हणत होता तसं चित्र काढायचा विचार केला तेव्हा असं वाटलं की, डोंगर-दऱ्या-नद्या-ओढे ह्यांच्यासकट ह्या सर्व सजीव आणि निर्जीव सृष्टीलाही स्वत:सारखंच समजण्याची साधी, सरळ भावना ह्या लोकांच्या रक्तात अजूनही आहे. याचं कारण कदाचित असं असेल, की त्यांचे पूर्वज इथं जेव्हा आले असतील, तेव्हा ते सहजपणे येऊन त्या वेळी गीर प्रदेश जसा होता, त्यात सामावून गेले असतील. मी तसा सहजपणे येथे आलेला नव्हतो! असं वाटलं की...

उद्या सकाळी अघोडियाच्या घनदाट, हिरव्यागार झाडीमधून वाहात जाणाऱ्या हीरण नदीचं पाणी भांड्यात घेऊन जेव्हा मी त्यात वेगवेगळे रंग मिसळू लागेन, तेव्हा माझ्या मनात घंटला-घंटलीचं लग्न लावून देण्याऱ्याची जी कल्पना असेल, ती पूर्णपणे उतरली असेल?

ते लोक कसे असतील, ह्याबद्दल मी विचार करत राहिलो, तेव्हा हळूहळू लक्षात येऊ लागलं, की येथे प्रथम जे लोक आले असतील, त्यांनी गीरला आणि गीरनं त्यांना, दोघांनीही एकमेकांना जसं होतं तसं बघितलं असेल आणि स्वीकारलं

असेल. त्या लोकांचा गीरमध्ये आणि त्या लोकांच्या मनांमध्ये गीरचा परस्पर प्रवेश अगदी नैसर्गिक, साधा-सरळ असेल.

मनूवंशीयांनी स्वत:च्या नैसर्गिक अवस्थेबद्दल असंतुष्ट होऊन, ते जसे होते त्याहून वेगळे 'बनण्याचा' मार्ग स्वीकारला नव्हता, त्या काळाचा अंश त्या माणसांच्या रक्तात तेव्हा असेलच. त्याशिवाय इतक्या हौसेनं, थाटानं घंटाला-घंटलीचं लग्न होणं शक्य नाही.

'घंटला-घंटलीच्या त्या छोट्या गाण्याच्या मागे काही इतिहास असेल का,' असं मी मुस्तफाला विचारणार होतो तेवढ्यात त्याच्या हॅन्डसेटवर आवाज आला, 'हॅलो, हॅलो, ईगल कॉलिंग, कॉलिंग ईगल.' थोड्या खरखर आवाजानंतर परत कोणीतरी बोललं, 'हॅलो ईगल, हॅलो, हॅलो ईगल, पीकॉकसाथे बात करो.'

मुस्तफानं कमरेचा हॅन्डसेट काढला आणि मला तेथेच थांबण्याचा इशारा करून तो स्वत: लांब जाऊन संदेश ऐकू लागला. मी एका झाडाच्या बुंध्याला टेकून आरामात बसलो, तेवढ्यात माझं लक्ष वर गेलं.

बरोबर वर एक मोठा पक्षी बसला होता. त्याची चोच आणि पाय बघून तो शिकारी पक्षी असावा असं वाटलं. तो टक लावून समोरच्या एका सुकून गेलेल्या वृक्षाच्या बारीक लांब डाळखीकडे बघत होता. मीही तिकडे बघितलं, पण मला काही दिसलं नाही.

अचानक तो पक्षी उडाला आणि त्याच्या लक्ष्याकडे गेला. त्या डाळखीवर पायांनी झापट मारून त्यानं काहीतरी पकडलं असं वाटलं. जे काय पकडलं असेल, ते आता ह्या इकडच्या झाडावर आणेल आणि आरामात खाईल.

त्याची शिकार आणि खाण्याची पद्धत नीट दिसेल अशा तऱ्हेनं मी जागा बदलली. तो वर झाडावर आला, तीन फांद्या फुटल्या होत्या अशी जागा शोधून तेथे बसला आणि पंजात जे काय होतं ते चोचीत घेऊन त्या फांद्यांच्या बेचक्यात ठेवलं. आता माझ्या लक्षात आलं, की तो समोरच्या झाडावर शिकार शोधत नव्हता; त्याच्या मजबूत पायांच्या एका झटक्यानं तुटेल अशी फांदी शोधत होता. अशा तोडलेल्या काटक्या तो ह्या झाडावरच्या त्या बेचक्यात बसवतो आहे आणि घरटं बांधतो आहे. माझ्या आताच्या जागेवरून मला तो पक्षी नीट दिसत होता. त्याच्या छातीवर पांढरे, करडे बारीक बारीक ठिपके होते. मी असा पक्षी प्रथमच बघत होतो. विशाल पंख, मजबूत देह, मोठाले शिकारीला योग्य असे पंजे, तीक्ष्ण, वाकडी चोच आणि... अरे! डोक्यावर फुलांच्या गुच्छासारखा तुरा. त्याचं जे काम चाललं होतं ते बघण्यात मी गुंग झालो.

मुस्तुफा परत आला. मी त्याला तो पक्षी दाखवला, तेव्हा तो म्हणाला,

"मोरबाज म्हनत्यात त्येला. (मराठी नाव समजू शकले नाही.) घरटं करतोय, थोड्या काड्या गोळा करून बसवल्यायन्."

मोरबाजाचं ते झाड मी लक्षात ठेवलं. इथं राहिलो, तर त्याच्या घरट्यात पिल्लं झाली की त्यांना खाऊ घालून वाढवणाऱ्या मोरबाज पक्ष्यांच्या जोडीचं चित्र काढायला समोरच्या झाडावर चढावं लागलं, तरी मी चढेन.

पुढे निघाल्यावर मी मुस्तफाला विचारलं, "काय निरोप होता?"

"काही नाही," मुस्तुफा म्हणाला, "माझ्यासाठी नव्हता, मी आपला माझ्या कामाचं काही असलं तर ऐकायला म्हणून तिकडे दूर गेलो होतो."

"हे पीकॉक आणि गरुड कोण?" मी विचारलं.

"गरुड म्हणजे गिरनारच्या शिखरावर आहे ते वायरलेस स्टेशन."

"आणि पीकॉक?" अविचारानं अशा चौकशा करण्याची चूक मी केली आणि पुढे चालता चालता मुस्तुफानं नकारार्थी डोकं हलवत सांगितलं, "हे सगळं सगळ्यांना सांगायचं नसतं. खात्याच्या अधिकाऱ्यांची नावं असतात. एकासाठी असलेला निरोप दुसऱ्यानं घ्यायचाही नसतो. हा तर ह्या फ्रीक्वेन्सीवर आला म्हणून दूर जाऊन ऐकला, की काई कुठं आगबीग लागल्याचा निरोप असला तं धावत ग्येलं पायजं. जंगलात वाढलेलं गवत वाळून गेलंय, वरून वाळलेली पानं पडत्यात – काई सांगता येत न्हाई!"

आम्ही बोलत बोलत जात होतो, गाडी जाऊ शकेल असा कच्चा रस्ता लागला.

मुस्तुफा त्याच्या काठीला टेकून एका बाजूला उभा राहिला आणि म्हणाला, "घ्या! नशीब जोरावर हाये! एमद(एहमद)ची गाडी येतीय. असली जागा तर आपल्या दोगांचाबी नंबर लागंल, न्हाईतर तुमाला तरी घुसवून टाकंन."

मला कुठलीच गाडी, वाहन, काहीच दिसलं नाही. मी विचारलं, "कुठाय गाडी?"

"ह्या काय आवाज येतोय, आता यीलच." असं म्हणून मुस्तुफा रस्त्याकडे बघत उभा राहिला. काही मिनिटांतच पांढरी जिप्सी व्हॅन येताना दिसली. उघड्या व्हॅनमध्ये मध्यम वयाची पती-पत्नी आणि त्यांचा मुलगा न् मुलगी असे चार पर्यटकच होते. एक गार्ड पुढे बसला होता. आम्ही उभे असलेले बघून गाडी थांबली. मुस्तुफा ड्रायव्हरला म्हणाला, "ओहो! रमेश! तू रं कसा ह्या गाडीवर?"

"माजी गाडी रिपेरिंगला गेलीय. ह्यो एमद काइतरी अर्जण्ट काम निगालं म्हून जामवाल्याला ग्येला, तवां मंग मी त्येची गाडी मागून घ्येतली. रिकामं बसून ऱ्हाऊन काय करायचं? न्हाईतरी आत्ता सीजन हाये, मिळाली येक फेरी, तं करून टाकतोय.'

आता मुस्तफा पर्यटकांकडे वळला न् विचारलंन्, ''काई मिळालं बगाया?''

दोन्ही मुलं उत्साहानं सांगू लागली, ''चार सिंह! आणखी पण खूप सगळं – हरणं, सांबर, डुकरं, पांढऱ्या बुंध्याची झाडं, असं काय काय!''

''ह्ये समदं हितं येका जागी हायेत, म्हनून तं गीर टिकलंय.'' मुस्तफा म्हणाला आणि मग पर्यटकांना विचारलंन्, ''ह्या एका पावन्यांना तुमच्या बरूबर बसून घेता का? हितं नवखं हायेत ह्ये.''

''जरूर येऊ द्यात ना! आणि तुम्हाला यायचं असलं, तर तुम्ही पण या. बेटी, तू इकडे ये पुढे.'' म्हणत आईनं मुलीला मधल्या सीटवर स्वत:च्या जवळ बसवली. गाइड समोर बसला होता, तो उतरून मागे जाता जाता मला म्हणाला, ''तुमी हितं बसा, मी मागं जातो मुस्तुफाच्या बरूबर.''

मी हो-नाही करायच्या आत तो मागच्या सीटवर चढलासुद्धा आणि म्हणाला, ''मुस्तुफा, या इकडं या.''

जीप पुढे निघाली. आम्ही रस्त्याच्या दोन्ही बाजूंना बघत होतो. गाइड जे काही नवं येईल ते दाखवत, सांगत होता. त्यानं शिसवीची आणि गुग्गुळाची झाडं दाखवली, जी मला ह्यापूर्वी माहीत नव्हती.

बाहेर पडायचा नाका अजून थोडा दूर होता आणि जिप्सीमध्ये काहीतरी बिघडलं. रमेश खाली उतरला अन् म्हणाला, ''एमदभाईची गाडी त्येचंच काय त्ये ऐकते. ही दुसऱ्यांदा बंद पडली!''

रमेशनं बॉनेट उघडलं आणि मला म्हणाला, ''तितं कप्प्यामदी इस्क्रूडायवर आसंल, जरा देता का हिकडं?''

मी डॅशबोर्डचा कप्पा उघडला, स्क्रू ड्रायव्हर काढला. त्याच्याजवळ वर्तमानपत्राच्या कागदात गुंडाळलेलं एक लहान पुडकं होतं, ते सरकून माझ्या पायाशी पडलं. हात लांब करून स्क्रूड्रायव्हर रमेशला दिला आणि ते पुडकं उचललं, तर आतून चाळांचा एक जोड निसटून खाली पडला.

रमेश गाडीत येऊन बसल्याबरोबर मी त्याला विचारलं, ''हे चाळ कोणाचे आहेत?''

''कुटलं?'' म्हणत त्यानं चाळांकडे बघितलं आणि म्हटलं, ''माजे न्हाईत. एमदमिया कुटूनतरी घिऊन आलं असनार. त्येच्या मुलीसाटी असत्याल न्हाईतर कुनाला सगाईचं-लगनाचं असं काई द्यायाचं आसतील. त्ये अशाच काईतरी कामासाटीच जामवालाला गेल्यात अन् चाळ हितं इसरून गेलं वाटतं!''

''हे कोणाला भेट देण्यासारखे काही नाहीयेत. चांदीचं पॉलिश गेलंय. आत्ता नवे आणले असतील तसे नाहीयेत.'' रमेशचं लक्ष वेधत मी म्हटलं.

''त्ये तं हितं असंच चालतं. द्यायची येळ उबी ऱ्हाइली आनि नवं आनायचं

म्हटलं तं हितं तं कायबी मिळत न्हाई. नवं आनायचं तर मेंदयडाला न्हाईतं केशोदला जाया होवं. कदी कदी तं जुनागड पोत्तरपन धावावं लागतंय. म्हून मंग हितं तं घरात असंल त्ये काडून परसंग साजरा करावा लागतुया.''

रमेशच्या ह्या खुलाशानं माझं समाधान होत नव्हतं. कोण जाणे का, पण मला असंच वाटत होतं, की त्या मुलीनं एहमदला टूरिस्ट जिप्सी घेऊन अभयारण्यात जाताना पाहिलं असेल आणि तिकडे पडलेले तिचे चाळ घेऊन यायला सांगितलं असेल. हे नक्की तेच चाळ आहेत जे काल भूतिया वडाच्या खाली पडले होते.

मी विचारलं, ''मग आता?''

''आता काई न्हाई! नजमा-बू घरी असंल, तिला घ्येऊन टाकू. उंद्या कोनी जानारं-येनारं असंल त्येच्याबरूबर जामवालाला ती पाटवंल, म्हंजी एमदचा देन्या-घेन्याचा वेवार हून जाईल.'' बोलता बोलता रमेशनं गाडी सासणच्या बाजूला वळवली.

सासणला उतरल्यावर मी पहिलं काम गेस्ट हाऊसमध्ये जागा मिळवून तिथं राहण्याची व्यवस्था केली. मग बाजारात येऊन धानूचा तपास केला, तर समजलं, की तो आणि डोरोथी दोन दिवस देवाडुंगरच्या बाजूला कुठेतरी राहणार होते.

रमेश अजून चौकातच होता. मी त्याला एहमदबद्दल विचारलं, तर म्हणाला, ''चला, त्येच्या घरी जाऊया, मला ही गाडी द्याया जायाचंय हाये.''

एहमदचं घर बंद होतं. शेजाऱ्यांनी सांगितलं, ''दुपारचंच घरातले समदे जामवालाला गेल्यात, आनि सांगितलंय, की रमेशला गाडी त्येच्याच घरी ठिवू दे.''

रमेश म्हणाला, ''आव बला, पकड मला! चाळ तं पोचते क्येले पायजेत, आता कोनाबरूबर पाटवावं?''

मी पटकन संधी साधली. म्हणालो, ''उद्या मला काही काम नाही. माझा त्या बाजूला जायचा विचारही आहे. तुझी हरकत नसेल तर मी घेऊन जाईन.''

रमेशनं जरा विचार करून चाळ माझ्या हातात सोपवले आणि म्हणाला, ''जामवाळामदी एमद कुटं सापडेल त्ये भगूकाकांना म्हाईत असंल, बसस्टेशनवरच त्येचं दुकान हाये, तितं इचारा, त्येन्ला समदं ठावं असतंया.''

रमेशनं घरी जाता जाता मला 'सिंहसदन' वर सोडलं आणि निघताना म्हणाला, ''तुमचा पोगराम बदलला तर मला लगीचच सांगा, म्हंजी दुसऱ्या कोनाला सांगता यील.''

माझा हा कार्यक्रम काही झालं तरी बदलणार नव्हता.

।।४।।

जामवाळासारख्या लहान गावात भगूकाकांच्या दुकानाचा पत्ता विचारावा लागला नाही. बसस्टॅण्डच्या समोरच एका दुकानात, चहा, दूध, दह्यापासून नाश्त्याच्या वस्तूंची पाकिटं, थोडंफार वाणसामान, अगदी प्लास्टिकचे डबे न् बादल्यांसकट सगळंच होतं. सरळ तेथेच जाऊन मी भगूकाकांबद्दल विचारलं.

दुकानात भगूकाकांचा मुलगा होता. काल दुपारी एहमद जामवाळाला आला होता, हे तर त्याला माहीत होतं. तो म्हणाला, "आल्यात तं खरं, पन गावात न्हाईत. बथेश्वरला गेल्यात. तितं गोपालभाय आनि रवीबापूंचा कॅम्प हाये, त्येंनीच एमदभायना बलावलेलं."

"आणि एहमदभाईच्या घरची सगळी?" मी विचारलं.

"गीरगढडाला. तितनं समदी कुटंशी उरूस हाये तिकडं जायाची हायेत. पन तुमी बथेश्वरलाच जावा ना, एमदभाई तितं भेटत्याल."

"बथेश्वर कुठंशी आलं?" मी विचारलं.

"ह्ये काय हतं जवळच हाये." पोरगा म्हणाला, "गाव वलांडून जावा, तीन किलोमीटर जेवडं असंल फुडं चालायचं. साळेची पोरं तं तितनं चालत येतात शिकाया हतं, न्हवं?"

आमचं बोलणं ऐकणारा एक जण म्हणाला, "अवं, त्ये बथेश्वरवाले ह्ये काय ह्याच्या बापूच्या मोट्या दुकानातनं समदं धान्यधुन्य घ्येत व्हतं – अजून ग्येलं नसत्याल तं निगतच असत्याल."

मोठं दुकान कुठे आहे ते विचारून मी तिकडे निघालो. लहानशा बाजारातून जाता जाता एका ठिकाणी दहा-बारा वर्षांच्या दोन मुली आणि एक युवक सामान घेताना दिसले. मी विचारलं, "तुम्ही बथेश्वरहून आलायत?"

"हां"

"मला बथेश्वरला जायचंय. रवीभाई आणि गोपालभाईचा कॅम्प आहे तिथं."

"चला आमच्या बरोबर. बस, हे एवढं बांधून घेतलं की जाऊ या. पण वाहन नाहीये हं काही."

“हरकत नाही.” म्हणून मी एका बाजूला उभा राहिलो. ते तिघंही पिशव्या भरत होते. जराशानं त्यातली एक मुलगी म्हणाली, “गोपालभाय, जालं समदं.”

“घ्या! तुम्हीच गोपालभाई?” मी विचारलं.

“हां” तो म्हणाला आणि मग त्या मुलींना विचारलंन, “राजी, मुक्ती, चला. तयार?”

“अमीं तो त्यारज सीवी. तमीं हालवा मंडो एटले वे’तां थावीं. (गीर प्रदेशात जी खेडवळ गुजराती बोलीभाषा बोलली जाते त्याहून ही खेडवळ गुजराती बोलीभाषा बरीच वेगळी, हेलही वेगळे. त्या जे म्हणाल्या त्याचं खेडवळ मराठी साधारण असं होईल– आमी तर तयारच आहोत, तुमी निगाला म्हंजी आमी येतो बरूबर.) आत्तापर्यंत गीरमध्ये ऐकत होतो त्याच्यापेक्षा अगदीच वेगळी भाषा ऐकल्याबरोबर मी जास्त लक्ष देऊन त्या मुलींकडे पाहिलं. त्यांचे कपडेही इथल्या बायका-मुलींचे असतात त्याहून जरा वेगळे होते.

त्यांच्यातली एक मुलगी दुकानातून बाहेर येऊन पिशव्यांचे बंद बांधू लागली. मी तिला विचारलं, “तू कॅम्पसाठी आली आहेस, का इथलीच आहेस?”

पिशवीकडेच बघत ती नीट बांधता-बांधता तिनं उत्तर दिलं. “मी काई हतं ऱ्हानारी न्हाई, मी तं सुदामडाहून आल्येय.” (येथून पुढे एकाच पद्धतीची भाषा वापरली आहे.)

सुदामडा कुठे आहे ते मला ठाऊक नव्हतं. मी त्याबद्दल जास्त चौकशी केली असती, पण आत्ता प्रथम एहमदला गाठून ‘त्या’ अनोळखी मुलीचा पत्ता विचारण्याची इच्छा जास्त होती. मी गोपालला विचारलं, “एहमदभाई बथेश्वरमध्ये आहेत?”

“तो तर अहमदाबादला गेला. आमचा एक मित्र शिबिरासाठी आला होता, त्याला अचानक परत जावं लागलं. त्याची गाडी होती पण ड्रायव्हर नव्हता, म्हणून एहमदला बोलावून त्याला सोडून यायला सांगितलं.”

“ओ!” मी जरा निराश झालो.

“का? काही काम होतं?”

मी येथपर्यंत येण्याचं कारण आणि एहमदबरोबर माझं काय काम होतं, हे सगळं अजून नीट ओळखही नसलेल्या त्या युवकाला सांगणं मला बरोबर वाटलं नाही. मी म्हटलं, “नाही, तसं काही विशेष नव्हतं.”

मुलींनी पिशव्या उचलल्या. जड थैला गोपालनं उचलला आणि एक लहान पिशवी माझ्या हातात देत म्हणाला, “चला.”

“आता बथेश्वरला आलाच आहात, तर चला आता. रवीभाईकडे अहमदाबादचा नंबर असला, तर एहमदशी बोलताही येईल. नाहीतरी आत्ता आता तुम्हाला परत पोचायला उशीर होईल. जायलाच हवं असं असलं, तर जेवून मग दुपारनंतर निघा.”

आम्ही निघालो. गोपाल त्या मुलींशी बोलत होता. त्यांना झाडाझुडपांची नावं सांगत जरा पुढे चालत होता. सगळ्यात मागे मी होतो. दोन्ही मुलींचं बोलणं सावकाश आणि लांब हेल काढत असं होतं.

बथेश्वरला पोहचण्याची तशी घाई होती, तरी एखादा वेगळा, नवा वृक्ष दिसला, की गोपाल थांबायचा आणि त्या मुलींना विचारायचा, "हे झाड माहीत आहे?"

"आमी कुटनं बगितलेलं असनार?" आश्चर्यानं डोळे मोठे करत त्या म्हणायच्या, "आमी ऱ्हातो तितं असली झाडं नसत्यात, वड असतुया, पीपळ असतुया." तेवढ्यात दुसरीला आणखी एक-दोन नावं आठवायची, ती नावं ती सांगायची.

गोपाल त्या मुलींना इतकं मनापासून सगळं दाखवत होता, ते मला आवडलं. मी त्याला म्हटलं, "तुम्हाला तर बरंच काही माहीत आहे! ही मुलं दर वर्षी येतात?"

"ही मुलं तर प्रथमच आली. दुसऱ्या जिल्ह्यातल्या मुलांना बघायला-शिकायला मिळावं म्हणून खास हे शिबिर घेतलं आहे. नेहमी आम्ही गीरच्या आसपासच्या गावांमधल्या मुलांना साधारणपणे बोलावतो."

"असं का?" मी विचारलं.

गोपाल जरासा हसला आणि म्हणाला, "ह्या आसपासच्या प्रदेशातल्या लोकांचा गीरशी रोजचाच संबंध येणार. इथली मुलं मोठी होतील तेव्हा त्यांच्या मनात गीरबद्दल आपलेपणा, प्रेम राहावं म्हणून. मनानं ती गीरशी जोडलेली राहावीत कुठंही गेली, तरी. एवढाच हेतू."

"सुदामडा गाव गीर प्रदेशात येत नाही का?"

"नाही. सुदामडा तर सुरेन्द्रनगर जवळ." गोपालनं सांगितलं.

"ह्या मुली कुठल्या शाळेतल्या आहेत?"

"अमीं क्यां निसाळे जावी सीवी. नंई राजी?" (आमी कुटं साळंत जातो? न्हाई का ग राजी?) एक मुलगी म्हणाली.

"हांऽ, मी न्हाई जात, मुक्ती न्हाई जात, हतं आलुंया त्येंच्यामदली कोनीबी पोरगी शिकाया न्हाई जात." राजी म्हणाली. "डोळियामंदी (डोळिया-एका गावाचं नाव) एक सनस्था हाये, तितं ऱ्हातो. एक वरस तितं ऱ्हायलो, म्हंजे सनस्थावालं आमाला साळंत दाखल करत्याल, मंग आमी जाऊ." ह्या मुलींच्या भाषेवर काहीही संस्कार झालेले नाहीत. कधी कधी तर समजतही नाही, तरी पण बोलण्याची पद्धत न् हेल कानांना इतके गोड वाटतात की ऐकतच राहावं!

पानगळीचे दिवस आत्ता आत्ताच संपले आहेत, तरीही उन्हातून चालताना येऊ घातलेल्या उन्हाळ्याचे इशारे मिळत असावेत, तशी नऊ-साडेनऊलाही गरमी जाणवत होती. पाण्याशिवाय कोरड्या पडलेल्या जमिनीवर रस्त्याच्या दोन्ही बाजूंना

असलेल्या सुकून गेलेल्या वृक्षांमुळे दूरवरचं सगळं दिसत होतं. सिंह ह्या बाजूला येतात की नाही ते मला ठाऊक नव्हतं, पण तरी मनात इच्छा तर होती की एखाद्या वृक्षाखाली एकाएकी एखादा सिंह किंवा निदान बिबटा तरी बघायला मिळावा.

मी गोपालला विचारलं, ''सिंह येतात ह्या बाजूला?''

''हो तर! येणारच ना, हा तर त्यांचाच विस्तार आहे, पण आत्ता बाहेर निघत नाहीत. उजाडलं की एव-दोन तासांनंतर करवंदाच्या जाळीच्या नाहीतर बोराच्या झाडीच्या सावलीत जागा शोधून तिथं बसलेले असतात. पुन्हा संध्याकाळी सहा-सातच्या सुमाराला तेथून बाहेर निघतात.'' गोपाल म्हणाला.

मी विचारलं, ''ह्या मुलींना दिसले?''

''हंकअ'' (म्हणजे व्हय्, हां) गोपालच्या ऐवजी एका मुलीनं उत्तर दिलं, ''आमीं तं अंदारात बगितलेलं, ठावंय तुमाला? अवंऽ, दोन सिंह व्हते. ह्येऽ मोट्टाले. रवीबापू आनि गोपालभायनी आमाला रातचं उटवून, तंबूच्या भाईर काडून दाकिवलेलं. तीन-तीन बॅट्र्या पेटवलंल्या.''

गोपालनं त्या मुलीच्या खांद्यावर थोपटत म्हटलं, ''तंबूच्या समोरच धातरडी नदीत पाणी पीत होते, हो ना? आणि त्या रात्री चांदणंसुद्धा किती छान पडलं होतं, ना?''

आम्ही चालत जात होतो आणि राजीला ठेच लागून ती हातातल्या पिशवीसकट खाली पडली आणि गुडघ्याला चांगलंच खरचटलं. ती घाबरून मोठ्यानं रडायला लागली.

गोपालनं तिला लगेच उठवून उभी केली. खरचटलेला गुडघा स्वतःच्या झब्ब्याच्या खालच्या कडांनी स्वच्छ केला आणि म्हटलं, ''घाबरायचं नाही एवढं. यवढंसं तर लागलं आहे, आत्ता घरी पोचलो, की धुवून औषध लावून टाकू, हं?''

मुक्ती घाबरून गप्प उभी होती. गोपालनं राजीला समजावलं, मग ती जरा सावरली आणि म्हणाली, ''सुदामड्यामदी तं कितींदा तरी पडत असती. हतं तुमी लाड करतायसा म्हून जास्त नखरं करतीया – उगाच उगाच यवडी रडाया लागली.''

''असून दे गं,'' गोपाल म्हणाला, ''राजी पडली म्हणून नाही रडत काही, आईची आठवण आली म्हणून रडतीय, होय ना राजी?''

राजीच्या हातात होती ती पिशवी मी घेतली. आम्ही थोडं चाललो असू आणि राजी पुन्हा थांबली. ''गोपालभाय, न्हाई चालता येत!''

मुक्ती चिडली. ''घ्या! तू तं लई नखरं कराया लागली ना काई? मुकाट्यानं चालायला लाग, हितं कोनी तुजं...''

''मुक्ती, मुक्ती! ओरडू नको तिच्यावर. पडली ना, तर नसेल तिला चालता येत. काही हरकत नाही.'' गोपालनं त्याच्या हातातला थैला खाली ठेवून राजीला उचलली न् म्हटलं, ''चल, बस माझ्या खांद्यावर.''

एवढ्या उन्हात गोपाल दहा वर्षांच्या मुलीला खांद्यावर घेऊन दोन किलोमीटर चालायला तयार झाला, हे बघून मला नवल वाटलं. त्यात आणि हातात वाण्याच्या सामानाचा थैला तर होताच. मी म्हटलं, ''पिशवी मी घेतो.''

''छे, छे, नको, जमेल मला.'' गोपाल म्हणाला.

तेवढ्यात मालधारी (गुराखी)सारखा दिसणारा एक माणूस आला, न् त्यानं आम्हाला विचारलं, ''का वं?''

''काही नाही! ह्या पोरीला लागलंय, म्हणून उचलून घेऊन न्यावी लागेल.'' गोपालनं सांगितलं.

''तं त्ये तुम्ही ऱ्हाऊन द्या.'' त्यानं राजीला उचलून आपल्या खांद्यावर बसवली आणि मग आम्हाला म्हणाला, ''तुमी बथेसर पोतर यायच्या आदी ह्या तुमच्या पोरीला तितं पोचवून घेतो बगा. चला तर, निगतो, राम राम!'' एवढं बोलून तो भराभर चालू लागलाही.

शिबिराला आलेल्या परक्याच्या मुलीला असं अजिबात अनोळखी माणसाबरोबर पाठवणं मला बरोबर वाटलं नाही. मी म्हटलं, ''जोखीम घेतलीत अशी पाठवण्यात असं नाही वाटत तुम्हाला?''

''काऽही होणार नाही भाई,'' गोपाल म्हणाला. ''तो आपल्यासाठी अनोळखी माणूस होता, पण एव्हाना राजीची न् त्याची मैत्रीही झाली असेल; दोघांनी एकमेकांची नावं-गावं आणि आणखी सगळी माहितीही एकमेकांना सांगितली असेल. ह्या मुली घरी जातील तेव्हा राजीला तिच्या नव्या मित्राच्या गप्पांची आठवण येईल.''

''पूर्वी असे कॅम्प कधी झालेत?'' मी विचारलं.

''कितींदा तरी. आमचा कॅम्प दर वर्षी डिसेंबर किंवा जान्युआरीत असतो.''

''आत्ता हा तर फेब्रुवारीही संपत आलाय.''

''हो, बरोबर. पण हा तर खास योजलेला कॅम्प आहे.''

''कॅम्पसाठी हिवाळाच जास्त चांगला पडत असेल. आत्ता तर हे जंगल आहे असं वाटतच नाही.'' मी म्हटलं.

गोपाल पुढे चालत होता, तो थांबला. मी त्याच्याजवळ पोहोचल्यावर तो म्हणाला, ''जंगल आहे की नाही, हे तर तुम्ही इथं राहिलात तर समजेल. गीरचं रूप दर दोन महिन्यांना बदलतं. संधी मिळाली तर आता पावसाळ्यातलं गीर पाहा. नंतर मग शरद ऋतूतलं गीर. ऋतू-ऋतूमध्ये बदलणारं गीर ज्याला बघायला मिळेल, तो धन्य म्हणायचा.''

''हं.'' मी म्हटलं.

चालता चालता आम्ही गप्पा मारत होतो. एकाएकी रस्त्याच्या एका बाजूनं तीन

चार हरणं धावत आली आणि रस्ता ओलांडून धावत पुढे गेली. आम्ही सगळे चालायचे थांबून बघत राहिलो.

"बघितलीस?" मी मुक्तीला विचारलं.

"हतं आलो तवां धरनं रोजच बगतुया. हतं येताना बसमदूनबी बक्कळ बगितलीवती."

आम्ही चालत राहिलो, गप्पा चालू राहिल्या. शिबिर होतं तिथं आम्ही पोहोचलो तेव्हा अकरा वाजायला आले होते. समोर लांबच्या लांब ओटा आणि ओळीनं उभे केलेले सहा तंबू. तंबूमधून दिसणारा समोरच्या नदीचा लहानसा धबधबा.

शिबिराच्या तंबूमध्ये कोणीच नव्हतं. एकटी राजी तंबूत झोपून होती. गोपाल म्हणाला, "उजाडताच ट्रेकिंगला गेली असतील सगळी. वाटेतच अंघोळी-पांघोळी उरकतील आणि जेवणाच्या वेळेपर्यंत घरी पोचतील."

"आपणसुद्धा आंघोळी करून घेऊ या. पुढे जरा जास्त पाणी असेल, तिकडे जाऊ या." मी सुचवलं.

"आमच्याही अंघोळी व्हायच्याच आहेत. आधी हे सामान स्वयंपाकघरात देऊ या – समोरच आहे. चला. बथेश्वरचं मंदिरही छान आहे. खरं तर देरीच आहे, पण छान वाटेल."

राजी उठली आणि दोन्ही मुली पिशव्या देऊन यायला स्वयंपाकघराकडे गेल्या. मी आंघोळीचे कपडे बरोबर घेतले, माझा थैला एका तंबूत ठेवला आणि गोपालच्या मागे निघालो.

थोडं अंतर गेलो आणि एकदम दिसावं तसं समोर दिसलं – विशाल, रिकामं, संपूर्ण काळ्या खडकांचं नदीचं पात्र. गोपाल कंबरेवर हात ठेवून उभा होता. मला म्हणाला, "हे शिंगोडा नदीचं पात्र! पण पावसाळ्यानंतर आलात तर बघाल, हे सगळं पात्र भरून ओसंडून वाहणारी शिंगोडा बघण्यासारखी असेल!"

आत्ता तरी मला पात्रात कुठेही पाणी दिसत नव्हतं. मी विचारलं, "इथं तर पाणीच नाही! मग तंबूंच्या समोर धबाधबा आहे तो?"

"ती दुसरी नदी – धातरडी. एका बाजूला धातरडी आणि दुसऱ्या बाजूला ही शिंगोडा. ह्या दोन्हींच्या मध्ये बथेश्वर." मग गोपाल पुढे म्हणाला, "शिंगोडामध्येही पाणी तर आहे, पलीकडे जरा खालच्या बाजूला, इथून दिसत नाही. पावसाळ्यात सबंध पात्र भरून वाहात असतं."

स्वयंपाकघरातून आमच्या बाजूला येत असलेल्या बाईंनी आमचं बोलणं ऐकलं आणि त्या म्हणाल्या, "धातयडी कंदीबी कोरडी पडल्याली बगितलीच न्हाई. कितीबी वाईट दुस्काळ पडला तरी ती तं व्हातंच असती. आनि शिंगोडा तर डॅममदी

पानी असतं तंवर असते. आत्ताबी पानी तं असंल, पन त्ये पल्याडच्या काठाकडनं हितनं जरा लांबून जातं, हितनं दिसत न्हाई.''

एवढं बोलून त्या बाई गोपालकडे वळून म्हणाल्या, ''पानी तं ह्ये हिकडं न्हाई का जवळच? काल तुमी पोरींना आंगुळी कराया न्येलंवतं, त्या डोहामंदी? अवंदा बखळ पानी पडलं म्हून हाये लई पानी अजुनी.''

''आजही सगळे तिकडेच गेलेत?'' गोपालनं विचारलं.

''आज तं रवीबापू कुटं घिऊन गेल्यात त्ये ठावं न्हाय. सकाळचं निगालं तवां तं 'आजच्या आंगुळी धातयडीमंदी' असं बोलत व्हते.'' बाई म्हणाल्या.

''बरं, येतील. तुमचं सगळं तयारच आहे ना? आज तर शेवटचा दिवस म्हणजे लाडू मिळणार – काय?''

''व्हय व्हय! आनि आमचं समदं तयारच असतंया! तुमी आलात की बशिवते जेवाया लगीच.''

''मुक्ती आणि राजी कुठं गेल्या?'' गोपालनं विचारलं.

''त्या पोरीला औषद लावलं की ग्येली तंबूमदं आन् दुसरी ही येवड्यातच गेली. दोगीबी तंबूमदं असत्याल न् ततनं जातील धातयडीवर आंगुळीला.''

आम्ही डोहाकडे निघालो. चारही बाजूंनी दाट वनराजी असलेल्या ह्या प्रदेशात इतकं लांब, रुंद, खडकाळ रिकामं पात्र इथं बसून बघतच राहावं असं वाटत होतं. काळ्याकभिन्न खडकांचं ते पात्र इतकं रुंद आहे, की जरा खोल डोहात आंघोळ करण्याची इच्छा नसती तर मी चालायला नाहीच म्हटलं असतं.

अंघोळी उरकून आम्ही परत येत होतो तेव्हा शिबिराजवळ आल्यावर मुलींचा किलबिलाट ऐकू आला. ''आले की हे सगळे लोक परत!'' गोपाल म्हणाला.

आम्ही पोहोचलो तेव्हा सुमारे पंधरा-सोळा मुलींची दोरीवर कपडे वाळत टाकायची धावपळ चालू होती. दोऱ्यांवर जागा राहिली नाही म्हणून मग मुली झाडं काबीज करू लागल्या, त्यात मागे पडलेल्या एका मुलीनं आजूबाजूला कुठे रिकामी जागा मिळतेय का बघितलं. मग एका करंजाच्या झाडावर जागा दिसल्याबरोबर तिकडे धावत जात जात ती म्हणाली, ''त्या करंजाच्या झाडावर मी माजं कपडं टाकनार हाऽयेऽऽ, दुसऱ्या कोनी तितं टाकलं, तर तिच्या मायला सिंह खावून टाकंऽल.''

आपली जागा 'धरून' ठेवण्याचा प्रकार मीही लहानपणी केला होता, तरीसुद्धा आत्ता ती मुलगी असं म्हणत म्हणत पळाली, ते बघून मला हसू आलं. गोपालही तिच्याकडे बघत होता. माझ्याकडे बघून तो म्हणाला, ''बघितलंत ना? शिबिरांच्या अशा वेगळ्या मजा असतात.''

आम्ही आमचे कपडे वाळत टाकले आणि बसलो. एक मुलगी चहा घेऊन

आली आणि आम्ही चहा पिता-पिता कशाबद्दल तरी बोलत होतो, तेवढ्यात एक मुलगी जवळ आली आणि तिनं विचारलंन, "गोपालभाय, काल आपुन आंगुळी कराया गेलंवतो, तितं मोट्टा काळा खडक व्हता की नाय?"

गोपालनं त्या विचारत आलेल्या मुलीचा हात धरून आपल्या जवळ तिला बसवून घेत म्हटलं, "आधी जरा शांतपणानं बस. मला सांग, तुझ्या मैत्रिणी कुठं गेल्या?"

त्या पोरीला गोपाल काय विचारत होता त्यात बिलकुल रुची नव्हती. तिला फक्त ताबडतोब तिच्या प्रश्नाचं उत्तर हवं होतं. ती घाईघाईनं म्हणाली, "त्या समद्या अजुनी कपडं धुत्याती, पन तुमी आत्ता, लग्गीच मी इचारलं त्याचं सांगा. काल आपुन आंगुळी करत व्हतो, तितं येक मोट्टा काळा खडक व्हता ना?"

"होता ना! त्याच्यावर चढून तर तुम्ही सगळ्या पाण्यात उड्या मारत होता!" गोपाल म्हणाला.

"मंग आज त्यो खडक तितं न्हाईये!" ती मुलगी म्हणाली.

हे ऐकून दुसरी एक मुलगी धावत तिथं आली आणि विचारणाऱ्या मुलीला ओढत दूर घेऊन जायला बघता-बघता म्हणाली, "अगं रेखली! धा यळां सांगितलं तुला की आज आपुन दुसरीकडं ग्येलोव्तो आंगुळीला. तरी काय यड्यागत त्येच त्येच इचारतीयास?"

"जा ना तू तकडं हंसाडी, म्या म्हंतेय दुसरीकडं न्हवतं न्येलं आज. तू तुजं काम कर ना. जा!" रेखा आपलं म्हणणं सोडायला तयार नव्हती.

मी त्यांच्या वादात पडत म्हणालो, "हे बघ रेखा, ऐक मी काय म्हणतोय ते. आता उद्या तुम्ही सगळ्या परत जाणार ना? मग तो खडक बिचारा तिथं एकटा काय करेल? म्हणून तोही निघून गेला असेल!"

रेखाला ओढत घेऊन जाणाऱ्या मुलीला – हंसाला हसू आलं आणि रेखाचा हात सोडून दूर जाता जाता ती म्हणाली, "रेखली, ह्यो सांगतुया त्ये कायबी खरं समजू नगं हां! तुजी मस्करी करतुया त्यो," आणि मग माझ्याकडे बघून म्हणाली, "ल्हान्या पोरींना कशापाय उग्गाच खोटं-खोटं सांगत असंल काय जानं! कबुतरं उडून जात्यात, कदी बगितलीय व्हीर उडून जाताना?"

मी काय ऐकतो आहे ती नीट लक्षात यायला मला जरा वेळ लागला. पांचालच्या काळ्या खडकांच्या प्रदेशात वाढणारी, मस्तीखोर आणि अल्लड दिसणारी, कधीच शाळेतही न गेलेली, एक लहान मुलगी एवढा मोठा विचार अगदी साध्या सरळ भाषेत सहज बोलून गेली, ते मी डोळ्यांनी बघितलं आणि कानांनी ऐकलं तरी मला खरं वाटलं नाही.

रेखा जरा ओशाळली. गोपालनं तिला जवळ बसवली आणि सांगितलं, "हे बघ रेखा, काल आपण शिंगोडा नदीवर आंघोळीला गेलो होतो. आज तुम्ही

धातरडीमध्ये आंघोळी केली, मग तुला तो कालचा खडक कसा सापडणार? हो की नाही?''

रेखाला हा खुलासा पटला की नाही इकडे माझं लक्षच नव्हतं. हातातल्या ओल्या कपड्यांमधून टिपकणाऱ्या पाण्यानं अंग भिजत होतं, त्याचं काहीच न वाटता उभ्या असलेल्या हंसाकडे मी बघत राहिलो. कधीही शाळेत जाऊन काहीही न शिकलेल्या त्या छोट्याशा मुलीनं तिच्या रोजच्या बघण्यातली ही वस्तुस्थिती तिच्या भाषेत किती सहज, सरळपणानं सांगितली होती!

मी विचारातच गढलेला होतो आणि 'तो आवाज' ऐकू आला – 'त्याही खेरीज विशेष म्हणजे, तिला स्वत:ला आणि आपल्याला सगळ्यांना 'कबुतरं' म्हणताना जराही संकोच वाटला नाही, हे तुझ्या लक्षात नाही आलं?'

हे खरोखरच माझ्या लक्षात नव्हतं आलं. हे असं बोलण्याची 'कला' हंसा कुठल्या शाळेत जाऊन शिकली नव्हती. तिनं स्वत: जे बघितलं आहे, जे तिच्या लक्षात आलं आहे, ते जीवनाशी कसं जोडलेलं असतं, ते तिला कोणी शिकवलेलं नाही. मोकळ्या शेतांमध्ये, काळ्याकभिन्न खडकांमध्ये भटकताना पिढ्यान्पिढ्या लोक ज्या गोष्टी, म्हणी, ऐकत, सांगत आले; त्या ऐकून सरळ, साधेपणानंच आपोआप शिकण्याची एक उत्तम रीत तिच्या रक्तातच येत गेलेली आहे. थेट आदिमानव अशा रितीनं शिकू लागला, त्या काळापासून.

मी अजून विचारांमध्येच गढून राहिलो असतो, तेवढ्यात समोरून शिबिरातल्या बाकीच्या मुली अंघोळी उरकून एकेक येऊ लागल्या. सगळ्यांच्या हातांमध्ये धुतलेल्या ओल्या कपड्यांचं वजन होतं. चार-पाच मुलींबरोबर एक चाळीस-पंचेचाळीस वर्षांचा, अगदी साधा दिसणारा, निळी पँट आणि खाकीसारख्या रंगाचा शर्ट घातलेला एक माणूस येताना दिसला.

तो सरळ ओट्याकडेच आला आणि मला लगेच म्हणाला, ''घ्या! चाळ पोचते करायला थेट येथपर्यंत हेलपाटा घातला?'' मग हस्तांदोलन करत स्वत:ची ओळख सांगितली– 'रवी'.

मी चकित झालो. हा माणूस मला कसा काय ओळखतो? आणि ओळखलंन, तरी चाळांबद्दलची काहीच हकिगत मी इथं कोणाला सांगितलेली नाही तर मग माझी ही माहिती इथपर्यंत पोहोचली कशी?

मी गोंधळून उभा राहिलेला बघून रवी म्हणाला, ''तुम्ही तिकडे स्वयंपाकघरात गेलात, मुक्ती आणि राजी धातयडी नदीवर आल्या; त्या म्हणाल्या की तुम्ही एहमदला शोधता आहात.''

''मी एहमदला शोधतो आहे हे खरंय पण चाळांबद्दल तर काहीच बोलणं झालं नाही.'' मी आश्चर्यानं म्हणालो, ''तुम्हाला ते कसं कळलं?''

"गीरमध्ये सगळ्यांना सगळ्या गोष्टींची उत्तरं मिळतात." रवीबापू थट्टेच्या सुरात म्हणाले, "त्या सगळ्यांमध्ये तुम्ही आलातच ना?"

मी रवीबापूंच्या बोलण्याचा अर्थ समजून घेण्याचा प्रयत्न करत होतो, तेवढ्यात नदीवरून परत येणाऱ्या लहान मुलींबरोबर येणाऱ्या एका मोठ्या मुलीकडे हात दाखवत ते म्हणाले, "ती येतेय तीच तुमची चाळवाली का दुसरी कोणी?"

चढ चढून येणाऱ्या त्या मुलीला मी लगेच ओळखली. तीच किरमिजी रंगाची ओढणी आज तिनं गळ्याभोवती गुंडाळली होती. केस गुंडाळून त्यांचा डोक्यावर मधोमध अंबाडा बांधला होता आणि त्या दिवशी होतं तसंच भरतकाम केलेलं कापड आणि जीमी घातली होती. हातात ओल्या कपड्यांचे पिळे घेऊन ती येत होती.

मी स्वत:ला लगेच सावरलं आणि माझा प्रश्न पुरा केला, "आणि मी चाळ घेऊन ते द्यायला आलोय, हे तुम्हाला कसं माहीत?"

"ते तर ही सांसाई काल एहमदचं चाळांबद्दल काहीतरी डोकं खात होती." रवीबापू ओट्यावर बसत म्हणाले, "एहमद चाळ सासणला विसरून आला होता, तेव्हा तिकडनं जाणारं-येणारं कोणी ना कोणी चाळ घेऊन येणारच हे आम्हाला ठाऊक असणारच ना?" एवढं बोलून रवीबापू गोपालकडे बघून हसले आणि बोटांनी आश्चर्य व्यक्त करत पुढे म्हणाले, "आता ह्या खेरीज आणखी काही असलं तर ते आम्हाला ठाऊक नाही बुवा!"

रवीबापूंनी केलेली थट्टा मला समजली नाही. मी गप्पच बसलो. थैल्यातनं चाळ काढून आणले आणि सांसाईसमोर धरत म्हटलं, "घे! हे तुझे चाळ. मी आणले नाहीत, तरी माझ्याच हातून तुला मिळायचे होते."

सांसाई काहीतरी बोलणार होती, पण मग नुसतीच मोठ्यानं हसली आणि काही उत्तर न देता चाळ घेऊन तंबूवर कपडे वाळत टाकू लागली, तेवढ्यात 'जेवायला चला' असं बोलावणं आलं आणि आम्ही सगळे तिकडे गेलो.

बथेश्वरच्या घराच्या बाहेर कतान बांधून सावली केली होती, तिथे सगळी बसली. गोपाल आणि थोड्या मुली वाढायला थांबल्या. सांसाई आतून भाजा-आमटीची दांड्याची पातेली भरून आणून देत होती. रवीबापू मुलींना नीट बसवत होते आणि 'एऽ, अगं उठू नको आता, ताटात माती उडेल बघ,' अशी सगळी व्यवस्था बघत होते. मी एका बाजूला उभा होतो, मी म्हटलं, "द्या, मी वाढतो, तुम्ही सगळ्या बसून जा."

"अहं," रवीबापू हसत हसत म्हणाले, "अर्धा दिवस तरी पाहुण्यांना आम्ही पाहुण्यांसारखं वागवतो! काय गोपालभाई? बरोबर ना?"

"मग संध्याकाळी काम सोपवा काहीतरी माझ्याकडे." मी म्हटलं.

"तुमच्यासाठी संध्याकाळचं काम तर तयारच आहे. कॅम्पचं चित्र काढायचं

आहे तुम्ही संध्याकाळी. आमच्या ह्या मुलींनाही चित्रं काढायला शिकवलंत तर फारच छान.''

मी काही क्षण स्तब्ध उभा राहिलो, मग मला एकदम हसू आलं. मगाशी रवीबापू 'ह्याखेरीज आणखी काही असलं तर ते आम्हाला ठाऊक नाही बुवा!' म्हणाले होते आणि आता ते चित्रांबद्दलही ते बोलत होते. माझ्या तेव्हाच लक्षात यायला हवं होतं, की सांसाईनं सगळी हकिगत इथं सांगितलीच असणार.

मी म्हटलं, ''चला, हे बरं झालं! सांसाईनं माझी सगळी माहिती तुम्हाला सगळ्यांना सांगितलीच आहे.''

गोपाल स्वयंपाकघरातून बाहेर येत म्हणाला, ''तुमची माहिती नाही सांगितली, ती काहीतरी रमजानाबद्दल सांगत होती, त्यात तुमचा उल्लेख होता एवढंच. बाकी तुमच्याबद्दल काही म्हणाली नव्हती. काय रवीभाई? आणखी काही ऐकलं आपण?''

मी समजून गेलो, की त्या दिवशीच्या घटनेची संपूर्ण बारीकसारीक माहिती ह्या दोघांना मिळाली आहे. त्याबद्दल माझं काहीच म्हणणं नव्हतं. मी घाबरून गेलो होतो, त्याचं वर्णन सांसाईनं अगदी रंगवून केलं असेल. अर्थात मी घाबरलो होतो हे कबूल करायला मला काहीच हरकत नव्हती, तरी पण सांसाईनं नक्कीच असं काहीतरी सांगितलं असणार, ज्यामुळं हे दोघं माझी चेष्टा केल्यासारखं बोलत होते.

वाढत होत्या त्या मुलींपैकी मुक्तीचं लक्ष गोपाल बोलत होता तिकडे होतं. रमजाना शब्द ऐकल्याबरोबर माझ्याकडे हात दाखवत ती जेवणाऱ्या मुलींना म्हणाली, ''एऽ बरं का गं, सांसाईबेन ज्यांचं सांगत व्हत्या ना, त्येच ह्ये भाय.''

सगळ्या मुलींनी माझ्याकडे बघितलं आणि मग काही नवलाईची वस्तू असेल तशा बघत राहिल्या.

स्वयंपाक करणाऱ्या बाईसुद्धा स्वयंपाकघरातून बाहेर आल्या आणि म्हणाल्या, ''गीरमंदी पइल्या परथम आला असंल आनि सिंहीण शेपूट उबी करून समूर उबी ऱ्हाइली, तरी पळ न काडता तितंच उबा ऱ्हाइला असंल, असा मरद मानूस आपल्याकडं पावना आलाय असं कितींदा व्हतं?'' मग गोपालकडे वळून म्हणाल्या, ''तुमी बी कांई सांगत न्हाय. अशा मानसाला भाईर उबं करायचं? या वं, घरामंदी या, खुरची हाये, खाट हाये, बसा आरामात.''

''नको-नको! इथंच छान आहे सगळ्यांच्या बरोबर.'' मी म्हटलं.

मुली जेवून उठल्या आणि जमीन स्वच्छ करू लागल्या. मी रवीबापू आणि गोपाल यांच्याशी गप्पा मारू लागलो.

रवीबापू म्हणाले, ''मला पहिल्यांदा गीर दाखवलं ह्या गोपालभाईंनी. हे एल.आय.सी.त काम करतात. मी शिक्षक आहे. माझं नशीब चांगलं, म्हणून मी

अशा शाळेत आहे – जिथं आंघोळ करता येईल असा पहिला पाऊस पडला, की मुलांना सोडून द्यायची पद्धत आहे.''

मी सांगितलं, ''मी नियमित असं काही करत नाही, चित्रं काढतो. काम मिळालं, तर निभावतं.''

रवीभाईंनी विचारलं, ''सध्या तर सासणमध्येच असणार आहात ना?''

''हो, सध्या असेन, पण सासण महाग पडेल. स्वस्त जागा बघायला धारीला गेलोवतो, पण तेथून आत जाता येणं त्रासाचं. जरा दूर पडतं.''

रवीभाई म्हणाले, ''करू या काहीतरी व्यवस्था.''

आमच्या जेवणाची तयारी झाली. मुली तंबूकडे धावल्या तशी सांसाईनं सांगितलं, ''पोरींनो, तितं जाऊन तंबू सच्छ कराया लागा. म्या येईस्तोपोतर कोनीबी हिकडं तिकडं जायाचं न्हाय.''

मग रवीबापूंकडे बघून म्हणाली, ''सक्काळच्या त्या दोगी इचारायला आलंल्या, की 'आमी आत्ताच सावज (सिंह) बगाया जाऊ?''

सांसाईनं सावज म्हणताना 'स'चा उच्चार ज्या तऱ्हेनं केला तो ऐकून मी रवीबापूंना म्हटलं, ''तुम्ही तर शिक्षक आहात. इथं 'स'चा काही वेळा म्हणजे काही शब्दांमध्ये एक खास उच्चार ज्या तऱ्हेनं करतात. तसा 'स' तर आपल्या मुळाक्षरात नाही, असं का?''

रवीबापू नुसतंच 'हं' म्हणाले.

मी जास्त फोड केली. ''कधी कधी बरोबर 'स' असा उच्चारही केला जातो, परंतु बरेच शब्द बोलताना 'स'चा उच्चार जरा वेगळ्या तऱ्हेनं केला जातो.'' मी उदाहरण दिलं. ''बघा ना, आत्ता सांसाई 'सावज' म्हणाली, तो उच्चार 'हावज' असा लिहिला तर कृत्रिम वाटतो आणि 'सावज' लिहावं, तर ती तसं बोलली नाही!''

मला आश्चर्य वाटलं, कारण रवीबापूंनी मला उत्तर देण्याऐवजी सांसाईकडे वळून म्हटलं, ''ऐक सांसाई, हे कलाकार काय म्हणतायत ते!''

''काय म्हन्तोयस? सांग.'' सांसाईनं मला विचारलं.

''काही नाही. तुला काही नाही म्हटलं.'' मी म्हणालो. रवीबापूंनी असं का केलं ते मला समजलं नाही. मी थोडा नाराज झालो.

अजून मी ती नाराजी मनातून घालवण्याआधी रवीबापूंनी माझ्याऐवजी सांसाईला उत्तर देत म्हटलं, ''ते असं म्हणतायत, की सांसाई बोलते ते लिहिता येत नाही. तेव्हा आता तू जरा धड बोलायला शीक. आमच्या बाराखडीत सापडत नाहीत असे उच्चार कुठून शोधून आणतेस तू?''

सांसाईला हसू आलं. म्हणाली, ''त्येला सांगा, की समदा मुलूक जे अक्सर बोलतो, त्ये त्याला लिवता येत नसलं, तर ते त्याचं नसीब वाईट. मला कशापाई

सांगतुया? तुमी तुमचं आपलं लिवनं सुदारून नीट करा म्हनावं. दुसऱ्यांच्या बोलीचं काई करायचं ऱ्हाऊन दे.''

सांसाईनं तिची भाषा सुधारली पाहिजे असं मला म्हणायचंच नव्हतं. तिची काय किंवा दुसऱ्या कोणाचीही काय भाषा सुधारली पाहिजे असं कोणीही कसं म्हणू शकणार? मातीमधून निर्माण झालेलं हे जग जसं विकास पावत राहिलं आहे, तशीच माणसांची भाषाही विकास पावत राहिली आहे. मी ती बदलण्याचा किंवा सुधारण्याचा विचार करणं, हे हा रम्य, मनोहर गीर प्रदेश बदलून येथे मला हवे तसे बागबगिचे करण्याचा विचार करण्यासारखं होईल. माझ्या असल्या मूर्खपणाच्या वेड्या चाळ्यांना पृथ्वी कधीही क्षमा करणार नाही.

हे सगळं रवीभाई चांगलं जाणून होते, तरीही ते सांसाईला असं म्हणाले. रवीभाई किंवा गोपाल असली उथळ थट्टा करतील असं वाटत तरी नाही.

ह्या दोघांशी माझी खूप ओळख नाही, तरीपण जामवाळाहून येतानाचं गोपालचं आणि रवीभाईचं इथं ह्या अडाणी, लहान मुलींशी वागणं बघून मी समजू शकलो, की रवीभाई असं म्हणाले, ती नुसती थट्टा नाही, त्यात थोडी तिची टीकाही आहे.

तरीही, सांसाई म्हणते त्यातही तथ्य आहे. येथे काही शब्दांमधल्या 'स'चा जो वेगळा उच्चार होतो, तो मला लिहित-वाचता येत नसेल, तर तो प्रश्न माझा आहे. काही बदल करायचा असेल, तर तो माझ्या लिपीत करायला हवा. मी मनाशी ठरवलं की, माझ्या लिपीपुरता मी जो येथे उच्चारला जातो तो 'स'चा उच्चार कसा लिहावा हे शोधून काढेन. इतर लोक तो स्वीकारतील किंवा नाही, वापरतील किंवा नाही पण वापरणार. मी मात्र माझ्या लेखनात तो नवा 'स' वापरेनच.

दुपारी मी काही रेखाटनं केली. सांसाईचं लक्ष गेलं, तशी बघायला आली. म्हणाली, ''हतं येकटा बसून चित्तरतोयस, त्येच्या पेक्सा पोरींना सिकवत असतास तर?''

मग माझ्या उत्तराची वाट न पाहता ती मुलींकडे वळून म्हणाली, ''चला गं पोरींनो! तुमच्या वह्या आनि पेन्सिली घिऊन या, आनि बसा हतं यिऊन. चित्तर काडाया सिकवत्यायत.''

रवीबापूंनीही दुजोरा दिला. ''हां, हां पोरींनो! चला, सगळ्या येऊन बसा.''

पोरी वह्यांमधली पानं काढून घेऊन आल्या. कितीतरी मुलींजवळ वह्या नव्हत्या, त्यांना गोपालनं कागद आणि पेन्सिली दिल्या. मी माझ्याजवळचे थोडे क्रेयॉन्स दिले.

एका दिवसातही नाही, अर्ध्या-पाऊण तासात मुलींना चित्रकला कशी काय शिकवणार? आणि तीसुद्धा वह्यांच्या, रेघा असलेल्या कागदांवर? मी जरा अवघडून विचारात पडलो होतो.

सांसाई माझ्याकडे बघत होती. मला वाटलं, की माझी अडचण तिच्या लक्षात आली असावी. जरा वेळानं ती माझ्याजवळ आली आणि माझ्या पाठीवर हात ठेवत म्हणाली, "ह्या पोरी आपन दाकवू त्येच्यापेक्सा ब्येस काढून दाकिवतील अशा हायेत."

सांसाईला काय म्हणायचं होतं, ते मला समजलं. मी मुलींना गटागटानं बसवलं आणि सांगितलं, "डोळे बंद करा आणि तुम्ही आत्तापर्यंत गीरमध्ये जे बघितलं असेल ते मनातल्या मनात शांतपणानं आठवा." सगळ्यांनी डोळे मिटले आणि जरा वेळानं उघडले.

मी म्हणालो, "आता जे आठवलं त्यातलं तुम्हाला जे सगळ्यात जास्त आवडलं असेल त्याचं चित्र काढा. जिला नाही येणार, तिला मी शिकवेन." एवढं सांगून मग, मी चित्र कसं काढलं म्हणजे काढणं सोपं जाईल ते थोडक्यात सांगितलं आणि माझ्या कागदावर काढून दाखवलं.

थोडा वेळ अवघडून बसून विचार केल्यावर मग मुली चित्रं काढू लागल्या. आपापल्या कामात मग्न असणाऱ्या त्या मुली, मधूनच एकमेकींची चित्रं बघतही होत्या. इथं काही कोणती परीक्षा नव्हती, की कसलं बंधन नव्हतं. जो होता तो फक्त सर्जनाचा आनंद होता. मीही एक कागद घेतला, एका बाजूला बसून एक लहानशी आकृती काढली आणि रवीबापूंना दाखवली.

ती आकृती बघितल्याबरोबर रवीबापूंनी गोपालला हाक मारून म्हटलं, "हा बघा 'स्ह' गोपालभाई, हा तर इथं कधी कधी उच्चारतात ते अक्षर झालं!" मग सांसाईला दाखवून म्हटलं, "घे! बघ, तू म्हणत होतीस ना म्हणून ह्यानं आमचं लिहिणंच सुधारलं!"

मला वाटलं होतं की सांसाई आनंदानं कौतुक करेल, पण तिनं धड लक्ष देऊन बघितलंही नाही, उडत उडत बघितलं आणि म्हणाली, "त्येलाच उपेगी व्हईल असं त्येनं केलं, त्यामदी नवं काय केलं?"

आम्हाला सगळ्यांनाच खूप हसू आलं. चित्रं काढून झाल्यावर सांसाईला एकदम नवीच कल्पना आली आणि ती म्हणाली, "जावा गं पोरींनो, बाबळीचा येकेक काटा घिऊन या."

मुली बाभळीचे काटे काढून घेऊन आल्या. सांसाईनं त्या सगळ्यांना आपापली चित्रं त्या काट्यानं तंबूच्या कापडावर टोचून अडकवायला शिकवलं. थोड्याच वेळात तंबूवर 'प्रदर्शन' मांडलं गेलं. मुलींना प्रचंड मजा वाटत होती. आपण केलेली कृती जगासमोर ठेवण्यातला आनंद त्यांना एका वेगळ्या विश्वात घेऊन गेला होता.

प्रदर्शन बघायला बाहेरून तर कोणी येणार नव्हतं. आमचे आम्हीच होतो. सगळ्या एकमेकींनी काढलेली चित्रं बघत होत्या आणि गप्पा मारत होत्या. मुलींनी

जे बघितलं होतं, त्याच्या त्यांच्या कोवळ्या मनांवर ज्या कल्पना साकार झाल्या होत्या, त्या कागदावर व्यक्त करण्याचा त्यांनी प्रयत्न केला होता आणि हे प्रयत्न नवल वाटेल असे होते. मुक्तीनं तर फक्त एक मोठा पोपट काढला होता आणि त्याच्या खाली चित्राला नाव द्यावं तसं लिहिलं होतं 'मुक्तानं काडलेला पोपट'.

रेखानं काढलेल्या चित्रापर्यंत आम्ही पोहोचलो न् बघितलं तर तिनं सिंहाच्या पाठीवर दोन गोल काढून साधारण बाहुलीसारखी आकृती काढली होती. एका मुलीनं रेखाला विचारलं, "रेखली, ह्ये स्हावजाच्या पाठीच्या वर तू काय काडलंय्स?"

रेखानं दोन्ही आकृतींवर दोन बोटं ठेवत म्हटलं, "ह्यो स्हावज आनि ह्या माताजी."

हंसानं कालच्यासारखंच रेखाची चूक सुधारायचा प्रयत्न करायला म्हटलं, "आपुन हितं जे बगितलं असंल त्येच काडायचं आसं सांगितलंवतं, तू काय माताजी बगितल्यास व्हय गं?"

"बगितल्यावत्या, जा! सांगतीया न्हवं हज्जार येळा बगितल्यावत्या!" धातरडी नदीमध्ये शिंगोडा नदीतला खडक शोधणारी रेखा तिच्या म्हणण्याला चिकटून राहिली, की तिला माताजींचं दर्शन झालं होतं.

मी रेखाला समजावायचा प्रयत्न करणार होतो, की माताजी अशा कोणाला दिसत नाहीत? पण तेवढ्यात 'त्या आवाजा'नं मला विचारलं, 'माताजी दिसत नाहीत असं तिला सांगायचा आपल्याला अधिकार आहे?'

गीरच्या ह्या सीमेजवळच्या भागात, अर्ध्या रात्री थकून लागलेल्या झोपेतून उठवलेलं असताना, चंद्रप्रकाश आणि किनाऱ्यावरच्या सावल्या अशा वातावरणात, धातरडीच्या खळखळणाऱ्या प्रवाहात पाणी पिणाऱ्या सिंहांना जिनं चांदणं आणि बॅटरी यांच्या उजेडात बघितलं — ती दहा-अकरा वर्षांची मुलगी. तिला जे दिसलं असं ती म्हणतेय, ते नाकारण्याचा तर दूर राहिला, पण ते कल्पनेनं बघू शकण्याचा तरी अधिकार कोणाला आहे?

।। ५ ।।

रवीभाई आणि गोपाल दोघांनीही 'मुलींना घरी पोचवू तोपर्यंत थांबा' म्हणून आग्रह केला, मुलींनीही 'थांबा ना!' म्हणत गराडा घातला, पण मी 'नको' म्हटलं. मला अजून सासणमध्ये घर शोधायचं होतं, राजकोटहून रेल्वेनं थोडं सामान येणार होतं ते सोडवून घ्यायचं होतं. सगळ्यांचा निरोप घेऊन मी निघालो. धातरडीचा धबधबा ओलांडला तिथपर्यंत गोपाल पोहोचवायला आला. (कोणालाही निरोप द्यायला गावाच्या वेशीजवळच्या पाणवठ्यापर्यंत जायचं असा गुजरातमधील जुना रिवाज आहे, तो खेडोपाडी अजून प्रचलित असावा.) सांसाईचा निरोप घ्यायला गेलो, ती एवढंच म्हणाली, "जायाचं हाये? जा तर."

तिथून निघून दोन तास होत आले होते. गवतानं झाकलेली पत्र्यांची छपरं असलेल्या चहाच्या दुकानांवर चहा पीत बसलेली माणसं आणि मधून-मधून जवळून जाणारे ट्रॅक्टर्स, छकडे किंवा रिक्षा ह्यांच्या आवाजाचा गोंगाट वाटतो, तरी पण माझ्या कानांमध्ये अजूनही नितांत शांतपणे वाहात जाणाऱ्या धातरडी नदीच्या प्रवाहाचा खळखळाट गुंजत होता, जणू कॅम्पमधलं वातावरण अजून मनात घोळत होतं.

ऊना-जुनागढची बस आली तेव्हा मी थांबलो. बसमध्ये फार फार तर पाच-सहा प्रवासी होते. मी आणि आणखी दोघे जण बसमध्ये चढलो. बस लगेच निघाली. मी सासणचं तिकीट मागितलं. मला तिकीट देऊन कंडक्टर त्याच्या जागेवर बसणार, तेवढ्यात बस पुन्हा थांबली. दार उघडलं आणि मला डोरोथी बसमध्ये चढताना दिसली. हात हलवून तिचं लक्ष वेधून घेतलं तर ती हसल्या न हसल्यासारखं करून लगेच गंभीर झाली. मग नजर फिरवलीन आणि थेट पुढच्या सीटवर जाऊन बसली. डोरोथीच्या पाठोपाठच तिचं सामान बसच्या पायऱ्यांवर ठेवत बसमध्ये चढत असणारा धानू दिसला. पायऱ्यांवरचं सामान उचलून आत घेऊन ते कुठे ठेवावं अशा विचारात तो उभा होता, तेवढ्यात बस सुरू झाली. म्हणून मग त्यानं थैला आणि हॅन्डबॅग तो उभा होता तिथल्या जवळच्या सीटवरच ठेवलं आणि त्याच्या मागच्या

सीटवर बसायला गेला, तेव्हा त्याचं लक्ष माझ्याकडे गेलं. लगेच उल्हसित होऊन तो माझ्याकडे आला आणि माझ्या पुढच्या सीटवर, पण तोंड माझ्याकडे करून बसला. म्हणाला, ''त्या दिवशी सांसाई बरूबर जात व्हता, त्येच, न्हवं?''

मी हसून धानूच्या खांद्यावर हात ठेवला आणि म्हटलं, ''तोच. तू ओळखलंस खरं, अं?''

धानू खूश झालेला दिसला, तो हसून म्हणाला, ''मानूस येकदा भेटला, की वळख तं ऱ्हाते, असं काई लगंच इसरून न्हाई जात.''

धानूला असा उमललेला बघून मला छान वाटू लागलं. मी विचारलं, ''तुम्ही दोघं तर देवाडुंगरच्या बाजूला गेला होता ना? मग इकडे कसे?''

धानूनं डोरोथीकडे एक नजर टाकली. ती समोरच्या बाजूला तिघं बसू शकतील अशा सीटवर जरा रेलून खिडकीच्या काचेवर डोकं टेकवून झोपली होती. धानू पुन्हा माझ्याकडे वळला आणि म्हणाला, ''देवाडुंगरपास्नं जाणवडला ग्येलो, आन् थितनं हितं आलो. दोन दीस झालं, त्या कानकटाच्या मागं फिरतुया.''

'कानकटा' हे एखाद्या सिंहाचं नाव असणार हे माझ्या लगेच लक्षात आलं. मी विचारलं, ''सिंहांची अशी नावं ठेवावी असा सरकारी खात्याचा काही नियम आहे, का मग तुम्ही लोकच अशीच आपली ठेवता?''

''समद्या स्हावजांची काय नावं नसत्यात ठिवलेली. ह्याचं तं कुटल्या दुसऱ्या स्हावजाबरूबर भांडन व्हऊन न्हाईतं कशामंदी तरी अडकून येक कान कापला ग्येला, त्येची याद म्हून कानकटा नाव जालं. आता कोनी त्ये नाव ठिवलं त्ये तं द्येवाला ठावं.''

''आणि रमजाना?'' मी विचारलं.

''त्ये तं सांसाईनं ठिवलेलं नाव.'' एवढं बोलून धानू थांबला आणि मग म्हणाला, ''गीरमदी रमजानासारकी सुंदर कोनी न्हाई सापडायची.''

मी धनूच्या सांगण्यातला खरेपणा, अर्थ शोधत राहिलो. मी त्या दुसऱ्या सिंहिणीला रमजानाबरोबरच पाहिली होती, तरी त्या दोघींमध्ये मला काही फरक दिसला नव्हता. ह्या लोकांना डोंगरा-डोंगरांमधला आणि प्राण्यां-प्राण्यांमधला फरक स्पष्टपणे कळतो, तो कसा काय ते मला कळत नव्हतं. ते जर मला समजलं तर आईमा गीरला 'खमा' कसं काय म्हणाल्या तेही समजायला मदत होईल असं मला वाटलं, पण त्यासाठी मला अजून बरंच जाणून-समजून घ्यावं लागेल असंही माझ्या लक्षात आलं.

धानू तर तो सांगत होता त्यातच गुंग होता. तो पुढे म्हणाला, ''ही बाई रमजाना यवडंसं बच्चू व्हती तवांपास्नं सांसाई तिच्याशी खेळायची. रमजानाची आई समूर बसली आसंल तरी बी सांसाई रमजानाला उचलून घियाची आन् तिच्याशी खेळायची!''

एवढं बोलून धानू त्याच्या सांगण्याला पुष्टी मिळेल असं आणखी काय सांगावं ह्याचा विचार करत थांबला आणि मग म्हणाला, "असंच म्हणा ना, की रमजाना काय, का तिची आई काय, सांसाई सिंहिणींच्या बरूबरच मोटी जाली."

धानूच्या भोळ्या चेहऱ्यावरून त्याच्या बोलण्यातला खरेपणा स्पष्ट दिसत होता, तरीसुद्धा त्याचं सांगणं खरं मानणं मला अवघड वाटलं. मी म्हटलं, "त्या दिवशी आपण भेटलो, त्याच्या जरा आधी आम्ही रमजानाला बघितली होती, तेव्हा तर ती सांसाईसमोर शेपूट उभं करून उभी राहिली होती. मला तर वाटलं होतं, की जशी हल्लाच करणार होती!"

"त्ये तं तुमी बरूबर दिसला आन् तुमी तर वळकीचं न्हवता, म्हून तिनं तसं क्येलं आसंल. न्हाईतं रमजाना सांसाईच्या म्होरं शेपूट उबी करंल कंदीबी? अवंऽ, सांसाई तिच्या त्वंडासमूर जाऊन उबी ऱ्हाइली, तरीबी रमजाना शेपूट उबी न्हाई करनार!" धानू ठामपणानं म्हणाला.

मी चित्रं काढत असताना मला नेहमी वाटत आलं आहे, की मला जे रंग दिसत असतात, जी दृश्यं बघितलेली असतात, ते रंग, ती दृश्यं जशी असतात, तशी मला कागदावर उतवरता आलेली नाहीत. इतकी वर्षं चित्रं काढत आलो आहे, तरी असं का वाटतं ते मला समजत नाही. आत्ता ह्या घटकेला मला जरा जरा आत कोठेतरी जाणवतंय, की असं होतं, कारण मी फक्त नजरेनं बघून काम करतो. नजरेनं न बघताही किंवा नजरेला न दिसणारे रंग बघायला मला अजून शिकायचं आहे.

आत्ता बोलताना धानूनंही सांसाईसारखंच रमजानाला 'ही बाई' म्हटलं होतं, तिला 'सुंदर'ही म्हटलं होतं. दुसऱ्या सिंहिणीबद्दल 'दुसरी कोणी' असा शब्दही त्यानं वापरला. हे सगळं ह्या बोलीचं वैशिष्ट्य आहे, भाषेची अस्पष्टता आहे, का मग ह्यामागे काही वेगळी जाण आहे, हे मला समजून घ्यायचं आहे. कदाचित ह्या प्रदेशाला हे सर्व लोक स्पर्श, गंध, शब्द, श्रवण आणि दृष्टी अशा सर्व पैलूंनी समजू शकतात.

आत्ता ह्यावर विचार करत बसण्यापेक्षा धानूचं बोलणं ऐकण्यात मला जास्त रुची होती. मी विचारलं, "तसा तर तूही सांसाईसारखाच सिंहांबरोबरच राहतोस ना?"

"तरी पन म्या सांसाईच्या तोलामापाला न्हाई पुरनार." धानू म्हणाला, "माजा बाप जंगल खात्यामदी, म्हून आमचं रहानं सासणमंदी. स्हावज बगितलेलं न्हाई असं तं न्हाई, बगतो ना! आता ह्या नोकरीपायी सेन्सरीच्या (सँक्च्युअरीच्या) बाजूबाजूनं फिरतुया, पन स्हावजांच्या समूर जायाची जिगर व्हनार न्हाई आमची. आमी तं दूरच ऱ्हातो. त्येचा मान ठिवावा लागतो. त्यो तं राजा म्हनायचा हितला आपली पायरी

वळकून लांब ऱ्हावं लागतं. त्येच्या संगं काय दोस्तासारकं ऱ्हाऊन नाय चालत.''

''नवीच आहे का तुझी नोकरी?'' मी विचारलं.

धानूला हसू आलं. म्हणाला, ''अवं नवी कसली? पह्यलीच! ह्ये दोरथी आली नस्ती तं मला कोन नोकरीला ठिवनार व्हतं? ह्ये पीएसडी कराया आली इथयोपाहून (ईथियोपिया). गीरमंदी भाइरून कोनीबी आलं, मरद असला तरीबी येकट्याला जाऊ द्येत न्हाईत – आन् ही तर बाईमानूस. कोनाला तरी रातदिवस तिच्याबरूबर ऱ्हायलंच पायजे; आनि हतं कोनाबी गार्डला येळच नस्तो. मंग सायबानं मला बलावून घ्येतलं.''

धानूला त्याच्या नव्या नव्या नोकरीबद्दल सांगायला आवडत असावं, तो रंगात येऊन बोलत होता. मी त्याचा उत्साह कायम राहावा म्हणून पुस्ती जोडली– ''आणि दिली तुला ऑर्डर नोकरीची.''

''न्हाय वं! अशी काय ओडर रस्त्यात पडलीया व्हय? आदी 'टरेनिंग' घ्येतलं. जुन्या म्हाईतगार मान्सांच्या बरूबर गीरमंदी समदीकडं फिरावं लागलं. समद्यामदी अवगाड ह्ये 'नो परोबलेम'चं सिकून घ्यावं लागलं. मंग जरा जमलं. त्येबी अजून आपलं चाललंय कसंतरी.'' धानूनं सांगितलं.

''हा 'नो प्रॉब्लेम' काय प्रकार आहे?'' मी विचारलं.

धानूला हसायला आलं. ''त्ये तं युगत हाये आमी शोदलेली!''

धानू काय म्हणतोय ते मला नीटसं कळलं नाही. मी म्हटलं, ''काय युक्ती पण?'' धानू विचार करत असेल तसा खिडकीतून बाहेर बघत राहिला, मग जणू एखादं कथाकथन करणाऱ्याप्रमाणे घसा वगैरे खाकरून मग त्यानं सांगायला सुरुवात केली. ''आता बगा, ह्या इथियोपाच्या बायला अंगरेजी काय जास्त येत न्हाई आनि हा तुमच्या समूर मी बसलोय ना, त्ये मला तं अंगरेजी काय आनि गुजराती काय, एक अक्सरबी लिवता का वाचता-बोलता येत न्हाई. आनि सायबांनी तं मला सांगितलं की रातदिवस ह्या बायच्या बरूबर ऱ्हायाचं!''

''मग?'' मी उत्सुकतेनं विचारलं.

''म्या सायबाला इचारलं, की त्या बायबरूबर बोलायचं, त्ये कसं? ती बोलती त्येच्यामदी तं मला कायबी समजत न्हाई, तं आता ह्येला मारग काडा.''

धानूची स्थिती कशी झाली असेल ते लक्षात आलं तसं मला हसायला आलं. धानूही हसला आणि म्हणाला, ''गीरचं नसीब लई चांगलं, त्ये गीरला पईल्यापास्नंच लई हुशार सायेब मिळालं, आन पुना गीरसाटी माया वाटनारं. त्येंचा न्हेमी इचार कसा, तं ज्ये काय करायचं त्ये गीरमंदी समदं वेवस्थित चालावं असाच.''

मला वाटलं की धानू आता त्याच्या एखाद्या साहेबाबद्दल सांगायला लागला तर मुख्य हकिगत राहूनच जाईल, म्हणून त्याचं गाडं मूळ पदावर आणायला मी म्हटलं, ''ते तर छानच! पण मग काय मार्ग काढला साहेबांनी?''

धानू जरा थांबला, मग म्हणाला, ''त्येच्यामदनं सायबांनी मारग असा काडला, की आमाला दोगांना बरूबर हापिसात यायला सांगितलं. मंग मला म्हनालं, 'धानू ह्ये बग, ह्यो बाय स्हावजचं सिकाया आलीया. तू तिला सेन्सरीच्या समद्या बाजूंना घिऊन जायाचं, पन तुला इचारल्याबिगर ती येक पाऊलबी फुडं टाकत न्हाई ह्ये तू बराब्बर बगत ऱ्हायाचं. तू सांगसील ते ज्या दिशी ती न्हाई ऐकनार, त्याच दिशी तिला तिची लिवायची बुकं न कागदं समदं घिऊन हितनं भाईर काडायचा जिम्मा माज्या माथी, पन तू येकदाबी चुकायचं न्हाई, चुकलास ना. तर तुजी नोकरी ग्येली समज!' ''

''म्हणजे तर तू ह्या मुलीचा साहेब झालास!'' मी धानूला बरं वाटावं म्हणून त्याला प्रोत्साहन द्यायला म्हटलं. ''असं न्हाई, त्ये बराबर न्हाई. आमीं कसलं वो सायेब? आमी तं गीरची पोरं, आमचं पायलं काम गीरला सांबाळायचं, मंग ह्या बाईला.'' धानू म्हणाला. मग तो जरा वेळ पुन्हा खिडकीतून बाहेर बघत राहिला आणि मग पुढे बोलू लागला, ''सायबांनी मला सांगितलं त्ये पुना दोरथीलाबी समजावलं, की तिनं मला इचारून मंगच फुडं जायाचं.''

''पण बोलायचं कसं?'' मी विचारलं.

''मला सांगितलं, की येक पन पाऊल फुडं टाकायच्या आदी दोरथी इचारंल, की 'एनी परोबलेम?' ह्या बाईनं असं इचारलं की म्या अगदी नीटपनानं समद्या बाजूला बगून घ्यायाचं, की ती जानार असंल त्या वाटंवर, न्हाइतं तिच्या कुटल्या कामामदी कुटं धोका तं न्हाय ना?''

''मग?''

''मंग धोका असला तं म्या सांगायचं 'परोबलेम' आनि धोका नसंल तं म्या म्हनायचं 'नो परोबलेम!' म्या 'परोबलेम' म्हनालो, तं तिनं फुडं जायाचं न्हाई. 'नो परोबलेम' म्हनालो तं ह्या बाईनं जे करनार असंल ते करायचं. न्हाईमंजी 'परोबलेम' म्हनालो, तर तिनं काय बी न्हाई करायचं.''

''छान मार्ग काढला.'' मी म्हटलं.

''ब्येस तं ठीक वं भाय, यवडं मात्तर जालं म्हना, की आमचं गाडं चालू जालं. सायबांनी सबंद दोन दिवस ह्ये 'परोबलेम', 'नो परोबलेम' सिकवलं. त्ये 'भवाय' वालं परेकटिस (भवाय – भवई, एक लोकनाट्य) करत्यात न्हवं? त्येंच्यावानी त्ये न् त्येच घोकून काडलं, मंग यिऊन ग्येलं बराबर. बस, त्ये दिसापास्नं – ह्येवा शप्पत भाय – ह्या बायशी दुसरा येक सबुदबी बोललेलो न्हाई. येकेका दिसात शंभर येळा बोलायची येळ आली, तरी येक तं 'परोबलेम' आन् दुसरं 'नो परोबलेम'.'' धानू गप्प झाला आणि पुन्हा बाहेर बघत राहिला.

सासणमध्ये हसत, गात, खेळत गप्पागोष्टी करणाऱ्या मित्रांबरोबर धानू लहानाचा

मोठा झालाय. लंगडी-शिवाशिवीसारखे खेळ खेळताना किंवा वांहाढोरच्या अवघड पायवाटांवरून भटकताना तोंडानं तो मोठमोठ्यानं दोहे ललकारत असेल. हीरण नदीच्या खळखळ वाहणाऱ्या पाण्यात आंघोळ करताना मनमुराद नाचला असेल. इतका बोलका, खेळकर स्वभावाचा धानू चोवीस तास मुकाट्या मुकाट्यानं दाट झाडीतून आणि अबोल डोंगर-दऱ्यातून भटकत राहतो, रात्र तिथंच काढतो. सदैव शब्दरहित मौन–अबोल. बरोबर असणारी एकमेव साथी विदेशी बाई – तिच्याशी बोलण्यासाठी त्याला फक्त दोन शब्द देण्यात आले आहेत. प्रॉब्लेम आणि नो प्रॉब्लेम.

ऋषीमुनींना तप करण्याच्या व्याख्येमध्ये अशा गोष्टींचा समावेश केला आहे की नाही ते मला माहीत नाही. त्यांनी तो तसा केला नसेल तर करायला हवा होता असं म्हणण्याचा माझा हेतूही नाही. माझी फक्त एक साधीसुधी भावना आहे, की धानूची ही अबोलपणे काम करत राहण्याची नोकरीसुद्धा मला एखाद्या तपासारखीच वाटते.

बस थांबली, तेव्हा आमचं बोलणं जरा वेळ थांबलं. एक जण उतरला, दोन युवक चढले. धानू आता सरळ, नीट बसून खिडकीबाहेर बघत होता. मी उठून त्याच्याजवळच्या सीटवर जाऊन बसलो आणि विचारलं, "सासणमध्ये तुझ्या घराजवळ एखादी खोली रिकामी आहे? मला भाड्यानं घ्यायची आहे."

"आत्ता तर मिळंल, मंग सीजनमंदी म्हाग पडंल. त्येच्यापेक्षा दुसरीकडं कुटंतरी हुडकूया. किती दीस ऱ्हायाचं हाये?"

"खूप दिवस," मी म्हटलं न् पुढे विचारलं, "सांसाई पण सासणमध्येच राहते?"

"सांसाई कुटंबी ऱ्हात न्हाई. आज हतं तं उद्या दुसरीकडं कुटं. तिचा समद्याच गीरवर यवडा जीव जडलंला हाये ना! तिचं काय येक गाव आसं न्हाईच! कुटं बी भेटती."

धानूचं हे बोलणं ऐकून मला सांसाईचं अगदीच वेगळं रूप कळलं. मी एकदम विचारलं, "म्हणजे?"

धानूनं आश्चर्यानं माझ्याकडे बघितलं आणि विचारलं, "त्या दिशीं तं तुमच्या बरूबरच व्हती! तुमी तिला ती 'कुटं ऱ्हाते' असं इचारलं न्हवतं?"

"त्या दिवशी तर मला तिचं नावपण माहीत नव्हतं." मी सांगितलं. त्या सकाळी नाव विचारल्यावर जे उत्तर मिळालं होतं, ते धानूला सांगण्यासारखं नव्हतं.

"घ्या! कमालच म्हनायची." धानू म्हणाला.

"ते तर जाऊ दे रे," मी म्हटलं, "पण सांसाईचं कुठंतरी घर तर असेलच ना?"

"असनारच ना!" धानूचं उत्तर.

मी आश्चर्यानं धानूकडे बघत राहिलो. आत्ता मगाशी तो म्हणाला होता, की सांसाई कुठंही राहात नाही.

मला आश्चर्य वाटलेलं बघून धानू म्हणाला, "सांसाई मोट्या घरची ल्येक-मालदार बापाची मुलगी. तिला शोभंल असं घर सोधलं व्हतं बापानं तिच्यासाटी बोलनं बी जालंवतं त्या लोकांबरूबर, पन सांगतुया काय... की... " एवढं बोलून धानू थांबला. तो पुढं काही सांगणार तेवढ्यात डोरोथीनं हाक मारली –

"धानू! कम!"

धानू जागेवरून उठला आणि मला म्हणाला, "चला, आलो आपुन."

धानू काय सांगता-सांगता थांबला ते मला समजत नव्हतं. बससारख्या सार्वजनिक ठिकाणी अशा गोष्टीची चर्चा करणंही मला योग्य वाटलं नाही.

बस सासणकडे वळली. डोरोथीनं पुन्हा धानूकडे बघितलं. धानू भराभरा ती बसली होती तिकडे गेला आणि सामान उचलू लागला.

बस थांबली तसे आम्ही उतरलो. डोरोथीनं माझ्याकडे बघितलं न बघितलंसं केलं आणि तोऱ्यात खाली उतरली. मी स्टेशनवर माझं सामान आलंय की नाही ते बघायला गेलो. स्टेशनवर कोणीच नव्हतं. दुसऱ्या दिवशी ट्रेनच्या वेळेला तिथं जायचं ठरवून मी 'सिंहसदन'ला गेलो.

जेवण झाल्यावर वाटलं, की बाजारात एक चक्कर मारून धानूकडे थोडी जास्त चौकशी केली, तर सांसाईचं लग्न ठरलं होतं असं सांगत होता त्याबद्दलही जास्त माहिती मिळेल.

मी उठून उभा होत होतो, तेव्हाच 'तो आवाज' कानावर पडला – 'आपल्याला मात्र माहिती हवीय?'

ते ऐकून मी समजून गेलो, की सांसाईच्या खासगी आयुष्याबद्दल किंवा ती कोठे राहते ते जाणून घेण्याची मला जरूर नाही. मी उत्तर दिलं नाही, तेव्हा 'तो आवाज' पुन्हा म्हणाला, 'तुला जी माहिती हवी आहे, ती तुला इथलं कोणीही सांगू शकेल. प्रश्न फक्त सबुरीनं घेण्याचा आहे.'

"कोणीही?" मी विचारलं.

'कोणीही आणि काहीही. आणि प्रश्न फक्त सबुरीचा नाही, तर नीटपणे ऐकता येण्याचा आणि समजून घेता येत असण्याचाही आहे. असं नाही वाटत तुला?'

मी बाहेर जाण्याचा विचार रद्द केला. झोपायची तयारी करत होतो, तेवढ्यात बाहेर कोणीतरी माझी 'खोली कुठली' वगैरे चौकशी करत आहे असं वाटलं. मी व्हरांड्यात आलो. बघतो तर मुस्तुफाबरोबर त्याच्याच वयाचा दिसणारा, सडपातळ, खाकी कपडे घातलेला माणूस माझ्या खोलीकडे येत होता.

"या!" मी स्वागत केलं.

दोघंही पायऱ्यांवर थांबले. मुस्तुफा म्हणाला, "हा एमद."

मी त्यांना खोलीत बोलावलं. आत येऊन दोघं एका बाजूला उभे राहिले, 'बसा' म्हटलं पण ते बसले नाहीत. एहमद म्हणाला, "रवीबापूंनी तुमच्याबद्दल सांगितलं. काहीही काम असलं, तर आपली 'जिप्सी' आहे. सकाळ-संध्याकाळ बाजारातच उभी असते."

"गरज पडली तर तुम्हालाच सांगेन," मी म्हटलं. "तुमच्या जिप्सीत मी बसलो आहे, रमेशनं बसवलं होतं."

मुस्तुफा एहमदला म्हणाला, "मी नव्हतो सांगत वालोदऱ्यापास्नं बशिवलेवते?"

एहमद हसून म्हणाला, "गाडी तर बसायसाठीच आहे ना? पन दुसरं काईबी काम आसंल तं तुमी सांगत चला."

"दुसरं काम म्हणजे माझ्यासाठी भाड्याचं घर शोधायचं आहे," मी म्हटलं.

"का? हितं सिंहसदनमदी काय वाईट हाये?" एहमदनं विचारलं आणि मग माझ्या उत्तराची वाट न पाहता पुढे म्हणाला, "घर तर शोधू या." मग मुस्तुफाकडे बघून म्हणाला, "ते पार्सलचं सांग." एहमदला 'हो' म्हणून मुस्तुफानं मला सांगितलं, "मास्तर म्हणत होते, की रेल्वेमदी आपलं काई पार्सल आलंया."

"केव्हा?" मी विचारलं. "संध्याकाळी मी गेलो होतो, पण तेव्हा स्टेशनवर कोणी नव्हतं."

"अडीचच्या गाडीनं," मुस्तुफा म्हणाला, "मी ग्येलोवतो पावण्यांना सोडाया, तवां त्ये तितले लोक काहीतरी दोन-तीन डाग उतरवून घेऊन ऑफिसमदी ठिवत होते. मी इचारलं तं म्हनाले राजकोटहून आलंया. तुमी त्या दिशी म्हनत व्हता, म्हनून लक्ष्यामदी आलं, की आपलंच असनार."

मग थोडं इकडचंतिकडचं बोलून ते दोघं गेले.

पहाटे उठून उजाडायच्या आतच मी बाजारात आलो. दुकानं उघडत होती. जीपगाड्या स्वच्छ करून 'सफारी'ला जाण्यासाठी तयार होत होत्या. बरेच लोक चहाच्या हातगाडीवर चहा पीत होते.

आज सामान सोडवून आणण्यापूर्वी मला इथं, नाहीतर जवळच्या एखाद्या खेड्यात का होईना, पण एखादी खोली शोधायला हवी होती. सामान जास्त नसलं, तरी ड्रॉइंग बोर्ड आणि अंथरूणपांघरुणाची वळकटी अशा वस्तू तर आहेतच. आत्तापुरतं सिंहसदनमध्ये घेऊन जाता येईल, पण मग घर मिळालं की पुन्हा सगळं हलवावं लागेल.

'घर शोधायचं आहे' असं धानूला सांगितलं होतं, पण तो तर त्याची नवी नोकरी सांभाळण्यात गर्क आहे. मला वाटलं की एहमदला किंवा मुस्तुफाला आत्ताच शोधून त्यांना घर जरा लवकर शोधायला सांगावं.

चौकशी केली, तर एहमद 'सफारी'वर निघून गेला होता. चहाच्या गाडीजवळ मुस्तुफा भेटला. मी त्याला विचारलं, "मुस्तुफा, सामान सोडवून आणण्यापूर्वी सासणमध्ये किंवा आजूबाजूच्या कुठल्या खेड्यात घर मिळू शकेल? एखादी खोली असली तरी चालेल."

मुस्तुफा थोडा वेळ विचार करत राहिला, मग विचारलंन "का? सामान हितं सिंहसदनमदी घिऊन यायला काय हरकत आहे?"

"नको," मी म्हटलं, "आणि असंही आता टूरिस्ट लॉजमध्ये जास्त दिवस राहणं तर परवडणार नाही. आज होत असलं तर उद्यावर ढकलायला नको."

मुस्तुफानं मानेवर हात ठेवून आळस देत असेल तशी मान वळवली आणि म्हणाला, "असं आत्ताच्या आत्ता रिकामं घर तर सापडायचं नाही. आधी जरा तपास करावा लागेल. तुम्हाला पसंत पडतील अशा सोयी असतील तर जमणार ना?"

"सोयीचं एवढं काही नाही – एखाद्या खोलीहून जास्त काही नकोय, पण तीही शोधावी तर लागेल ना?" मी म्हटलं.

मुस्तुफा त्याची काठी एका बाजूला टेकवून तिच्या आधारानं उभा असल्यासारखा एका बाजूला वाकून उभा होता. थोडा वेळ त्यानं विचार केला. माझ्याकडे बघत राहिला, मग मला म्हणाला, "तं मंग असं करा, आपली एक खोली रिकामी हाये. सामान तितं घिऊन यऊया. ऱ्हायाचं आसलं, तर म्हैना दोन म्हैनं ऱ्हावा तितंच. तवा पोत्तर सोदूया दुसरी, पन सासणपास्नं दूर कुटं ऱ्हाऊ नका. असं पन परमीट घ्यायाला तुमाला हितं हापिसात जायाला लागलंच ना?"

"तुला हरकत नसली तर सध्या तुझ्या खोलीत राहायला मलाही काही हरकत नाही, चल." मी म्हटलं.

मुस्तुफा म्हणाला, "चला म्हंजी असं काय लागलीच जाता न्हाई यायाचं. आत्ता तर काई जमनार न्हाई. मला जायचंय 'लोकेसन'वर, (त्याच्या त्या दिवशीच्या ड्युटीच्या भागात) तुमी म्हनत असला, तर सांजचं करून टाकू."

संध्याकाळपर्यंत राहायचं म्हणजे आजचं भाडंही भरावं लागणार. माझा विचार 'चेक-आऊट टाइम'च्या आधी खोली सोडण्याचा होता. मी म्हटलं. "दुपारच्या आधी काही व्यवस्था झाली, तर माझं आजचं भाडं वाचेल."

त्याच्या दृष्टीनं ही काही मोठी अडचणच नव्हती अशा सुरात मुस्तुफा हसला आणि म्हणाला, "सिंहसदनची खोली सोडू या. घिऊन या तुमची बॅग आणि थैला, न् ठिवून द्या ह्या चहाच्या गाडीवाल्यापाशी. सांजचा मी परत यीन तवां घरी घिऊन जाईन." असं म्हणून मुस्तुफा चहावाल्याला माझं सामान सांभाळण्याविषयी सांगायला लागला.

"आणि तोपर्यंत मी?" मी विचारलं, "बाजारात फेऱ्या मारू?"

मुस्तुफा माझ्यावर जरा नाराज झाला असेल तसं त्यानं तोंड जरा वाकडं केलं न् म्हणाला, "त्ये तं तुमाला जे करायचं त्ये करा, पन बाजारात फेऱ्या कशापायी मारायच्या? अधोडियाला जाऊन बसा. हितनं सासणपासनं कंच्याबी बाजूला चालायला लागा. गीरमंदी दिवसाचा येळ जानार न्हाई अशी येकबी जागा दिसली तर दाकवा!"

"बरं तर, मग संध्याकाळी भेटू या." म्हणून मी खोलीवर गेलो. अंघोळ करून सामान पॅक केलं आणि बिल चुकतं करायला बाहेर आलो. अर्ध्या तासात माझी बॅग आणि थैला घेऊन मी तेथून बाहेर पडलो.

बॅगमध्ये तीन-चार जोड कपडे, आंघोळ-दाढी इत्यादीचं सामान, कॅनव्हासचं बंडल, ड्रॉइंग शीट्स, पेन्सिली, रंगाच्या ट्यूब्स आणि ब्रश. त्यातले ड्रॉइंग शीट्स आणि पेन्सिली थैल्यात घातल्या आणि बॅग चहावाल्याकडेच सोपवली. चहा, नाश्ता त्याच्याकडेच घेतला. जरा वेळ वर्तमानपत्र वाचलं. मग खाण्यासाठी काही नाश्त्याच्या गोष्टींचे पुडे करून घेतले आणि जायला निघालो.

चहावाला आग्रह केल्यासारखा म्हणाला, "बसा ना. कुटं निगाला?"

"नाही, निघतो आता. अधोडियाला जाऊन येतो."

चहावाला काउंटर सोडून बाहेर येत म्हणाला, "रस्त्यानं नका जाऊ. आता ह्या येळंला तितं गाड्यांची धूळ लई उडंल. त्येच्यापेक्षा रेलगाडीच्या रुळांच्या बाजूबाजूनं चालत जावा, तर पुलावरच पोचून जाल थेट. खाली उतरलात म्हंजी अधोडिया."

सासणचं शांत स्टेशन बघून त्याचं स्केच करावंसं वाटलं, पण दहा-साडेदहा झाले की ऊन तिथं बसू देणार नाही हे ठाऊक होतं. हीरणचा पूल ओलांडून उजव्या बाजूला आलो.

अधोडियाकडे जायला पुढे चालू लागणार तेवढ्यात मी धानूला एका मालधारीशी वाद घालताना बघितलं. धानू काहीतरी सांगत होता आणि तो डोकं हलवून 'नाही, नाही' म्हणत होता.

धानूचं लक्ष माझ्याकडे गेलं. लगेचच मालधाऱ्याशी चर्चा थांबवून जवळजवळ धावतच तो पुलाकडे आला. जवळ आल्याबरोबर तो म्हणाला, "भाईसाब, तुमी लौकर लौकर जावा ना, वांहाढोरच्या चडावर ती बसलीया, तितं जावा."

धानू डोरोथीबद्दल बोलतो आहे एवढं तर मला समजलं, पण तिला एकटीला ठेवून धानू कुठे चालला आहे आणि मला तिथं कशाला पाठवतो आहे, ते समजलं नाही. काही क्षण माझ्या मनात काही संकट उभं राहिल्याची पाल चुकचुकली. मी विचारलं, "पण झालंय काय?"

"कायबी न्हाय बापा! मी खोलीवर जावून येतो तंवर तिच्या बरूबर बसायचं हाये; तिच्याबरूबर निसतं बसायचं हाये, आनकी काय बी न्हाय."

धानूच्या सांगण्याप्रमाणे करावं की नाही ह्याचा विचार करण्याइतकाही वेळ मला न देता, तो ''जावा तुमी, ततं निस्तं बसूनच ऱ्हायाचं हाये, मी ह्यो ग्येलो आन् आलो.'' म्हणून भराभरा पूल ओलांडू लागला.

वांहाढोरजवळ डोरोथी कुठं बसलीय ते मला माहीत नव्हतं. रस्त्यावरून दिसेल अशीच बसली असेल असं समजून मी निघालो.

त्या मालधारीजवळून जाताना मी त्याला विचारलं, ''काय झालंय?''

''काय नाय. धानिया मला म्हनं, की ती पोरगी वांहाढोरवरच्या खडकावर यकटी हाये, ततं म्या जाऊन बसायचं.''

''का?''

''का म्हंजी असं, की तिला जंगलात यकटीला न्हाय ठिवायची अशी धानूला ओडर हाये, पन आता तुमीच सांगा, की ह्या समद्या म्हशी हितं सोडून म्या कसा काय जानार?'' मग तो पुढे म्हणाला, ''आनि जंगलखात्याच्या कामांमंदी आमाला दखल देता येत न्हाई.''

''ते तर बरोबर,'' मी म्हटलं, ''पण ती मुलगी आहे कुठं?''

मालधारी थोडं अंतर माझ्याबरोबर आला आणि वर जाणारी पायवाट दाखवून परत गेला. मी दहा-बारा मिनिटं त्या वाटेवर गेलो असेन, तेव्हा चढावरच्या एका मोठ्या खडकाला पाठ टेकवून बसलेली डोरोथी मला दिसली. मी तिकडे गेलो.

डोरोथीच्या सांगण्यावरून मला एवढं समजलं, की धानू गेस्टहाऊसवर गेला आणि थोड्याच वेळात परत येईल; तेवढा वेळ ती एकटी बसू शकेल, मी काही तिच्याजवळ थांबण्याची जरुरी नव्हती.

मी सांगितलं, ''मला धानूनं इथं थांबायला सांगितलंय, म्हणून मी थांबणार आहे.''

मग धानू परत येईपर्यंत आम्ही एकमेकांशी काही बोललो नाही. धानू चढ चढत होता, तेव्हाच मी खाली उतरू लागलो. धानूजवळ गेल्यावर मी विचारलं, ''काय झालं होतं?''

''काही नाही; ह्ये आनाया ग्येलोवतो.'' धानूनं हातातली पिशवी दाखवत म्हटलं.

मी जास्त काही विचारलं नाही. खाली उतरून मी मग अधोडियाला पोहोचलो.

।। ६ ।।

अधोडियाची हीरण नदी म्हणजे एखादी फार मोठी नदी नाही, पण एकदा तरी ज्यानं ती नदी बघितली आहे, तिच्या कडेच्या वाळूत जो हिंडला आहे, तो ही नदी कधीच विसरू शकणार नाही. नदी, पर्वत, समुद्र अशा ज्यांना आपण निर्जीव समजतो, त्यांच्यात असं काय असतं जे आपल्या मनांवर हुकुमत चालवू शकतं, ते मला कधीच समजू शकलेलं नाही.

अधोडियाला बसून मला थोडी स्केचेस करायची होती, पण सगळं चित्रं काढायचं सामान तर चहावाल्याजवळ ठेवलं होतं. जरा वेळ बसलो, मग रेतीत चालत फिरून यावंसं वाटलं. पात्राच्या वरच्या बाजूला सरळ चालत निघालो. बराच वेळ चाललो असेन.... तहान लागली. थैला एका बाजूला रेतीवर ठेवून मी पाण्यात पाय ठेवले. घोट्यांच्या वरपर्यंत पाणी आलं, पण मी पाण्यात चालल्यानं ते जरा गढुळलं. पाणी स्वच्छ होण्याची वाट बघत होतो, तेवढ्यात एका स्त्रीनं मला मोठ्यानं हाक मारली- ''एऽऽ हकडं झऱ्याकडं ये. ह्या काशाच्या वाटीनं घेतो आमी तुला पानी काडून; ये हकडं.''

बघितलं तर दोन स्त्रिया पाणी भरायला आलेल्या दिसल्या. एकीकडे तांब्याच्या घागरी पडल्या होत्या. मी त्या होत्या तिकडे गेलो. दोघी मिळून प्रवाहापासून जरा दूर काठावरच्या रेतीत उकिडव्या बसून गोल आकाराचा खोल खड्डा करत होत्या. एक जण रेती काढत खड्डा खोल करत होती, दुसरी काशाच्या बशीसारख्या खोलगट वाटीनं खड्ड्यातून गढूळ पाणी काढून बाहेर फेकत होती. गढूळ पाण्याच्या खड्ड्यात कडेनं झिरपत येणारं स्वच्छ पाणी स्पष्ट दिसतच होतं, ते बघत मी उभा होतो. दोघींपैकी एकीनं म्हटलं, ''वाइच दम धर, आत्ता सच्छ व्हईल पानी.'' मग तिनं त्या दुसऱ्या स्त्रीला सांगितलंन्, ''मेना, जरा ही वाटी विसळून आण.''

मेनानं ती काशाची लहानशी वाटी विसळून आणली आणि दुसरीला म्हटलं, ''चल बाय रायां, आवर बिगीबिगी, झट् काडून टाक गडूळ पानी, लय काम पडलंय अजून घरी.''

त्या बोलत होत्या तोपर्यंत मी त्या दोघी करत होत्या ते काम बघत राहिलो. रायांनं उरलंसुरलं गढूळ पाणी झऱ्यातून काढून टाकल्यावर विसळलेली वाडकी भरून पाणी मला देता देता म्हटलं, ''नदीचं पानी तसंच न्हाई पिऊ वीरा, (भावाला 'वीरा' म्हणतात) गाई, म्हशी न् किती दुसरी जनावरं नदीमंदी उतरत्यात पानी प्याया, मंग पानी सच्छ न्हाई ना ऱ्हात? त्येच्यापेक्शा काटावर झरा काडावा रेतीमंदी, रेतीतनं गाळून आलंलं पानी प्यावं, म्हंजी आजार येत न्हाई.''

मग दोघींनी आपापल्या वाडक्यांनी आपापल्या घागरी, घडे, हंडे भरले. आता त्या दोघी मैत्रिणी एकमेकींच्या समोरासमोर उभ्या राहिल्या. दोघींनी आपआपली चुंबळ डोक्यावर नीट ठेवली, मग मेनानं रेतीवरचा घडा आणि हंडा रायांच्या डोक्यावर चढवले आणि मग त्यावर लहान घागर बसवली तशी तिनं ताठ होत मान हलवून तीनही बरोबर बसवले.

आता मेना खाली वाकली आणि रेतीवरून तिचा घडा उचलून रायांच्या हातात दिला आणि बरोब्बर तिच्यासमोर उभी राहिली. मग स्वत:चा देह सरळ ठेवून ती गुडघे वाकवून खाली वाकली आणि रायानं स्वत:च्या डोक्यावरचे हंडा, घडा, घागर सगळं व्यवस्थित सांभाळतही ताठच उभी राहून हातातला घडा वाकलेल्या मेनाच्या डोक्यावरच्या चुंबळीवर सहजपणे व्यवस्थित ठेवला.

आता दोघींच्याही डोक्यावर वजन होतं आणि अजून मेनाच्या डोक्यावर हंडा आणि घागर ठेवायचे बाकी होते म्हणून मी पुढे झालो, तर मेना म्हणाली, ''ऱ्हाऊ दे वीरा, त्ये तं चडवूं आमी बराबर, रोजचंच काम हाये.''

घडा बरोबर बसलाय ना, ते हातांनी बघून मेना पुन्हा डोकं आणि शरीर ताठच ठेवून गुडघ्यात जरा जास्त वाकली आणि रेतीवरचा हंडा उचलून रायांच्या हातात दिला; तशीच मग घागरही.

हे एक अद्‌भुत दृश्य होतं आणि माझ्याजवळ रंग, कुंचले, काहीच नव्हतं. मी शेतांमध्ये उभ्या तयार पिकांची काढणी चाललेली असते, तेव्हाची चित्रं काढली आहेत. उंच इमारती उभारल्या जात असतात तेव्हा एका मजुराकडून दुसऱ्याच्या हातात विटा किंवा सिमेंटच्या 'माला'ची घमेली रांगेनं लयबद्ध गतीनं दिली जातात, त्यांची चित्रं काढली आहेत. एकमेकांबरोबर काम करणाऱ्या माणसांच्या तालबद्ध हालचालींना जी लय येते, ती कागदावर रेखाटण्याचं मला नेहमी खूप आकर्षण वाटतं. अशा तऱ्हेची चित्रं काढली असूनही आज हीरण नदीच्या काठी ह्या दोन स्त्रियांना एकमेकींच्या डोक्यांवर घडे-घागरींची उतरंड रचताना मला जे दिसलं ते आजपर्यंत माझ्या नजरेनं कधीही बघितलं नव्हतं.

ते क्षण चित्रांकित करण्याच्या दुर्दम्य इच्छेनं मी माझ्या थैल्यात चाचपडून एक लहान ड्रॉइंग पेपर आणि पेन्सिल एवढं काढलं आणि काठावरच एका जांभळाच्या झाडाखाली बसलो.

जसजशी पेन्सिल चालत राहिली तसतसा मला आभास होत राहिला, की माझ्या ब्रशनं, कधीतरी एकदा – कुठेतरी – स्त्रीदेहाचं हे कमनीय सौंदर्य टिपलं आहे.

त्या दोन स्त्रिया जाताना बघत राहून मी त्यांचं चित्र काढत गेलो. थोड्या वेळापूर्वीचं त्यांचं हंडे उचलणं, ते डोक्यावर ठेवणं, डोक्यावर हंडा असताना जमिनीवरून भरलेला घडा उचलणं आणि मग भरलेले तीन घडे डोक्यावर घेऊन, रेतीतून तोल न जाता ताठ चालणं – ह्या सर्व दृश्यावलीत मला अवर्णनीय, अनोळखी लय ऐकू येते आहे, दिसते आहे, जी मी ह्यापूर्वी कोठेही बघितलेली, ऐकलेली नाही; आणि तरीही तिचे पडसाद मला मनातल्या अनुभवविश्वात कोठेतरी ऐकू येत आहेत. हा कुठल्या लयीचा पडसाद असेल? आपल्या दृष्टीला न दिसणाऱ्या, अंतरिक्षामध्ये होत राहणाऱ्या, ब्रह्मांडाच्या स्पंदनांचा? का मग मातेच्या गर्भाशयात अनुभवलेल्या सर्वत्र व्यापून राहिलेल्या आनंदतरंगांचा?

चित्र पूर्ण करून उठत होतो तेव्हाच समोरून येत असलेला मुस्तुफा दिसला. मला नवल वाटलं, की सकाळी 'लोकेशन'वर गेलेला माणूस आत्ता, अजून, इथं सासणच्या जवळच आहे!

मी दिसलो तसा मुस्तुफा माझ्याकडे आला. विचारलंन, "अधोडियाला नाही जाऊन बसलात?"

मी उभं राहात म्हटलं, "बसलो असतो पण मग कसं काय ते इकडे पोचलो. तू तर लोकेशनवर जाणार होतास ना?".

मुस्तुफानं उत्तर दिलं, "पटणीसर गावाच्या बाजूला कानकट्याच्या बरूबर

आनखी तीन स्हावज हायेत असं समजलं, त्ये धानूला सांगाया ग्येलोवतो. तितनं मंग वाटलं, की तुमची पन चवकशी करून जावं म्हून अधोडियाला ग्येलो. तितं मालधारीनं सांगितलं की तुमी ह्या हिकडच्या बाजूला ग्येलायत, म्हून तुमाला भेटाया आलो. तुमच्याकडंबी ध्यान ठिवलं पायजे ना?''

''मलाही धानू भेटला होता.'' मी म्हणालो.

मुस्तफाला जरासं हसू आलं आणि म्हणाला, ''त्यो समदा तमाशाबी मला म्हाईत पडला! तुमाला दोरतीजवळ बसवून ठिवलंव्तन् ना?''

''हो! पण त्यात तमाशा कसला?'' मी विचारलं.

''आता हितं उबं ऱ्हाऊनच बोलायचं हाये? माझ्या गावात चला.'' एवढं म्हणून मुस्तुफा मला घेऊन त्या स्त्रिया गेल्या होत्या त्या दिशेला चालू लागला. चालता चालता तो सांगू लागला, ''धानू आणि दोरती दोगं तिकडं वांहाढोर डोंगराच्या पलीकडं कुटलं तरी जनावर मारलं ग्येलंय् त्ये बगाया निगालेत. वांहाढोर दिसतो ल्हान पन चडायला अवगाड. त्येच्यावरती घसरून पडाया व्हतं असा येक मोटा खडक हाये, त्यो तर लय कठीन चडाया.''

मुस्तुफाची सांगण्याची शैली इतकी छान होती, की माझ्या डोळ्यांसमोर सबंध दृश्य उभं होत गेलं. जसं काही अगदी स्पष्ट दिसत होतं, की हे समोर धानू आणि डोरोथी डोंगर चढताना त्या खडकाजवळ येऊन थांबले. धानूनं वर चढायला मदत करण्यासाठी डोरोथीसमोर हात पुढे केला, पण डोरोथीनं नकार दिला आणि ती एकटीच दोन्ही हातही खाली टेकून चढू लागली. जरा जास्त वाकली आणि तेव्हा तिची घट्ट पॅन्ट पाठीमागून टर्रकन फाटली! पुढे जाण्याऐवजी डोरोथी तिथंच पॅन्टचा मागचा भाग खाली दाबून बसून गेली. धानूला ती खाली का बसून गेली ते कळलंच नाही. तो पुढे गेलेला परत खाली आला.

डोरोथी तिच्या मोडक्यातोडक्या इंग्रजीत धानूला म्हणाली, ''धानू, गो गेस्ट हाऊस, ब्रिंग माय पॅन्ट.''

धानू गोंधळून उभा राहिला. सायबानं असं तर काही शिकवलेलं नाही. डोरोथीनं पुन्हा जरा चिडूनच, आपला हात मागे नेऊन पॅन्ट फाटल्याचं खुणेनं सांगितलं. आणि म्हणाली, ''माय पॅन्ट – बॅकसाइड – फिस्-स्-स्. गो गेस्ट हाऊस. अनदर पॅन्ट.''

असं दोनदा झालं तेव्हा खाणाखुणांनी आणि डोरोथीच्या बोलण्यात आलेले गेस्ट हाऊस आणि पॅन्ट हे दोन शब्द समजल्यानं धानूच्या स्पष्ट लक्षात आलं.

ते लक्षात आल्यावर धानू आणखीच गोंधळला. गोंधळणारच ना! साहेबांनी स्पष्ट सांगितलं होतं, की डोरोथीला जंगलात एकटीला ठेवून कुठंही गेला, की त्याची नोकरी गेलीच हे नक्की! लक्ष्मणरेषा तर सीतामाईनंही ओलांडायची नव्हती, धानू कसा ओलांडणार?

घाबरून किंवा गोंधळून धानू थेट गुजरातीतच घुसला – ''पन तुमास्नी यकटं ठिवून जायाची ओडर न्हाई, त्येचं काय करायचं?''

हा गुजरातीतला प्रश्न ऐकून डोरोथी गोंधळली, पण त्यातल्या 'ऑर्डर' शब्दानं धानूच्या प्रश्नाचा साधारण अर्थ लक्षात येऊन ती म्हणाली, ''नो प्रॉब्लेम. यू गो.''

आता धानूसमोर आणखी नवी अडचण उभी. साहेबानं जे शिकवलं होतं, त्यात डोरोथीनं 'नो प्रॉब्लेम' म्हणायचंच नाहीये! तिनं तर 'एनी प्रॉब्लेम?' एवढंच बोलायचं होतं. धानूनं म्हटलं, ''त्ये तं मी म्हनायचं हाये, तुमी कुटं म्हनायचंय तसं?''

डोरोथीला एवढं गुजराती समजून घेत बसायचं नव्हतं. ती म्हणाली, ''नाऊ शट अप ॲन्ड गो. आय विल किक यू.''

धानूला सगळ्यात भीती डोरोथीला राग येण्याची असल्याने शेवटी हार खाऊन, थकून डोरोथीजवळ दुसऱ्या कोणालातरी बसवून त्यानं पॅन्ट घ्यायला जायचं ठरवलं. तो मालधारी तर त्याची गुरं सोडून डोरोथीजवळ बसायला तयार नव्हता. मग मी भेटलो तेव्हा धानूला नशिबानं हात दिल्यासारखं वाटलं.

सगळी हकिगत सांगण्यात मुस्तुफाला आणि ऐकण्यात मला, मजा तर आलीच, पण एक रितीनं संतोषही वाटला, जो मुस्तुफानं व्यक्त केला – ''चला ह्या समद्यानं यवडं तं जालं, की त्या दोगांमंदी यगळं कांई बोलनं तं जालं!''

आम्ही ह्या सगळ्या गमतीला हसत-हसत चालत होतो, तेवढ्यात आम्हाला जिथं जायचं होतं ती झोपडी आलीसुद्धा. झाप्यातून आत शिरायला मी जरा बिचकतच होतो. आईमाच्या झोपडीत गेलो होतो, तेव्हा लक्ष्मी माझ्या पुढे होती. त्यामुळे काही भीती वाटली नव्हती. इथं मालधाऱ्यांचे कुत्रे असतील असं वाटून मी मुस्तुफाला म्हटलं, ''तू पुढे जा. कुत्री असतील तर त्यांना मी नवखा वाटेन.''

''झोपड्यांमदी कुत्री घावनारच न्हाईत. गीरमदी कुत्रं ऱ्हाऊच शकत न्हाई. बिबट्या लगंच उचलंल.'' मुस्तुफा म्हणाला. आम्ही अंगणात प्रवेश केला. आवारातून कुठून तरी उकळून घट्ट होत आलेल्या दुधाचा छान वास आला, थेट आम्ही झाप्याजवळ उभे होतो तिथपर्यंत!

''या भाई,'' म्हणत एका प्रौढ रबारी (गुराखी) स्त्रीनं खाट आडवी केली. ''बसा, च्हा ठिवते.''

''आत्ता ह्या येळंला नको कडवीबेन, लगेच निगायचंच हाये आमास्नी,'' मुस्तुफा म्हणाला. कडवीबेननं जवळजवळ समोर उभं राहून आमचा रस्ताच अडवला न् म्हणाल्या, ''त्ये ठावं हाये. दोन मिलटं बसलात तर तिवड्यानं कांई उशीर न्हाई व्हनार. काना पेडं बनवतुया, जरा चाकून तर बगा, मंग जावा!''

असं म्हणून कडवीबेन झोपडीच्या उजव्या बाजूला लिंपलेली भिंत आणि जाड तिरक्या फांद्यांना टेकून उभ्या केलेल्या बांबूंवर गवत पसरून केलेल्या ओसरीकडे तोंड करून म्हणाल्या, "काना, तुजं जालं करून म्हंजी ये हकडं. मुस्तुफा न् त्येच्या बरूबर येक पावणं हायेत."

मी वाकून त्या ओसरीकडे बघितलं, तर लांब मोकळी गोठ्यासारखी जागा होती. तिथं एक तरुण वाटणारा माणूस मातीच्या चुल्यावर लोखंडाच्या कढईत उलथनं हलवत आमच्याकडे पाठ करून बसला होता.

"या, बसा. च्हा नसंल प्यायाचा, तर म्या ताक घिऊन येत्ये." म्हणत कडवीबेन झोपडीत गेल्या.

आम्ही खाटेवर बसलो. मी झोपडीच्या आवारात आजूबाजूला पाहिले, तर चारही बाजूंनी काटेरी कुंपणानं बंदिस्त केलेल्या स्वच्छ अंगणात एका बाजूला पाण्याचा हॅन्डपंप होता. एका बाजूला शेणामातीनं लिंपलेलं, कौलं घातलेलं लहान झोपडीसारखं घर. खोलीतली जमीन आणि चौकातही शेणामातीनं सारवलेलं होतं.

कडवीबेन आत गेल्या त्या लगेचच पितळेची चरवी आणि काशाच्या स्वच्छ चकचकीत लहान वाडक्या घेऊन आल्या. खाटेच्या समोर जमिनीवर बसून वाट्यांमध्ये ताक ओतता ओतता त्या म्हणाल्या, "मावा जालाच हाये, जरा वाइच चाखून जावा."

"मावा ऱ्हाऊन दे आता," मुस्तुफा म्हणाला, "उशीर व्हईल आमाला. जीप यईलच आत्ता."

आमचं ताक पिऊन होईपर्यंत कडवीबेन मुस्तुफाशी गप्पा मारत राहिल्या, मग ओसरीकडे तोंड करून म्हणाल्या, "काना! जालं का न्हाई तुजं? ह्यो भाय आल्याती त्यास्नी परत जायाचं हाये लवकर."

त्या ओसरीवर कढईजवळ बसलेल्या कान्हानं आमच्याकडे बघितलं न् म्हणाला, "जालाच हाये आता, यतूच हाये म्या तिकडं." बोलता बोलता त्यानं खव्याची कढई एका बाजूला उचलून ठेवली आणि कढई कापडानं झाकली. मग तो बसला होता तिथं बसल्या बसल्याच चुल्यातून लाकडं आणि निखारे काढून त्यांच्यावर पाणी ओतलं.

असं केल्यानं ठिणग्या उडाल्या त्याबरोबर राखही उडून माव्यात पडली असेल आणि कान्हाच्या तोंडावरही उडली असेल. मला हे जरा खटकलं. एकदा वाटलं, की कान्हाला सांगावं, लाकडं चुलीतनं जरा बाजूला ओढून आणि आपण दूर राहूनही विझवता आली असता. पण आपण तर आत्ता भेटलो आणि लगेच उपदेश करणं बरोबर वाटलं नाही.

मी ओसरीकडेच बघत होतो. बसल्या बसल्याच कान्हा आमच्याकडे वळला,

तेव्हा मला दिसलं, की त्याचे पाय बारीक आणि गुडघ्यात वाकलेले आहेत. लहानपणी पोलिओ होऊन असं झालं असणार.

मी उतावळेपणानं मगाशी काहीतरी बोलून गेलो नाही म्हणून जे बरं वाटलं, ते कान्हाचे पाय बघून बसलेल्या धक्क्याच्या खाली दबलं गेलं.

कान्हानं कढईची एक कडी पकडली आणि तो जमिनीवर घासटत बाहेर येऊ लागला. कढई त्याच्या अंगाला कोठे लागली तर त्याला भाजेल हे लक्षात आलं, तसा मी झटदिशी उठलो आणि म्हटलं, "अरे! तुम्ही तिथंच थांबा, आम्ही तिकडे येतो."

तेवढ्या वेळात कडवीबेननंच कान्हाकडून घेऊन कढई घरात नेऊन ठेवली. कान्हा हातांच्या मदतीनं जरा घासटत सरकत आमच्याकडे आला आणि आमच्या समोर धुळीतच बसला.

थोड्याच वेळात कडवीबेन बशांमध्ये मावा घेऊन आल्या आणि त्यांनी बशा आम्हाला दिल्या. गीरचे केसर आंबे मला माहीत होते. गीरच्या गाईंविषयीही ऐकलं होतं, वर्तमानपत्रात वाचलं होतं. आणि आता हे गीरचे पेढे. मी मावा खाऊन पाहिला आणि विचारलं, "तुम्ही विकण्यासाठी बनवता, का घरातल्या काही प्रसंगासाठी?"

कान्हानं उत्तर दिलं, "इकायसाटीच बनिवतो. आमच्याच म्हशींच्या दुधाचं पेढं बनिवतो. गीरमदलं दूध, तूप आनि पेढं, समद्या ठिकानी समद्यांना लय आवडतं."

त्याला दुजोरा देत कडवीबेन म्हणाल्या, "कान्हा सासणला जातो आनि इकून येतो. ह्यो माजा थोरला. ह्येला पाय न्हाईत, म्हून बसून बसून पेड्याचं काम करतुया. त्येच्या हातचं पेढं समद्यांना आवडत्यात. त्ये टूरिष्ट लोक तं खूप न्येतात."

मी साहजिकच विचारलं, "पेढे काय भावानं विकता?"

"पस्तीस रुपयांना अरदा किलो."

कढईमध्ये मावा अंदाजानं दोन-तीन किलोंहून जास्त नव्हता. रोज इतके पेढे झाले आणि ते सत्तर रुपयांना किलो या भावानं विकले गेले, तरीही उत्पन्न काही फारसं होत नसणार.

मुस्तुफाच्या मनातही माझ्यासारखाच विचार आला असणार, कारण तो म्हणाला, "कान्हा, जुनागड, राजकोटमदी पेड्यांना काय भाव मिळतो ठावं हाये तुला? तू सासणमंदी त्येच्या दिडीनं पैसं घ्येतलंस, तरीसुद्धा टूरिस्ट लोक गीरचं पेडं खुशीनं घेतील."

कान्हा काही बोलला नाही. असं वाटलं की तो कसल्यातरी विचारात गढलाय. मी त्याला म्हटलं, "मुस्तुफा म्हणतोय ते खरंच आहे. तुमचे पेढे तर उत्तम दुधाचे, स्वत: घरी बनवलेले, त्यामुळे महाग असले तरी लोक लगेच घेतील."

कान्हा माझ्याकडे बघत राहिला. काहीतरी जे बोलायचं होतं ते बोलावं, की

नाही असं वाटत असावं तसा खाली मान घालून बसला, मग पुन्हा वर माझ्याकडे बघितलंन आणि म्हणाला, "आपल्या हक्काचं मिळंल त्ये खावं, तुमी म्हन्ताय तसा टूरिष्ट बगून लोभ क्येला, तर ह्या जलमात पाय ग्येलंत, फुडच्या जलमात हातबी नसत्याल!"

मी स्तब्ध झालो. ही समज मनुष्यजातीच्या जाणिवेत कशी आली असेल? मी विचारात गढलेला बघून मुस्तुफा म्हणाला, "निगूया? मला अजून फुडं जायाचं हाये." मग काहीतरी आठवल्यासारखा पुढे म्हणाला, "तुमी पन चला बरूबर आन् कडेलीला उतरून जा. आज तिंतं जत्रेसारका मेळा हाये, मजा यील तुमाला."

"गीरमध्ये? मेळा?" मी आश्चर्यानं विचारलं.

"मेळा म्हंजी मोट्या गावातल्या जत्रंसारकं न्हाई. ह्याच्यामदी माताजीचं काईतरी असतंया, सग्यासोयऱ्यांना, दोस्तांना बलावत्यात. समदं जमतात, भजनं गात्यात, असं सगळं."

"म्हणजे तू पण तिथं जातोस?" मी विचारलं.

"मला जायाचं हाये केरंभाला. जीप हतं विसावदरच्या रस्त्यावर यील, तुमाला कडेलीला उतरवून आमी फुडं जाऊ, परत येताना तुमाला घिऊन जाऊ."

आम्ही झोपडीतून बाहेर पडलो. विसावदरच्या रस्त्यावर पोहोचत होतो, तेवढ्यात जीप आलीच. मागच्या सीटवर गार्ड्ससारखे दिसणारे तीन युवक बसले होते. मधली आणि ड्रायव्हरच्या जवळची सीट रिकामी होती. मुस्तुफा ड्रायव्हरजवळ बसला आणि मला मधल्या सीटवर बसवलं.

ड्रायव्हरनं डोळ्यांनी खूण करून मुस्तुफाला, 'मी कोण?' असं विचारलं, तेव्हा मुस्तुफानं सांगितलं, "टूरिष्ट न्हाईत, आनि परमीट हाये. त्ये नसतं, तं मी आणंन व्हय माज्याबरूबर?"

उत्तरादाखल ड्रायव्हरनं हसून मुस्तुफाच्या खांद्यावर थाप मारली आणि म्हटलं, "त्ये बी खरंच! पन अनोळखी मान्साला गाडीत बशिवताना आमाला इचारावं तं लागतंच ना? कोनी सायेब रस्त्यात भेटलं तं मला हिकडं यायलाच बंदी करंल!"

जीप पुढे निघाली. रेल्वेलाइनच्या डाव्या बाजूच्या रस्त्याला वळली आणि तासाभरानं एका तीन रस्त्यापाशी थांबली. आम्ही खाली उतरलो. मुस्तुफानं मागे बसलेल्या युवकांकडे इशारा करत म्हटलं, "ह्या समद्या नव्यानं साळंत आलंल्यांना बराब्बर सिकव बरं का रं! नोकरी नवी हाये, आनि जंगलामदी कुटं खलास नगं व्हायला!"

ड्रायव्हरनं उत्तर दिलं, "गीरमंदी आला म्हंजी सिकूनच जानार. तसा तं अबला बापा तरी कुटं सिकून आलावता?"

"अरं तू असं म्हन्तूयास व्हय, की ह्ये समदे अबू जाफरच्या सारके व्हतील असं हायेत? उग्गाच काय बी तरी बकू नगं. ह्या पोरांच्या डोक्यामदी हवा जाईल उग्गाच."

"समदे तं काई अबू जाफर व्हनार न्हाईत, पन येकादा व्हईलबी! म्या तं येवडंच म्हन्तोय की कोनीबी सिकून तं न्हाईच येत, हतं यिऊनच समदे सिकत्यात." ड्रायव्हर जीप घेऊन पुढे निघाला.

मी आणि मुस्तुफा चालू लागलो. मी त्याला विचारलं, "ही सगळी तरुण मुलं आत्ताच लागलीयेत नोकरीला?"

"हां. जुनं सिकारी रिटायर व्हत जातात, मंग ह्ये समदं नवं सिकारी घेतलं जातात." मुस्तुफा म्हणाला.

"शिकारी?" मुस्तुफानं त्या दिवशी माझ्याबरोबर चालता-चालता स्वत:साठी आणि आज त्या गार्डचं काम करायला आलेल्या नव्या पोरांसाठीही 'शिकारी' शब्द वापरला म्हणून मी विचारलं.

"सिकारी नाव तं नबाबाच्या टायमापास्नं चालत आलंय. त्या येळी सिकार व्हायाची. आमच्यासारकी मान्सं हाकारा करून स्हावजाला भाईर काडायची, म्हून आमालाच सिकारी नाव पडल्यालं. सिकाऱ्यानं हाकारं देऊन स्हावज भाईर निगालं, की नबाब आनि बरूबर आल्येलं सायेब बंदुकीनं मारायचं. हाकारा ऐकून समूर आलंल्याची सिकार करून लई फुशारायचं त्ये लोक."

"नवलच आहे." मी म्हटलं, "पण आता तरी तुम्हाला शिकारी म्हटलं नाही पाहिजे. गार्डचं काम रक्षण करायचं आणि त्याचं नाव शिकारी?"

"कायद्यापरमानं नोकरीला ठिवताना कागुद देत्यात तेच्यावर तं न्हाई 'सिकारी' लिवत आमाला; बीटगार्ड न्हाईतर फॉरेस्टर म्हन्त्यात." मुस्तुफा म्हणाला, "पन ह्ये नाव तं जुन्या टायमापास्नं चालत आलंय, तवां जुनं लोक 'सिकारी' म्हन्त्यात. आमचं हपिसर सायेब आनि टूरिष्ट तं आमाला 'गार्ड'च म्हन्त्यात."

"तुम्ही सगळे काठी घेऊन जाता आणि समोर सिंह दिसला, तर भीती नाही वाटत?" मी विचारलं आणि तेव्हाच मला रमजानाचा प्रसंग आठवला. तेव्हा वाटली होती तेवढी भीती मला आजपर्यंत कधीही वाटली नव्हती.

"असं तं भीती वाटलीच न्हाई पायजे. आमच्यात म्हन्त्यात ना, 'गीरमां गर मा अने गर तो डर मा' (भीती वाटत असेल त्यानं गीरमध्ये येऊ नये आणि आलं तर मग भिऊ नये.) म्हंजी बगा असं की, गीरमंदी आल्यावर स्हावजाचं भ्या ठिवायचंच न्हाई! स्हावजाचं भ्या वाटत ऱ्हाइलं तं गीरमंदी ऱ्हाताच न्हाई येनार. हां, आता येक हाये, की बिबट्यापास्नं सांबाळावं लागतं, त्याचा भरूसा न्हाई ठिवता येत." मुस्तुफा म्हणाला.

"म्हणजे तुझं म्हणणं, की सिंह हल्ला नाही करत, असं?" मी विचारलं.

"स्हावजाची गोस्टच येगळी. दुसऱ्या जनावरांपेक्षा त्येचा मान लई मोटा. त्येची मर्यादा सांबाळून ऱ्हावं लागतं. राजा हाये त्यो तर. त्येचा दरजा सांबाळून कोनी जर न्हाई वागलं, तं मंग आमी काय करनार? ही तर गीरची गोस्ट, येगळाच मामला हितला!"

"आत्तापर्यंत एखाद्या टूरिस्टला कधी काही झालंय?" मी विचारलं.

ह्या प्रश्नाला नीट विचार केल्याशिवाय काही उत्तर द्यायचं नसेल, तसा मुस्तुफा जरा गप्प बसला आणि मग म्हणाला, "आमी बरूबर असलो म्हंजे टूरिष्ट लोकांना तं गाडीतनं खाली उतरूच द्येत न्हाई. येकाद्या येळी स्हावजाला पिंजऱ्यामदी बंद करायचं आसंल, न्हाई तं मंग येकाद्या मोट्या मानसाला दाकवायचं आसंल, तवा शिकाऱ्याची आनि स्हावजाची दोस्ती किती हाये, त्येच्यावर समदं आसतं."

"पिंजऱ्यात कशाला बंद करावा लागतो?"

मुस्तुफा किंचित हसला, मग म्हणाला, "त्येला बरं नसलं आनि जुनागडला सकरबाग दवाकान्यात घिऊन जावं लागलं, न्हाई तं मंग कदी चुकीनं गावामंदी शिरला तं त्येला परत जंगलात घिऊन जायाला पिंजऱ्यात बंद करावं लागतंच ना?"

"आणि मोठ्या माणसाला दाखवायला?" मी पुन्हा खडा टाकून पाहिला.

मुस्तुफानं 'मी त्याची थट्टा तर नाही ना करत' अशा चेहऱ्यानं माझ्याकडे बघितलं आणि मग म्हणाला, "कितीबी मोटा मानूस असला, तरी पन न्हाई."

"तू म्हणालास ना मोठ्या माणसाला दाखवायचं असेल तेव्हा...."

"मी असं म्हनत व्हतो, की मोट्या मानसाला जंगलात घिऊन जाऊन दाकवायचं असंल, अशा येळी शिकाऱ्याची आनि स्हावजाची किती दोस्ती हाये, त्येच्यावर समदं असतं."

"तू बघितलंयस असं झालेलं?" मला मुस्तुफानं ह्याबद्दल जास्त काही अनुभव सांगायला हवे होते.

"पुस्कळ येळा! सिकारी तं जगतोच स्हावजांच्या बरूबर, तवां मंग दोगांमंदी मैतर असतं, दोगंबी एकमेकांची इज्जत करत्यात. स्हावजाची आपली हद असती, ती आपुन वलांडायची न्हाई." मुस्तुफा म्हणाला आणि हसला, मग जरा घसा खाकरून पुढे म्हणाला, "तुमास्नी सांगतो, म्या मघां येका मानसाची गोस्ट क्येली न्हवं? त्ये अबला बापा म्हून व्हते. त्या मान्साला स्हावजांची समदी बराब्बर जाण. त्यो समद्यांना वळकायचा, त्येनं येकेका स्हावजाचं नाव ठिवलंवतं. त्या नावानं त्येला बोलवायचा. धुळीमदल्या पायांच्या खुणा बगून वळकायचा, की ह्ये कंच्या स्हावजाची पावलं हायेत! यवडी त्येला जाणकारी. त्या अबला बापानं सांगितलं म्हून तं मला कामावर घ्येतलं."

“तर मग काय झालं काय होतं?” मी विचारलं.

“जालंलं असं, की तसं तं हितलं – गुजरातमदलं, गुजरातीच; पन मंग दूर दुसरीकडं कुटं ऱ्हात व्हतं, असं कोनी पावनं आलंवतं. सायबांनी अबला बापाला सांगितलं, की ह्ये आलंयत ना, त्ये मोटं कविराज हायेत. अबलाभाय, आलं ना ध्यानात? तुमी त्येंच्या संगं ऱ्हावा, आनि जीपमंदी नेऊ नगा. मला जमलं तं मी पन बरूबर यईन. आपुन माजी गाडी घिऊन जाऊ.”

“हं!” मी ऐकत होतो.

“कुटून गुजरातच्या भायेरून आलंवतं.” मुस्तुफानं परत सांगितलं.

ते कोण असतील ह्याबद्दल मला फारशी जिज्ञासा वाटली नाही. मी विचारलं, “मग?”

“मंग अबला बापानं मला बलावून घ्येतला आनि म्हनालं, ‘मुस्ता, तू बी चल सांगाती, तुजा हाकारा चांगला पडतो.’ म्हून मला बरूबर घ्येतला. त्ये पावनं, सायेब सोत्ता, अबला बापा आनि म्या. समूर अबला बापा बसलं. मदल्या सिटांवर पावनं आनि सायेब, आणि म्या मागच्या बाजूला चडून बसलो. सायेबांनी इचारलं, ‘अबलाभाय, सांगा– कुटं जायाचं म्हनता?’ अबला बापा म्हणाला, ‘कमलेसरकडं घ्या गाडी.’ ”

मुस्तुफा रंगात येऊन सांगत होता, मी हुंकार देत होतो. तो पुढे म्हणाला, “कमलेसर डॅमच्या अगदी जवळ आलोवतो आनि समूर बराब्बर रस्त्याच्या मंदीच स्हावज. तीन सिंहिणी आनि दोन बच्चे, असं चालत येत व्हतं. पावनं तं मंतरल्यागत बगतच ऱ्हाइलं!”

(मुस्तुफानं ‘पम्मर थई गया’ असे शब्द वापरले होते. त्याचा अर्थ ‘मंत्रमुग्ध’ ‘मंतरल्यागत’ हा मला बराच नंतर कळला. तेव्हा मात्र मी त्याला विचारलं. “पम्मर म्हणजे?” मुस्तुफाला माझा प्रश्न कळला नाही किंवा त्यानं रंगात आला असल्यामुळं दुर्लक्ष केलं. काही असलं, तरी पुन्हा तोच प्रश्न विचारून मला त्याच्या सांगण्यात व्यत्यय आणायचा नव्हता.)

मुस्तुफा म्हणाला, “पावनं सायबांना म्हनालं, ‘ओऽहोऽऽ! ह्ये तं नरसीं भगवान! (नृसिंहावतार) आपन परवानगी द्येत असला तं मला खाली उतरून पूजा करायची हाये!’ ” एवढं बोलून मुस्तुफा माझ्याकडे बघून हसला आणि म्हणाला, “अवं, त्ये तं काय इचारानं कोनाला ठावं, पन सोताची अगरबत्तीबी घिऊन आलंवतं.”

“मग?”

“सायबांची पंचाईत जाली ना!” मुस्तुफाला पुन्हा हसू आलं. “पन त्यांनी मोटं पावनं व्हतं तरी त्येंना पस्टच सांगितलं, ‘आपल्याला भले त्येच्यामदी नरसीं भगवान दिसत आसंल, पन जर का काई वाकडं तिकडं वंगाळ जालं, तं त्यो स्हावज, आपन

मोटं कविराज आहात, आनि म्या डीएफो (डिव्हिजनल फॉरेस्ट ऑफिसर) हाये, याचा इचार करनार न्हाई! तवां पूजा न् समदं आपुन न्हाऊन दिऊया.' "

मुस्तुफाच्या सांगण्याच्या ढबीनं मजा वाटून मला हसायला आलं. मुस्तुफाही हसला आणि मग पुढे सांगू लागला, "अशा त्या टायमाला अबलाभायनं सायबाला सांगितलं, 'आपुन गीरमदी ऱ्हातुया आनि आपल्या स्हावजामदी ज्याला नरसीजीचा अवतार दिसतुया असं पावनं आल्यात आनि त्यान्ला पूजा करायचीय ती न करता त्ये तसंच परत गेलं, तं मंग गीरमंदी अबू जाफरचा असून उपेगच काय? उतरून द्या तुमी पावन्यांना, मी दोगांच्या मदी उबा ऱ्हातो.' असं म्हनून अबला बापा खाली उतरलं आनि फुडं जाऊन स्हावजाच्या तोंडासमूरच जाऊन उबं ऱ्हाइलं.

"पावनं गाडीमदनं उतरलं. तितं गाडीजवळ पालथं पडून स्हावजाच्या पाया पडलं, धुळीचा ढीग करून त्येच्यामदी अगरबत्ती खोचत व्हते आनि अबलाभाई म्हनालं, 'पावनं, तुमी हिकडं या जवळ, या हतं या जवळ.'

"पर पावन्यांना जोखीम वाटली. त्ये म्हनालं, 'तुमी उबे ऱ्हाइलाय तितकं जवळ तं न्हाई येनार.' मंग गाडीपाशी बसूनच त्येंनी अगरबत्ती लावली. आता बोला! पावनं पुना गाडीत चडून बसलं, तोपोत्तर अबला बापा स्हावजाची वाट अडवून उबे व्हते."

एवढं बोलून मुस्तुफानं माझ्याकडे बघितलं आणि पुढे सांगितलं, "त्ये अबला बापा तितनं बाजूला न्हाई जालं तोपोत्तर त्यो स्हावज, सिंहिणी आनि बच्चे, तितल्या तितंच उबं ऱ्हाइलेलं. अबला बापा गाडीत बसल्यावर मंग त्ये समदं निगून ग्येलं. दोस्ती म्हना, मैतर म्हना, अशी असतीया."

गोष्ट सांगून होता-होता आम्ही कडेलीच्या झोपडीपाशी आलो. मुस्तुफा मला थेट झोपडीच्या झाप्याजवळ घेऊन गेला आणि त्यानं मोठ्यानं हाक मारलीन, "आईमा! ह्ये पावनं हायेत, त्येंना हतं सोडून जातोय."

"असं निस्तं पावन्यांना सोडून तू कसा निगून जातुयास? आज तं मेळा हाये, थांब तू पन." झोपडीतून आवाज आला.

मुस्तुफा थांबला नाही. म्हणाला, "मला तं लोकेसनवर जायाचं हाये."

।। ७ ।।

मी झाप्यापाशीच उभा राहिलो. बाहेर जरा दूर वडाच्या सावलीत खाटा टाकून काही पुरुष कशाची तरी चर्चा करत होते. झोपडीतून उतार वयाची एक स्त्री बाहेर आली. आणि माझं स्वागत करत म्हणाली, "ये भाई!"

मी हात जोडून जरा वाकून नमस्कार केला. लगेच माझ्या डोक्यावर हात ठेवत म्हातारी म्हणाली, "आई खोडियार (खोडियार हे अंबाबाईसारखंच देवीचं नाव) तुला करोड वर्सांचा करो."

मी तिला थट्टेनं म्हटलं, "कोणी तेवढी वर्षं जगलंय माजी?"

म्हातारी म्हणाली, "तू नाही जगलास तरी तुजा वंश जगत असंल, म्हंजी तूच जगलास म्हनायचं."

म्हातारीच्या बोलण्याचं मला हसू आलं आणि मी आणखी थट्टा करणार होतो, तोच मला 'तो आवाज' ऐकू आला– 'थोड्या वेळापूर्वी कान्हा जे म्हणाला आणि आत्ता ह्या माजींना जे म्हणायचंय ते त्यांना आत्ता अचानक बोलता-बोलता सुचलेलं नाही. माणसं सहजपणे असं बोलू लागली ते काय अलीकडे झालंय? ह्या पृथ्वीवर माणूसजात उद्‌भवली, विकास पावली आणि आज ज्या टप्प्यावर आहे तेथपर्यंत पोहोचली आहे. त्या संपूर्ण काळातल्या अनुभवांनी माणसांना काही सत्यं उमगली असतील आणि आज किंवा कधीतरी एखाद्या मनुवंशीच्या तोंडून त्यातलं एखादं बाहेर पडत असेल, असं नाही वाटत तुला?'

मी गप्प राहिलो.

मी उभा असल्याचं लक्षात येऊन झोपडीत डोकावत माजींनी जरा मोठ्यानं सांगितलं, "नागला, येक खाट घिऊन ये हिकडं ह्या सावलीत."

सुमारे दहा वर्षांचा एक मुलगा खाट घेऊन बाहेर आला. मी त्याला म्हटलं, "इकडे आण, ती सगळी वडाखाली बसली आहेत, त्यांच्याबरोबरच बसेन मी."

"या मग, तिकडं ठिवतो. " म्हणत नागलानं खाट तिकडे नेऊन ठेवली. तिथं

बसलेल्या दोघा-तिघा प्रौढ पुरुषांनी माझ्याकडे बघून हात उंच करत म्हटलं, ''एऽ राम राम! या, बसा इकडं.''

''राम राम!'' मी उत्तर दिलं आणि त्यांच्यापासून जरा अंतर ठेवून बसलो. त्या सर्वांची काही कौटुंबिक चर्चा चालली होती. मी गप्प बसून ऐकत राहिलो.

माझ्यासमोर बसलेला दुसरा एक माणूसही चर्चेत फारसा भाग न घेता ऐकत होता. अर्थात तो अगदी गप्प नव्हता, मधून-मधून कुठल्या तरी मुद्याला दुजोरा देत होता. त्या माणसाचे कपडे मालधारी माणसासारखेच पण जरा वेगळे होते. त्यानं चुडीदारवर केडिया घालण्याऐवजी लांब, गुडघ्याच्या जरा वर, असा कुडता घातला होता. (केडिया म्हणजे कमरेच्या जरा खालपर्यंत येणारा अंगरखा. कमरेशी घट्ट व खालचा भाग झालरीसारखाही असतो. कधी छातीवरचा भाग बाराबंदीसारखाही असतो.) तो मधून-मधून जेव्हा काही बोलत होता, तेव्हा त्याची भाषाही जरा वेगळी वाटत होती. कदाचित तो ह्या कुटुंबातला नसेल, मित्र किंवा माझ्यासारखा पाहुणा असेल.

मला बोलण्याची इच्छा असती, तरी मी त्यांच्या खासगी बोलण्यात पडणार नव्हतो. मी खाट जरा बाजूला सरकवली आणि माझं लहान स्केचबुक काढलं. चित्र आकार घेऊ लागलं. मी समोर बसलेल्या लोकांचं चित्र काढत होतो, तेवढ्यात नागला चहाची किटली आणि बशा घेऊन आला. त्यानं एकदा पाहुण्यांवरून नजर फिरवली आणि मग काही निश्चित क्रमानंच चहा द्यायचा असल्यासारखा एका पाठोपाठ एक पाहुण्यांच्या हातात त्यानं बशा दिल्या. आणि बशा ज्या क्रमानं दिल्या होत्या, त्याच क्रमानं त्यांमध्ये चहा ओतला.

माझा नंबर शेवटी आला. मला चहा देताना नागलाची नजर मी बाजूला सरकवलेल्या स्केचबुकवर गेली आणि त्यानं विचारलं, ''मला बघू द्याल?''

मी म्हटलं, ''होऽ! बस ना, पण चित्र पुरं झाल्यावर बघितलंस तर जास्त मजा येईल.''

''आत्ता पन मजाच वाटतीया.'' म्हणत नागला भराभरा रिकाम्या बशा गोळा

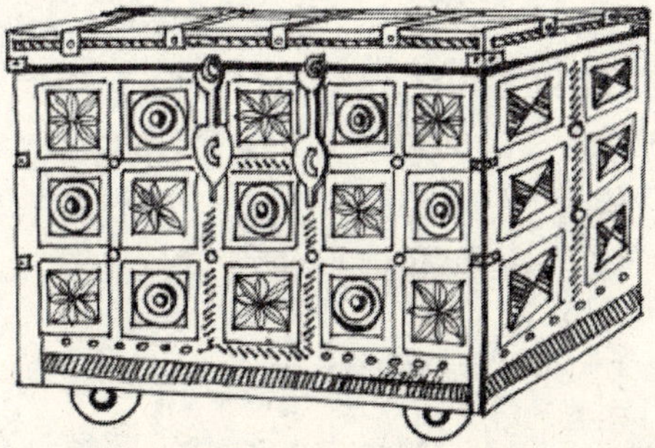

करू लागला. मग बशा आणि किटली आत झोपडीत ठेवून माझ्याजवळ येऊन बसला. थोडा वेळ तर तो गप्प बसून स्केचिंग बघत राहिला, मग म्हणाला, ''आत्ता आईमा येईल ना, तिला दाकवा, ती पन चित्तर काडती.''

''नक्की!'' मी म्हटलं, ''त्यांची चित्रंही बघू.''

नागलाला हसू आलं. म्हणाला, ''ती काही हितं चित्तर घिऊन न्हाई येनार. तिच्या घरी, तिच्या पेटाऱ्यात ठिवती. लीलापाणीला ग्येलात तर बगाया मिळतील.''

''लीलापाणीला तर मी गेलो होतो. तिथं तर आईमानं किंवा करमणनं कोणीच मला काही दाखवलं नाही.''

नागला जरा जरा हसत माझ्याकडे बघत राहिला, मग म्हणाला, ''आईमा काई अशीच दाकवंल व्हय? तिला इचारलं तर सांगल. तुमी तर कागदांवर चित्तर काडता पन आईमा तं कापडावर काडते, बोला!''

नागलाचं सांगणं ऐकण्यापलीकडे मी मध्ये काही बोलणार नव्हतो. जितकं जमेल तितक्या लवकर आईमांना भेटलं पाहिजे असं वाटून मी विचारलं, ''आईमा केव्हा येणारेत?''

''येवाना तं याया पायजे व्हत्या, पन कुटंतरी येळ लागला असंल.'' नागलानं उत्तर दिलं आणि आईमांच्या चित्रांबद्दल पुढे सांगू लागला, ''म्हाइतीय? आईमा चित्तर काडत्यात ना, ती तं राजकोटवालं सोत्ता यऊन, पैकं घेऊन जात्यात. बाणवाला अर्‌जुन, भीम, दरौपदी, क्रिष्ण भगवान समद्यांची चित्तरं काडत्यात आईमा, म्हाइतीय? दूऽर तकडं राजकोटच्या पल्याड ऱ्हानारे लोगबी इकत घ्येतात!''

नागलाला राजकोटचं महात्म्य खूप वाटत होतं, ह्याची मला मजा वाटली. मी म्हटलं, ''दूऽर तिकडं राजकोटमध्ये? इतक्या लांबवर विकली जातात? मग तर मला ती चित्रं बघायचीच आहेत. तू चल माझ्याबरोबर, आपण दोघं बरोबर जाऊ लीलापाणीला.''

''मला रस्ता नीट म्हाईत न्हाई. ग्येलोय तं खरा लीलापाणीला, पन रस्ता यवडा ध्यानात न्हाई.'' नागला म्हणाला, ''तुमाला बराब्बर ठावं हाये कसं जायाचं? नसंल ना, तर गीरमंदी काईबी सापडत न्हाइ. कोनी म्हाईतगार असंल ना त्येच्याबरूबर जायला पायजे. न्हाई तं जर का वाट चुकलो ना, तं मोट्टा लोचा झाल्याबिगर ऱ्हानार न्हाई.''

''ते तर कोणाला तरी घेऊ या बरोबर,'' मी म्हटलं.

नागला म्हणाला, ''त्येच्यापेक्षा उंद्याच्याला आईमा परत जाईल तवां तिच्या बरूरबरच जाऊया. तुमी बगाच तिची चितरं, मंतरल्यागत व्हऊन जाल!'' (नागलानंही इथं पुन्हा 'पम्मर' शब्दच वापरला होता.)

''पम्मर म्हणजे?'' सकाळी मुस्तुफाला विचारलेला प्रश्न मी आत्ता पुन्हा नागलाला विचारला.

"पम्मर म्हंजे..." मला आता कसं समजावून सांगावं ते नागलाला कळेना. जरा गप्प राहून मग तो म्हणाला, "मला बोलून नीट न्हाई सांगता येनार. थांबा, दाकिवतो." तो धावत झोपडीत गेला. नागला शब्दात सांगू शकला नाही असं काय दाखवणार असेल याचा मी विचार करत त्याची वाट बघत बसलो.

झोपडीतून एक मुलगी आली आणि मला काशाचा वाडगा भरून ताक देऊन गेली. ते पिऊन होत होतं एवढ्यात नागला परत आला. त्याच्या हातात लाकडाचा भोवरा आणि दोरी होती. आल्याबरोबर त्यानं खाटेसमोरची जमीन थोडी स्वच्छ केली आणि मला म्हटलं, "आता बगा, ह्या भवऱ्याकडंच बगत ऱ्हवा. दुसरीकडं कुटं बगायचं न्हाई, हां?"

"हो," मी म्हटलं.

नागलानं भोवऱ्याच्या भोवती दोरी गुंडाळली आणि बरोब्बर फिरकी देत तो जोरानं फेकला. थोडा वेळ इकडंतिकडं भिरभिरत भोवरा स्थिर झाला आणि एकाच जागी तंद्री लागून गुंगीत असल्यासारखा गिरक्या घेत राहिला. त्या क्षणी नागला म्हणाला, "भंवऱ्याला असं जालं म्हंजी तो 'पम्मर' जाला म्हनायचं. बगा, लागलीय ना त्येची 'समाध'?"

'समाध' म्हणजे समाधी हा शब्द हा लहानसा मुलगा वापरत होता. समाधी लागणे म्हणजे परमात्मचिंतनात तद्रूप होणे, ह्या अर्थानंच, जाणीवपूर्वक नसला तरी समजूनच, हा मुलगा अगदी सहजपणे तो वापरत होता.

लहानपणी आम्ही भोवऱ्यानं खेळत असू. अजूनही भोवरा हातात आला, तर फिरवावासा वाटतो, पण त्याच्या गरगर फिरण्याच्या संदर्भात माझ्या मनात हा शब्द कधीच आला नव्हता. कमाल म्हणजे गीरच्या ह्या जंगलसदृश भागात राहणाऱ्या ह्या

मुलाच्या मनात ही जी साधीसरळ समज आहे, त्याची मी आजवर कधी कल्पनाही करू शकलो नव्हतो.

पण मुस्तुफा आणि नागला ती करू शकतात. अगदी सहजपणानं, ह्या गरगर फिरता-फिरता एका बिंदूवर, जागेपणी तंद्रीत असेल तशा डोलणाऱ्या भोवऱ्यामध्ये – एका निर्जीव लाकडी खेळण्यात ते ही अवस्था बघू शकतात, दाखवू शकतात, ओळखू शकतात; आणि त्यातूनही विशेष म्हणजे एखादं अद्‌भुत दृश्य बघून काही क्षण होणारी जी मन:स्थिती असते तिच्याशी ह्या अवस्थेची तुलना करू शकतात.

नागलाचा भोवरा फिरायचा थांबला तोपर्यंत तो आणि मी एकटक त्याच्याकडे बघत राहिलो. मग नागलानं भोवरा उचलून चड्डीच्या खिशात ठेवला आणि जाता जाता मला म्हणाला, "आता समजलं ना तुम्हाला?"

त्याला उत्तर देऊ शकण्याइतकं मला अजून 'समजलं' नव्हतं, पण तरी मी म्हटलं, "हां!"

आणि तेव्हाच मला हंसाची आठवण झाली. ती म्हणाली होती, "पारवे उडून जात्यात, व्हीर उडून गेल्याली पाह्यलीय कदी?"

ह्या असीम ब्रह्मांडात कोणाला, कोठे, केव्हा आणि कसं सत्याचं दर्शन होईल, ते सांगता येणं अवघड आहे. निर्जीव वस्तूंमध्येही सजीवांसारख्या मानसिक अवस्था बघू शकणारी माणसं जर सिंहिणीबद्दल 'त्या बाया' किंवा 'दुसरी एखादी बाई' असे शब्द वापरत असतील तर माझ्या लक्षात आलं पाहिजे, की हा फक्त भाषेचा प्रश्न नाही, त्यांना तसंच वाटतं! होय, त्यांचा तसाच विश्वास आहे – पूर्णपणे समजून उमजून, साधं सरळ सत्य म्हणून स्वीकारून विश्वास आहे.

ज्या लोकांना असा विश्वास वाटतो, त्या लोकांना असं काही समजलं आहे, ज्यामुळं त्यांना सर्व प्राण्यांमध्येच नव्हे तर निर्जीव खेळण्यांमध्येही, डोंगर-दऱ्यांमध्येही चैतन्य बघण्याची दृष्टी येते. भोवतालच्या जगातील एकूण एक वस्तूंमध्ये चैतन्य बघण्याची त्यांची वृत्ती त्यांच्यासाठी नैसर्गिक आहे. माझ्या चित्रांमध्ये मी ही वृत्ती, ही दृष्टी आणू शकलो नाही, तर मला सोपवण्यात आलेलं काम मी उत्तम पार पाडू शकेन?...

मी अजून अशा विचारांमध्येच गढलो होतो, तेवढ्यात वडाखाली बसलेल्या लोकांमध्ये हालचाल जाणवली. काही जण उठून उभे राहिले आणि काही वाकून वडाच्या मागच्या बाजूला बघत बसून राहिले. उभे झालेल्यांपैकी एकानं जरा पुढे जाऊन म्हटलं, "जय माताजी! येऊन पोचलात खऱ्या आईमा, अं?"

"समद्यांना तुमाला जय माताजी! पोचलं तं पायजेच ना भाई?" आईमांचा आवाज आला. "ही कुडी हाये तंवर पोचनंच, मंग कुटं पोचायचं?" मग पुढं म्हणाल्या, "दुधाचा टेम्पो मिळाला वाटंत, तवां मंग येता आलं, न्हाईतं नस्तं जमलं."

आईमांचा आवाज ओळखून मी उठून उभा राहिलो. वडाकडे जाऊन बघितलं, तर आईमा समोर उभ्या राहिलेल्या माणसांचे हात क्रमाक्रमानं आपल्या हातात घेत स्वागत स्वीकारत होत्या. आईमांच्या बरोबर मागे भरतकाम केलेली पिशवी हातात घेऊन सांसाई उभी होती.

मी समोर जाऊन आईमांना हात जोडून नमस्कार केला. त्यांनी माझ्या डोक्यावर हात ठेवला आणि सांसाईचा हात पकडून त्या झोपडीकडे चालू लागणार, तेवढ्यात सांसाईनं ती पिशवी आईमांच्या समोर धरली.

आईमा थांबल्या. पिशवीतून एक लांब सरळ मूळ आणि लहान पानं असलेलं रोप काढून तिथं उभे असलेल्या पुरुषांसमोर धरलं, आणि म्हणाल्या, "हे बघितलंत?"

कोणी काही बोललं नाही. आईमांना काय म्हणायचंय ते मला समजलं नाही. मला तर वाटलं की आईमा त्या रोपाचा घरगुती औषध म्हणून किंवा दुसरा काही उपयोग सांगणार असतील. त्या काय सांगतायत ते ऐकायला मी जरा पुढे गेलो. आईमांनी जरा कडक आवाजात पण हळू आणि स्पष्टपणे बोलत विचारलं, "ह्या आपल्या हितल्या जमिनीत ह्ये आदी कदी बगितलंवतं?"

"न्हाई. ह्ये उगवाया लागलंय दोनेक वर्सांपास्नं." एका मालधारीनं उत्तर दिलं.

आईमांनी सगळ्यांकडे बघितलं. त्यांचा चेहरा जरा कठोर झाला आणि त्या म्हणाल्या, "हतं जलम ग्येला माजा पन आत्तापात्तोर हतं गीरमदी कुंवाडिया (एक लहान झुडपाची जात) उगवत्यात, वाडत्यात असं म्या ऐकलं न्हाई का बगितलं न्हाई. दोन वर्सं जाली उगवाया लागून ह्येपन मला कोनी सांगितलं न्हवतं. आज टीम्पातनं उतरून चालत आलो तवां बगत बगत आल्ये, तं समदीकडं कुंवाडिया न् कुंवाडिया!" एवढं बोलून आईमा सांसाईच्या आधारानं चालू लागल्या आणि जाता जाता बजावल्यासारख्या स्वरात म्हणाल्या, "गीरला खपनार न्हाई, आवडनार न्हाई असं काम न्हाई क्येलं त चांगलं."

आईमाचं बोलणं ऐकून सगळे एकमेकांकडे बघत राहिले. शेवटी आईमा दूर गेल्यावर कोणीतरी म्हणालं, "आता त्या तिकडं कुंवडिया उगवला, त्येला आपन काय करनार?"

एक वयस्क माणूस मात्र म्हणाला, "आपुन काय करनार म्हून असं सटकायचं? ह्ये तं न्हाईच बराबर. अरं बाबा, काई न्हाई करता आलं, तरी ही आपली चूक तं हाये, ह्ये वंगाळ हाये ह्ये तं कबूल करायाच हवं ना?"

गीरमध्ये कोठेतरी काही वेगळी रोपं उगवली, तर त्यात लोकांची काय चूक असू शकते, हे कोणालातरी विचारावंसं वाटलं. पण त्या सगळ्यांची जरा गरम चर्चा सुरू झाली होती.

कोणीतरी म्हणालं, "ह्यो समदा कारबार सांसाईचा. तिनंच आईमांना काईतरी सांगितलं

आसनार. न्हाईतर आईमा कंदी बी कोनाला बी रागं भरल्यात, का काई बोलल्यात?''

ह्या प्रदेशात कुंवाडियाची रोपं उगवल्यानं आईमांना काळजी वाटायला लागली आहे, हे माझ्या लक्षात आलं आणि त्यांच्या बोलण्यात थोडा ठपका होता, तसंच आदेशही होता असंही वाटलं. समजलं नाही ते हे, की कुंवाडिया वाढला म्हणून आईमा ह्या लोकांना का रागावल्या?

ह्या लोकांना विचारलं तरी स्पष्ट उत्तर मिळण्याची शक्यता कमीच होती. आईमांना विचारलं तरच सविस्तर स्पष्टीकरण मिळालं असतं.

मी मनाशी ठरवलं, की आईमांनाच भेटायचं, त्यांच्याशी बोलायचं. ती रोपटी बघून त्यांना का काळजी वाटतेय तेही विचारायचं होतं. असा विचार करत असतानाच 'तो' गूढ आवाज ऐकू आल्यासारखं वाटलं – 'आईमांनी गीरला 'खमा' म्हटलं त्याचं कारण विचारलं नाहीस. ह्याबद्दलही विचारावं लागणार नाही. बोलता-बोलता कदाचित आपोआपच समजेल.'

आईमा किती दिवस राहणार आहेत ते मला माहीत नव्हतं. मी आत झोपडीत जायला उठत होतो तेवढ्यात मुस्तुफा येऊन पोहोचला आणि म्हणाला, ''चला, घरी जाऊन पोचायचंय ना?''

माझं सामान अजून चहाच्या हातगाडीजवळच पडलं असेल. सासणलाच गेलं पाहिजे. मी मुस्तुफाबरोबर उतारावरून खाली आलो.

मुस्तुफाच्या घराची एक जास्तीची खोली, घरापासून स्वतंत्र अशी, अंगणात बांधलेली होती. लहानशा पण दोन बाजूंना खिडक्या असलेल्या आणि भोवताली मोठाली झाडं असलेल्या त्या खोलीत राहायला छान वाटलं असतं. जराशी अडचण झाली असती, पण तरीही आवडलं असतं. मी भाड्याबद्दल विचारलं, तर मुस्तफा, ''अजून या तर खरं ऱ्हायला, आवडलं तुमाला आनि जास्त दिवस ऱ्हानार असलात तर मग ठरवू.''

मी फार वाद घातला नाही. माझ्या जवळ स्लीपिंग बॅगखेरीज अंथरायला आणि पांघरायला फार काही नव्हतं. ॲल्युमिनियमच्या फ्रेमवर विणलेली बाज मुस्तुफानं आणून ठेवली. 'पांघरूण हवंय का?' विचारलं, पण माझ्याकडे स्लीपिंग बॅग आहे त्यामुळं फार जरुरी नाही पडणार असं सांगून मी 'नको' म्हटलं, तरी पण मुस्तुफा एक चादर देऊन गेलाच.

कडेलीच्या झोपडीतून लगेच परत यावं लागलं ते मला फार आवडलं नव्हतं. मला तिथल्या मेळ्यातली पूजा आणि इतर विधी सगळं बघायचं होतं. त्यांची पूजेच्या वेळची गीतं ऐकायची होती आणि मुख्य म्हणजे आईमांकडून कुंवाडियाबद्दलची माहिती मिळवायची होती.

सांसाईलाही भेटायचं होतं. कोणीतरी 'सांसाईचा कारभार' का म्हटलं, तेही

विचारायचं होतं. मेळा किती दिवसांचा असतो ते मला माहीत नव्हतं.

मी बाहेर येऊन मुस्तुफाला विचारलं, ''कडेलीमध्ये त्या लोकांचा मेळा किती दिवसांचा असणार आहे?''

''त्यो तर एक दिसाचा. रातचं रास खेळत्याल. दुसऱ्या दिवशी माताजींचं विसर्जन करत्याल, म्हंजी संपलं. मालधाऱ्यांना जास्त दिसांचा मेळा करायला जमनारच न्हाई. जास्त दीस ऱ्हाइलं तं त्यांच्या गुरांचं हाल व्हनार. पुस्कळ जण तं अर्ध्या रातचंच परत जात्याल.''

''म्हणजे उद्या सगळेच जातील? आईमा पण?'' मी परत विचारलं.

''त्ये तं आता तितं जाऊन इचारलं तं समजनार. हितं मला काय ठावं कोन जानार न कोन ऱ्हानार? आईमा ऱ्हायच्या असतील. त्येंची मुलं समदं काम सांबाळत्यात, तवां त्यांना गुरांची फिकीर न्हाई ना!''

मुस्तुफाला जास्त विचारत बसायचं सोडून मी मनाशी ठरवलं, की आईमा कडेलीतच असल्या, तर उद्या सकाळी मी पुन्हा कडेलीला जाईन.

''बाजारात चक्कर मारून येतो.'' असं म्हणून मी पोटपूजेसाठी हॉटेलकडे निघालो. बाजारात अजून झगमगाट होता. सबंध अभयारण्यात एवढा उजेड फक्त येथेच असेल. मी एका होटेलमध्ये गेलो आणि भाजीपोळी मागवून वाट बघत बसलो. उद्या सकाळी लवकर येता आलं तर दुधाच्या टेम्पोमधून किंवा कोणाची तरी मोटरबाइक मागूनसुद्धा कडेलीला जाऊन यायचा विचार नक्की करत मी टेबलावर आलेलं जेवणाचं ताट पुढे ओढलं.

॥८॥

सकाळी अंघोळही न करता बसस्टॅन्डवर पोहोचलो, तर दूधवाले त्याच्याही आधी निघून गेलेले. आता एखाद्या फॉरेस्टरच्या किंवा टूरिस्ट जीपची लिफ्ट मिळाली तर, किंवा कोणाची बाइक मागून घेतली तर कडेलीला जाता येणार होतं.

मी चहाच्या गाडीवर चहा आणि नाश्ता मागवला. चहा तयार होऊन टेबलावर यायच्या आधीच समोर आलेल्या छकडा रिक्षातून काल कडेलीला बघितला होता, त्या अनोळखी माणसाला उतरताना बघितलं. त्याचंही लक्ष माझ्याकडे गेलं. मी हात हलवला, तसा त्यानंही हात उंच केला आणि तो माझ्याकडे आला.

मी म्हटलं, "या, चहा घ्या."

तो हसून म्हणाला, "मी तं घरी पोचंन तितं च्हा तय्यारच असंल!"

"घरी पोचायला तर वेळ लागेल ना?" त्याचं घर कुठं आहे मला ठाऊक नव्हतं तरी मी उगीचच म्हटलं.

"येळ तं कशाचा?" तो म्हणाला, "सासणच्या भाईर पडलो, की मेंदयडा रोडनं मावळतीच्या बाजूला खाली उतरलं, की पाचशे मीटरवर आमची झोपडी. रस्त्यावर उतरलो असतो, तर येवाना घरी च्हा पीतच असतो. पन ह्ये तं काय की, कोनाची गाडी जुनागड जानार असली तर इचारायचं व्हतं, म्हून मंग हितं उतरलो. आईमा न् त्या रोडवर उतरल्या, त्या समद्या आत्ता घरी पोचन्यातच असत्याल."

"आईमा इथं आल्यायत?" मी एकदम विचारलं आणि पुढं म्हटलं, "मग तर मला त्यांना भेटायला यायचंय."

"तं मंग चला. ह्ये जरा एकदोगांना जुनागडचं इचारून येतो, मंग जाऊया." एवढं सांगून तो पुढं गेला. जाता जाता म्हणाला, "हितंच बसा. ह्ये मी आलोच, मंग जाऊया."

मी चहा-नाश्ता संपवला, तेवढ्यात तो आला. मी विचारलं, "झालं गाडीचं काम?"

"आज तं जमलसं न्हाई. आता उद्या जाता येईल न्हाईतं मंग दुपारचं एसटीमदी

जाऊ. घरी जाऊन मंग नक्की करू. चला, निगूया.''

मी त्याच्याबरोबर निघालो. बाजारातनं बाहेर पडता पडता तो म्हणाला, ''मी चवथीत शिकत व्हतो तवां ह्ये आपुन चाललोय ह्या रस्त्यातनं स्हावज गावात शिरलावता न् मंग भाईर निगून ग्येलावता. बस, त्येंच्यानंतर कदी सासणमंदी स्हावज बगितला न्हाई!''

एवढ्या भरल्या गर्दीच्या बाजारात सिंह आला होता हे ऐकून मला नवल वाटलं. मी विचारलं, ''इथं? सासणच्या बाजारातनं?''

''त्या वेळी असा बाजार कुटं व्हता? बस – ह्ये सिंहसदन आनि दोन-तीन टपऱ्यांसारकी होटेलं. मानसं खूप कमी यकाद-दुसरं टूरिस्ट असलं तं असायचं.''

गप्पा मारता मारता आम्ही हीरणच्या पुलावरून पुढे गेलो. खडकाळ, काळ्या दगडांचं पात्र असलेली मनमोहक हीरण जणू गावाला मिठी मारू बघत असेल तशी सासणच्या भोवतालून जाते. वरच्या बाजूनं येणारं तिचं पारदर्शक पाण्याचं पात्र विसावदर बाजूला जाणाऱ्या रेल्वेच्या पुलाखालून वाहात सासणला पोचतं. तेथून सासणच्या भोवती अर्धी प्रदक्षिणा चालत, मेंदरडाला जाण्याच्या रस्त्याखालून जात सागराकडे वाहात जाते. अजून तर पाणी बरंच होतं आणि वाहातं होतं. उन्हाळ्यात कदाचित तिचा प्रवास थोड्या पुढे जाऊन मग थांबत असेल.

काठाशी कपडे धुवत असलेल्या बायका, तेथून थोड्या अंतरावर उथळ पाण्यात मजेत पडलेल्या किंवा बसलेल्या म्हशी, कुठे-कुठे लहान-लहान खोल खड्ड्यांसारख्या भागातल्या पाण्यात डुबक्या मारत अंघोळी करणारी लहान मुलं. पुलावरून जाता जाता हे सगळं मी बघतच राहिलो आणि ठरवलं, की परत येताना इथं अंघोळ केली पाहिजे.

झोपडीपर्यंत पोहोचलो, तर काटेरी कुंपण घातलेल्या अंगणात खाटा घालून ठेवलेल्या होत्या. समोर एक ओसरी आणि तीन खोल्या. सारवलेल्या अंगणात आठ-दहा कोंबड्या दाणे टिपत होत्या. दुसऱ्या बाजूला आईमा आणि एक बाई बसल्या होत्या. माझ्या बरोबरच्या माणसाला बघितला तशी ती बाई आईमांना म्हणाली, ''घ्या, आला तुमचा ल्येक.''

आईमा आमच्याकडे वळल्या आणि त्या माणसाकडे बघून म्हणाल्या, ''जुसब, ठरलं काय रं कांई?''

मालधारींमध्ये जुसब? मला नवल वाटलं. मला वाटायचं, की मालधारी हे चारण, आयर किंवा रबारी जातींचेच असतात.

आईमा बसल्या होत्या तिकडे जात जुसब म्हणाला, ''उद्यापर्यंत एमदभाय जात्याल असं हाये. न्हाईतं तुमी म्हनत असला तं दुपारच्या एस.टी.मदी बसून जाऊ.

आन् न्हाई, तं आजच्या दिवस हितं ऱ्हावा.''

आईमा काही उत्तर देणार त्याच्या आधीच मी सांसाईला घरातून अंगणात येताना बघितली. बाहेर येता येता ती म्हणाली, ''एऽऽ म्या आईमाला एस.टी.मदनं न्येनार न्हाई. आमी हितं ऱ्हाऊ येक दिवस. तू सांजचा जाऊन एमदभायबरूबर पक्कं करून ये आनि दाक्तरला पन फोन करून टाक. उंद्याच्याला येनार आहोत असं सांगा.''

जुसबनं उत्तर दिलं, ''आपन आलावाणीला ऱ्हात व्हतो तवां व्हतीस तश्शीच अजून हुकूम करतियास तू तर! चला, आत्ताच परत जाऊन येतो, सांजपोत्तर तुज्या जिवाला चैन न्हाई पडायचं न्हाईतर!'' असं म्हणून जुसब कोपऱ्यात पडलेल्या मोटरसायकलकडे वळला.

''पन च्हा तरी पिऊन जावा!'' ती बाई म्हणाली. जुसबनं आणि मी तिथं उभ्याउभ्याच चहा घेतला, मग एक खाट माझ्याकडे ढकलत तो म्हणाला, ''बसा, म्या जाऊन यितो.'' आणि गेला.

मला सरळ आईमांजवळ जाऊन बसायचं होतं, पण घराचा मालक मला खाट देऊन त्यावर बसायला सांगून गेला होता म्हणून मी तिथंच बसलो आणि म्हटलं, ''आईमा, डॉक्टरकडे काम असलं, तर उशीर नाही करू. आजच जावं. हवं तर खास गाडी ठरवून घेऊन येतो, काय झालंय तुम्हाला?''

आईमा उत्तर देणार त्यापूर्वीच सांसाई माझ्याकडे वळून म्हणाली, ''त्ये तं हाये ना, तिला काळ्या भुतानं झपाटलंया. पन मला समदी भुतं उतरवता येत्यात, तू नगं चिंत्या करू. बोल, आता बोलायचंय काई?''

सांसाईच्या बोलण्याच्या तऱ्हेचं जुसबच्या बायकोला जरा हसायला आलं, पण हसू दाबून ती म्हणाली, ''तू तरी सांसाई, जरा मानूस बगून तरी बोलावं. ह्ये तुज्या भायचे पावने हायेत यवडा तरी इचार कर!''

सांसाई मला तांब्या भरून पाणी द्यायला येता येता म्हणाली, ''ह्यो काय जुसबचा पावना न्हाई. कोनाचाच पावना न्हाई.'' आणि मग मला तांब्या देऊन फक्त मलाच ऐकू येईल इतक्या हळू ती पुटपुटली, ''गीरमंदी रिकामट्येकडा फिरतुया.''

मी चमकून तिच्याकडे पाहिलं तर तिनं चेहरा आईमांकडे वळवला. मी पाणी पिऊन तांब्या परत देता देता तसंच पुटपुटलो, ''नाहीतर काय इथं झोपडीत राहून तुझ्या म्हशी चारायला नेऊ?''

मला वाटलं होतं की असं बोलणं ऐकून सांसाईला राग येईल आणि ती भांडायला उठेल, पण तिनं तसं काहीच केलं नाही. माझ्या हातातला तांब्या घेतला न् जाता जाता म्हणाली, ''तुला समजून घ्यायचं असलं, तं घ्ये. आनि न्हाई, तं काय हवं त्ये कर.''

म्हणजे मग सांसाईनं मला रिकामटेकडा म्हटलं होतं. तो ठपका ठेवलेला होता, का खरोखरीच तिला काहीतरी सांगायचं आहे? कदाचित ती जे म्हणाली ती थट्टा नव्हती, चक्क टोमणाच होता.

सांसाईची बोलण्याची पद्धत ही अशीच आहे. तिचीच एकटीची नाही, मी इथल्या इतरही लोकांना अशा पद्धतीनं बोलताना ऐकलं आहे. त्या दिवशी रवीबापूंनी त्यांच्या बोलण्यात चूक आहे हे लक्षात आल्यावरही 'स'च्या उच्चाराबद्दल सांसाईला कसं म्हटलं होतं? आणि सांसाईनं लगेच उत्तरही कसं दिलं होतं. ज्या उत्तरामुळंच मी येथे उच्चारला जातो तसा स्ह लिपीत आणण्याचा प्रयत्न केला.

आज हे असं बोलूनही सांसाईनं स्पष्ट काही सांगितलं नाही. वर आणखी मला 'काय हवं ते कर' असं सांगितलंन. माझ्या लक्षात येऊन चुकलं होतं, की सांसाई आता जास्त काही सांगणार नाही. टोमणा परतवायचं माझ्यावर सोडून ती घरात निघून गेली होती.

आत्ता आत्ता ती काय म्हणाली किंवा मी काय करावं ह्याचा विचार करत बसण्यापेक्षा आईमांच्या तब्येतीची चौकशी करणं मला जास्त आवश्यक वाटलं. मी जागचा उठून आईमांजवळ गेलो आणि विचारलं, "कशा आहात आईमा?"

"मजेत आहे बेटा!" आईमांनी माझ्याकडे बघत मला जवळ बसायला जागा करून दिली. मी बसलो, तशा त्या म्हणाल्या, "ह्ये बग, तुज्या आईमाला कदीबी दाक्तरकडं न जाता चारदा वीस-वीस न् वर तीन यवडी वर्सं जाली. आता जरा कुटं डोळ्यांनी कमी दिसलं, तवड्यानं तं भूरी मागं लागली, की 'चला जुनागड. मोतिया (मोतीबिंदू) आसंल, न्हाईतं चस्मा असंल तं चस्मा करून आनू, म्हून."

"भूरी?" मी विचारलं. मी भूरीला ओळखत नव्हतो.

"भूरी म्हंजी ही सांसाई. ही जलमली तवां रडलीच न्हाई. तिला स्वासच न्हवता घ्येता येत, समदी आख्खी भूरी (निळी) पडलीवती. म्हून भूरी नाव पडलंवतं. लहान व्हती तवा आमी समदे भूरीच म्हनत व्हतो. मंग सांसाई नाव तं तिच्या करनीनं पडलं."

"करनी?" करणी वगैरे शब्दांमध्ये मला नकारात्मक भावना जाणवतात. माझ्या तोंडून निघालं, "त्याच्यात करणी कसली? चांगलं तर आहे की सांसाई नाव."

आईमा माझ्याकडे बघत राहिल्या. मग म्हणाल्या, "व्हय तर, नाव तं चांगलंच हाये आनि ती सोत्ता तरी कुटं वाईट हाये? नावासारकीच दिसतीया न्हवं? क्येवडा पन मोटा सायब असला तरी त्येला चार गोस्टी सुनावंल असी तं हाये!"

"तुमच्या बोलीमध्ये सांसाई म्हणजे तापट स्वभावाची?" माझ्या सांसाईच्या अनुभवांवरनं मी हसत हसत विचारलं.

आईमांनाही हसू आलं. "न्हाई, आमच्या का कोनाच्या बी बोलीमदी सांसाई म्हंजी सांसाई – आई खोडियारची भईन."

"खोडियार माताची?" हे मी नवीनच ऐकत होतो.

"हां. मालधारी चारण मामडिया आणि त्याची घरवाली देवळबा, ह्यांची लेक. देवळबाचं दुसरं नाव मीणबाई असं पन व्हतं. तिच्या मुली, समद्या मिळून सात भइनी. त्येंच्यामंदी समद्यात मोटी आवड, मंग जोगड, तोगड, बीज, होल, सांसाई आनि सातवी सोत्ता खोडियार." एवढं सांगून जरा थांबून आईमा पुढे सांगू लागल्या, "खोडीचंबी खरं नाव तं जानबाई. जानबाई पाताळामदी गेलीवती. सुरई आनाया चामड्याची, तवा पडली न् तिचा पाय मोडला, तवाधरनं आई जानबाईचं नाव लंगडी म्हंजी खोडी असं पडलं, त्येच्यावरनं मंग 'खोडल', 'खोडियार' नावं पडली. असं मानसाचं नाव त्येच्या नसिबानं पडतं."

आईमांच्या गोष्टी ऐकायला मजा येत होती. आणखी ऐकत राहिलो असतो तर खोडियार माताचा इतिहास समजून घेता आला असता, पण आत्ता तर मला सांसाईच्या वर्तमानकाळात जास्त रुची होती.

मी विषय बदलून सांसाईबद्दल काही विचारणार त्याच्या आधीच आईमा सांगू लागल्या, "मंग ही भूरी अशी गरम डोक्याची व्हईल असं बगितलं, तवां तिच्या बापानं तिचं नाव सांसाई ठिवलं."

मला धानूची आठवण झाली. त्यानंही सांसाईबद्दल असंच मत व्यक्त केलं होतं. मी काही विचारणार त्याच्या आधीच जुसबची बायको आईमांच्या म्हणण्याला दुजोरा देत म्हणाली, "बगा ना! तुमास्नी पन थेट कडेलीपास्नं हितं वढून घिऊन आली न्हवं?"

आईमांना हसू आलं. म्हणाल्या, "उगाच जिद करून बसलीया. काल माताजी बशिवल्या तितं रांगुळी काडत व्हते. तवां डोळ्यांना जरा बराबर दिसलं न्हाई, तेवड्यानं जिद धरून बसलिया, की चला दात्तराकडं, डोळं तपासून आनूया. मला म्हातारीला आता कसलं ओषद न् काय? चारदा वीस-वीस वर्सं व्हऊन वर आन्खी जाली आता ग्येला जीव तरीबी कुटं बिगडलं? आनि डोळं काई पार कामातनं गेल्याती असं तं न्हाय, मंग कशापाई तरास घ्येतीय ही?"

"घरातल्या मोठ्या माणसांची काळजी तर वाटनार ना तिला?" मी म्हटलं.

"अरं ह्ये बग, सांगत्ये तुला, की मी तिच्या घरची कोनी बी लागत न्हाई." आईमा म्हणाल्या.

सांसाई आईमांच्या काही नात्यातली नाही, तर मग कोण आहे? एकदा वाटलं की ती कोण आहे हे विचारूनच घ्यावं... पण सांसाई तिथं असताना? नाही रे बाबा!

आईमा त्यांचं राहिलेलं आधीचं बोलणं पुरं करायला सांगू लागल्या, "ईनें गय्रना पाणाथी लयने माणांस्हुधीना स्हौनी संत्या. (तिला गीरमधल्या दगडांपासून

माणसांपर्यंत सगळ्यांची चिंता.) गीरमदी कुंवाडिया दिसला तरी माज्यापेक्षा जास्त चिंता भूरीला.''

कुंवाडियाचा उल्लेख झाला, तसं मी आईमांना विचारलं, ''कुंवाडियाबद्दल तुम्हाला सांसाईनं सांगितलं होतं?''

''तिनंच तर. दुसऱ्या कोनी?'' आईमांनी उत्तर दिलं, ''आनि भूरीचं म्हननं चूक न्हाई. गुरांच्या चाऱ्याचं गवत जो नीट सांबाळत न्हाई, त्या मालधारीनं गीरची मान-मर्यादा ठिवली न्हाई म्हनायचं. त्यो तं आवडच्या हुक्माविरुध ग्येला म्हनायचा.''

मग एकाएकी काहीतरी आठवलं असेल तशा आईमा जुसबच्या पत्नीकडे बघून म्हणाल्या, ''ह्ये बग बाय ऐक, मालधारी म्हंजी समदे मालधारी. त्येंच्यामंदी चारण, आयर, रबारी आनि तुमी मुसलमान बी. धरम-करम येगळं असलं, तरी पन 'गत्य-मत्य' (काम करण्याची शक्ती आणि बुद्धीची शक्ती) आपल्या समद्यांची सारकीच म्हनायची. आपल्याला ऱ्हायाचं हाये बरूबर, हतंच समद्यांना आपापली गुरं चारायची हायेत. गीरची मान-मर्यादा समद्यांनी ठिवली पायजे.''

जुसबच्या पत्नीनं संमतिदर्शक होकार दिला.

मी विचारलं, ''आवडचा हुकूम म्हणजे खोडलच्या बहिणीचा?''

''न्हाई.'' आईमांनी डोकं हलवून अगदी स्पष्टी 'नाही' म्हटलं आणि मग म्हणाल्या, ''खोडियार तं पुस्कळ नंतर पह्यले जे चारण जाले, त्यांच्या कितीच पिढ्या झाल्या न् गेल्या. त्येंच्यातल्या येका पिढीत मामडिया चारणच्या घरी खोडियारचा जलम जाला. म्या सांगतीया ती समद्यांच्या आदी पह्यली जी आवड जलमली. म्हन्त्यात ना उत्पत्ती आवड, तिच्याबद्दल सांगितीया.''

''म्हणजे?'' मी विचारलं.

''म्हंजी कोनी म्हनता कोनीबी न्हवतं. ही दुनिया पन न्वहती आनि ह्ये सूर्यभगवान पन न्हवते. त्या येळी येक आवड जाली, ती उत्पत्ती आवड.''

मी चकित, दिङ्मूढ होऊन गेलो. 'ह्ये सूर्यभगवान पन न्हवते' ह्या जगात! कोणाला माहीतही नसलेल्या कोपऱ्यात, एका झोपडीत बसून एका वृद्ध स्त्रीनं रंगहीन काळ्या विश्वाची कल्पना आणि त्या काळात विश्वाचं सर्जन करायला बसलेल्या एका शक्तिस्वरूपा उत्पत्ती आवडचं शब्दचित्र माझ्यासमोर उभं करून माझ्या मनात अंधकारपूर्ण, रंगहीन विश्वाची कल्पना उभी केली आहे. त्या विश्वाचं चित्र काढायचं झालं, तर ते कसं काढता येईल ह्या विचारानंच मी रोमांचित झालो. अधीर उतावळेपणानं मी विचारलं, ''बरं, पण त्यांची आज्ञा काय होती?''

''उत्पत्ती आवडनं दुनिया बनवली, समदं काई बनवलं, तवां हितं त्या आईनं गीर बनवली, मालधारी पन बनवला. म्हशी, गाई नि समदी जनावरं बनवून मालधारींना सोपवली. मंग आई म्हनाल्या, की वर डोंगरावर कदीबी जनावरं

चारायची न्हाईत. चिन्त्या करू नगा, गीरमदी व्हईल तसं चाऱ्याचं गवत कुटंबी न्हाई हुनार; पन ह्या गवताचा मान राखा. तुमची गुरं डोंगरावर चराया न्हाई जानार यवडं बगा. डोंगरांच्या मदल्या घळींमदी आनि जमिनीवरच तुमी गुरांना चारायचं. जावा आता भाय तुमी.''

''सगळ्यांनी कबूल केलं?'' मी विचारलं.

''असं चटकन कबूल करतील, तं मानूसजात कसली म्हनायची? मानसं ती, आईमातालाबी उलट इचारनारच. तसं इचारलं, की 'मा, डोंगरावर गुरांना चराया न्हाई न्यायचं, खाली जमिनीवरच चारायचं, पन मंग तुमी आदीपास्नं ह्यो स्हावज बनवल्यायत, त्ये येत अस्तील तं आमाला दिसनारबी न्हाईत. आनि त्ये दिसलंच न्हाईत तं गायींना सांबाळायचं कसं? तुमीच सांगा ह्ये कसं करावं?' ''

एखादं लहान मूल गोष्ट ऐकत असेल तितक्या आवडीनं मी ऐकत राहिलो. आईमा पुढे सांगत राहिल्या, ''तवां मग आवडमातानं स्हावजाना बलावलं आनि बजावलं, 'ह्ये बगा, तुमच्या येका येका मंदी बारा सांडांचं बळ यील असा तुमाला वर हाये माजा, पन आग्न्या अशी हाये, की मालधारींच्या गाईंपास्नं लांब ऱ्हायाचं, त्येंना मारायचं न्हाई!' ''

सिंह गाईंना मारत नाहीत असं तर नाही? पण आईमांशी वाद घालण्यापेक्षा मला गोष्ट ऐकण्याची जास्त मजा येत होती. मी विचारलं, ''मग?''

''मंग काय? स्हावज तं मांचा वर आणि आग्न्या घिऊन परत जंगलात ग्येलं. मालधारी परत मांना चिकटलं. 'मा, स्हावज आमच्या गाई मारनार न्हाई ह्ये तं आमास्नी समजलं, पन त्ये बारा सांडांचा जोर घिऊन आमच्यावर धावलं तर? मंग आमास्नी कोन वाचलं? आमाला संभर सांडांचं बळ द्ये मा!' ''

''त्यांचंही बरोबर आहे,'' मी म्हटलं.

''काय बरूबर?'' चिरायची भाजी घेऊन बाहेर येता येता सांसाई ताड्कन म्हणाली, ''काय बरूबर? अं? आख्या जगाच्या माला असं उलटून इचारायची हिंमत करनाऱ्यांना वर आनखी संभर सांडांचं बळ पन द्येयाचं व्हय? अरं, अशा मानसांचं तर असंल त्ये पन बळ कमी क्येलं पायजे.''

सांसाईनं तिसराच विषय काढला, तर गोष्ट अर्धीच राहील ह्या भीतीनं मी आईमांनाच विचारलं, ''आईमा, मंग काय जालं?''

आईमा पुढं सांगू लागल्या, ''आवड मा म्हनाली, तुमची मानसाची जात म्हनायची. तुमाला बळ तं न्हाई घेता येनार! पन जा, फिकर करू नगा. तुमी स्हावजांना तरास न्हाई द्येनार, तंवर स्हावज तुमच्या अंगावर धावनार न्हाई असं म्या तुमाला सांगत्ये. आनि अजून पन भ्या वाटत असलं, तं जा, तुमाला असं पन सांगत्ये की तुमच्या म्हशी तुमचं रक्षन करत्याल.''

एवढं बोलून आईमा पाणी प्यायल्या आणि म्हणाल्या, "आज सुद्दा म्हशी असल्या की भ्या नसतं. 'जीनी हार्ये भेंहु, ईने भें स्हुं?' असं म्हन्त्यात." (ज्याच्याकडे म्हशी आहेत, त्याला भीती कशाची?) एवढं बोलून आईमा जरा वेळ थांबल्या न् मग म्हणाल्या, "आता दीस बदललं. समद्या मानसांची मती फिरली. म्हून तं गीरमंदी कुंवाडिया उगवलं!"

"माणसांच्या मतीचा न् कुंवाडियाचा काय संबंध?" मी विचारलं, "कुंवाडियानं मेंदूला काही नुकसान होतं?"

जुसबच्या पत्नीला येणारं हसू तिनं दाबलं आणि दुसरीकडे तोंड फिरवलं. आईमाही बोलता बोलता थांबून थोडंसं हसल्या, पण सांसाई तर खळखळून हसत जमिनीवर बसूनच गेली आणि म्हणाली, "ह्ये असंच व्हतं! काल तं तू कुंवाडिया बगितलास आनि आज आज? लगंच मेंदूला नुस्कान जालंसुद्धा, न्हाई?"

सांसाईचं बोलणं ऐकून आईमांना परत हसू आलं. मग म्हणाल्या, "गुरं-ढोरं कुंवाडिया खात न्हाईत आनि कुंवाडिया उगवलं तितं त्ये दुसरं काई उगवू द्येत न्हाई."

"ओ! " मी म्हटलं, "पण मगाशी तुम्ही म्हणालात, ते गीरच्या चाऱ्याच्या गवताचा मान राखायचं ह्यात कुठे आलं?"

"गुरांना वाट्टंल तितं चारायला न्येऊ लागलं. चाऱ्याच्या गवताचा मान ठिवायचा इसर पडाया लागलाय. सांगितलं न्हाय तुला?" आईमा म्हणाल्या, "आनि तूच सांग, हितं मालधारी आनि त्येंची गुरं येवडेच ऱ्हातात थोडंच? हजार जातींची दुसरी जनावरं पन ह्या गीरच्या जिवावर जगत्यात – आनि ती जनावरं हायेत, तवां तं गीरमदी ऱ्हावजं हायेत. भाय माज्या, गीर तं जगत ऱ्हायाचं आनि जगू द्यायाचं ह्या शरतीवर उबी हाये. एकानं दुसऱ्याचा मान न्हाई ठिवला, तं मंग हितं ऱ्हान्यासारकं ऱ्हानार न्हाई."

सृष्टिसंतुलनशास्त्राच्या आश्चर्य वाटेल अशा कितीतरी अद्भुत गोष्टी मी वाचल्या आहेत, ऐकल्या आहेत. टी.व्ही.वरही बघितल्या आहेत. जवळ जवळ प्रत्येक वेळी आश्चर्य वाटणं किंवा प्रभावित होणं त्याहून फार पुढं न जाताही मला वाटायचं, की निसर्गाच्या निश्चित असणाऱ्या नियमांना समजणाऱ्या, जाणणाऱ्यांपैकी एक मीही आहे. तरीही आज आईमा जे सांगत होत्या, ते समजून घेण्यासाठी मला प्रयत्न करावा लागत होता. मी जे वाचत, ऐकत, टी.व्ही.वर बघत होतो, ते फक्त शिक्षण होतं, माहिती दिली जात होती. आईमांची गोष्ट वेगळी होती. त्यांना हे सगळं आतून – मनातून – उमगलं होतं. त्यांना निसर्गक्रमाचं पूर्ण आकलन, जाण झालेली होती.

मी ह्यावर आणखी विचार करण्याआधीच 'तो आवाज' मला म्हणाला, 'मनुष्याला किंवा कुठल्याही प्राणिमात्राला ही समज त्याच्या आजूबाजूच्या जगाला निरखताना,

समजून घेताना आणि निसर्गाच्या सान्निध्यात राहून, वंशपरंपरेनं खूप प्राचीन काळापासून हळूहळू येत आहे. तुझ्या वंशाचा पुरा इतिहास तुला माहीत नाही. त्या इतिहासात निसर्गाच्या नियमांचा स्वीकार करून, त्या नियमांचा आदर करण्याच्या शिक्षणातले काही दुवे कदाचित कोठेतरी हरवले असतील, असंही तुझ्या बाबतीत झालं असेल.'

मी मनोमन उत्तर दिलं, 'आईमा आणि त्यांचे पूर्वज मालधारी म्हणून फिरत जंगलात राहिले असतील, त्यामुळं त्यांनी माझ्यापेक्षा खूप वेगळं बघितलं, ऐकलं असेल, त्यांच्या समजुतीही वेगळ्या असतील, पण त्यात निसर्गाचे नियम समजून घेणं कुठे आलं?'

'तो आवाज' पुन्हा म्हणाला, 'ते तुला आईमांकडूनच समजू शकेल. नाही समजलं तर मी तुला सांगेन.'

मी आईमांना विचारलं, "आईमा, तुम्ही सांगताय ते आपल्याला – माणसांना पटलेलं आहे, की डोंगरांवर गाई-म्हशींना चरायला न्यायचं नाही. पण हरणं आणि इतर प्राणी तर डोंगरांवर चरतात ना? तेही गवतच खातात. ती कुठं मालधाऱ्यांनी पाळलेली जनावरं असतात, की त्यांना चरायला न्याल तिथंच चरतील? ती तर कुठंही चरतात."

आईमांनी नकारार्थी डोकं हलवलं. "तू गीरमदी ऱ्हात न्हाईस म्हून असं म्हनालास, न्हाईतं नसता म्हनालास. त्या प्राण्यांना द्येवानं गाई-म्हशींपेक्षा जास्त अक्कल दिलीय. ह्ये तुला ठावं न्हाई."

आता मला नवल वाटलं. मी विचारलं, "गाई-म्हशींशिवाय इतर प्राणीही डोंगरावर चरत नाहीत असं?"

"का न्हाई चरनार? त्येन्ला हवं तितं चरत्यात, पन त्या जनावरांना समदी समज असतीया. त्येन्ला ठावं असतं, की समदंच्या समदं खाऊन टाकलं, तं मंग खायाला काई ऱ्हानार न्हाई, म्हून जनावरं गवताच्या चाऱ्याचा मान ठिवतात."

"ते कसं?" मी विचारलं.

सांसाई घरात होती तिथूनच चिडक्या आवाजात पुन्हा मध्ये बोलली, "त्ये तं... तू खातोस त्येच्यापेक्षा चांगल्या रीतीनं." मंग आईमांना म्हणाली, "तुमी तरी कशापाई आईमा ह्याला सिकवायला बसलायत?"

मला अपमान वाटला तरी मी सांसाईच्या बोलण्याकडे लक्ष दिलं नाही आणि आईमाही त्या सांगत होत्या ते सांगत राहिल्या. "ती जनावरं खात्यात, पन वरवरचं खात्यात आनि मुळ्या जशाच्या तशा उब्या ऱ्हाऊ द्येतात, पन गाई-म्हशींची खान्याची रीत येगळी. त्येंना ठवं की मालक त्येंना कुटं ना कुटं तरी न्येऊन चारा तं द्येईलच, न्हाईतं आनून खाया घालंल, म्हून मंग त्ये आख्खंच्या आख्खं वढून

खाऊन टाकत्यात, मुळ्या बी ऱ्हाऊ द्येत न्हाईत. पाळलंल्या गुरांना उंद्याची चिंत्या कशापाई कराया लागतीया?''

लहान प्राणी (हरीण, ससे, शेळ्या इ.) चाऱ्याच्या गवताचा मान ठेवतात.... त्यांना देवानं ही समज दिली.... आईमा अशा तऱ्हेनं बोलत होत्या जणू घरच्या कोणा माणसांबद्दलच बोलत असाव्यात. त्यांना असं बोलायची सवय कशी आहे ते विचारणार, एवढ्यात सांसाई आतून चहा घेऊन बाहेर आली. मला आणि आईमांना चहा देऊन तिनं जुसबच्या पत्नीला विचारलं, ''तुमी पिनार रेस्माभाभी?''

''नगं'' म्हणत रेश्मा उठली आणि आत जाता जाता म्हणाली, ''आता तुमी बसा, मी थाळा चुलीपाशी घिऊन जात्ये अन् भाजी फोडणीला टाकत्ये, मंग कांदं चिरूया.''

सांसाई आईमांच्या समोर बसत म्हणाली, ''आईमा, ह्ये समदं ह्याला सांगून कांईबी व्हनार न्हाई. तुमी समद्या मालधाऱ्यांना येका जागी बलावून घिऊन सांगाया पायजे.''

''त्ये बी सांगूया. काल सांगितलं ना समद्यांना? आता येकदा समद्यास्नी येका जागी बलावून सांगंन, की तुमी गुरांना चारता त्येला कोनीच न्हाई म्हनत न्हाई. दुस्काळ पडतो, पानी कमी पडतं अशा टायमाला भाईरची गुरंबी येऊन चरत्यात. कोनालाबी 'न्हाई' म्हनायचं न्हाई. पन अगदीच दरकार न्हाय ठिवली तं तसं न्हाई चालायचं. समद्यांनी वरबाडून उगडंबागडं करून टाकलं तं बिचाऱ्या धरनीमातेचं काय? ती कुटं जाईल?''

आईमा बोलल्या ते ऐकून मी मनोमन 'वाऽ!' म्हटलं. त्या रात्री आईमांनी गीरलाच 'खमा' म्हटलं होतं. त्याचा संदर्भ आजच्या त्यांच्या बोलण्यात कुठंतरी मिळेल अशा आशेनं मी त्याचं सांगणं ऐकत राहिलो.

आईमा बोलत होत्या. रेश्मा चिरलेल्या भेंड्यांचा थाळा घेऊन आत चुलीकडे निघाली. जाता जाता मला म्हणाली, ''तितं पाटीमागं खुरपं पडलंया, जरा द्येता हिकडं?''

मी खुरपं दिलं. रेश्मानं भाजी फोडणीला टाकली आणि ती खुरप्यानं मिरच्या चिरायला बसली. सांसाई म्हणाली, ''आत्ता यवड्यात सुरी कुटं हरवली?''

रेश्मा म्हणाली, ''हरवली कुटंशी. आता तुजं भाय (रेश्माचा नवरा जुसब. नवऱ्याचं नाव न घेता 'हे' म्हणतात तसं तिकडे ज्याच्याशी बोलत असतील त्या संदर्भाप्रमाणे तुमचे भाऊ, तुझे काका इ. म्हणतात.) नवी आनतील आता.''

सांसाईनं हळू आवाजात तिची थट्टा केली, ''मंजी? भाय 'नवी आनायची' म्हन्तुया?''

रेश्मानं लाजून खाली बघत 'म्या सुरीचं म्हनतेय' असं काहीसं म्हटलं आणि ती मिरच्या चिरत राहिली.

आईमांचं लक्ष अजून त्या आधी जे बोलत होत्या त्यातच होतं. एक खोल निश्वास टाकत त्या पुढे म्हणाल्या, “कदी दुस्काळ पडला न् खायाप्यायाचा प्रश्न जाला, तं मानसं दुसरीकडं जात्यात, गुरांनाबी दुसरीकडं घिऊन जाता यील, पन धरती कुटं जाईल? आन् त्यात पुना बाईची जात– ती उगडी-बागडी पडाया लागली, तं सोताला झाकाया तं बगंल की न्हाई? बिच्चारी उगडी थोडी ऱ्हाईल?”

माझ्या तोंडून लगेच संमतिदर्शक ‘हो ना!’ निघालं. सांसाईनं चमकून माझ्याकडे बघितलं. आईमा पुढं म्हणाल्या, “म्हून लई जालं म्हंजी धरतीला वाटतं, की खाता यील असं माज्या अंगावर आसंल तं ही मान्सं ऱ्हाऊ द्येनार न्हाईत, तं आता कोनाला खाता न्हाई येनार असंच उगवत्ये.”

थोडं थांबून आईमा पुढं म्हणाल्या, “म्हून मंग गीरच्या धरतीनं ह्ये कुंवाडिया उगवू दिलं तिच्या अंगावर. आता आलं ध्येनात? त्याला कोनी खानार न्हाई.”

मी ‘हो’ म्हणालो म्हणून आईमा सांसाईकडे वळून तिला म्हणाल्या, “तवां भूरी, तुला का मला, कुंवाडिया आवडत न्हाई. तसा गीरला पन न्हाई आवडत. पन काय करंल? अजाबात काय पांगरायला ऱ्हात न्हाई, त्येच्यापेक्षा कुंवाडिया पांगरलेला बरा – पांगरून तं हाये?”

सांसाईनं त्यांना थांबवत लगेच म्हटलं, “आईमा! गीरमंदी कुंवाडिया, ह्ये पांगरून न्हाई, मयताचं पांडरं कापड म्हनायचं. गीरमंदी पांगरून तं शणियार, झींझवा, आनिध्रप (वनस्पतींची नावं) ही व्हतील. लई जालं तं लापड आन् रातड (दुसऱ्या, कमी दर्जाच्या वनस्पती) चालंल. कांई न्हाई पिकलं, तं वंगाळ दिसांमंदी भातड आन् फोफलू पन चालंल पन ह्ये कुंवाडिया दुसरीकडं कुटं उपेगाला येत आसंल, तरी गीरमदी त्येचा उपेगच न्हाई.”

“बाय माजं, तू म्हन्तीयास त्ये बरूबर हाये, व्हय, बरूबर हाये.” आईमा म्हणाल्या आणि गप्प बसल्या.

सांसाईनं काय सांगितलं ते मला समजलं नाही. कदाचित वनस्पतींच्या गुणांप्रमाणे क्रमवारी लावून नावं सांगितली असतील. तिला ह्यातली खरोखर किती माहिती आहे, ते मला माहीत नव्हतं. पण तिनं असा काही अभ्यास केला असेलसं वाटत नव्हतं, तरी ती जे सांगत होती त्याचं महत्त्व कमी तर नव्हतंच. मी म्हटलं, “तू तर कितीतरी नावं सांगितलीस.”

आईमा लगेच म्हणाल्या, “ही तं रानावनात हिंडतच मोटी जाली, तिला न्हाई ठावं असनार तं कोनाला असनार? आमी गाई-म्हशींना चाराया न्हेतो, तवां गुरं काय खात्यात आनि काय न्हाई खात यवडं आमास्नी ठावं, पन सांसाईला तं दुसरी जनावरं पन काय खात्यात त्ये म्हाईत असतं. ती समदीकडं नीट बगत फिरत असती, मंग न्हाई ठावं असनार?” एवढं बोलून आईमा थांबल्या. मग सांसाईच्या

पाठीवर हात ठेवून म्हणाल्या, ''आनि ही पोरगी रोज चारायच्या कुरणांमदीच फिरत असती, रोज चाऱ्यामदी हात असतोच तिचा, तवां ठावंच असनार.''

मी पुढं काही बोलणार, तेवढ्यात कवाडातून एक प्रौढ गृहस्थ आणि त्यांच्याच वयाची एक स्त्री, एक लहान मुलगा आणि दोन मुली आत येताना दिसल्या.

त्यांच्याजवळ एका पिशवीखेरीज जास्त सामान नव्हतं, तरी दिसण्यावरून आणि कपड्यांवरून ती माणसं गीरची नाहीत, पण कुठून परगावहून आली असावीत असं वाटलं. रेश्मानं डोक्यावरचा पदर एकदम पुढे चेहऱ्यावर घुंघटासारखा ओढून घेतला आणि उठून आत जाता जाता म्हणाली, ''आईमा, ह्ये येत्यात त्ये आमचं ममईला असत्यात त्ये सगं हायेत. कालपासनं मेंदयडामदी व्हते.''

सांसाई बाहेर आली आणि त्या दोन मुलींनी तिला ओळखली असावी; तशा त्या लगेच तिच्याकडे धावल्या. मुलगा वडिलांजवळ उभा राहिला.

रेश्मा आतून पाण्याचा घडा आणि पेले घेऊन आली आणि घुंघट तसाच ठेवून 'मामूजी', आणि 'परवीनबुवा' (बुवा- आत्या) म्हणत त्यांचं स्वागत केलं, आणखी कोणाकोणाची चौकशी केली, तेवढ्यात जुसब आलाच. सर्व पुरुष झाडाखाली खाटांवर बसले आणि बायको अंगणात आईमा आणि रेश्माजवळ बसली. मुली सांसाईबरोबर घरात गेल्या.

पुन्हा एकदा किटली भरून चहा आला आणि जुसबनं बशी-बशी भरून सर्वांना दिला. मला वाटलं की मी आता येथून निघालं पाहिजे, म्हणून मी जाण्यासाठी उठलो.

जुसब म्हणाला, ''का? कुटं चाललात? आलायत त्ये जेवून मंगच जायाचं.''

मी जेवायला 'नको' म्हणत म्हटलं, ''माझी तर अजून अंघोळसुद्धा व्हायचीय. कपडेही धुवायचेत.''

''तं मंग हीरण कुटं दूर हाये?'' रेश्मा घुंघटाआडूनच म्हणाली, ''का मंग आमचं मुसलमानांचं न्हाइ खानार असं हाये?''

मी जेवायला 'नको' म्हटलं ह्याचा अर्थ असा घेतला जाणार असला, तर मी नाही म्हणू नये असं लक्षात येऊन मी म्हटलं, ''तर मग आंघोळ वगैरे उरकून परत येतो. आत्ता आता जातो, मला येईपर्यंत कदाचित उशीरही होईल, तुम्ही वाट बघत थांबू नका, जेवून घ्या. मी आल्यावर जे असेल ते जेवून घेईन.''

''जे असंल त्येच खायाचं हाये. हतं दुसरं काई मिळतंच कुटं काई?'' जुसब म्हणाला, ''पन या नक्की मातर हां! इसरू नगा.''

जुसबच्या झोपडीतून निघून मी मुस्तुफाच्या घरी माझ्या खोलीवर गेलो आणि माझे कपडे घेऊन नदीवर आलो. हीरणच्या पात्रात तळाशी शेवाळं झालं होतं, पण पाणी अजून स्वच्छ होतं. थोड्याच दिवसात प्रवाह आटला म्हणजे खडकांच्यामध्ये साचून राहणारं पाणी अंघोळ करण्यासारखं राहणार नाही.

एका खडकाच्या खालच्याच बाजूला नदीच्या पात्रात रेताळ खड्डा होता, त्यात मी अंघोळ करायला उतरलो. ऊन चढत होतं. त्यामुळं शीतल पाण्याच्या स्पर्शानं सबंध शरीराला हलकं-फुलकं वाटलं. मी एक डुबकी मारली, मग बाहेर आलो आणि वाहत्या पात्रात उताणा पडून आईमांनी जे सांगितलं होतं त्या सगळ्याबद्दल विचार करत राहिलो.

आईमा सांगत होत्या, की डोंगराच्या चढावरच्या गवताचा मान राखायचा आवडचा (आदिमायेचा) आदेश आहे. ह्या मागे काही तर्कशुद्ध कारण असेल का ती नुसती आपली एक मान्यता आहे? चढावरचं गवत नीट सांभाळलं तर ते वाळलं की त्याचं बी वाऱ्यानं उडत, पावसानं वाहात खालच्या जमिनीवर पसरेल असं तर्कशुद्ध कारण असू शकेल. तसं जर असलं, तर गवताचा मान सांभाळण्याच्या आदेशाची कथा, ही निसर्गाचं संतुलन व्यवस्थित टिकवण्याचा एक प्रयत्न म्हणूनच रचून सांगितली गेली असेल? नक्की सांगता येत नाही, पण असेलही कदाचित!

त्या दुसरं सांगत होत्या तेही मान-मर्यादा सांभाळण्याबद्दलच होतं. माझ्या समजुतीप्रमाणे मान-मर्यादा सांभाळण्याचा अर्थ साधारण असा होता, की आपल्याहून वयानं, मानानं मोठे असतील, त्यांचा अपमान न होईल असे वागणे. आईमांच्या मनातला अर्थ वेगळा आहे.

त्या ज्या तऱ्हेनं मान-मर्यादा शब्द वापरतात त्यात परस्परांची अंत:प्रेरणा समजून घेणं आणि ती स्वीकारणं अभिप्रेत आहे. एवढंच नाही, तर असा स्वीकार फक्त माणसा-माणसांमध्येच न राहता गुरं-ढोरं, पशुपक्षी आणि गवतच काय, पर्वत, पवन किंवा पर्जन्य ह्यांच्यातीलही चैतन्य, शक्ती ह्या सर्वांपर्यंत जातो. जर असं असेल, तर आईमांना कोणी निसर्ग नियम किंवा निसर्गातील शाश्वत सत्याचं ज्ञान इत्यादींबद्दल विचारलं, तर त्या जरी एक शब्दही सांगू शकल्या नाहीत, तरी त्या अशा ज्ञानाबद्दलच बोलत असतात. आणि तेही विद्वान व्यक्तींपेक्षा जास्त साध्या सरळ शब्दांमध्ये, समोरच्या माणसाला सहज, स्पष्टपणे समजेल, अशा तऱ्हेनं.

सांसाईच्या टोमण्याचा अर्थही आता मला समजला. मी जर इथं फक्त चित्रं काढण्यासाठी राहिलो, तर मी रिकामटेकडा आहे. गीर केवळ बघून, समजून, माझं ज्ञान वाढवण्यासाठी मी राहात असलो, तर मी रिकामटेकडा आहे. मी जे बघतो, ऐकतो, स्पर्शानं जाणतो किंवा अनुभवतो, ते अंतर्मनातून मला उमजलं नाही, तर मी सांसाईकडून रिकामटेकडा म्हणवून घेण्यासच पात्र आहे. आईमा म्हणाल्या होत्या तसं 'गय्रनां पाणांथी माणां' म्हणजे 'गीरच्या दगडधोंड्यांपासून माणसांपर्यंत' सर्वांना समजून घेतलं पाहिजे.

पाण्यातून बाहेर निघता-निघता मी मनातल्या मनात ठरवलं, की 'मला रिकामटेकडा राहायचं नाही.' त्याबरोबरच माझ्या हेही लक्षात आलं, की सांसाईचा टोमणा

परतवणं मला सहजासहजी जमणार नाही. ते करायचं म्हटलं तरी कसं करेन ते ठाऊक नाही, कारण पृथ्वीतत्त्व शोधून ते कॅनव्हासवर उतरवण्याचं माझं मूळ काम करणं अजून बाकीच होतं.

नदीतून बाहेर निघाल्यावर उन्हाचा खूपच त्रास होत होता. सावली सावली शोधत त्यातून चालत माझ्या खोलीवर पोहोचलो. कपडे बाहेरच्या दोरीवर वाळत टाकले, मग माझा लहान बोर्ड, कागद, पेन्सिली घेतल्या. जुसबच्या घरी जायला निघत होतो, तेवढ्यात वाटेतच मोटरसायकलवरून घरी परत येणारा मुस्तुफा भेटला. मला चालत जाताना बघून त्यानं विचारलं, "भाकर खाल्ली?"

रस्त्यावरच्या एका घराच्या सावलीत उभं राहात मी उत्तर दिलं, "जुसबकडे जेवायलाच जातोय."

मुस्तुफा मोटरसायकलवरून खाली उतरत म्हणाला, "उन्हाचं कुटं चालत जाल? गाडी घिऊन जावा. न्हाईतरी मला सांजपोत्तर हिचं काम न्हाई आता."

मी त्याच्याकडून मोटरसायकल घेतली, तेवढ्यात मुस्तुफा पुढे म्हणाला, "तलालामदी एकाला 'राजदूत' गाडी इकायची हाये, घ्यायाची असली तं बगा. तुमाला हिंडाया बरी पडंल. उनाळा यईल आता, समदीकडं चालत जायला न्हाई जमनार."

मला मुस्तुफाचं म्हणणं पटलं. मी त्याला म्हटलं, "विचारून ठेव केवढ्याला काढतोय? बाइक कशा स्थितीत आहे? सगळं बघून मग ठरवू या." मग मी जुसबच्या घराकडे निघालो.

जेवणाची तयारीच चालू होती. पुरुष पाहुणे बसवले गेले होते. जुसब एका बाजूला उभा राहून घरातून बाहेर दिले जाणारे पदार्थ वाढण्याच्या कामाचं बघत होता. आईमा ओट्यावरून उठून दूर एका झाडाच्या सावलीत बसल्या होत्या.

आम्ही जेवून उठल्यावर सांसाई आईमांना दूध देऊन आली; मग बायका सगळ्या एकत्र आतमध्ये जेवायला बसल्या असाव्या असं वाटलं. थोड्या वेळानं खरकटी भांडी घेऊन रेश्मा आणि सांसाई झोपडीच्या पाठीमागच्या बाजूला गेल्या. त्या दोन मुलीही त्यांच्याबरोबर गेल्या. मी मामूजींबरोबर बोलून ओळख करून घेण्याचा प्रयत्न केला, पण ते फारसं काही न बोलता खाटेवर आडवे होऊन झोपले.

मी मग बांबूच्या झाडीत बसून झोपडीच्या वेगवेगळ्या भागांची रेखाटनं केली. उन्हं उतरू लागली, तसा पुन्हा चहा पिण्याचा आग्रह झाला. आम्ही सगळ्यांनी 'नको' म्हटलं, तरी चहा तर आलाच.

चहा पिऊन मला निघायचं होतं, तेवढ्यात पाहुणे जायला निघाले, तेव्हा जुसब म्हणाला, "थांबा जरा. दोन-तीन फेऱ्या करून समद्यांना बसस्टेशनवर सोडून येतो."

मुलांना तर चालत जायचं होतं. माझ्या बाइकवर परवीनबुआ बसतील, जुसबच्या बाइकवर मामूजी बसतील आणि मुलं चालत जातील असं सगळ्यांना सोडून यायचं ठरलं.

दोघी मुलींनी सांसाईच्या भोवती विळखा घालत म्हटलं, "आपणे पुराने नेसवाली सब सहेलीको हमारी दुआ-सलाम केणा."

"त्या तं समद्या ग्येल्या त्येंच्या त्येंच्या घरी. जवां भेटतील तवां सांगन." सांसाई म्हणाली.

आम्ही निघणार, तेवढ्यात मामूजींनी रेश्माला जवळ बोलावून म्हटलं, "देखो, बुरा मत मानना, पर केहना पडता है, अब बॉम्बेमें आनेका सोचो। हमारा हाथ बटावो।। तुम लोक जंगलमें पडे रेयके अपणी लाइफ खामखा खराब कर रहेले है। जुसबको समजा समजा कर थक गये।"

पतीच्या बोलण्याला दुजोरा देत परवीनबुआ म्हणाल्या, "अपणी जान-पेचानवाला यहां कौन? साजे-मांदेमें किसको बुलावेंगे?"

जुसबचा चेहरा उतरला. त्याच्या पत्नीला सगळ्यांसमोर असं ऐकावं लागलं, ते त्याला आवडलं नसणार.

रेश्मानं घुंघट तसाच ठेवून परवीनबुआचा हात हातात घेऊन हळू आवाजात म्हटलं, "तुमी दर येळी ह्येच म्हनता, पण दुकणं-बाणं आलं ना, तर समदं गाव आनि समद्या झुपड्यांमदली मानसं मदतीला येतात. ह्या माजी आमाला वडीलधाऱ्या, घरच्या मान्सासारक्या हायेत, त्ये न्हाई बगितलं? उंद्या काईबी जालं आनि आमास्नी त्येंच्या घरी जायाची येळ आली तं अशा येळंला कोनीबी जात न् धरम बगत बसत न्हाई – हितं मम्बईसारकं नसतं."

मामूजी त्यांचं म्हणणंच धरून होते, ते परत म्हणाले, "फिर भी तुम लोक कोमसे दूर पड गयेले है – मेन इस्ट्रमसे अलग हो गयेले। बुरा मत मानना, मुझे तो जो लगता है वो केहता हूं।"

रेश्माला आता आणखी वाद घालायचा नसेल तशी ती गप्प बसली. जुसब तर अजूनही खाली मान घालूनच उभा होता.

सांसाई मुलींचा निरोप घेत अंगणातल्या खांबाशी उभी होती, ती एकदम आम्ही सर्व जण होतो तिकडे आली आणि म्हणाली, "परवीनबुआ, जुसब तुमच्या जातींच्या लोकांपास्नं येगळा पडलाय असं म्हनताय, तं आता मलाबी बोलायचं हाये, तुमी पन वाईट मानून घिऊ नगा. मामूजी, तुमीबी ऐका. शहरामंदी तुमची मुलं घरी नसली तं तुमास्नी दवाकान्यात घिऊन जानारं कोनी न्हाई मिळनार, ह्ये ठावं न्हाई?"

मामूजींनी परवीनबुआकडे बघून म्हटलं, "जाणे दे ने। इणकू समजणां नंई फिर खालीपिली अपणां भेजा कायकू खराब करणां?"

आता सांसाईचं सगळं रूपच बदलल्यासारखा तिचा चेहरा रागानं लाल झाला. पाहुण्यांना परखड शब्दांमध्ये तिनं सांगितलं, "जाणे दे... ह्ये बोलनं ठिवा बाजूला. इणकू समजणां नंई... ह्ये बोलनंबी ऱ्हाऊ द्या. गोस्ट फकस्त समदं समजून घेन्याची हाये."

सांसाईला चांगलाच राग आला होता. रेश्मा तिला थांबवायला गेली, तर तिला बाजूला करून सांसाई बोलत राहिली, "बुआ, मामूजी, तुमी दोगंबी ऐका. गीरमदी कंच्याबी झोपड्यात जाऊन..." तोंडातून शब्द फुटणार नाही इतका सांसाईला संताप आला होता. जरा थांबून ती पुन्हा बोलू लागली, "गीरमदल्या झोपड्यांचं पन ऱ्हाऊन द्या. मेंदयडू हतनं बावीस किलोमीटर आनि केसोद पचास किलोमीटर हाये. तितं जावा आनि कंच्याबी दुकानदाराला जुसब मालधारीचं नाव घिऊन उसनं पैकं मागा, आनि पाच-धा हजार रूपयांपोतरबी कुनी न्हाई म्हनालं, तं मला सांगा."

एवढं बोलून सांसाई थांबली, मग परवीनबुआकडे बघून म्हणाली, "आनि ममईमदी ऱ्हाता ना? तं मग शेजाऱ्याकडनं पाच रुपये उसनं घिऊन या तं तुमी खऱ्या असं मी म्हनंन. आता सांगा, जातीपास्नं यगळा पडला, यगळा पडला म्हनत ऱ्हाता, त्ये आमी का तुमीं?"

पाहुण्यांनी काही उत्तर दिलं नाही. "चलो खुदा हाफिज." म्हणून ते मोटरसायकलवर बसून गेले.

पाहुण्यांना बसस्टॅन्डवर उतवरवून मी घरी पोहोचल्याबरोबरच बाइक मुस्तुफाला परत दिली. मुस्तुफानं सांगितलं, "साह्येब तुमच्याबद्दल इचारत व्हते. म्या बलवायलाबी आलो असतो, पन गाडी तुमी घिऊन ग्येलावता."

"डी.एफ.ओ?" मी विचारलं.

"मोटं सायेब. सी.एफ. तुमी ग्येलात त्येला येक तास जाला असंल, आनि धानू सांगाया आला की सायबांची गाडी आलीया." मुस्तुफानं सांगितलं.

"काही विशेष सांगितलं?" मी विचारलं.

"रातचं सासणमंदी हायेत." मुस्तुफानं सांगितलं, "फोन करून बगा, बलावलं तं जायाचं."

फोन करायलाही बाजारात जावं तर लागणारच होतं. मी सिंहसदनवरच गेलो. रिसेप्शन काउंटरवर तपास करायला जाणार, तर साहेब आणि डी.एफ.ओ. लॉनवर बसलेले दिसले, मी तिकडे गेलो.

त्यांचं संभाषण जरा थांबवून डी.एफ.ओ. म्हणाले, "या!" आणि मग सी.एफ.शी माझी ओळख करून देत म्हणाले, "ही टुक दॅट प्रॉजेक्ट."

सी.एफ.नी विचारलं, "ठीक चाललंय ना काम तुमचं?"

"जी" मी म्हटलं. ('हो' ऐवजी 'जी' गुजरातीत बरेचदा वापरला जातो.) "बऱ्याच जागा बघितल्या आहेत. तीन-चार पेन्सिल स्केचेस झाली आहेत, पण पेन्टिंग अजून सुरू केलेलं नाही." एवढं सांगताना मनात प्रतिध्वनी उमटला – 'गीरमदी रिकामटेकडा फिरतुया.'

"एकदा कधीतरी आपण बरोबर जाऊ. आमच्या दृष्टीतूनही तुम्ही गीर बघा." सी.एफ.म्हणाले. मग ते डी.एफ.ओ.कडे बघून म्हणाले, "एक-दोन छान पेन्टिंग्ज आपल्यासाठीही ठेवून घ्या. ओरिएन्टेशन सेंटरमध्ये आणि कॉन्फरन्स रूममध्ये लावता येतील."

"जरूर! नक्कीच देईन!" मी म्हटलं, "आणि कधीतरी आपल्याबरोबर गीरमध्ये जायचंही नक्की!"

॥ ९ ॥

वसंत ऋतू संपतोय न संपतोय तोच सूर्यनारायणांनी अतिच कोप दाखवायला सुरुवात केली. सकाळी नऊ वाजल्यानंतर घराबाहेर पडायचं जिवावर यायला लागलं. वारा सकाळपासूनच बंद झालेला असायचा. काही बारा महिने हिरवेगार राहणारे वृक्ष, डोंगरांच्या सावल्या आणि ढग हे सगळं मिळून जरा जरा कुठे कुठे सावली देत असायचे; तरीपण वाऱ्याचं नावही नाही, असं ऊन डोक्यावर घेत पायी चालत किती जाता येणार? शांतपणे बसून एखादं चित्र काढायचं म्हटलं तर मधून मधून सावली देणाऱ्या वृक्षांमधून चालत डोंगर-दऱ्या तुडवत एखादा किलोमीटर तरी जावंच लागत होतं.

तरी बरं, की मुस्तुफानं तालालाहून जुनी 'राजदूत' मोटरबाइक मिळवून दिली होती, नाहीतर घरातच बसून राहावं लागलं असतं.

चीफ फॉरेस्ट ऑफिसरबरोबरच्या पहिल्या भेटीत तर मला सांगावं लागलं होतं, की मी तोपर्यंत पेन्टिंग्ज करायला सुरुवात केली नाहीये. आता परत भेटीची संधी येईल तेव्हा तसं सांगावं लागणार नव्हतं. गेल्या दहा दिवसांमध्ये मी बरंच काम केलं होतं. आता कधीतरी त्यांना स्वस्थपणे भेटायला आवडलं असतं. गेल्या दोन महिन्यांत ते सासणला दोन-तीनदा येऊन गेले होते, परंतु आमची भेट होऊ शकली नव्हती. कधी मी सासणमध्ये नसायचा तर कधी अर्जंट मीटिंग संपवून त्यांना परत जायचं असायचं.

माझं इकडे येण्याचं नक्की होत होतं तेव्हा कार्तिक आणि मिता एकदा इकडे येतील असं बोलणं झालं होतं, पण ह्या अशा उन्हाळ्यात त्यांना इकडे बोलवायचं तर त्यांची राहण्याची व्यवस्था काय करायची ह्या अडचणींपेक्षाही त्यांना न्यायचं कुठे? हा प्रश्न मोठा होता. म्हणून वाटत होतं, की चारपाच चित्रं पोस्टानं पाठवून दिली, तर ते दोघं त्यांचे अभिप्राय मला कळवू शकतील.

सगळी चित्रं काढून एकदा बघून घ्यावी म्हणून बसलो आणि अचानक मला वाटलं, की अमरापरचं लॅण्डस्केप सोडून इतर चित्रं मिताला पाठवण्यासारखी

नाहीत. चेकडॅमच्या पाण्यात तोंड घालून पाणी पिणाऱ्या हरणांचं चित्र काढल्यानंतर तर मलाच माझं चित्र खूप आवडलं होतं. आज आता मला त्या चित्रात काहीतरी कमी आहे असं वाटत होतं. मीच काढलेली चित्रं मला इतकी आवडेनाशी होणं... असं तर पूर्वी कधीही झालं नव्हतं.

कदाचित हरणांच्या चित्रासाठी मी 'त्या लोकांच्या समूहाचं चित्र' असे काही शब्द वापरले, तर मला माझं चित्र जास्त सुंदर वाटेल. असं इथल्या लोकांसारखं बोलायला शिकायचा प्रयत्न करून बघेन असा विचार मनात आल्याबरोबर 'तो आवाज' ऐकू आला– 'शिकून बोलणं आणि तसंच वाटत असतं म्हणून बोलणं, ह्यात फरक आहे.'

मला आठवलं, की त्या दिवशी भूतिया वडाखाली बसून मी करवंदांच्या जाळीत बसलेल्या दोन सिंहिणींचं स्केच केलं होतं, पण त्यावेळी दोघी सिंहिणींपैकी 'रमजाना' म्हणून स्केच काढण्याचं माझ्या मनात मुळीच नव्हतं. मला वाटलं, की तसं स्केच करायचा प्रयत्न केला, तर कदाचित ज्या मानसिक भूमिकेतून सांसाई आणि इतर सर्व जण सिंहिणीचा 'ती बाई' म्हणून उल्लेख करतात, तशी मानसिक भूमिका माझीही होईल.

असं चित्र काढायचं असेल, तर सध्या झाडी विरळ आहे, त्यामुळे लांब अंतरापर्यंत दृष्टी पोहोचू शकेल. अशा दिवसांमध्ये चांगलं चित्र काढता येईल. एखाद्या पाण्याच्या प्रवाहाजवळ रमजाना सापडली, तर शंभर एक फुटांवरूनही तिला अगदी स्पष्ट बघत, तिचं भारदस्त, उमदं व्यक्तिमत्त्व चित्रात उतरवता येईल. माणसानं त्रास दिला नाही तर सिंह एका जागी शांतपणे बसतात, ह्याचा तर मी अनुभवही घेतला होत.

मी एहमद, मुस्तफा, धानू आणि इतर बऱ्याच जणांना सांगून ठेवलं, की रमजानाचा ठावठिकाणा किंवा काही बातमी कळली, तर लगेच मला कळवावं, असं सांगितलं त्याला पाच दिवस झाले होते. अजूनपर्यंत संधी मिळाली नव्हती.

पावसाळ्यापूर्वी दिसली नाही तर थेट दिवाळीपर्यंत वाट बघावी लागेल, कारण पावसाळ्यात मी फार कमी ठिकाणी जाऊ शकेन. पंधरा जूनपासून तर अभयारण्यात प्रवेशालाच बंदी होईल. पहिल्या पावसाबरोबरच हा रम्य भूप्रदेश पर्जन्यस्नान करून हिरव्या शृंगारानं सजू लागेल आणि आसमंत अधिकाधिक रम्य होत जाताना मला बघायला मिळेल, पण रेल्वेच्या रुळांच्या कडेनं किंवा ज्या रस्त्यांवरून जाण्यायेण्याला बंदी नसेल तेवढे रस्ते सोडून मला कोठेही जाता येणार नाही.

त्या दिवशी 'देवो' डोंगराचं पेन्टिंग करायला जाण्याचं ठरवून मी निघालो, तेवढ्यात समोरून एहमदची जिप्सी येताना दिसली. जवळ आला तसा एहमद

म्हणाला, "चला! परमिट काडून घ्या. अरे, पण मी तर देवा...." वाक्य पुरं करायच्या आधीच एहमद काय म्हणतोय ते माझ्या लक्षात आलं. वाक्य अर्धंच सोडून मी विचारलं, "कुठे?"

"चला तं खरं, मंग पाहूया. चालत जायाची तयारी ठिवा."

"हो-हो. काहीच हरकत नाही" मी म्हटलं आणि पाकिटातनं पैसे काढून एहमदला म्हटलं, "तू परमिट काढून आण, तोवर मी येतो."

एहमद जीप जरा पुढे घेता घेता म्हणाला, "चला ना, संगंच जाऊ या. म्या गाडी रिवस करून आणतो, तंवर काई सामान घ्यायाचं असंल त्ये तुमी काडा."

"गार्ड कोण आहे? धानू?" मला वाटलं कोणी ओळखीचं असलं तर चांगलं.

मुस्तुफा म्हणाला, "धानूला बलावून घ्येतला असता, न्हाईतरी दोरती आज कुटंबी जायाची न्हाईये, तवां धानू यईल बी, पन त्येला बिचाऱ्याला कंदी न्हाई ती येक सुट्टी मिळालिया, तं कशाला आज कामाला बलवायचा?" म्हणत एहमदनं गाडी पुढं काढली.

अधोडियाजवळच्या नाक्यावर पोहोचल्यावर एहमदनं जिप्सी नाक्यापासून थोड्या अंतरावर, सावली होती तिथं उभी केली आणि तो परमिटचे कागद घेऊन चौकीवर गेला. मुस्तुफा पण खाली उतरून नाक्यावरच्या चौकीदाराशी बोलत उभा राहिला. थोड्या वेळानं एहमद चौकीतून बाहेर निघाला तेव्हा त्याच्याबरोबर मला सांसाईही दिसली.

सांसाई जवळ आल्यावर मी विचारलं, "तू कशी इथं?"

"मी त्या जांभळाच्या झाडावर चडून बसलेव्ते ना! तुला बगितलं म्हून उतरले खाली." सांसाईनं अगदी गंभीर चेहरा ठेवून सांगितलं आणि मग माझ्या जवळच्या मधल्या सीटवर गप्प बसून राहिली.

मुस्तुफा समोरच्या सीटवर बसता बसता म्हणाला, "सरळ बोलंल ती सांसाई न्हाई!" मग माझ्याकडे वळून म्हणाला, "ती तुमची रमजाना तकडं वालोदऱ्याला हाये, ह्ये सांसाईनंच तं सांगितलं. 'लोकेशन'वाले तं अजुनी तकडं रायडीच्या बाजूला चकरा मारत्यायत!"

मी सांसाईकडं बघितलं तशी तिला हसू आलं न् म्हणाली, "आता तुला रिकामटेकडा बसवून ठिवून चालनार न्हाई."

मीही हसून उत्तर दिलं, "तुला कळलं म्हणायचं!"

चौकीदारानं फाटक उघडलं आणि जिप्सी नाका ओलांडून आत गेली. आम्ही अभयारण्यात जात होतो. आमच्या उजव्या बाजूला राष्ट्रीय उद्यानाची हिरवा रंग दिलेल्या दगडांची हद्द होती. हिरव्या दगडांच्या पाठीमागचा प्रदेश फक्त वन्य प्राण्यांसाठी आरक्षित आहे, तेथे माणसांना जायला बंदी आहे.

हरणं लहान-मोठे कळप करून चरत होती, तर कुठे एखादं दुसरं सांबर मान

उंच करून कोवळ्या फांद्या किंवा थोडी पानं खात होतं. एका ठिकाणी एक साळू पळत पळत गेली न् दिसेनाशी झाली. आजूबाजूच्या ह्या मनोहर जगात आम्ही इतके रमून गेलो होतो, की एकमेकांशी काही बोलतही नव्हतो.

मध्येच एहमदनं एकदम जिप्सी थांबवली. मला वाटलं बघण्यासारखं काहीतरी दिसलं असेल म्हणून मी अर्धवट उठून चहूकडे बघितलं, तर काही दिसलं नाही.

मुस्तुफा खाली उतरला आणि आम्ही ज्या रस्त्यानं आलो होतो तिकडे मागे गेला. थोडं अंतर जाऊन त्यानं जमिनीवरून काहीतरी उचललं आणि परत जीपमध्ये येऊन बसला. त्याच्या हातात प्लास्टिकचं लहानसं रॅपर होतं. कुणा टुरिस्टच्या हातातून पडलं असेल, किंवा जाणाऱ्या-येणाऱ्या कोणी टाकलं असेल.

मुस्तुफानं उचलल्यावर सुद्धा मला तो तुकडा धड दिसला नव्हता. मला समोर बसलेल्या त्या दोघांच्या तीक्ष्ण दृष्टीचं कौतुक करावंसं वाटलं, पण त्याहूनही जास्त कौतुक त्यांच्या निष्ठेनं, जागरूकतेनं काम करण्याचं करावंसं वाटलं. पण मी ते शब्दात व्यक्त करू शकलो नाही. मी फक्त त्या दोघांच्या खांद्यावर हात ठेवले. सांसाईनं माझ्याकडे एकदा बघितलं आणि मग पुन्हा बाहेर बघू लागली.

पुढे गेल्यावर एका ठिकाणी तीन रस्ते फुटत होते. एक रस्ता राष्ट्रीय उद्यानाच्या सीमेच्या कडेकडेनं पटणीसरकडे जाणारा, दुसरा कमलेश्वर डॅमकडे जाणारा.

थोडं पुढे जाऊन एहमदनं गाडीचा वेग कमी करत सांसाईकडे बघितलं, तेव्हा तिनं सांगितलं, ‘‘हतं कुटंतरी उबी कर गाडी. सांढिया दरीकडं जायचंय.’’

आम्ही सगळे खाली उतरलो. मुस्तुफानं जीपमधून पाण्याचा झाकण असलेला बुधल्यासारखा जग आणि एक थैली घेतली. माझा थैला आणि लहान ड्रॉइंग बोर्ड तसंच त्याच्यासाठी खास बनवून घेतलेला स्टॅण्ड मी घेतले. एहमदनं माझ्या हातातून थोडं वजन त्याच्या हातात घेतलं. सांसाईनं मुस्तुफाकडे पाण्याचा जग मागितला, तर त्यानं त्याच्याऐवजी सांसाईच्या हातात थैली दिली.

मुख्य रस्ता सोडून उजव्या हाताला असणाऱ्या पायवाटेवर आम्ही चालू लागलो. मुस्तुफा चालता चालताही धुळीत काठीनं वर्तुळं काढत ठिकठिकाणी वेगवेगळ्या प्राण्यांच्या पायांच्या खुणा दाखवत होता.

जरा वेळानं मुस्तुफानं सांसाईला म्हटलं, ‘‘अजून पावलांच्या खुणा न्हाई दिसल्या बरं का!’’

‘‘पल्याडच्या बाजूनं यील तिच्या पायांचं ठसं हतं सोदशील तं कसं सापडतील? पल्याड जा, ततं हायेत पावलं उमटलंली.’’ चालता चालताच सांसाईनं सांगितलं, ‘‘म्या काठीतडकडनं परत येत व्हते, तवा म्या तिला तिनं केलेल्या सिकारीजवळ बगितली. म्हंजी आता येक-दोन दिवस तं सांढिया दरीमदंच ऱ्हाईल. दुसरीकडं कुटं पानी नसंल आता.’’

मी सांसाई आणि मुस्तुफाचं बोलणं ऐकत होतो. एहमद काही न बोलता चालत होता. साडेनऊ-दहा झाले असतील. पिवळ्या फुलांच्या झुबक्यांनी संपूर्ण लदलेलं बहाव्याचं झाड, लाल रंगाच्या फुलांनी लगडलेला गुलमोहोर आणि नुकत्याच मोहोरलेल्या चिंचेच्या वृक्षांवर हळूहळू फुटू लागलेली पालवी. त्या पालवीनं सावली मिळू शकत नव्हती. आम्ही जांभळाच्या आणि करंजच्या सावल्या शोधून त्यांच्या खालून चालत होतो. मुस्तुफा मधून मधून जांभळं वेचून देत होता आणि सांगत होता, ''खावा, उनाळ्याचा त्रास व्हत न्हाई.''

''तोठरा बसतुंया पन, त्येचं काय?'' सांसाई म्हणाली. पण जांभळं खात मात्र होतीच. आम्ही एक चढाव चढलो, तर तेथून खाली डोंगराच्या घळीमध्ये हिरव्यागार वृक्षांनी गच्च भरलेला लहानसा विस्तार दिसला. सांसाई तिकडे निघाली. आम्ही सगळे तिच्या मागे. थोड्याच वेळात झाडीमध्ये हीरणचं रेताड, खडकाळ पात्र दिसलं.

मुस्तुफानं एहमदला म्हटलं, ''असली 'लोकेशन' सांसाई सोडून कोणाला न्हाई सापडायची. समदे रस्त्याच्या आजूबाजूला शोधत्यात – तितं आत्ता काय दिसनार?''

हीरणचं पात्र उतरून आम्ही पलीकडच्या काठावर गेलो. हीरणला येऊन मिळणाऱ्या एका ओढ्याच्या जरा पुढे गेलो न गेलो आणि तिथं एक नवं अद्‌भुत विश्व समोर दिसलं.

हीरणच्या किनाऱ्यापासून जरा दूर, तळापासून पंचवीसएक फूट उंचावरून नुसती ओल वाटावी इतकं थोडं पाणी झिरपत, खडक भिजवत खालपर्यंत पोहोचत होतं. धड दिसतही नव्हता असा तो ओहोळ एका गोलाकार खड्ड्यात मावेल, एवढंच पाणी जमा करत होता. पावसाळ्यात इथून धबधबा वाहात असेल, पण आत्ता वाहाणाऱ्या ओहोळानं खड्डा भरून बाहेर नदीपर्यंत पोहोचेल एवढं पाणीही नव्हतं.

आजपर्यंत मी कधीही बघितलेलं तर नाहीच, पण कल्पनाही न केलेलं भव्य, उमदं दृश्य माझ्या डोळ्यांसमोर होतं. खड्ड्यातल्या ओल्या खडकांवर, वरून खाली झुकणाऱ्या जांभळाच्या झाडाच्या सावलीत आडवी पडून रमजाना आरामात झोपली होती. तिचं डोकं आमच्या बाजूला होतं. मोठ्या वृक्षांच्या सावलीत एक सिंहीण एकटीच झोपते असं मी ऐकलं नव्हतं. सामान्यत: त्या बोरांच्या किंवा करवंदांच्या जाळ्यांमध्ये शिरून तिथल्या गारव्यात दिवस घालवतात असं ऐकलं होतं. ते सोडून रमजाना असं दर्शन देईल असं कधी वाटलंच नव्हतं.

मुस्तुफाही म्हणाला, ''नशीबवान आहात! नाहीतर असं कदीबी बगाया मिळत न्हाई.'' मग तो पंचवीसएक पावलं पुढे गेला आणि एका वृक्षाच्या बाहेर आलेल्या

जाड मुळावर स्वत: बसून म्हणाला, ''ही तुमची लखनमरेषा. हितून फुडं तुमी जायाचं न्हाई.''

सांसाई खालीच जमिनीवरच बसून गेली. एहमदनं ती थैली एका फांदीवर अडकवली आणि जग उघडून सगळ्यांना पाणी दिलं; मग जग तिथंच ठेवून पाठीमागच्या झाडीत सावली शोधून झोपायला जागा स्वच्छ करू लागला.

रमजाना आपल्याच तंद्रीत जणू गाढ झोपेत असेल तशी रुबाबात झोपून राहिली. आमची एवढी हालचाल किंवा बोलणं ह्यांचा तिच्यावर काहीही परिणाम झाला नाही.

मी आजूबाजूला थोडं फिरून चांगली जागा शोधायचा प्रयत्न केला, पण रमजाना झोपून राहिली, तर कोठूनही तिचं संपूर्ण चित्र काढणं शक्य वाटत नव्हतं. मी मुस्तुफाला विचारलं, ''काय केलं तर ती उठून बसेल?''

''तिची मर्जी लागली तरच. न्हाईतं काईबी करता येनार न्हाई. सांजपोत्तर बसून ऱ्हावं लागलं, तरी तिला तरास व्हईल असं मी काईबी करू द्येनार न्हाई. जे हाये ते ह्ये हाये.''

मी चांगली जागा शोधली आणि सिंहीण जरा हलेल, सरकेल, ह्याची वाट बघत बसलो. अर्ध्या पाऊण तासानं सांसाईनं पिशवी उघडून नाश्ता काढला. एक जागा जरा स्वच्छ करून तिनं मला आणि एहमदला बोलावलं. मुस्तुफा त्याची जागा सोडून आला नाही. तो जिथं बसला होता, तिथं सांसाई त्याला नाश्ता देऊन आली.

नाश्ता करून पाणी पिऊन मी परत माझ्या जागी जात होतो, तेवढ्यात लक्ष गेलं, की रमजाना डोकं वर उचलून आमच्याकडे बघत होती. पुढच्या काही क्षणांतच ती उठून बसली. पुढचे पाय आमच्या बाजूला लांब करून ती तिरकी अशी बसली आणि मग मोठी जांभई देऊन सांसाईकडे टक लावून बघत राहिली.

त्या क्षणी मी समजून चुकलो, की तिच्या नैसर्गिक वातावरणात, मुक्तावस्थेत, मजेत बसलेल्या सिंहिणीच्या संपूर्ण स्वरूपाचं चित्र काढणं तर बाजूला राहिलं, तिचं वर्णन करून सांगणंही मला कधी जमणार नाही. पहिल्या प्रथम मला जाणवलं, की श्रेष्ठ चित्रं काढायची म्हणून काढली जात नाहीत, ती निर्माण होतात. अगदी सर्जक म्हटला तरी माणूस हा शेवटी माणूसच आहे. आपल्याकडून होईल तितका प्रयत्न करण्यापलीकडे तो काही करू शकत नाही.

संध्याकाळी चार वाजेपर्यंत रमजाना एखाद्या संपूर्ण निष्ठेनं काम करणाऱ्या समजूतदार मॉडेलसारखी तिथंच बसून राहिली. मधून मधून शेपटानं अंगावरच्या माशा उडवण्यापलीकडे तिनं तिच्या बसण्याच्या पद्धतीत जवळजवळ काहीच फरक केला नाही.

तेवढा सबंध वेळ मुस्तुफा त्या झाडाच्या मुळावर बसून राहिला, सांसाई माझ्या

उजव्या बाजूला बसून रमजानाकडे बघत संपूर्ण वेळ गप्प बसून राहिली. एहमद झोपला आणि मध्ये मध्ये उठला तेव्हा दोनदा पाणी देऊन गेला. मी चित्र पूर्ण केलं, रूमालानं हात पुसले, तोपर्यंत सर्व काही असंच चाललं होतं.

मी माझ्या त्या सर्व साथींना चित्र दाखवलं – "हे आपण सर्वांनी काढलंय."

मी असं म्हटल्याबरोबर सांसाई म्हणाली, "तुला अगदी खरं वाटतंय असं?"

मी सांसाईचं बोलणं स्वीकारत म्हटलं, "मला असं म्हणावंसं वाटतंय, पण अर्थात हेही आहेच, की मुस्तुफा, एहमद आणि तू मनानं जितके स्वस्थ होतात, तितकं मला राहता आलं नव्हतं."

हे मी म्हणालो आणि मला 'तो आवाज' ऐकू आला. 'हे बोलणंही अर्ध खरं आहे. खरी गोष्ट तर अशी आहे, की तू त्या सर्वांइतका स्वाभाविक, सहज नव्हतास. आपण काहीतरी विशेष करत आहोत ह्या भावनेचे रोमांच तुझ्या रंध्रारंध्रातून उभे राहात होते. अजूनही थोडी थोडी अशी भावना मनात आहेच, की मी केवढं मोठं काम केलं आहे! कदाचित, कुठल्या तरी जन्मी पांचालीचं चित्र काढलं असशील, तरीही तेव्हा तुला वाटला नसेल, इतका स्वत:चा अभिमान तुला आज वाटतो आहे. मला काय म्हणायचंय ते समजतंय तुला?'

मी काही उत्तर देण्याच्या मन:स्थितीत नव्हतो. मला आठवतही नाही, की आम्ही कुठल्या रस्त्यानं परत आलो, जीपमध्ये केव्हा बसलो, अधोडियाचा नाका केव्हा आला... काही, काही आठवत नाही.

नाक्यावरच्या माणसानं कॅबिनमधून बाहेर येऊन मला विचारलं, "काय? कसं काय झालं?" तेव्हा फक्त हसून मान हलवण्यापलीकडे काही सांगण्याचंही मला भान नव्हतं.

नाक्यावरून सासणकडे जायला वळण्यापूर्वी एहमदनं सांसाईला विचारलं, "कुटं? सासण?"

"नगं मला तू दधियाला उतरव. जरा कानाला भेटून मग जात्ये." सांसाई म्हणाली. आम्ही दधियाकडे वळलो.

सांसाई उतरली आणि आम्हाला सगळ्यांना सांगत असल्यासारखं म्हणाली, "चला. बराय तं मंग, सांबाळून जावा."

"सांसाई..." मी तिचे आभार मानणार त्या आधीच सांसाई झोपडीच्या झाप्याच्या दिशेनं जाता जाता म्हणाली, "ऱ्हाऊ दे. मला म्हाईत हाये."

सासणला पोहोचल्यावर मुस्तुफा आम्ही परत आल्याची नोंद करायला गेला. एहमदनं मला जीपमध्येच थांबवून ठेवलं आणि म्हणाला, "बसा हितंच, मला तिकडनंच जायाचं हाये."

"मग जरा थांब, बाजारातून काहीतरी खायला घेऊन येतो, म्हणजे परत यायला नको." मी म्हटलं आणि नाश्त्यासाठी काहीबाही घेतलं.

घरी पोहोचलो तेव्हा संध्याकाळ झाली होती. मुस्तुफाचं घर बंद होतं. समोरच्या घराच्या ओट्यावर मुस्तुफाची पत्नी एका माजींबरोबर बसून पालेभाजी निवडत होती. मी माझ्या खोलीत गेलो, सर्व सामान नीट ठेवलं आणि खाऊन घेतलं.

सकाळी लवकरच मुस्तुफानं कामावर जाण्यापूर्वी मला उठवलं आणि म्हणाला, "चला, आबेदानं च्हा ठिवलाय."

"का?" माझ्या तोंडून निघून गेलं.

"का म्हजे? न्हाई करायचा? आमच्या घरी च्हा प्यायला हरकत हाये काई?" मुस्तुफानं ताबडतोब ठणकावलं. "आपुनच आपले तं येकदा बी घरी आला न्हाईत."

इतक्या दिवसांपासून मी मुस्तुफाच्या खोलीत राहात होतो. आबेदा काम करत असेल, झीनत आणि इब्राहिम खेळत असतील, तर बघत असे; कधी कारणाप्रसंगानं त्यांच्याशी बोललोही होतो. इब्राहिमनं तर माझी चित्रं पाहिलीही होती. कधी कधी कागद पेन्सील घेऊन माझ्या शेजारी चित्रं काढायला येऊन बसतही असे, तरी पण मुस्तुफाच्या घरी चहा-नाश्त्याला जाणं अजून झालं नव्हतं.

मला हसू आलं आणि मी म्हटलं, "जा, येतोच मी. मला काय, चांगलंच ना! माझा वेळ वाचेल. आज आणखी शिवाय केशोदला जायचं आहे."

"जी काय हाये ती समदी येळाचीच मारामारी हाये." मुस्तुफा म्हणाला, "मला तं तांबडं फुटत असतं तवांच नोकरीला निगायचं, तुमी घरातनं निगालात म्हंजी तुमचा पन ठिकाना न्हाई. पन येका घरात ऱ्हातुया आनि च्हा प्यायला पन न्हाई आलात तं समदं सासण मला नालायक न्हाई म्हननार?"

मी ब्रश हातात घेत म्हटलं, "कोणीही काहीही म्हणणार नाही. तू काही परकेपणा ठेवला असलास तर म्हणेल ना?" मुस्तुफा परत फिरणार त्याच्या आधी मी विचारून घेतलं, "मला ही चित्रं पार्सलनं पाठवायची आहेत. केशोदहून कोणी पाठवेल किंवा पार्सल घेऊन माझ्याबरोबर बाइकवर केशोदपर्यंत येईल, असं मिळेल कोणी? ही चित्रं राजकोटला पाठवायची आहेत."

"तुमी असं करा, बसस्टेशनवर या. पार्‌सलचं तं व्हऊन जाईल काईतरी." एवढं म्हणून मुस्तुफा त्याच्या घरात गेला.

भराभरा आवरून मी मुस्तुफाच्या घरी गेलो. आबेदानं बाहेर न येता आतूनच स्वागत केलं. बाहेर अंगणातच छोटंसं टेबल आणि प्लास्टिकच्या दोन खुर्च्या नीटनेटक्या लावून ठेवल्या होत्या.

मी एका खुर्चीवर बसलो तशा घरातून एक वृद्ध मांजी झीनतला कडेवर घेऊन बाहेर आल्या. रबारी (गुराख्यांमधली एक जात) बायका घालतात तसे कपडे त्यांनी

घातले होते. ह्या पूर्वी मी ह्या मांजींना कुठेच बघितल्या नव्हत्या, म्हणून मी खुर्चीवरून अर्धवट उठत हात जोडून नमस्कार केला, तशा त्या म्हणाल्या, "बसा, बसा! यील आत्ता. पोरगा जरा गांठिया आणाया ग्येलाय."

"या सगळ्याची काही जरुरी नव्हती." मी म्हटलं. "चहा घेईन, त्यात सगळं आलं."

मांजी माझ्यासमोर बसत म्हणाल्या, "असं काई समदं यऊन जातं व्हय? आनि कवां पोचाल केसोदला आनि कवा खायाला मिळंल, त्येचाबी न्येम न्हाई."

मी मांजींशी गप्पा मारू लागलो, तेव्हा असं कळलं, की त्या धानूच्या बा (आई) होत्या. नाव रतनबा. लहानपणी देवळियाजवळ जालंधरला राहात होत्या. लग्नानंतर मच्छुंद्री डॅमजवळ मोरसुपडा गावी राहात होत्या आणि आता धानूबरोबर सासणला राहात होत्या. आबेदा पुन्हा आई होणार होती म्हणून तिची विचारपूस करायला आणि मदत करायला आल्या होत्या.

मी त्यांना म्हटलं, "मी कदाचित राजकोटलाही जाईन. चला हवं तर माझ्याबरोबर. धानू म्हणत होता की राजकोटजवळ तुम्हा रबारी लोकांचं यात्रास्थान आहे."

"हंकअ (हो), ततं राजकोटजवळच हाये." त्यांच्या मांडीवरून उतरून स्वच्छ सारवलेल्या जमिनीवर लोळणाऱ्या झीनतला उठवून उभी करून जवळ बसवत रतनबा म्हणाल्या, "आमच्या माताजीचं थानक हाये, (स्थान - मंदिर) मी तं जाऊनबी आल्येय. आमचं वेवाण्य (व्याही) राजकोटला ऱ्हात्यात, त्येंच्या संगं आमी समदे ग्येलोवतो, पन राजकोटमंदी मला न्हाई आवडत."

"व्याह्यांच्या घरी आणि शिवाय शहरात, तर मग का नाही आवडत?" मी विचारलं, "मला तर आवडतं राजकोट."

"वेवण बरूबर तं लय चांगलं हाये, पन गीरमदी जिवाला करमतं, बरं वाटतं. तसं शरांमंदी आमाला न्हाई चैन पडत. कुटंबी झाडंझुडपं न्हाई दिसत. फकस्त मान्सं आनि त्येंची साधनं (सर्व तऱ्हेच्या वाहनांना रतनबा 'साधन' म्हणत होत्या.) मांजी म्हणाल्या आणि वेगवेगळ्या दिशांना हात पसरत, चारही बाजूंनी 'साधनं' त्यांना कशी घेरून टाकत होती, ते मला समजावायला पुढे म्हणाल्या, "जिकडं बगावं तिकडं साधनं. त्येंच्यामदनं भाईर पडायचं लई अवगाड बगा. असं व्हायचं जिवाला, की निगून भाईर पडावं हतनं." जरा थांबल्या, मग हसल्या आणि म्हणाल्या, "अवं, रस्ता हिकडनं वलांडावा का तिकडनं वलांडावा, कंच्या बाजूला जावं न् कंच्या न्हाई, काईबी समजायचंच न्हाई वं! त्ये तं मंग आमची विहीन हात पकडून हिकडनं येकदा, तिकडनं येकदा करत भाईर काडायची म्हून बरं, न्हाई तर...! म्या म्हनलं, बाबा रं, हतं आपलं काम न्हाय. ह्येच्यापेक्षा तं आपल्या घरीच चांगलं, झाडंझुडपं पन दिसत्यात डोळ्यांना तं ग्वाड वाटतं."

मुस्तुफा आला नसता तर गप्पा आणखीही चालल्या असत्या, पण मुस्तुफानं आल्याबरोबर हातातलं पुडकं मांजींकडे सोपवत म्हटलं, ''रतनबा, या, तुमी बी करा नाश्ता आमच्यासंगं.''

''न्हाई रं बाबा, म्या तं ही चालले आतमदी,'' म्हणत रतनबा आत गेल्या. नाश्ता करून, चहा पिऊन मी जाण्यासाठी तयार झालो, तेव्हा मुस्तुफा म्हणाला, ''सील गावाकडनं पंडित आलाय, त्यो परत जायचाय मांगरोळकडं. तुमचं सामान घिऊन जाईल बरूबर. म्हनत असला तर केसोदमदी टांकच्या स्टुडियोमदी पन पोचवून घेईल.''

मी चित्रं भरलेलं खोकं मुस्तुफाकडे सोपवलं आणि विचारलं, ''कोण पंडित? तो सांभाळून घेऊन जाईल ना?''

मुस्तुफानं पंडित कोण ते सांगितलं, ''कोळी जातीचा येक पोरगा हाये, त्यो आंगरोळजवळ सीलमदी ऱ्हातो. तितं त्येची तेलाची घाणी हाये.''

कोळी लोकांमध्ये पंडित आडनाव असतं आणि तो तेलाची घाणी चालवतो ही माहिती मला नवलाची वाटली, पण मी काही विचारलं नाही. म्हणालो, ''जे असेल ते! चित्रं सांभाळून नीटपणे घेऊन गेल्याशी कारण.''

''फिकर करूच नगा.'' मुस्तुफानं एवढंच उत्तर दिलं आणि मी दिलेलं खोकं घेऊन बाहेर निघता-निघता विचारलं, ''ह्यामदी रमजाना यऊन ग्येली?''

''अं? हां हो.'' मी असं उत्तर तर दिलं, पण दुसऱ्याच क्षणी मला वाटलं, की मी तर खडकावर ऐटीत बसलेल्या एका रुबाबदार सिंहिणीचं चित्रच ठेवलंय त्यात.

॥ १० ॥

रेल्वेच्या पुलावरून दिसणाऱ्या हीरण नदीच्या सासणच्या बाजूच्या काळ्या खडकाळ किनाऱ्याची चित्रं काढून पुरी केली. हीरणच्या किनाऱ्यावर असलेल्या वनविभागाच्या कचेरीची पिवळी भिंत, सिंहसदनचं मंगलोरी कौलं घातलेलं छप्पर, जरा पुढे पांढऱ्या आणि हिरव्या रंगानं रंगवलेले मशिदीचे मिनारे, गावातल्या घरांची मागच्या दारची परसं आणि त्यांच्या पलीकडे मंदिराच्या ध्वजेजवळून खाली नदीकडे असलेल्या उतारावर गावचा बाजार... वेगवेगळे रंग आणि रेषा सासणचं अस्तित्व तर सजवतातच, पण अशा सजलेल्या सासणची चित्रं काढण्यानं माझ्या मनात आनंदाचे झंकार उमटतात!

दुसऱ्या दिवशी पुलाच्या दुसऱ्या बाजूला अधोडियाच्या बाजूची हीरण आणि भोवतालचं जंगल ह्यांचं चित्र काढायचं ठरवलं होतं. त्यानंतर आंबलो, देवा, हैणकीवाली होडी, लासो आणि बाणासुर ह्या डोंगरांची चित्रं काढायचं काम सुरू करणार होतो. परमिटसाठी डी.एफ.ओ. बरोबर बोलणं झालं तेव्हा त्यांनी दिवस, वेळ इ.चं वेळापत्रक मागितलं आणि विचारलं, "केव्हापासून सुरू करताय?"

"उद्यापासूनच; पण कुठे किती वेळ जाईल ते असं वेळापत्रक बनवून नक्की सांगता येणं शक्य नाही." मी म्हटलं.

डी.एफ.ओं.नी जरा विचार केला आणि मग म्हटलं, "असं करा, उद्या सकाळी एक कुठली तरी जागा नक्की करून तिथलं परमिट घ्या. मी तसं सांगून ठेवेन. नंतर काय करायचं हे बघू या नंतर." मग थोडं इकडचंतिकडचं बोलणं झालं. डी.एफ.ओं.नी लॅण्डस्केप्ससाठी बाबरा रेन्जची गवत असलेली कुरणं, कनडाच्या पायथ्याशी असलेली सातवीरडी आणि टिंबरवाच्या पाठीमागे असणाऱ्या 'नॉनक्लासिफाइड फॉरेस्ट'मध्ये जावं असंही सुचवलं. 'साणाचे डोंगर जरा दूर आहेत, पण जाता आलं तर जाऊन या,' असंही ते म्हणाले.

सकाळी पुलावर येऊन चित्र काढायला सुरुवात केली. थोड्या वेळानं झाडीच्या मागून एक मालधारी मुलगा म्हशी घेऊन नदीकाठी आला. तो रोज येत असे. मी

काम करायला बसलो म्हणजे माझ्याकडे बघत असे, पण काही बोलत नसे. हातातल्या काठीला टेकून त्याच्या म्हशींवर लक्ष ठेवत असे आणि मधून मधून माझ्याकडे बघत असे. साधारणपणे गुरं चारायला आणणारे मालधारी दोघंतरी बरोबर असतात. तो मुलगा एकटाच यायचा. कदाचित त्याच्या साथीदाराला बरं नसेल किंवा कुठे गेला असेल.

एकदा तो अगदी पुलाजवळच बसल्या-बसल्या दोहे गात होता. मी त्याच्या गाण्याला दाद दिल्यासारखी खूण करत हात हलवला, तसा तोही 'रामराम' म्हणाला आणि विचारलंन, "ततं बसून कशाचं चित्तर काडताया?"

जेवढा विस्तार चित्रात येत होता, तेवढ्याबद्दल मी त्याला सांगितलं. पोरगा खूश होत म्हणाला, "म्हंजी त्येच्यामदी माजं चित्तर येईल?"

"होऽ" मी म्हटलं, "तुझं, तुझ्या म्हशींचं, सगळ्यांचं येतंय. बघायचं असलं तर इकडं वर ये."

"म्हशींना यकट्यांना सोडून न्हाई यता येत. न्येमकीच स्हावजानं मारली यकादी तं काय करायचं? कोनी सांगाती असंल तवा येईन – दोन दिसांनी."

"पण माझं काम तर आज संपेल." मी म्हटलं.

"तं कांई वांधा न्हाई. तुमी कासियानेसच्या बाजूला जाल तवां बगंन."

"तुला कोणी सांगितलं, की मी कासियानेसला जाणार आहे?" मी विचारलं.

"तं मग? जानार असनारच ना? आमी बी तितं जात व्हतो."

"चित्रं काढायला?" मला मजा वाटली.

"न्हाई. आमास्नी जंगलाबरूबर बोलायला येतं, रंगांबरूबर बोलायचं काम आमचं न्हाई, त्ये आमास्नी सिकावं लागंल." तो म्हणाला.

'जंगलाशी किंवा रंगाशी बोलता येणं' ही कल्पना मला मनापासून आवडली. मुलगा स्वत:च्या डोक्यानं विचार करून बोलणारा वाटला. मी काही बोलणार त्यापूर्वीच तो पुढे म्हणाला, "आमीं तं तितं खेळाया जात व्हतो. सारा दिवस खेळायचो. तितं गाडीचं ठेसन हाये. गाडीच्या रुळांवरनं डगडगत चालाया मज्जा यायची."

त्या मुलाला कासियानेस स्टेशन खूपच आवडत होतंसं दिसलं. मी गीरच्या एखाद्या रेल्वे स्टेशनचं चित्र काढायचा विचार केलाच नव्हता. आज वाटलं, की कासियानेस बघायला तरी जावं. मी विचारलं, "तू केव्हा असतोस तिथं?"

पोरगा जरा घुटमळला आणि म्हणाला, "त्ये काय असं न्येमकं सांगाया न्हाई येनार, पन तुमी आपलं जावा ना. विक्रमच्याकडं जायाचं हाये असं सांगितलंत म्हंजी सापडंल."

दुसऱ्या दिवशी परमिट काढायच्या ऐवजी कासियानेसच्या स्टेशनचं चित्र

काढायला जायचं ठरवून संध्याकाळी मी सासणला आलो, तर वनविभागाच्या ऑफिसाजवळ एका मागून एक बरीच सरकारी वाहनं येताना-जाताना दिसली. ऑफिस तर बंद झालं असणार, तर मग आत्ता ही एवढी वाहनं? कदाचित काही महत्त्वाची मीटिंग असेल किंवा कोणी बडे सरकारी पाहुणे सिंह बघायला येणार असतील असा मनाशी विचार करत मी घराकडे वळलो.

अंगणाचं दार उघडलं, तर आबेदा अंगणात बसून बाजरीच्या भाकरी थापत होती. मला म्हणाली, "कांई खटपट करू नगा, हितंच खावा भाकर."

बाइक एका बाजूला ठेवत मी म्हटलं, "नाही, नको, माझ्यासाठी नका करू. मी बाहेर जाईन, नाहीतर खिचडी टाकेन."

"खिचडी खायची असली, तर ती बी करून टाकत्ये." आबेदा थापलेली भाकरी तव्यावर टाकता-टाकता म्हणाली.

"तसं काही करू नका. भाकरी चालेल." माझ्या तोंडून उत्तर गेलं आणि आबेदाला हसू आलं.

मी न्हाणीत जाऊन हात-पाय धुतले, मग माझी खोली झाडून काढली. तेवढ्यात बाहेर मुस्तुफाच्या बाइकचा आवाज आला म्हणून मी बाहेर आलो. बाइक आत आणायच्या ऐवजी तो ती अंगणाबाहेर ठेवून आत आला, तेव्हा आबेदानं विचारलं, "पाछे कंई जाणा हे?" (परत जायचंय कुठं?)

"वो तो साब्ब केंगे तो जाणा भी पडे. रसूलपरा के आगे फांहला करके मारा हे। जलदी खाणां लगा दे। दो रोटी डिब्बेमें भी डाल देणां।" (ते तर साहेबांनी सांगितलं, तर जावंही लागेल. रसूलपराच्या पुढं सापळा लावून मारलं हाये. लवकर जेवायला वाढ, दोन भाकऱ्या डब्यात पण भर.) असं सांगत मुस्तुफा घरात गेला.

आबेदानं जरा वाकून घरात बघत मोठ्यानं सांगितलं, "दो थाली लाणां" मग माझ्याकडे बघत म्हणाली, "तुमी पन चला, दोगंबी बसून घ्या जेवाया."

मी 'बरं' म्हटलं आणि पाण्याचे दोन लोटे भरून घेतले.

मुस्तुफा बाहेर आला. त्याच्या चेहऱ्यावरची चिंता स्पष्ट दिसत होती. त्यानं आबेदाला काय सांगितलं ते मला धड कळलं नव्हतं, पण ज्यानं आपल्या बायकोलाही नीट काही सांगितलं नव्हतं, त्याला मी विचारणं मला बरोबर वाटलं नाही.

आम्ही जेवत होते, तेव्हाच धानू आणि सांसाई अंगणात आले. त्यांना बघून आबेदा म्हणाली, "चला, बसून जा जेवायला."

"सांजचं जेवायचंय आज धानूच्या घरी. रतनबानं शपथ घातलीया," बोलता-बोलता सांसाई सरळ मुस्तुफाजवळ उकिडवी बसली आणि लगेच त्याच्या खांद्यावर हात ठेवून म्हणाली. "ह्ये ऐकलं त्ये खरं?"

मुस्तुफा खाली ताटाकडे बघत म्हणाला, "ऐकलंस न्हवं? तं मंग कशापाई इचारतेयस?"

सांसाई गप्प झाली आणि तिनं तिथंच जमिनीवर बसकण मारलीन. मग जरा वेळ आबेदाकडे आणि माझ्याकडे बघत राहिली. मुस्तुफा जेवून उठेपर्यंत मग ती काहीच बोलली नाही.

मुस्तुफा हात धुवायला न्हाणीकडे गेला, तेव्हा सांसाई मला म्हणाली, "तुला समजलं?"

मी म्हणालो, "मी जंगलखात्याच्या ऑफिसात धावपळ बघितली, मग मुस्तुफानं येऊन आबेदाला सांगितलं आणि आत्ता तू बोललीस, पण काय झालं आहे मला काहीच माहिती नाही."

सांसाईनं स्पष्टपणे सांगितलं, "कुनीतरी येक स्हावज मारलाय. उंद्यापास्नं तू माज्याबरूबर ऱ्हायाचं हाये. दुसरी जी कामं असतील ती इसर आत्ता."

"आता ह्यामध्ये मी काय करणार?" मी एकदम बोलून गेलो.

"तू कायबी न्हाई करनार ह्ये तं मला कवापास्नं म्हाईतच हाये." सांसाई जवळजवळ रागानंच म्हणाली, "तुला गीरमदी बगितला तवापास्नंच माज्या ध्यानात आलंय, का ह्यो मानूस गीरला काईबी कामाचा न्हाई."

सांसाई सर्वांसमोर मला असं वाटेल तसं बोलली, ते माझ्या मनाला खूप लागलं. मी काही उत्तर देणार त्याच्याआधीच ती मुस्तुफाकडे वळून म्हणाली, "मुस्ता, तू मला फटफटियु चालवाया सिकव, म्हंजी मला डायवर सोधायला नगं."

न्हाणीतून बाहेर येता-येता जरा दटावणीच्या आणि सावध करण्याच्या सुरात मुस्तुफा म्हणाला, "ह्ये बग सांसाई, तुला सांगून ठिवतो, आत्ता तिकडच्या बाजूला जान्यासारकं न्हाई, उगाच भलतं काईतरी व्हईल!" मग तो पुढे म्हणाला, "आनि अशा येळी तुमाला कोनी परमिटनी घेनार न्हाई."

"मला तकडं जायाचं बी न्हाई," सांसाई म्हणाली, "मला जायाचं हाये मोट्या रस्त्यांनी. तितं कुटं कोन परमिट मागनारा असतुया?" मग स्वत:शीच बोलत असेल तशी पुटपुटली, "रस्तं बनवून बनवून समदी गीर उगडी करून टाकलीया, मंग व्हनार काय दुसरं? आनखी पुन्ना विसावदरचा रस्ताबी त्येन्ला करायचा हाये."

"तं मंग तुला जाऊ नगं सांगन्यातबी मतलब न्हाई. कर तुला जे करायचं त्ये!" निघण्याची तयारी करता करता मुस्तुफा म्हणाला. सगळ्यांचीच डोकी तापली होती.

आता मीही बोललो, "सांसाई, कोणालाही एकदमच काहीतरी सांगितलं, की उद्यापासून तुझी सगळी कामं बंद, तर त्याला काय समजणार? तुला काय करायचं आहे हे मला माहीत नाही; बरं मी तुझ्याबरोबर यायचं, तर तुला मी काय करायला

हवंय, तेही तू मला सांगितलं नाहीस.''

''काय काम करायचं हाये त्ये हितं बसून न्हाई सांगता येनार मला. भाईर पडलो म्हंजी सुचंल.'' सांसाई म्हणाली.

मग मी सांगितलं, ''माझी हरकत नाही. सांग, केव्हा जायचंय?'' सांसाईनं जरा विचार केला. मग म्हणाली, ''उंद्याच्याला सक्काळचा धानूच्या घरी यऊन जा, न्हाई, तं म्या हतं यईन.''

मी म्हणालो, ''मी येऊन पोचेन.''

सकाळी बाइक घेऊन धानूच्या घरी गेलो आणि बाइक चालू ठेवूनच हॉर्न वाजवला. रतनबांनी अंगणाचं दार उघडलं आणि म्हटलं, ''असं घोड्यावर बसून आल्यासारकं घाईनं जायाचं न्हाई. ती फटफटी इझवून टाक आनि खाली उतर. च्हा प्याल्याबगर हतनं हलायचं न्हाई.''

मी मुकाट्यानं खाली उतरलो, अंगणात गेलो आणि ओट्यावर बसलो. धानू घरात नसावासं वाटलं. सांसाई आत काहीतरी करत होती. रतनबा घरातून चहाचं सामान घेऊन अंगणात आल्या. सुक्या ढलप्या घेऊन त्यांनी चूल पेटवली आणि चहा करता-करता मला विचारलं, ''तू पोरीला कुटं घिऊन जानार हायेस?''

मला हसूच आलं. मी म्हणालो, ''मी तिला कुठं घेऊन जात नाहीये, तीच मला घेऊन जातेय – ड्रायव्हर म्हणून.''

''आसं कसं आसंल?'' साशंक चेहऱ्यानं रतनबा म्हणाल्या, ''ती तं म्हनाली की तुज्या बरूबर जानार हाये म्हून.''

क्षणभर मला वाटलं की रतनबा थट्टा करतायत. थट्टा करत नसतील तर त्यांना सगळं समजावून सांगणं अवघड होतं, म्हणून मी थोडक्यात सांगितलं, ''हो, आम्ही बरोबरच जाणार आहोत. मी आहे तिच्याबरोबरच, काळजी करू नका.''

रतनबांकडे चहा न् भाकरी खाऊन आम्ही निघालो, तेव्हा सांसाईनं सांगितलं, ''जामवाल्याच्या रस्त्याकडं घ्ये.''

तालाला जवळ पोहोचल्यावर छकडे-रिक्षांचा स्टॅण्ड होता, तिथं सांसाईनं मला थांबायला सांगितलं आणि ती खाली उतरली. मी मोटरसायकल चालूच ठेवून बसून राहिलो.

एका छकडा-रिक्षावाल्याला बोलावून सांसाईनं विचारलं, ''बाबू, तुमी समदं सांजच्याला भ्येटत असाल न्हवं?''

''व्हय, भ्येटतो खरं, पन नंबर लागंल तसं तसं समदे पुन्ना निगूनबी जात्यात.'' रिक्षावाल्यानं उत्तर दिलं आणि थट्टा करत असेल तसं विचारलंन्, ''का? तुला समदे छकडे भाड्यानं घ्यायचे हायेत?''

“व्हय रं! माज्या समद्या म्हशींची लग्नं कराया काडलीत भाय, त्या समद्यांना तुज्या येका छकड्यात बशिवल्या तं कशा मावत्याल? मंग समदं छकडंच भाड्यानं घ्यायाला पायजे, न्हवं?” सांसाईला सरळ उत्तर देताना मी फार कमी वेळा पाहिलं होतं.

ह्या उत्तरावर बाबू काय बोलणार? सांसाईला राग आलाय असंही त्याला वाटलं; तो गंभीर झाला आणि म्हणाला, “बरं सांग, काय काम काडलंयस?”

मी बाइक बंद केली पण ती बाजूला ठेवून खाली उतरलो नाही. सांसाई आणि बाबू हलक्या आवाजात बोलत होते, ते मला ऐकू आलं नाही. जराशानं सांसाई बाइककडे आली, तेव्हा तिला निरोप द्यायला बाबू बाइकपर्यंत आला. बाइकवर बसता-बसता सांसाई म्हणाली, ते मला ऐकू आलं – “गीरमदी सापळं लावनारा कोन निपजला त्ये सोधाया तं हवंच.”

बाबू तोंड वाकडं करत म्हणाला, “तं मंग त्ये छकडावाल्यांनी सोधायचं? सोधतील ना त्ये जंगलखातंवालं. त्येचाच तं पगार घ्येतात.”

सांसाई हार मानणारी नव्हती. तिनं लगेचच उत्तर दिलं, “छकडं गीरमंदीच फिरवता ना? यकका छकड्यात वीस-वीस जनं भरून गीरच्या जिवावर भाकर खातायसा. मंग थोडं तरी गीरसाटी कराल का न्हाई?”

आम्ही पुढे निघालो तेव्हा सांसाईनं छकडा-रिक्षावाल्याला सांगितलं, “बाबू, म्या जातीया रसूळपऱ्याला, सांजच्याला परत यीन, मंग बोलूया.”

बाबू म्हणाला, “बरं तर सांजच्याला भेटू, करूया काईतरी,” पुढे गेलो तसे

जिथे जिथे हॉटेलपाशी किंवा रिक्षास्टॅन्डजवळ कोणी ओळखीचं भेटलं, त्या त्या माणसाशी सांसाई बोलली. जवळजवळ प्रत्येक ठिकाणी मिळालेल्या उत्तराचा सूर एकच असायचा, की 'गीरमध्ये आम्ही छकडे चालवतो म्हणजे कोण, कुठे आणि कशासाठी जातंय हेही आम्ही जाणून घेणं जरुरी नाही.'

एका चौरस्त्यावर आठ-दहा रिक्षा उभ्या होत्या, तिथं बाइक थांबवली. सांसाई उतरली, मी अजून बाइकवरच बसून होतो, तेवढ्यात मला 'तो आवाज' ऐकू आला. 'ह्या कामात आपणही मैदानात उतरलं पाहिजे असं नाही वाटत तुला?'

मी बाइक बंद केली, खाली उतरलो आणि सांसाई तिथे जमलेल्या लोकांशी बोलत होती, तिकडे गेलो.

एक जण म्हणत होता, "तुजं म्हननं बराबर, पन पाशिंजरना आमी त्ये कोन हायेत न् काय, असं कसं इचारनार? आनि इचारलं न्हाई, तर वळकनार कसं? त्ये सांगतील ततं उतरवून द्येतो, कोनी कुटं भल्तीकडं उतरलं तं ती जागा कदी कदी लक्षात ऱ्हातीया, जो उतरतो तो मानूस कसा लक्षात ऱ्हानार?"

सांसाई काही उत्तर देत होती, तेवढ्यात मी तिला थांबवली, मग त्या रिक्षावाल्यांच्या समोर जाऊन उभा राहिलो आणि विचारलं, "तुमच्यामधलं कोणी मला ओळखतं?"

आपापसात थोडी कुजबुज झाली, जवळजवळ सगळ्यांनी नकारार्थी डोकी हलवली आणि मग एकदम एक जण म्हणाला, "येकदा जामवाला बस्टेनवर पाह्यलं व्हतं."

मग ते एकेक जण बोलू लागले आणि मी शांतपणे ऐकून घेतलं. कोणी म्हणालं, 'तुमी तं सासणमदी ऱ्हाता.' कोणी म्हणालं, 'ह्ये तं त्ये हायेत – काय म्हन्त्यात? हां, जनावरांची चित्रं काडाया आल्यात...' वगैरे वगैरे त्यांना माझी जेवढी माहिती होती, तेवढी त्यांनी सांगितली.

आता मी म्हणालो, "मी तुमच्या रिक्षात एकदाही बसलेलो नाही, किंवा ह्या बाजूला फारसा आलेलोही नाही. तरीसुद्धा तुम्ही मला ओळखता; ह्याचा अर्थ असा, की ह्या भागात कोणी नवं आलं, तर ते तुमच्या लक्षात येतं, तर मग एखादा अनोळखी माणूस तुमच्या रिक्षात बसला असला तर त्याला तुम्ही नंतर ओळखालच ना?"

हास्याची थोडी खसखस पिकली आणि मग उत्तर आलं, "भायेरचं कोनी असंल, तं कळतं. काई येगळं दिसलं तर त्ये पन ध्यानात ऱ्हातं. हितल्या हितलंच कोनी असंल तर आठवन न्हाई ऱ्हात."

"आम्हीही वेगळं काही दिसलं असलं तर आठवून बघायला सांगतोय." मी म्हणालो, "म्हणजे बघा, की कोणी सापळा बनवायचं सामान घेऊन जात असला, तर तुमचं लक्षही जाईल आणि आठवणही राहील, खरं की नाही?"

आता बोलणं जरा गंभीर वळण घेत होतं. सगळे गप्प झाले. सांसाई म्हणाली, "पाशिंजरचं सामान बगून त्यो बाजाराला चाललाय का दुसऱ्या कामाला त्ये तुमाला समद्यांना वळकू येतं, तं मंग ह्या कामासाटी तर साकळ्या आन् काढ्या घिऊन जावं लागनार. ह्या बाजूनं रसूलपरा ग्येला असंल, न्हाईतं जामवालाकडनं, पन तो रिकाम्या हातांनी तं ग्येला नसनार आनि त्येला साधना (वाहन) मदनंच जायाला लागनार."

मी सांसाईच्या बोलण्याला दुजोरा देत म्हटलं, "आणि तो एकटाही नसणार, तिघं चौघं तर असतीलच."

"त्ये तं बराबर, न्हाइ कोन म्हन्तय्? पन आमचा गाड्यांमदी कोनी असं बसलं न्हाय," एक जण म्हणाला, "रातच्या येळंला बसमदनं, न्हाईतं खटाऱ्यामदनं (ट्रक) पन ग्येलं असत्याल."

मी ह्यावर म्हणालो, "आपल्या ओळखीच्या ड्रायव्हर, कंडक्टरांना पण विचारायचं, की त्यांच्या बसमध्ये असं सापळ्याचं सामान घेऊन कोणी बसलं होतं? तुम्हाला तर आम्ही एवढंच सांगतोय की तुमच्यापैकी कोणी किंवा तुमच्या दोस्तांपैकी कोणी असं काही बघितलं असलं, तर आम्हाला सांगा. बघितलंच नसलं, तर प्रश्नच कुठे आला?"

"हाऽ! तं तसं म्हना ना. आमी सांगू समद्यांना. कोनी ना कोनी बगितलं असंल तं सांगंल. त्यो मानूस जर हितला आतमदलाच कोनी असंल, तं मंग कोनी न्हाईबी सांगनार – उगाच दुस्मनी कोन घईल? पन वळकीतला नसला तर संभर टक्के सांगल." रिक्षावाल्यांच्या वतीनं एकानं उत्तर दिलं.

मी म्हणालो, "काही समजलं, तर सासणच्या चहाच्या हॉटेलात नुसतं एवढं सांगितलंत, की 'भेटून जायला सांगितलंय' तरी मी येईन इकडे."

मी आणि सांसाई आठ-दहा दिवस हिंडत राहिलो. आम्ही किती गावांमध्ये गेलो, किती जणांना गोळा करून त्यांच्याशी बोललो, ते आता आठवतही नाही, एवढा प्रवास मी त्या दिवसांमध्ये केला. अभयारण्याच्या सरहद्दीवर असलेल्या गावांमध्ये हिंडताना लक्षात आलं, की गीरभूमीच्या लांबीरुंदीचा विस्तार केवढा मोठा आहे.

मी गीरमध्ये आलो तेव्हा मला वाटलं होतं, की हे जंगल म्हणता येणार नाही. आता माझी खात्री झाली होती, की हे जंगल म्हणता येणार नाही. आता माझी खात्री झाली होती, की हे जंगल नव्हतं. मी ह्याला अरण्यही म्हणू शकत नव्हतो. ही अटवी नव्हती, वनही नव्हतं. विपिन-गहन-गुहिन-कानन-भिरूक-विक्त-प्रान्तर... भाषेमध्ये वनासाठी जितके पर्यायवाचक शब्द असतील, त्यांपैकी एकाही शब्दामध्ये ह्या प्रदेशाच्या पूर्ण स्वरूपाचं वर्णन येईल असा शब्द नाही.

होय, ही गीर आहे, फक्त गीर. रैवताचलाची अत्यंत मनोहर पुत्री. जगातल्या इतर कुठल्याही प्रदेशापेक्षा आगळंवेगळं, खास स्वतःचं असं वातावरण असणारी,

सदैव मोहक अशी गीर – सांसाईच्या शब्दात 'वेडी'गीर. साऱ्या जगात स्त्रीलिंगी नावानं ओळखल्या जाणाऱ्या ह्या एकमात्र, दुर्गम भूमीला तिच्या 'गीर' ह्या नावाखेरीज सगळीच वर्णनं, सगळीच संबोधनं अपुरी पडतात.

अनेक प्रकारचे भूपृष्ठ असणाऱ्या ह्या पृथ्वीवर निसर्गाची अनेक स्वरूपं, अनेक तत्त्वं, ह्या एकाच जागी पूर्णपणे शुद्ध स्वरूपात कशी विकसतात हा विचार तेव्हा माझ्या मनात सदैव घोळत राहात होता. मी सांसाईला ह्या कामात मदत केली नसती, तर गीरला समजून घेणं मला अवघड गेलं असतं किंवा जमलंच नसतं.

सांसाई आणि मी प्रत्येक गावात रात्री राहात होतो. काहीतरी निमित्त काढून गावातल्या लोकांना गोळा करत होतो. आमचं त्यांच्याशी बोलणं फक्त सापळा लावणाऱ्या माणसांना शोधण्यापुरतंच राहिलं नव्हतं. आता आणखी महत्त्वाचा एक मुद्दाही होता. आता, आज गीर जशी होती तशी ती राहू देण्याच्या सामाजिक जबाबदारीबद्दलही बोलणं होत होतं.

एका गावी कोणीतरी बोलता बोलता म्हणालं, "ह्ये गाव जंगलातल्या हद्दीतलं नाही. नकाशापरमाणंपन हितं गीर हायेसं दिसत न्हाई. जुन्या जमान्यात तं हितं स्हावज येत बी न्हवतं. त्ये आता गीरमंदी फार जास्ती जालं असत्याल म्हून भाईर निगाया लागलं."

ह्याला काय उत्तर द्यावं ते मला समजत नव्हतं. सांसाई मात्र लगेच म्हणाली, "आपल्याला नकशावाल्या गीरशी कांई करायचं न्हाई, त्ये टूरिस लोकांसाटी ऱ्हाऊन द्या. आपल्यासाटी तं जितं म्हून स्हावज जातो, त्ये समदी गीर! मंग तो घेडच्या समुंदरापाशी जावू द्ये का बयडाच्या डुंगरापोतर." सांसाईनं जरा रागानं पुढं विचारलं, "आनि गीरचं नाव घेऊन तुमचं आंबं इकता, गीरच्या नावाचं तूप इकता, तवां हितं गीर न्हाई ह्ये कसं आटवत न्हाई वं?"

एक जण मग सासाईच्या म्हणण्याला दुजोरा देत म्हणाला, "ह्ये समदा मुलूक गीरच हाये आनि कोन म्हनतं हतं स्हावज न्हवतं येत म्हून? पार जुन्या काळी तं थेट तकडं दवारका (द्वारका) आनि ह्या बाजूला गोहलवाड पोतर, सिहोरमंदी काटंवाल्या झाडांचं जंगल हाये तितपोत्तर स्हावज दिसायचं असं म्हनत्यात."

सांसाई म्हणाली, "स्हावज जास्त जाले म्हून भाईर याया लागले ह्ये तं पेपरवालं छापत्यात. गीरची हद कुटपोतरची धरायची, ह्ये भायेरच्या मान्सांना काय समजनार? खरी गोष्ट ही हाये, की गीरच्या समद्या बाजूंनी आपुन ऱ्हाया लागलो, तरी पन गीरमदल्या समद्या जिवांनी आपला मान ठिवला. त्येंची जागा कमी जाली तसं तसं त्ये समदं आत आत जात ऱ्हाइलं, पन मंग स्हावज असंल का दुसरा जीव, समदे जातील तरी कुटं?"

एक जण सांसाईच्या म्हणण्याला दुजोरा देत म्हणाला, "तुमी म्हनता, त्ये

संबर टक्कं बरूबर. आपुन त्यांचा मान ठिवला तर त्ये आपला ठिवनार. त्येहूनच त्यांच्या आतल्या जागंमदी ऱ्हात्यात. अवं काई जालं तरी राजा हाये त्यो. त्याची मर्जी लागंल तिकडं, मर्जी लागंल तवां जानारच की.''

एका गावात उघड्या विहिरीत जनावरं पडतात असं लोक म्हणाले, तेव्हा सांसाईनं रवीभांना बोलवायला निरोप पाठवला. ते त्यांच्या शाळेच्या मुलांकडून विहिरी बंदिस्त, सुरक्षित करण्याचे वेगवेगळे उपाय दाखवणारी पोस्टर्स करून घेऊन, ते घेऊनच आले. गावातल्या शाळेतल्या मुलांना ती पोस्टर्स सगळीकडे लावायच्या कामाला लावलं. लोकांना गोळा करून पोस्टर्समध्ये दाखवलेले उपाय करूनही दाखवले.

सिमेंटच्या रिकाम्या पोत्यांमध्ये रेती भरून कठडा नसलेल्या विहिरींच्या भोवती ती रचली. दुसऱ्या एका विहिरीभोवती नारळीच्या झावळ्यांचं कुंपण केलं, तर तिसऱ्या एका विहिरीच्या भोवती लहान खांब ठोकून रक्षण होईल अशी केली. फळाफुलांच्या वाड्यांच्या भोवताली दगड रचून जसं कुंपण करतात ते दाखवलं आणि विहिरीभोवतीही तसं करता येईल असं सुचवलं.

शेवटच्या एका मीटिंगमध्ये असंही कोणीतरी सांगितलं, की काही लोक त्यांच्या वाड्यांच्या कुंपणांमधून विजेच्या तारा घालून त्यात करंट चालू ठेवतात. सांसाई संतापली.

गावच्या लोकांनी लंगडा बचाव करण्याचा प्रयत्न करायला वर म्हटलं, ''तारा काई स्हावजांसाटी चालू न्हाई ठिवत, रातचे रोझडे (गाढवं-खेचरं इ.जातीचा रानोमाळ हिंडणारा प्राणी. त्यालाच बहुधा नीलगाय म्हणतात.) आतमदी शिरून लय नुकसान करत्यात, त्येंच्यापायी ठिवतो.''

सांसाई हे म्हणणं स्वीकारणं शक्यच नव्हतं. ती चांगलीच चिडली आणि म्हणाली, ''मंजी रोझ ह्यो जीव न्हाई असं वाटतं तुमास्नी? स्हावज आणि रोझ असा जनावरांमदी फरक वाटाया लागला, तवापास्नं गीरची दशा बसलीया.''

सांसाईचं हे म्हणणं तिथे आलेल्या कोणालाच पटणारं नव्हतं. रवीबापूंनी लगेच सावरून घेत म्हटलं, ''रोझसारक्या जनावरांसाटी तं काठ्यांचं कुंपण, न्हाईतं दगडांची भिंत करता यील. करंट चालू ठिवलात आनि कदी चुकीनं न्येमकं गावातलं कोनी मानूस – न्हाईतर अवं, तुमच्या घरचं पन कोनी त्येला जराबी शिवलं, तर केवडी जोखम!''

सांसाई एकदम माझ्याकडे वळली न् म्हणाली, ''उंद्याच सरकारमदी टपाल लिवून टाक, की गीरमंदी कंच्या पन गावात दिवस मावळल्यावर वाड्यांमदी लाइट द्येऊ नका आनि तसं जमत नसंल, तर गावांची आनि गावांभायेरची लाईन यगळी ठिवा.''

रवीभा त्यांचं म्हणणं पुढं सांगत राहिले, ''रोझड्यांना आवाजाचं लय भ्या

वाटतं. रातभर आवाज करत ऱ्हाईल असं कायतरी बनवून द्येईल असा येक कारीगर ठावा हाये मला.''

''रामबापूंच्या वाडीवर एक चक्करडी बनवलीया,'' एक जण म्हणाला, ''सायकलच्या चाकावर पंख्याची पाती फीट बसवलीत, खाली तेलाचा रिकामा डब्बा ठिवलाय. चाकाला लोखंडाच्या तीन-तीन दांड्या लावल्यात. वारा आला की चक्करडी फिरती आनि त्येच्या दांड्या डब्यावर आपटत्यात. रात् न् दिवस डब्बा डग-डग-डग करत वाजत ऱ्हातो.''

हे सगळं झालं, तरी सापळा लावणाऱ्याचा काहीही माग आम्हाला कोठूनही मिळाला नव्हता. आम्ही घरी परत यायला निघालो, तेव्हा सांसाई मला म्हणाली, ''ह्येच्यामदी कोन्या मोठ्या मानसाचा हात हाये असं वाटतंया, न्हाईतं कोनीबी कायबी बोलत नाही, असं तं व्हनार न्हाई.'' मग माझ्या बाइकवर बसता-बसता जणू कोणाला तरी सांगत असेल, तशी दूर कुठेतरी बघत म्हणाली, ''जनावरं आपल्या संगं ऱ्हायाला शिकली, पन आपुन त्येंच्या संग ऱ्हाया न्हाई सिकलो.''

।। ११ ।।

मंगलोरी कौलं घातलेलं, त्या पोराला – विक्रमला आवडणाऱ्या जागांपैकी एक – कासियानेसचं फ्लॅगस्टेशन. पाठीमागे रेल्वेचे क्वार्टर्स आणि तेथून थोड्या अंतरावर दोन-तीन क्वार्टर्स वनविभागाचे. ह्या सर्वांपैकी एकही घर उघडं नव्हतं. बरेच दिवसांपासून इथं कोणी राहात नसावं असं वाटत होतं. जवळपास गुराख्यांच्या झोपड्यांची वस्तीही कुठे दिसली नाही. कधी काळी इथं माणसं राहात असतील, आत्ता कोणी नव्हतं.

सासण-वेरावळ ये-जा करणारी गाडी येथून दिवसातनं दोन-चारदा जात असेल. अभयारण्याच्या नितांत शांत वातावरणाचा भंग करत जाणाऱ्या मीटरगेज ट्रेनला मी जितकेदा पाहिली होती, तितकेदा मला आगगाडीतून प्रवास करावा असं वाटलं होतं. काल रात्री झोपण्यापूर्वी मी चित्रकामाची साधनं गोळा केली, तेव्हाही वाटलं होतं, की त्या गाडीतून जावं. परत यायला उशीर झाला आणि अडीचच्या गाडीची वाट बघत बसावं लागलं किंवा मग चालत यावं लागलं, तरी माझी हरकत नव्हती.

दुसऱ्या दिवशी पहाटे पाच वाजता जाग आली तेव्हा बाहेर रिमझिम पाऊस पडत होता. शेजारी आबेदा स्वयंपाकघरात काहीतरी काम करत होती. तिथून भांड्यांचा आवाज येत होता. दार उघडलं तर अजून उजाडलं नव्हतं. पुन्हा एक झोप काढावी का असा विचार करता होतो, तेवढ्यात मुस्तुफा बाहेर आला. मला जागा बघून विचारलंन्, ''आज आत्तापासनं?''

''कदाचित पावसामुळं. पावसाळा आलाच की आता.''

''ही तर उगाच एक सर आली. पावसाळ्याला अजून येळ हाये. पंदरा तारकेपोतर तं टूरिस रूटबी चालू असतो.'' मुस्तुफाच्या म्हणण्याप्रमाणं खरा पावसाळा सुरू व्हायला अजून उशीर होता.

आबेदाही दारात येऊन उभी राहिली न् म्हणाली, ''ह्यो काय पावसाळा न्हाई म्हनायचा. गीरचा पावसाळा पाह्यला न्हाई तुमी.''

मीही मग 'री' ओढली, ''हो ना! हा पावसाळ्याचा पाऊस आहे असं कुठं

म्हटलं मी? मी तर आत्ता रिमझिम पाऊस पडत होता त्याचंच म्हणालो. किती छान वाटतंय ना सगळं?''

''हं ऽऽ! असं म्हना!'' आबेदा म्हणाली आणि 'चहा करू नका' असं बजावून आत गेली.

मी आत येऊन अंथरूण काढत होतो. कामाला जाता जाता मुस्तुफा मला चहा द्यायला आला, विचारलंन् ''आज कुठं दौरा? कुठं जानार नसला, तर चला माज्यासंगं.''

''नको.'' मी म्हटलं, ''मला ट्रेननं कासियानेसला जायचं आहे.''

''गाडीला तं येळ हाये अजून,'' मुस्तुफा म्हणाला आणि कामाला गेला. सहा-सव्वासहापर्यंत पाऊस थांबला. तोपर्यंत माझंही सगळं आटोपलं होतं. इतक्या लवकर ट्रेन मिळण्यासारखी नव्हती. तेव्हा बसून राहण्याऐवजी रुळांच्या कडेकडेनं चालत जावं आणि बारा वाजताच्या गाडीनं परत यावं, हा विचार जास्त बरा वाटला.

आभाळ स्वच्छ होत चाललं होतं. पाऊस फार पडलाच नव्हता, तरी सकाळच्या तेवढ्या सरींनी धरतीमध्ये जणू चैतन्य आलं होतं. मातीचा ओला-ओला सुगंध आणि एकाएकी जमिनीतनं बाहेर आलेल्या उडणाऱ्या बारीक बारीक किड्यांनी आसमंत भरून गेला होता. त्या किड्यांच्या बारक्या बारक्या भोकांसारख्या बिळांपाशी गोळा होऊन सरड्यांची मेजवानी चालली होती.

दीड-एक तासात कासियानेस स्टेशन दिसलं. स्टेशनचं ओलं झालेलं कौलारू छप्पर, क्वार्टर्सच्या जुन्या घरांच्या ओल्या झालेल्या भिंती, पावसानं धुवून निघाल्यानं आणखीच हिरवेगार दिसणारे वृक्ष, आगगाडीचे रूळ आणि त्यांच्या भोवताली पसरलेली खडी, सगळ्यावर सकाळचं ऊन चमकत होतं.

मी जरा वेळ थांबलो, स्टेशन आणि क्वार्टर्स चारही बाजूंनी, वेगवेगळ्या ठिकाणांवरून कसे दिसतायत ते बघितलं. शेवटी स्टेशनच्या समोरच्या बाजूला जाऊन जरा उंचवट्यावर उभा राहून तिथं मी बोर्ड ठेवला. विक्रमला कुठं शोधावा? त्याची चौकशी करायची तरी कोणाकडे? इथ तर कोणीच दिसत नव्हतं. विक्रमला भेटण्याचा विचार सोडून देऊन मी माझं काम सुरू केलं.

रंग आणि ब्रश घेऊन काम करण्यात रंगलो, की किती वेळ गेला ह्याचं मला भान राहात नाही. चित्र जवळजवळ पुरं होत आलं. नवा रंग घेण्याआधी थोडं खाऊन घ्यावं म्हणून मी थैल्यातून नाश्ता काढला. जरा वेळानं रुळांच्या समोरच्या बाजूनं दोन स्त्रिया स्टेशनकडे येताना दिसल्या. एका स्त्रीच्या कडेवर दोन-अडीच वर्षांचा मुलगा होता, दुसरीच्या हातात लहानसा पुडा, नारळ, उदबत्ती असं सगळं सामान होतं.

दोघी जणी स्टेशनच्या मागच्या एका क्वार्टरची पायरी जरा स्वच्छ करून घेऊन

तिथं बसल्या. त्या बायकांना कदाचित विक्रमचा ठावठिकाणा ठाऊक असेल किंवा त्याच्याबद्दल काही माहिती देतील असं वाटून मी त्यांच्याकडे गेलो. हातात होती ती दोन-तीन बिस्किटं त्या मुलाला देत मी त्याच्या आईला विचारलं, "तुम्ही ह्या येणाऱ्या गाडीतनं जाणार?" जिच्या हातात नारळ होता, ती स्त्री म्हणाली, "कुटं पन जायाचं न्हाई, बस हितपोत्तरच."

ह्या दोघींना गाडीनं जायचं नसलं तर त्या इथं स्टेशनवर कशाला आल्यात ते मला समजेना. त्यांना तसं विचारणंही मला जरुरी वाटलं नाही. 'विक्रम कोठे असेल' एवढाच प्रश्न मी त्यांना विचारला.

"कुटला विकरम?"

"इथं आधोडियाला गुरं चारायला येतो तो." मी सांगितलं.

तिनं त्या मुलाच्या आईकडे बघत विचारलं, "साबा, अधोडियाला तर तुझ्या म्हशी असतात, न्हाईतर शेजारच्या आयरूच्या, न्हाईतं मंग कडवीबेनच्या. तुमी कोनाला गुरं चाराया ठिवलंया?"

"आमच्या म्हशी तं आमचं घरवालंच चाराया न्येतात. कडवीकाकींचं ठावं न्हाई." साबानं सांगितलं आणि पुढे म्हणाली, "नदीच्या बाजूच्या कोनी कोनी बावळियाच्या बाजूला ठाकूरजीच्या दर्शनाला जानार म्हनत व्हत्या, त्या समद्या गेल्या असल्या, आनि त्येंच्या म्हशी चाराया दोन दीस कोनाला ठिवलं असंल, तर म्हाईत न्हाई."

"या समद्या दर्शन करून परतबी आल्या." दुसरी म्हणाली आणि मग काहीतरी आठवून म्हणाली, "त्या पोराचं इचारत असत्याल! आईमा त्येला भरथरी म्हन्त्यात न्हवं? त्यो पोरगा?" साबानीही मग विचारलं, "दिसतू कसा?"

मी म्हटलं, "सतरा-अठरा वर्षांचा मुलगा आहे. चुडीदारवर लांब कुडता घालतो." मला जास्त वर्णन करता येईना.

"तं मंग रामी, ह्ये त्याच पोराबद्दल इचारत्यात." साबा दुसरीला म्हणाली.

मी म्हणालो, "पण तो तर म्हणत होता की त्याचं नाव विक्रम आहे. तो असंही म्हणलावता की इथं कासियानेसमध्ये कोणालाही विक्रम कुठे राहतो असं विचारलं तर सांगतील."

खात्री पटल्यासारखी साबा म्हणाली, "असं म्हनाला असला तं मंग तं तुमाला भरथरीच भ्येटलावता, दुसरं कोनी न्हाई."

दुसऱ्या स्त्रीनं म्हटलं, "पन हितं इचारनार कोनाला? गाडी येती तवां मास्तर असत्यात, न्हाईतं कोनी पाशिंजर आला तं त्यो. दुसरं हितं कोनी नसतंच."

मला अजूनही काहीतरी गडबड आहेसं वाटत होतं. मी परत म्हटलं, "पण तो तर विक्रम —"

दोघींनी एकमेकींकडे बघून पदरानं तोंड झाकून हसून घेतलं, मग सांगावंसं वाटत नसलं तरी सांगावं लागतंय अशा चेहऱ्यानं साबा म्हणाली, "त्येची हजार नावं. मनात यील तवां विकरम म्हन्तो. आईमा म्हन्त्यात भरथरी. बाकी त्येचं खरं नाव आमाला ठावं न्हाई आनि मूळ त्यो बयडा बाजूचा. हितं त्याचं घर न्हाई सापडायचं. काम असंल तवां कोनी ठिवून घ्येतं तवां त्येंच्याकडं ऱ्हातो, मंग आन्खी दुसरीकडं कुटंबी."

जरा नवल वाटून मी विचारलं, "हा विक्रम आईमांचा कोण लागतो?" रामी जरा गंभीर होत म्हणाली, "आमी लागतो तसंच. आईमा तं सारण हायेत, (चारण) आमी रबारी, पन तुमचं त्या पोराशी काय काम निगालं त्ये त्याला सोधत इथवर यऊन पोचला? तुमी रेलवाले हाये?"

अनोळखी मुलगा. आईमा त्याला भरथरी म्हणतात. तो आपलं नाव विक्रम सांगत होता. मला कशाचाच काही उलगडा होईना. विक्रमशी माझं काय काम होतं, ते ह्या दोघींना समजावत बसण्यापेक्षा मी तो विषयच बदलून म्हणालो, "काही नाही. माझं असं काही विशेष काम नाही. मी रेल्वेत काम करत नाही. मी इथं चित्रं काढायला आलोय."

साबा त्या दुसऱ्या स्त्रीच्या कानात सांगितल्यासारखं बोलली, तरी पण मला ऐकू आलं, "मंग तं त्यो नि ह्यो सारकंच वाटत्यात!"

त्या दुसऱ्या स्त्रीनं पुन्हा तोंडावर पदर दाबला आणि साबाला कोपरानं ढोसून गप्प बसायला खुणावलं हेही मी बघितलं.

मी ह्यावर काही बोललो नाही, पण त्या दोघींना कुठेही जायचं नाही, तर त्या इथं स्टेशनवर का येऊन बसल्या आहेत हे विचारायला संकोच केला नाही. माझ्या प्रश्नाचं जे उत्तर मिळालं ते कोणालाही खरं वाटेल असं नव्हतं. साबानं सांगितलं, "इन्जिनसमूर नारळ फोडायचाय."

साबा जे सांगत होती ते स्पष्ट ऐकू आलं तरी माझ्या पट्दिशी लक्षात आलं नाही. मी काही विचारण्यापूर्वीच साबानंच सांगितलं, "ह्यो पोरगा दोन वर्सांचा जाला तरी चालत न्हवता. कितीतरी उपाय क्येलं, पन उबा ऱ्हायचा निसता, पाऊल फुडं न्हाई टाकायचा. मंग काई सुचंना तवा गाडी आली, आन् फुडं निगाली की ह्येला घिऊन झाप्याजवळ उबी ऱ्हाया लागल्ये. माज्या मनात आसं, की काई न्हाई तं इंजन धावताना बगंल तं ह्येलाबी धावावंसं वाटंल."

"आनि लागला की चालाया!" तिची मैत्रीण म्हणाली, "मी तं म्हन्त्ये की इन्जन धावताना बगून बगूनच तुजा पोरगा चालाया लागला. न्हाई तं आमी समदं चालतो, पोरं धावतात त्ये बगतंच व्हता ना?"

मला त्या दोघींचं ते बोलणं अंधश्रद्धा म्हणून दुर्लक्ष करण्याखेरीज लक्ष देण्यासारखं वाटलं नाही. त्यांना काही उत्तर न देता मी तेथून उठून माझं सामान आवरू लागलो.

स्टेशनमास्तर मोटरसायकलवरून आले आणि त्यांनी त्यांचं लहानसं ऑफिस आणि तिकीटबारी उघडली. त्यांनी माझ्याकडे बघून हात हलवला, मीही उलट अभिवादन केलं. तिकडे जाऊन घटकाभर बसून ओळख करून घेतली, मग तिकीट विकत घेतलं आणि प्लॅटफॉर्मच्या बाहेर एक पडून गेलेल्या वृक्षाचा बुंधा होता, त्यावर बसलो. जरा वेळानं ट्रेन येताना दिसली तसा मी उठून उभा राहिलो. त्या दोघी बायकाही उभ्या झाल्या.

गाडी थांबली तशी साबा पुढे जाऊन इन्जिनजवळ पोहोचली. ती जवळ जायला घाबरत असेल तशी जरा दूर उभी होती आणि गाडी जरा वेळ थांबवून ठेवायला ड्रायव्हरला ओरडून सांगत होती– "ए वीरा, (भाऊ) यवड्यात चालू नगं करू, अंमळ थांब."

साबाच्या कडेवरचा तिचा मुलगा वाफेच्या आवाजानं घाबरून आईला घट्ट मिठी मारून रडायला लागला. साबा अस्वस्थ होऊन रागानं तिच्या मैत्रिणीला म्हणू लागली, "रामी आटप ना चटचट. ही तुजी सासू (गाडी) काय थांबून न्हाई ऱ्हानार, निगून जाईल आत्ता!" आणि तिनं ड्रायव्हरला पुन्हा विनवलं, "अरं थांब ना वीरा

जरा! तुज्या ह्या गाडीला नवस बोलल्येवते म्हून तं माजा पोरगा चालाया लागलाया, त्यवडा नवस फेडून घिऊ दे, यवडा नारळ फोडते की लगंच सोड तुजी गाडी, मंग न्हाई खोटी करनार.''

रामीलाही इन्जिनजवळ यायची भीती वाटत असावी, तीही दूरच उभी राहिली. शेवटी मी जवळ गेलो आणि साबाकडून नारळ मागत म्हटलं, ''द्या, माझ्याकडे द्या नारळ, कुठे फोडायचाय? रुळावर का इन्जिनावर?''

''ह्या इन्जिनाच्या चाकावर – न्हाई तं मंग कुटं बी, सांबाळून जा हं वीरा.'' साबानं रामीच्या हातातून नारळ घेऊन माझ्या हातात देत सांगितलं.

मी स्वप्नातही कधी कल्पना केली नव्हती, की कुठल्या तरी एखाद्या रेल्वेस्टेशनावर मी इंजीनच्या चाकावर नारळ फोडून नवस फेडेन.

पण मला ते करावंही लागलं नाही. मी पुढे जाऊ लागलो, तोच वाफेचा आवाज कमी करून ड्रायव्हर खाली उतरला. मला म्हणाला, ''जा समोर,'' मग साबाकडे वळून म्हणाला, ''ये ताई, ये ह्या बाजूला, घाबरू नको.''

साबा जवळ आली, तशी तो तिला म्हणाला, ''दुसऱ्या कोणाला कशाला सांगायचं? तुझा नवस हाये तर तूच फेड. दुसऱ्याच्या हातून फेडलेला नवस पुरा नाही होत. ये, ह्या बाजूला ये, आण तुझ्या मुलाला.''

एव्हाना गाडीच्या डब्यांमधनं बरीच माणसं उतरली होती. लहानसं टोळकंच झालं होतं. ती सगळीच मग साबाच्या मदतीला आली. साबानं नारळ फोडला, उदबत्ती लावली आणि पोराला रुळावर पालथा ठेवून त्याच्याकडून पाया पडून घेतल्याचं समाधानही मिळवलं. विधी पुरा झाल्यावर साबानं भराभरा खोबऱ्याचे तुकडे काढून सगळ्यांना तुकडा-तुकडा दिला, इंजीनच्या पाया पडली, सगळ्यांना रामराम केलान आणि ड्रायव्हरच्या डोक्यावर हात ठेवून त्याला आशीर्वाद देत म्हणाली, ''ठाकूरजी तुला बक्कळ पैका द्यऊ दे, वीरा, संबर वर्सांचं औक्ष द्यऊ दे.''

काही केल्या मला खरं नव्हतं वाटत, की आजच्या युगात कोणी असे नवस बोलत असेल. तरी ठीक, समजा साबासारखी बाई बोलली, पण एका इंजीन ड्रायव्हरनंही तितक्याच श्रद्धेनं तिच्या नवसाला मान दिला आणि साबाला तिच्या हातानं नवस फेडता यावा म्हणून स्वत: खाली उतरून मदतही केली.

ड्रायव्हर इंजीनमध्ये चढू लागला, तेव्हा उतरलेले सगळे प्रवासी आपापल्या डब्यांकडे धावले. ड्रायव्हर मला म्हणाला, ''इंजीनच्या डब्यात बसायचं असलं, तर इकडनं.''

इंजीनच्या डब्यात बसायला मिळालं तर मला खूपच आवडणार होतं. मी वर चढलो. ड्रायव्हरनं शिट्टी वाजवली, इंजीननं जोरात वाफ सोडली, गाडी सुरू झाली.

ड्रायव्हरनं विचारलं, ''मजा येतेय?'' ''हो तर, खूप!'' मी म्हटलं आणि मग साबाचा विषय काढत म्हटलं, ''कमाल आहे त्या बाईपुढे! रेल्वेच्या इंजीनला का कोणी नवस बोलतं?''

''नवस-सायासांमध्ये तर त्या-त्या माणसाची श्रद्धा बघायची साहेब, कोणाला नवस केला ते नाही,'' ड्रायव्हर म्हणाला. मग पुढे म्हणाला, ''बरं झालं, माझंही कोडं सुटलं.''

''का? तुम्हाला कसलं कोडं पडलं होतं?''

ड्रायव्हरनं माझ्याकडे बघितलं आणि म्हणाला, ''तसं तर काही नाही. उगाच मनाचे संशय! पण आता विचार न् काळजी दोन्ही गेले.''

''तुम्हालाही त्या मुलाची काळजी होती? तुमच्या नात्यातले, ओळखीतले तर —''

ड्रायव्हर आश्चर्य वाटल्यासारखा जरा घोटाळला, मग म्हणाला, ''छे हो! ते लोक माझ्या माहितीतलेही नाहीत, पण मला वाटायचं की गेले दोन महिने रोजच्या रोज बघत होतो, की गाडी आली की ती बाई धावत येऊन ह्या झाप्याशी त्या मुलाला कडेवर घेऊन उभी राहायची, ती का? आणि शिवाय, रोजच्या रोज, जितकेदा गाडी जाईल-येईल तितकेदा यायची आणि गाडी सुटेपर्यंत थांबायची.''

मग बाहेर झपाट्यानं मागे पडत जाणाऱ्या दाधिया गावातल्या रबाऱ्यांच्या वस्तीकडे बोट दाखवत म्हणाला, ''त्या समोरच्या करंज्याच्या झाडाखाली उभी असायची. खरं सांगतो, आपण तर पुरुष माणसं. मनात भलतंच काहीबाही यायचं, वाटायचं, की ह्या बाईच्या मनात आहे तरी काय? आता आज समजलं काय होतं ते, तर हसायला येतंय.'' हॅन्डल फिरवून स्पीडॉमीटर बघता-बघता तो म्हणाला.

ड्रायव्हर सांगत होता ते ऐकून मला मजा वाटली आणि हसूही आलं. मी म्हटलं, ''चालायचंच. कोणी इंजीनला नवस बोललं असेल असा विचार तुमच्या मनात तरी कसा येणार?''

ड्रायव्हरनं फावडं भरून कोळसे भट्टीत टाकले, मग म्हणाला, ''तिचा एवढा विश्वास असेल म्हणूनच ना? अहो, नाहीतर तसंच पाहिलं तर मंदिरातली मूर्तीही शेवटी एक दगड सोडून दुसरं काय असतं? पण हे जग विश्वास ठेवण्यावर, श्रद्धा असण्यावर चालतं.'' ड्रायव्हर म्हणाला आणि मग समोरच्या रुळांवर नजर ठेवत म्हणाला, ''आपण तिच्या विश्वासाला धक्का लावला नाही.''

''खरं आहे,'' मी म्हटलं खरं, पण मनातून मला त्याचं म्हणणं पूर्णपणे पटलं नव्हतं.

एवढ्यात मला 'तो आवाज' ऐकू आला, 'साबानं इंजीनलाच नवस केला होता असं समजणं कदाचित अपुरी समज म्हणता येईल, आपण असा विचार केला

पाहिजे, की गाडीची वाट बघत करंज्याच्या झाडाखाली उभ्या राहणाऱ्या साबाच्या मनाचं चित्र काढायचं आपल्याला जमेल की नाही?'

'पण साबा स्वत:च तर म्हणत होती, की धावणरं इंजीन बघून तिनं नवस केला होता, तर मग तिच्या मनात इंजीन म्हणजे काय होतं?' मी विचारलं.

—साबाचं मन कॅनव्हासवर कसं उतरवता येईल, ह्याचा मनाशी विचार करता करता मनानं मी त्या करंज्याच्या झाडाखाली पोहोचलो, जिथे साबा तिच्या मुलाला कडेवर घेऊन उभी असायची.

माझं मन साबाला म्हणालं, 'साबा, इंजीन तर यंत्र आहे – लोखंडाचं केलेलं. ते कोणी देव किंवा पीर नाही तुझ्या नवसाला पावायला. नुसतं लोखंड आहे.'

आणि मग साबा जणू आत गेली आणि झोपडीतून तुपाचं वजन करायचं लोखंडाचं वजन घेऊन आली आणि ते माझ्यासमोर धरून म्हणाली, 'लोखंड म्हंजे लोखंड असं म्हन्तोयस ना? तर मग हे वजन पन लोखंडाचंच हाये, त्येला इन्जिनाबरूबर पळव बगू, चल!'

मी साबाला उत्तर देऊ शकलो असतो, माझं उत्तर तिला नीटपणे समजावून सांगूही शकलो असतो, पण मला ते नाही करायचं, मला तर साबाची मन:स्थिती चित्रात उतरवायची होती.

मी ब्रश हातात घेण्याचा विचार करत होतो तोच माझ्या एक गोष्ट लक्षात आली, की साबा, तिची मैत्रीण रामी, इंजीन ड्रायव्हर आणि गाडीतून उतरलेले ते सगळे लोक ह्या सर्वांना जे समजलं होतं, ते मला आत्तापर्यंत समजलं नव्हतं! ब्रश आणि रंग कॅनव्हासवर ठेवता ठेवता माझ्या लक्षात आलं, की साबानं नवस जरी इंजीनला केला असला, तरी तिची श्रद्धा इंजीनवर नव्हती, गतीवर पण नव्हती. तिची श्रद्धा तर फक्त तिचा जो विश्वास होता त्यावर होती– तिच्या विश्वासावर, श्रद्धेवर.

ड्रायव्हर खाली उतरला नसता, तर मी नारळ फोडला असता, पण तसं करताना माझ्या मनात साबाची श्रद्धा प्रकटली असती?

त्या क्षणी माझ्या एवढं लक्षात आलं, मी, ड्रायव्हरनं आणि इतर सगळ्यांनी साबाच्या श्रद्धेला जो मान दिला, तसा मी ह्या क्षणापूर्वीपर्यंत कधीही देऊ शकलो नसतो. इंजीनड्रायव्हर खरंच सांगत होता, त्या वेळी माझ्या हातांनी साबाचं नवस फेडणं जिथं पोहोचायला हवं, तिथं पोहोचलं नसतं.

सासण आलंसुद्धा, ते कळलंच नाही. मी खाली उतरलो आणि मला इंजीनमध्ये बसवून आणल्याबद्दल ड्रायव्हरचे आभार मानले. स्टेशनच्या बाहेर पडून घराकडे वळणार, तोच रस्त्याच्या टोकाला असलेल्या झाडाच्या पारावर विक्रमला, त्याच्या

खास मजेत असण्याच्या शैलीत आरामात बसलेला बघितला. मी सरळ त्याच्याकडेच गेलो आणि विचारलं, "तू इथं काय करतोयस?"

"तुमाला सोधत व्हतो!" साधं सरळ उत्तर.

"मला?"

विक्रम म्हणाला, "का? आपुन दोगं बरूबर कासियानेसला जानार व्हतो. आपुन ठरिवलं त्या दिसापास्नं रोज मी हितं तुमी भेटताय का बगाया येतो."

"मी तर आज कासियानेसला गेलो होतो, तिथूनच परत येतोय."

"अरं वा! कमाल हाये! अवं मला सांगाया पायजे न्हवं? म्या बरूबर नसतो का आलो?" विक्रम जणू माझ्या शेजारच्या खोलीत राहात असेल, तितक्या सहजपणानं म्हणाला. मला वाटलं की साबा आणि रामी त्याच्याबद्दल जे म्हणाल्या, ते त्याला सांगावं, पण मला तसं सांगणं बरं वाटलं नाही. मी नुसतं म्हटलं, "चूकच झाली तुला नाही सांगितलं ही."

विक्रमच्या उत्तरानं मी चकित झालो. "त्यात काय? होतं असं तर!" ह्या भोळ्या मुलावर रागवावंसं मला वाटलं नाही. मी सहज म्हणून विचारलं, "जेवलास तू?"

"न्हाई अजून, बाकी हाये. तुमच्या बरूबर जेवंन." अगदी साध्या, सरळ मनानं विक्रम म्हणाला.

मी आणि विक्रम जेवलो आणि माझ्या घरी गेलो. तिथं पोहोचल्याबरोबर त्यानं त्याचं आणि त्याच्या म्हशींचं चित्र बघायला मागितलं. मी सगळीच चित्रं त्याला बघायला दिली. सगळी चित्रं खूप बारकाईनं बघून मग विक्रमनं तीन चित्रं वेगळी काढली आणि भिंतीला टेकवून कॉटवर ठेवली, मग जरा मागे सरकून तो त्या तीन चित्रांकडे थोडा वेळ बघत राहिला. मग मला म्हणाला, "एक सांगू?"

मला वाटलं त्याचं चित्र त्याला घेऊन जायचं असेल. मी म्हटलं, "सांग ना." त्यानं कासियानेस स्टेशनचं चित्रं उचललं आणि म्हणाला, "हिकडं या. ही तुमी काडलीय् ना तशी डोणी थितं न्हाई."

"डोळ्यांनी दिसलं असेल ते सगळं चित्रातही असेलच असं नसतं." मी म्हटलं.

"त्ये तं मला ठावं हाये." विक्रम सर्वज्ञाच्या थाटात म्हणाला – "असंल त्ये ऱ्हाऊन ग्येलं, तर त्ये येगळं, पन जे नसंल त्ये आलं तर मंग ती अजाबात येगळीच गोस्ट म्हनायची."

मी जवळ जाऊन बघितलं, तर त्या चित्रात एका क्वार्टरच्या पायऱ्यांजवळ करड्या रंगाचा एका फराटा होता आणि त्याला विक्रम डोणी म्हणत होता. मी त्याला समजावून सांगितलं, की ती डोणी नाहीये. सिमेंटच्या रंगाचं काहीतरी तिथं पडलं असेल किंवा तिथला भिंतीच्या भागाचा टवका निघाला असेल.

त्यानं लगेच दुसरं चित्र माझ्यासमोर धरलं आणि म्हणाला, ''बरं. पन मंग ह्यामदी? आता सांगा, हा डोंगर तुमी काडलाय त्ये बरूबर, पन ह्या म्हादेवाच्या पिंडीवर यवडं मोटं झाड आता तितं कुटं हाये?''

विक्रमच्या 'आता तितं कुटं हाये?' ह्या प्रश्नाचं मला नवल वाटलं. मी लगेच त्याच्या हातातनं चित्र घ्यायचा प्रयत्न करता करता विचारलं, ''कुठलं झाड?''

''ह्ये! सांसाईच्या आज्याची झुपडी ह्या झाडाच्या जवळ व्हती. कोनी हरिबापा म्हून व्हत्ये, त्येंनी तितं म्हादेवाची थापना क्येलीवती. आता तं झोपडं न्हाई, झाड पन न्हाई, फकस्त म्हादेवाची पिंडी हाये.'' विक्रमनं मला चित्र दाखवत सांगितलं.

मी झाडासारखं दिसणारं तिथं काय आहे ते बघत होतो, तेवढ्यात विक्रमनं तिसरं चित्र उचललं आणि म्हणाला, ''अजुनी थांबा, ह्या चित्रामदी माजं कपडं बगा. मी काय असं कपडं घालनार व्हय? संबर वर्सं आदी आमचं वाडवडील असं कपडं घालत असत्याल तं त्येंना ठावं.''

मी तर वेगळं ओळखू येईल असं कुठलं झाड काढलंच नव्हतं. फक्त जरा गडद रंग तिथे असल्यामुळे झाड आहे असं वाटत असेल, पण मी झाड काढलंय असंच विक्रम म्हणत राहिला. एवढंच नाही तर झाड तिथे पूर्वी होतं, पण आता ते नव्हतं. त्यानं पुन्हा सर्वज्ञ असल्यासारखं मला असंही सांगितलं, की गीरमध्ये आता मी काढलं होता तेवढा मोठा एकही वृक्ष आता राहिला नव्हता.

तो त्याच्या अंगावरच्या मी काढलेल्या कपड्यांनाही त्याचे म्हणून ओळखायलाही तयार नव्हता. मी त्याला म्हटलं, ''विक्रम, हा काही फोटो थोडाच आहे? चित्र आहे, त्यात जरा वेगळं काढलं तरी चालतं. जरा समजून घे ना!''

''मला सांगतायसा समजून घ्याया, पन ह्येच्यामदी समजून घ्यायचं तं तुमी हाये.'' असं म्हणत विक्रम उठला आणि म्हणाला, ''मला यवडं समजतंय, की उगाचच कुटंबी कांईबी येत न्हाई. कांईतरी असंल तरच काईतरी येतं, पण आता जाऊ द्या, मी तर चाललो.''

'कांईतरी असंल तरचं कांईतरी येतं.' ह्याचा काय अर्थ? विक्रम म्हणत होता, की समजून तर मी घ्यायचंय! काय समजून घ्यायचं? तरी पण उद्या कासियानेसला जाऊन मी बघून यायचं ठरवलं, की मी तिथं तो करडा रंग का वापरला होता! मग कधीतरी त्या डोंगरावरही जायचं ठरवलं. जिथे वृक्षाजवळ महादेवाची पिंडी आणि सांसाईच्या आज्याचं घर होतं. मी विचार करत ती तीनही चित्रं सगळ्या बाजूंनी बघितली. मग माझे ब्रश धुवून जाग्यावर ठेवले.

।। १२ ।।

कोणीतरी मुस्तुफाचं नाव घेऊन हाक मारली त्यामुळं जागं होऊन मी घड्याळात बघितलं तर अकरा वाजले होते. आत्ता ह्या वेळी मुस्तुफाला कोण बोलवत असेल असा विचार करत मी बाहेर अंगणात आलो. आवाज कुठेतरी ऐकल्यासारखा वाटत होता, पण ओळखू येत नव्हता. मी बाहेरच्या दाराकडे जाता जाता विचारलं, ''कोण आहे?''

एवढ्यात मुस्तुफानंही दार उघडलं आणि बाहेरचा स्विच दाबून अंगणातला दिवा लावत तो म्हणाला, ''ह्ये तं गोपालभाय हायेत, उगडा दार तुमी.''

बाहेरून गोपाल म्हणाला, ''हो, मीच आहे– गोपाल. मुस्तुफा, तू आवाजावरनं ओळखलंस खरं!''

मी बाहेरचं दार उघडलं तेव्हा गोपालच्या पुढे रवीभांनी आत पाय टाकता टाकता म्हटलं, ''काय रे, मी हाक मारली असती तर ओळखलं असतंस, का फक्त गोपालभाईंशीच संबंध आहे?''

''असं व्हईल कदी? गीरमदी येत असतात त्या समद्यांना वळकतोय ना आमी? तसं नसंल तर गीर टिकून ऱ्हाईल कशी?'' मुस्तुफानं उत्तर दिलं.

रवीभा म्हणाले, ''गीरमध्ये नेहमी येतात त्यांना ओळखताच, असं? तसं असलं तर फारच चांगलं म्हणायचं!''

मुस्तुफा म्हणाला, ''चांगलंच हाये. आत या, बसा म्हंजी सांगतो, आनि जमलं तं उंद्या सकाळच्याला नऊ वाजंस्तवर दाकिवतो बी. आमाला जंगलखातंवाल्यांना समजता तरी काय तुमी?''

रवीभांना हसू आलं आणि ते म्हणाले, ''म्हणजे तुम्ही तर मोठे शूर वीर होऊन गेलायत न् काय?''

ह्या लोकांची एकमेकांना चिडवत थट्टा करत बोलण्याची सवय आता मला समजू लागली होती, पण आत्ता कशाबद्दल बोलणं चाललंय आणि मुस्तुफा काय दाखवणार आहे ते धड कळलं नाही. कदाचित ज्यानं सिंह मारला होता, त्याच्याबद्दल काहीतरी असेलसं वाटलं.

माझ्या शंकेचं समाधान करत असतील तसे रवीभा मुस्तुफाला म्हणाले, “तुमच्या मर्द कामाबद्दल ह्या तुमच्या शेजाऱ्याला सांगितलं की नाही? त्यांनी आणि सांसाईनं ह्या कामात खूप मेहनत घेतलीय!”

“सांगनारच व्हतो, पन ह्ये त्या भरथरीला बरूबर घिऊन आलं, तवां त्येच्यासमूर काय सांगायचं? म्हून न्हाई सांगितलं, आन् मंग लई उशीर जालाव्ता.”

पुढं बोलणं होण्याआधीच मुस्तुफानं हाक मारून आबेदाला चहा ठेवायला सांगितलं आणि गोपालला विचारलं, “भाकरतुकड्याचं कसं काय?”

“भाकरी खाऊनच आलोय. आत्ता आता अर्ध्या रात्री चहा नाही केला तरी चालेल – उगीचच आबेदाला उठवायची...”

“कशाची उटवायची? तिनं तं मी सांगायच्या आदीच च्हा ठिवला पन असंल. खोटं वाटत असंल तं आत जाऊन बगून या.. आनि रात तं आत्ता व्हतीय् अजून. अर्दी रात न्हाई जाली.”

तेवढ्यात मुस्तुफाच्या बोलण्याची शाबिती मिळाल्यासारखा आतून आबेदाचा आवाज आला. “जिन्नतके अब्बा, ये चाय ले जाणां”

गोपाल मुस्तुफाला म्हणाला, “अरेच्या! ही आबेदा तर वेगळंच बोलायला लागलीय. एरवी तर गुजराती बोलते की. हे काही नवं दिसतंय?”

मुस्तुफा चहा आणायला जाता जाता म्हणाला, “घरात असं बोलती. भाईरच्या लोकांबरूबर न्हाई बोलत.”

चहा पिता-पिता सिंहाला मारणाऱ्याला त्यानं आणलेल्या सापळे वगैरेंसकट पकडलं होतं, त्याबद्दल बोलणं झालं. छडा कसा लागला, कोणी, कोठे, काय केलं आणि सगळं काम कसं पार पडलं इ. सगळ्याबद्दलही चर्चा झाली.

शेवटी मुस्तुफानं विचारलं, “असं रात्रीचं आलात? काई अडचन तं न्हाईना उबी जालंली?”

गोपाल आणि रवीभांनी एकमेकांकडे बघितलं आणि जरासं हसले; मग गोपाल म्हणाला, “अडचण उभी होणारच होती, पण होता होता राहिली.”

“काय झालं?” मी एकदम विचारलं.

रवीभा म्हणाले, “आम्हाला काही नाही झालं, मोटरसायकलला झालंय. ‘खड्ड्यात गेली’ म्हणतो ना आपण? तशी खरोखरीचीच खड्ड्यात गेलीय. कोणाला तरी पाठवून बाहेर काढवून घ्यायला लागेल.”

“कुठंशी खड्ड्यात पडली?” मुस्तुफानं विचारलं.

रवीभांनी उत्तर दिलं, “जाणवडलाहून सिरवाणकडे येताना मध्ये ओढा आहे ना, तिथं. आठ-साडेआठला सिरवाणहून निघालो आणि अजून ओढ्यापर्यंत पोचलो तेवढ्यात गोपालभाईंना वाटलं की कदाचित त्यांना बिबट्या ओढ्यात उतरताना दिसला.”

"मग?" मी काळजी वाटून विचारलं.

त्या प्रसंगाच्या वेळच्या परिस्थितीचं हसायला येत असेल तसे रवीभा म्हणाले, "मग काही नाही! हा गोपालभाई मला बिबट्या शोधायला लावत होता आणि मी कॉजवेवरून शोधत होतो. हे करताना तिकडे बिबट्या तर त्याच्या वाटेनं गेला असेल, पण आमची गाडी गेली ओढ्यात."

"फार लागलं नाही ना?" मी विचारलं.

"छे! छे!" रवीभा म्हणाले. ते जास्त काही सांगणार त्याच्या आधीच मुस्तुफा जरा नाराजीनं म्हणाला, "तिकडं त्या रस्त्याला ग्येलाव्ताच कशाला?"

रवीभांनी मग सविस्तर सांगितलं, की युनिव्हर्सिटी एक्स्चेंज प्रोग्रॅम अंतर्गत भोपाळ, जबलपूरचे काही विद्यार्थी सौराष्ट्रात आले आहेत आणि सौराष्ट्रातले मध्यप्रदेशात गेले आहेत. युनिव्हर्सिटीनं वनविभागाला कळवलं होतं, की त्या पाहुण्या विद्यार्थ्यांना दोन दिवस गीरमध्ये पाठवण्याचं ठरवण्यात आलं आहे. वनविभागाच्या अधिकाऱ्यांनी त्यांना बथेश्वरच्या कॅम्पसाइटवर ठेवून तेथे शिबिर घ्यायचं ठरवलं आहे.

रवीभा शेवटी म्हणाले, "बथेश्वर म्हटलं, की आम्ही खूश! कारण आम्ही मग तिथे रिसोर्स पर्सन्स असणार! म्हणून एकदा साइट बघून यायला गेलो होतो. एम.पी.वाले येऊन पोचायच्या आधी सगळी तयारी नीट झाली पाहिजे ना?"

मुस्तुफाला ह्या सगळ्या खुलाशामध्ये रुची नव्हती; त्याची जी काळजी होती ती त्यानं बोलून दाखवली. "गोपालभाई, म्या हज्जार येळां रवीभांना सांगितलं असंल, की तुमी मोट्या रस्त्यानं गाडी घिऊन जात जावा, तरी बी पायवाटांनीच जात्यात – आनि मंग असं खड्ड्यात पडलं म्हंजे?"

"म्हंजे तुझे पाहुणे व्हायचं!" रवीभा म्हणाले.

मुस्तुफा अजून नाराजच होता. म्हणाला, "पावनं व्हाया कदी न्हाई म्हन्तोय? पन पडून लागवून घिऊन आलात, कुटं जास्त लागलं, कांई जालं, तं हितं आमी कुटं घिऊन जानार तुमास्नी?"

"झालंच तसं तर काही ना काहीतरी व्यवस्था होते, पण बघ ना आत्ता आम्ही एव्हाना केशोदला पोचलो असतो, आता नाही जाता येणार आणि ती मुलं तर उद्या यायचीयत."

गोपाल म्हणाला, "अहो नाही! मी तर उद्या परत जातोय. कोणाला तरी चार्ज सोपवून रात्री परत पोचेन मी बथेश्वरला. माझ्या ऑफिसची किल्लीच मुळी माझ्याकडे आहे ना."

रवीभा म्हणाले, "असं तर नाही चालणार गोपालभाई. मी एकटा तिथे?"

मला त्या दोघांचीही काळजी वाटत होती. मी म्हणालो, "आता आधी झोपा,

नाहीतर उद्या दोघांच्यानंही काम होणार नाही. एक तर पडलात त्याचाही त्रास होत असेल—"

ते दोघंही माझ्या खोलीत झोपले. पहाटे उजाडायच्या आधीच मला गोपालनं उठवलं आणि सांगितलं, "मी निघतो."

"अरे पण—" मी पुढे काही बोलायच्या आधीच गोपालनं मला गप्प राहायची खूण केली आणि जाता जाता हळू आवाजात म्हणाला, "रवीबापू उठतील तेव्हा सांगा, की गोपाल रात्रीपर्यंत बथेश्वरला पोचेल."

मी त्याला म्हटलं, "तुम्ही निर्धास्तपणे जा, मी जाईन रवीभांबरोबर."

साडेसात झाले तरी रवीभांना जाग आली नाही, तेव्हा आबेदा मला म्हणाली, "बसची येळ व्हत आली, उटवा त्येंना, न्हाई तं बथेश्वर न्हाऊन जाइल हितंच."

मी रवीभांना उठवलं आणि आम्ही बरोबरच निघालो. जामवाळाच्या बसमध्ये बसलो, तिथे मला सांसाई बसकडे येताना दिसली. तिला आम्ही दिसलो. बसमध्ये चढून तिनं रवीभांना विचारलं, "तुमी तं बथेश्वरला व्हता ना?"

"हा तुझ्यासमोर तर बसलोय." रवीभा म्हणाले.

सांसाईला हसू आलं आणि ती म्हणाली, "त्ये तं दिसताय् ना मलाबी, पन मंग धानियानं मला कशापाई धावडवली?"

रवीभा उत्तरले, "आता त्यानं तुला का पळायला लावलं, ते मला कसं ठाऊक? धानूचं धानूला ठाऊक."

आता सांसाई चिडल्यासारखी झाली न् म्हणाली, "आदी तं आबेदा पहाटेची धानूच्या घरी सांगून ग्येली, की बथेसरमदी रवीभा येकले हायेत, तं सांसाईला तिकडं लावून द्ये. पाऽर कुटपास्नं धावत आल्येय म्हाइतेय? काठीतड काय हितं जवळ हाये?"

"कमाल झाली!" रवीभा म्हणाले, "आता आल्येयस तं चल. आमी दोगं आहोत, रात्री गोपालभाई पोचतील."

"हितपोत्तर बलावून घ्येतलीया तं आता बरूबरच येनार ना?" म्हणत सांसाईनं तिची पिशवी सामान ठेवायच्या जागेवर ढकलून बसवली आणि तिथल्या जवळच्याच सीटवर बसली.

रवीभांनी सांसाईला विचारलं, "पण तू तिकडे काठीतडला कशाला गेलीवतीस?"

खिडकीबाहेर बघत सांसाई म्हणाली, "मुंबईला तूप मागिवत्यात न्हवं? त्ये डबं भराया लागायला. पन काई मजा न्हाई आली."

"का? तूप मिळालं नसेल का मग कढवलेलं कच्चं राहिलं असेल?" रवीभा म्हणाले.

"तुपाचं तं समदं जालं बराबर, पन ती लाजोची गिरवाण न्हाई?" सांसाई ओळख पटवून देत असेल तशी म्हणाली.

"कोण गिरवाण?" रवीभांनी आठवायचा प्रयत्न केला.

सांसाईनं मान तिरकी करत सांगितलं, "लाजोची गाय. ती न्हाय? लाल रंगाची? ती म्हायेरून घिऊन आलीवती – ती?"

रवीभांना हसू आलं. "गायीचं नाव चांगलं ठेवलंय, पण मी फार फार तर कोणा माणसाला ओळखेन. गाई-म्हशींची मला माहिती नसते."

सांसाई म्हणाली, "म्हाइती नसती, तं म्या सांगत्ये. ह्या गिरवाण गायीवर लाजोचा लई जीव व्हता. त्या गायीला काल स्हावज घिऊन ग्येलं."

मी म्हटलं, "इथं हा प्रश्न तर नेहमी राहणारच. जरासुद्धा लक्ष राहिलं नाही, तर..."

सांसाईनं मला पुढे बोलू दिलं नाही, म्हणाली, "समद्यांना समदं ठावं हाये. गाई-म्हशी हितं काई आज काल न्हाई ऱ्हाया आलंल्या. गीरची जनावरं गीरमदल्या झाडाझुडपांवानी जुनीच हायेत. समद्यांना त्येंच्या त्येंच्या रीतीनं ऱ्हायलाबी यऊन गेलंलं असतंया."

रवीभांनी बोलण्याचा ओघ बदलायला म्हटलं, "तर मग गाईला कुठं मारली?"

"कमलेसरचा वढा काठीतडच्या जवळूनच जातो ना, तितनं. भला आनि मनू दोगंबी तितंच सांगातीच गुरं चारत व्हते, तितनं गाय उटवली स्हावजानं."

"दोघं दोघं जण तिथं हजर असताना, शिवाय म्हशीही असतानाही तिथून नेलीच कशी?" रवीभा आश्चर्यानं म्हणाले.

"त्ये समदंच बाजूला ऱ्हाइलं." सांसाई म्हणाली आणि सविस्तर सांगायला आमच्याकडे वळून म्हणाली, "दोन दिसापास्नं मनू यकटाच म्हशींचा कळप चारून आनत व्हता. भलिया माज्याबरूबर तुपाचं डबं आनायचं-भरायचं, ह्या कामामदी मदतीला ऱ्हाइला व्हता. मंग पुन्ना येक दिवस डब्यांच्या तोंडांवर टिकड्या बसवून त्या सील करन्यामदी ग्येला. सिंहिणींच्या मनात असं असनार की आत्ता ह्यो ल्हाना पोरगा यकटाच येत असतुया, तवा आज न्हाईतं उंद्याच्याला काईतरी हातात घावंल."

रवीभांना सांसाईचं बोलणं पटलं असेल तसं त्यांनी 'हां' म्हटलं. मी विचारलं, "सिंहिणी काय असा विचार करून ठरवू शकतात?"

"हो," रवीभा म्हणाले, "करू शकतात असं नाही, करतातच."

रवीभांच्या बोलण्याला दुजोरा देत सांसाई ठामपणानं म्हणाली, "येवड्याशा बारक्या किड्यापास्नं तुज्या-माज्या पोत्तर समदं जीव त्येंची त्येंची समज असंल तसा इचार करून ठरिवत्यात."

मग ती आधी सांगत होती ती हकिगत सांसाई पुढे अशा तऱ्हेनं सांगत गेली, की मला सगळं डोळ्यांसमोर बघत असल्यासारखं वाटलं. सांसाईनं प्रत्येक प्रसंग इतका बारकाईनं वर्णन केला, की ती सांगत गेली तशी चित्रं माझ्या मनश्चक्षूंसमोर उभी होत गेली. कदाचित रवीभांनाही तसंच वाटलं असेल.

जे काही घडलं, ते असं होतं– काल सकाळी उजाडताना दुधाच्या टेम्पोमध्ये तुपाचे डबे चढवल्यावर सगळ्यांना वाटलं होतं की आता जरा मोकळा वेळ आहे.

भला आणि मनू भाकर खाऊन म्हशींचा कळप घेऊन निघाले, तेव्हा त्यांनी लाजोच्या गाईलाही चरायला बरोबर नेली. लाजोनं थोडी इतर कामं उरकली आणि ती सांसाईला म्हणाली, "सांसी, चल ना, ह्ये शेण यवडं साठलंय्, तू बरूबर आलीस तं गवऱ्या थापून टाकूया."

"शेणाचं खत करायचं का गवऱ्या थापायच्या? मला न्हाई तुज्या गोवऱ्या थापत बसायचं. मी तं तुपाचं डबं भराया आल्येवते, त्ये जालं." सांसाईनं सांगितलं.

लाजो पुन्हा म्हणाली, "का अगदी आसं करतीयास सांसी? पावसाळा आलाय् डोक्यावर आता, मंग जळणाचा लई तरास व्हतो मला."

सांसाई तयार झाली. "बरं चल, उरक लवकर. कुटं जायाचं हाये?"

"वढ्याच्या खडकांवर." लाजो म्हणाली, "मनू आनि तुजं भाय (लाजोचा नवरा – भलो) तितंच चारत असत्याल गुरं."

सांसाई मिश्किल हसून म्हणाली, "तं असं सांग ना, की भलाला ताक द्यायास जायचं हाये. व्हय गं बाई, ऊन कसलं पडतंय, मंग चिंत्या तं व्हनारच ना?"

लाजो जरा लाजली न् म्हणाली, "तसं म्हनायचं तं तसं म्हन. चल, जाऊया आता, आन् तू म्हन्तीयास तं ताक पन घिऊनच जाऊया. ऊन लई हाये. दोगास्नीबी ताक पाजूया."

शेण भरलेली घमेली आणि ताकाची चरवी घेऊन दोघी ओढ्याकडे गेल्या. तिथं झोपड्यांच्या बाजूचा किनारा मोकळा आणि खडकाळ आहे. खडकांचा वरचा भाग जेथे सपाट होता, त्यावर बसून दोघी जणी गोवऱ्या थापत होत्या. समोरच्यास किनाऱ्यावरच्या हिरव्या गवतानं झाकून गेलेल्या चढावरच्या मागच्या झाडीतून भला दोहे गाताना ऐकू येत होता.

गोवऱ्या थापून झाल्या तशी सांसाईनं भलाला मोठ्यानं हाक मारून बोलावलं, तेव्हा ते दोघं गुरांना हाकलत त्या दोघी होत्या त्याच्या समोरच्या बाजूला जवळ आले. चढाच्या मागे खाली म्हशी थांबवत वर येऊन भला म्हणाला, "कशाला वरडून हाका घालताय?"

"कोनी वरडत न्हाईये. ह्ये तं तुजी लाजो तुज्यासाटी ताक घिऊन आलीय् त्ये घिऊन जा." सांसाई म्हणाली.

भला ओढ्यापलीकडे यायला चढावरून खाली उतरला, तेवढ्यात लाजोनं मोठ्यानं सांगितलं, "तुमी न्हाऊ द्या, मी तितं घेऊन जात्ये."

बस! एवढंच चुकलं. लाजोचा आवाज तिच्या लाडक्या गायीच्या कानावर पडल्याबरोबर ती म्हशींच्या कळपातनं बाहेर पडून एकटीच चढ चढून वर आली आणि पलीकडे बघत उभी राहिली.

इकडे भला लाजोच्या हातातून ताकाची चरवी घेत होता, तेवढ्यात गाय ओढा ओलांडून यायला चढ उतरली. तीन दिवसांपासून संधी शोधत असलेल्या सिंहिणींसाठी हीच तर मोठी संधी होती.

एकाएकी झाडीच्या मागून उडी मारून दोन सिंहिणींनी गाईवर झडप घातली. पहिल्या झटक्यात तर गाईचा गळा त्यांच्या जबड्यात आला नाही. गिरवाण जखमी झाली, पण कसंतरी करून त्या हल्ल्यातून सटकून ती लाजोकडे पळू लागली. सिंहिणींनी अंतराचा अंदाज घेतला. भला अजून लांब होता. दोघी सिंहिणींनी जखमी गाईच्या मागे पळत पुन्हा हल्ला चढवला.

सिंहिणींचं गुरगुरणं आणि गिरवाणचं घाबरलेलं हंबरणं ऐकल्याबरोबर भला हातातला बांबू वर करत सिंहिणींना हाकलायला जोरात पळणार, तेवढ्यात लाजोनं त्याचा हात पकडून म्हटलं, "न्हाऊ दे आता. सिंहिणींनी जखमी केलेली गाय जगनार न्हाई. हाल हाल व्हऊन मरंल. त्येच्यापेक्सा आता तिच्या नसिबात लिवलंय त्ये व्हऊ द्ये."

मग डोळे पुसत ती म्हणाली, "आता नगं जाऊ तिला सोडवाया. सिंहिणींच्या पोटालाबी काई हवं असंल, तवां तं पकडली ना? असंच मानायचं आता, की मी गिरवाण सिंहिणींना दान घेऊन टाकली."

भला पळत येतोय की नाही तिकडे लक्ष ठेवत दोघी सिंहिणींनी मिळून गिरवाणला खाली पाडली. मरू घातलेली गाय, भला एक वेळ नाही आला तरी लाजो आपल्याला वाचवायला धावेल अशी खात्री असल्यासारखी लाजोकडे बघत केविलवाणे हंबरडे फोडत राहिली.

पण लाजो स्वत: पळाली नाही, की तिनं भलाला पळू दिलं नाही. मरता मरता गाय, लाजोवरचा विश्वास उडून गेला असेल तशी स्वत:ही बचावण्याचे प्रयत्न बंद करून शांत पडून राहिली.

लाजोनं गुडघे टेकून पदर पसरला आणि म्हणाली, "गिरवाण, माजी बाय! माफ कर. तुला न्हाई वाचवली त्येला बी कारन हाये. वाचवली असती तरी तू जगली नसतीस आनि तशी तडफडत जिवंत ठिऊन तुजं हालहाल व्हताना बगनं मला सहन जालं नसतं."

सिंहिणी गिरवाणला झाडीत घेऊन गेल्या तोपर्यंत लाजो तिथंच थिजल्यासारखी

बसून राहिली. मग घराकडे जायला निघण्यापूर्वी दोन्ही हात जोडून म्हणाली, "गिरवाण माजी बाय, तुज्या जिवाला चांगली गती मिळू द्येत, तुज्यासाटी पाच एकादशांचं उपास करंन."

मग लाजो उभी राहिली आणि गायीला घेऊन जाणाऱ्या सिंहिणींना सांगत असेल तशी म्हणाली, "घरच्या लेकीसारक्या गाईचं दान तुमाला दिलंय, तुमचं न् तुमच्या बछड्यांचं पोट भरू दे. दुसरं तुमास्नी तरी काय म्हनू मी?"

...सारं सांगून झाल्यावर सांसाई म्हणाली, "लाजोच्या जिवाला लई लागलं की गिरवाण शेवटपोतर तिच्याकडं बगत व्हती, की लाजो तिला सोडवाया धावंल आनि तरी ती न्हाई धावली. त्येच म्हनत लाजो रडत ऱ्हाइली, म्हून मंग रातची मी तिच्यापाशी ऱ्हाइले."

माझ्याच्यानं काही बोलवत नव्हतं. रवीभाही गप्प बसून होते.

जामवाळाच्या बसस्टॅन्डवर उतरल्यावर सांसाईनं मला काम सांगितलं, "सासणला परत गेल्याबरूबर तू जंगलखात्यामदी जा आनि लाजोच्या गाईचं दान ल्हिऊन दे. दुसरं-तिसरं कोनी कागद ल्हिऊन दानामदी दिलेल्या लाजोच्या गाईच्या बदल्यात पैकं मागंल बी, त्येच्या आदी ह्ये काम कर."

मी हो म्हटलं. ह्या दानाबद्दल रजिस्टरमध्ये लिहून देताना मला बरं वाटलं पाहिजे, का वाईट तेच मला समजत नव्हतं.

।। १३ ।।

मध्यप्रदेशातल्या विद्यार्थ्यांनी आल्या आल्या राहण्याची व्यवस्था बघितली. एक गुजराती शिक्षिका त्यांच्याबरोबर लीडर म्हणून आल्या होत्या. त्या बाई आणि पाच विद्यार्थिनी ह्यांच्यासाठी वेगळा तंबू होता. सांसाई झोपण्यापुरती मेसमध्ये जाणार होती, तरी पण जरूर वाटली तर ती मुलींबरोबर तंबूतही राहील असं ठरलं.

विद्यार्थ्यांपैकी सहा-सहा मुलांना एकेका तंबूत आपापल्या मित्रांबरोबर राहण्यासाठी ग्रुप्स करण्याची परवानगी देण्यात आली. काही जणांना असं राहायला खूप मजा येईल असं वाटलं, तर काहींनी राहण्याच्या व्यवस्थेबद्दल फार पसंती दाखवली नाही. एकानं त्याच्या मित्राला विचारलं, ''राहुल, हम लोग यहां दिनमेंही घूमने आये हैं की रातमें भी यहीं रहेंगे?''

राहुनलं उत्तर दिलं, ''क्या शर्मा, तेरी नोट्समें पूरा प्रोग्रॅम लिख कर दिया है, खोलके देखले! तू मेरे पीछे क्यूं पडा रहता है?''

मग मी उत्तर दिलं, ''हम सब यहां दो दिन, इसी जगह साथमें रहेंगे, मजा आएगा.''

पण शर्मा तर जरा घाबरला; त्यानं विचारलं, ''मतलब रातमेंभी? इस टेण्टमें?''

मी त्याला तंबूजवळ नेऊन दाखवलं की तंबू पूर्णपणे बंद होऊ शकेल असा आहे. त्याला खिडक्या आहेत. चेननं बंद करता येईल अशी मच्छरदाणीही आहे.

सगळं तपासून बघून शर्मा म्हणाला, ''शेर-बेर आयेगा तो ये टेण्टको तो फाड देगा।''

रवीभांना शर्माचा घाबरटपणा बघून मजा वाटत असेल तसं त्यांनी म्हटलं, ''शेर तो आएगा, रातमें शायद यहां नदीपर आएगा, अगर आएगा तो आप लोगोंको जगाकर दिखाएंगे। ''

शर्माचा चेहरा पडला. त्याला बिचाऱ्याला 'इथं सिंह येत नाहीत' असं काहीतरी उत्तर ऐकायला मिळण्याची इच्छा असेल, रवीभांनी तर 'सिंह येईल' असं सांगून

दिलं. तो गडबडला आणि लीडर बाईंजवळ जाऊन म्हणाला, ''मॅडम, कहते हैं कि यहां शेर आते हैं, इन लोगोंके पास राईफल जैसा भी कुछ नाही.''

सांसाई लगेच म्हणाली, ''ज्येला बंदूक ठिवायची असंल ना, त्येलाच समद्यांच्या आदी स्हावजाच्या तोंडी द्यायाचं.''

मग सांसाई माझ्याकडे वळली न् म्हणाली, ''मी सांगितलं ना त्ये ह्याला त्येच्या बोलीमंदी समजावून सांग.''

पाहुण्यांबरोबर सांसाई इतक्या कडकपणानं बोलणं मला शक्य नव्हतं. मी शर्माला समजावून सांगितलं, की ''इथं कुठल्याही प्रकारची हत्यारं जवळ ठेवण्याला बंदी आहे आणि मुख्य म्हणजे आपल्याला हत्यारांची जरुरीही नाही. रात्री शेकोटी पेटवून आम्ही जागे राहू. कसलीही भीती नाही, तुम्ही काळजी करू नका.''

एवढ्या आश्वासनानं शर्माचं समाधान झालं नव्हतंच, त्यानं आणखी काहीतरी विचारलं असतं, पण तेवढ्यात गोपालनं सगळ्यांना नदीवर आंघोळीला जायला बोलावलं. म्हणून मग एकटं पडण्यापेक्षा बरं, असं वाटून तो सगळ्यांबरोबर गेला.

दुपारी रेंजचे ऑफिसर्स मुलांना भेटायला आले आणि त्यांनी गीरबद्दल माहिती सांगितली. रात्री बॅटरीवर चालणारा व्हिडिओ आणून गीरची लहानशी फिल्मही दाखवली.

दहा-साडेदहाला सगळे झोपले. रवीभा, गोपाल, सांसाई आणि डाह्याभाई फॉरेस्टर एका जागी लहान खड्डा करून त्यात शेकोटी पेटवून भोवती बसले होते. जराशानं सांसाई म्हणाली, ''च्हा प्याची हाये? नेसमदी ग्येलं तं दूध मिळंल.''

चहा हवा होता सगळ्यांनाच, पण एकूण सगळ्यांचा सूर असा होता, की 'जाऊ दे ना, आत्ता आता अर्धा किलोमीटर चालत नेसमध्ये कोण जाणार?'

''कोन जानार तं मी जाते, घ्या!'' म्हणत सांसाई उभी राहिली आणि झोपडीकडे जायला निघता-निघता म्हणाली, ''त्ये कुटं लई दूर हाये? संबर पावलं पन नसत्याल.''

गोपाल सांसाईबरोबर जायला उठत होता, तेवढ्यात मी म्हटलं, ''तुम्ही बसा, मी जातो बरोबर.'' आम्ही बरोबर निघत होतो, तेवढ्यात सांसाईनं माझं लक्ष एका तंबूकडे वेधलं आणि विचारलं, ''त्ये काय हालतंय् तितं? जाऊन बगायचंय?''

मी तिकडे बघितलं तर तंबूच्या आत चहूकडे कोणीतरी टॉर्च फिरवत असेल असं दिसलं. मी म्हटलं, ''जाऊ दे. कोणीतरी आपल्या सामानात काहीतरी शोधत असेल.''

''पन त्यो तं वरती पन लाइट टाकतुंया. तितं डोसक्यावर काय सामान ठिवनार?'' मग सांसाई मागं वळून म्हणाली, ''ए गोपालभाय, जरा ह्या हिकडच्या तंबूमदी बगा बरं.'' मग आम्ही झोपडीकडे वळलो.

झोपडीकडे जाणाऱ्या पायवाटेवर मी टॉर्च घेऊन सांसाईच्या पुढं चालत होतो. मला वाटलं, की सांसाईबरोबर बोलण्याची ही चांगली संधी होती.

सांसाई लहानपणापासून गीरमध्येच आहे. आईमांना तिचं लहानपणचं नावही ठाऊक आहे, पण त्यांचं सांसाईशी काहीही नातं नाही. आईमांसकट सर्व जण तिला पूर्ण नावानं 'सांसाई' असंच म्हणतात, फक्त लाजो एकटीच तिला 'सांसी' म्हणते. डोळ्यासमोर असून गूढ वाटणाऱ्या ह्या मुलीला मला बरंच काही विचारायचं आहे.

विषय काढायचं कारण शोधत होतो, तेवढ्यात पाठीमागे चालणारी सांसाई म्हणाली, "अशा येळी हितनं जाईल त्येला समजतं, की गीर कंदीबी झोपत न्हाई."

"म्हणजे?" सांसाई काय म्हणतेय ते मला उमजलं नाही.

"म्हनजे कप्पाळ तुजं."

सांसाईच्या ह्या बोलण्यावर मला हसू आलं आणि तेव्हाच मनात 'तो आवाज' उमटला, 'ह्या मुलीला सरळ सरळ विचारण्यापेक्षा ती जे बोलते, ते समजून घेण्याचा प्रयत्न केला, तर तुझ्या प्रश्नांची उत्तरं मिळणं जास्त सोपं जाईलसं नाही वाटत तुला?'

मी उगीचच मागे वळून सांसाईकडे बघितलं, तर ती म्हणाली, "म्हन्जे काय?' असं इचारत व्हतास ना? बेटरी इझवून टाक म्हंजी आत्ता समजंल."

मी टॉर्च बंद केला. माझं लक्ष आकाशाकडे गेलं. कालच्या पावसाच्या सरींनी स्वच्छ झालेलं आकाश त्याच्या अमाप पसरलेल्या रत्नांच्या खजिन्याच्या चमचमाटानं आमच्या पायवाटेवर अंधूक उजेड पसरत होतं.

पायवाटेवर माझ्या मागे चालत येणाऱ्या सांसाईच्या पावलांचा आवाज, तिच्या चाळांची रुमझुम, दूर शेकोटीजवळ बसलेल्या लोकांचा हळूहळू कमी ऐकू येत जाणारा आवाज, धातरडीच्या लहानशा धबधब्याचा मंद आवाज, समोरच्या वृक्षावर बुंध्यापासून थेट वरपर्यंत चमचमणारे काजवे, दक्षिणेकडे जवळजवळ अर्धं आकाश व्यापून आपल्या तेजस्वी अस्तित्वाचं दर्शन देणारा वृश्चिक... सगळं काही जणू जागं आहे. जागं आहे एवढंच नाही, तर हे सर्व काही एका निश्चित पण आपल्याला अज्ञात अशा लयीत गतिमान आहे.

मला मनाच्या संपूर्ण जागृत अशा अवस्थेत जाणवलं की गीर, मला न समजणाऱ्या एका वैभवशाली लयीमध्ये अखंड स्पंदित होत आहे. खरोखरीच माझ्या आजूबाजूला किंवा माझ्या नजरेसमोर जे काही आहे, त्याची एक निश्चित लय आहे.

आत्तापर्यंत निसर्गाला माझ्या कॅनव्हासवर चित्रित करताना मला एवढं तर जाणवतच होतं, की मातीच्या कणांपासून किंवा तृणांकुरांपासून ते नद्या, खडक किंवा अंतरिक्षातल्या अद्‌भुत रचना, ह्या सर्वांमध्ये सतत काहीतरी स्पंदित होत

असतं, परंतु तरीही, त्या स्पंदनाची आंदोलनं मी स्वत:मध्ये कधी अनुभवली नव्हती.

आत्ता मनानं पूर्णतया जागृत असताना मला जाणवत होतं, की तीच परम लय माझ्या रोमरोमालाही तिच्याच तालावर झुलवते आहे. कदाचित ही लय एका वैश्विक नर्तनाची असेल? आणि हे नर्तन म्हणजेच जीवन आहे?

मी पुन्हा सांसाईकडे बघितलं. तिनं किंचितसं स्मित केलं, काही बोलली नाही.

नेसजवळ पोहोचलो तर कोणीतरी हळू आवाजात गात असावं असं वाटलं. मागून येणाऱ्या सांसाईनं माझा हात पकडून मला नेसमध्ये शिरण्यापासून थांबवून धरलं आणि म्हणाली, "मनूबेन आपल्याशीच गातायत, ऐकूया."

फाम्ही नेसच्या बाहेरच्या पायवाटेवर होतो. इतक्या दुरूनही कंदिलाच्या उजेडात लहानशा खांबाला टेकून बसलेली एक स्त्री दिसत होती. तिचं लक्ष ती गात होती त्यात होतं, का काहीतरी करत होती त्यात होतं, ते स्पष्ट दिसत नव्हतं. आम्ही आवाज न करता चालत जास्त जवळ गेलो, तेव्हा तिचं गाणं स्पष्ट ऐकू आलं–

गीर केडी वांकी, मारे माल जावो हांका,
सिपाई दे छे डारा, तमे निकळो गीर बारा.
शियाळानी टाढ्यु, हुं खड केम वाढुं,
सिपाई दे छे डारा, तमे निकळो गीर बारा.

मी सांसाईला म्हटलं, "हे तर गीरबद्दलचंच गाणं आहे."

सांसाईनं उत्तर न देता नुसती होकारार्थी मान हलवली. गाणं चालूच होतं.

उनाळाना तडकां, मारा पेटमां बळे भडका, सिपाई दे छे डारा, तमे निकळो गीर बारा.

सोमासाना गारा माथे खडना भारा, सिपाही दे छे डारा, तमे निकळो गीर बारा....

(गीरमधल्या उंचसखल, वाकड्यातिकड्या पायवाटांवरून जात जात गुरं हाकणं, कडाक्याच्या थंडीत गवत कापून भारे वाहून नेणं, पोटात भुकेनं आग होत असताना धगधगत्या उन्हात काम करत राहणं, डोक्यावर गवताचा भारा घेऊन पावसाळ्यात घर गाठणं, अशा अडचणींना तोंड देत असताना चौकीदाराची बोलणीही ऐकून घ्यावी लागतात. ह्या तेथील गरीब लोकांच्या आयुष्यावरचं साधं लोकगीत आहे.)

आम्ही दूध घ्यायला आलो होतो, ते गाणे ऐकत बसलो तर उशीर होईल असं वाटलं म्हणून मी सांसाईला म्हटलं, "आपण दूध घ्यायला आलोय..."

सांसाईला हसू आलं आणि झोपडीत शिरत ती म्हणाली, "मनूबेन, घरात दूध असंल तं बगानं जरा, आमाला च्हा घ्येता यील जरा."

मनूबेननी उठून आमचं स्वागत केलं न् घरात जाता-जाता म्हणाल्या, "मी दूध द्यायाचं आनि तू तिकडं जाऊन च्हा करायची खटपट करायची, त्येच्यापेक्सा घ्ये नं बाय, मीच च्हा करून धेते. कितीजनं हायेत?"

सांसाई ओट्यावर बसता-बसता म्हणाली, "रवीभा, गोपालभाय, आन्खी कोनी उटलं असलं तर त्ये, डायाभाय, आनि आमी दोगं." असं सांगत म्हणजे एकूण किती, ते मोजायची जबाबदारी तिनं मनूबेनवर टाकली, मग म्हणाली, "व्हा करून द्या पन गानं गात व्हता त्ये थांबवू नगा, हां!"

मनूबेन हसल्या आणि म्हणाल्या, "गाणी तं तुमा लोकांची – सारण लोकांची. आमी गातो त्येला काय गानं थोडंच म्हनायचं? त्ये तं आपलं उगाच चार शबुद जुळिवलेलं आपलं आपुनच जरा गंमत म्हनून!" मग माझ्याकडं बघून त्या पुढं म्हणाल्या, "तुमी सांगा भाय, ह्येला काय गानं म्हनायचं व्हय?"

कविता कशाला म्हणायचं आणि कशाला नाही, हे कसं ठरवतात, ते मला ठाऊक नाही. माझी अशी समजूत आहे, की असं सगळं ठरवणारी एखादी संस्था वगैरे असत असेल आणि त्या संस्थेचे सभासद मनूबेनच्या गाण्यासारख्या अगदी साध्या शब्दरचनांना 'गाणे' किंवा 'कविता' म्हणायला तयार होणार नाहीत. ते म्हणतील, की कुठल्या तरी सांदीकोपऱ्यातल्या माणसांनी रोजच्या जगण्यातल्या अडचणी किंवा खासगी दुःखं शब्दांमध्ये गुंफली तर अशा रचनांना 'गाणे' किंवा 'कविता' कसे म्हणता येईल?

होय, ती मंडळी असंच म्हणणार, कारण त्यांनी अशी इतके साधे शब्द व विचार असलेली गावठी गाणी त्यात वर्णन केलेल्या सुखदुःखांचा प्रत्यक्ष अनुभव घेतलेल्या लोकांच्या गळ्यांमधनं कधीही ऐकलेलीच नसणार.

मी मनूबेनना म्हणालो, "असं काही नाही. हे तुम्ही म्हणत होता, तेही गाणं आहे."

चहा करून झाला तसे आम्ही किटली आणि बशा घेऊन परत आलो. सांसाईनं गोपालला विचारलं, "काय जालंवतं? तितं तंबूमदी बेटऱ्या कोन पेटवत होतं?"

गोपाल म्हणाला, "काही नव्हतं, तू काळजी नको करू. त्या शर्माला भीती वाटत होती की तंबूत साप आला असावा."

सांसाई चहाची किटलीमध्ये ठेवत म्हणाली, "त्यो तं आला तवापास्नं त्येला भीती वाटतीया. त्यात आनि झोपायच्या आदी जंगलखातं जनावरांचा वीडियुं दाकिवनार, मंग काय व्हनार आन्खी?"

"घ्या! त्यातही जंगलखात्याचीच चूक निघाली का?" डाह्याभाईंनी थट्टेनं म्हटलं आणि बशांमध्ये चहा ओतला.

सांसाई जरा वेळ बसली आणि मग मुलींच्या तंबूत झोपायला गेली. तंबूत अजूनही टॉर्च मधून मधून लागत होता, ते बघून ती जाता-जाता म्हणाली, "त्यो तं अजुनी जागतोच हाये! अरं झोपून जा, न्हाईतं बेटरी खल्लास हुईल तुजी!"

रवीभा हळूच म्हणाले, "त्यांची 'स्वतःची बॅटरी' तर दुपारपास्नंच खलास झालीय!"

आम्ही गप्पा मारत बसलो. साडेबारा वाजायला आले, तेव्हा गोपाल आम्हाला म्हणाला, "आता तुम्ही झोपा. मी आणि डाह्याभाई जागे राहतो. दोन वाजता दुसऱ्या कोणाला तरी उठवू."

रवीभा म्हणाले, "चार वाजायच्या आधी मला उठवू नका."

"दोन ते चार मी जागेन," मी म्हटलं.

दोन वाजता गोपालनं मला उठवलं. तो स्वत: तंबूत झोपायला जायच्या ऐवजी ओट्यावरच चटई पसरून झोपला. मी डाह्याभाईंनाही झोपायला जायला सांगितलं, पण ते नकार देत म्हणाले, "आमी तं कितीकच रात्री जागरणं करतो."

मी आणि डाह्याभाईंनी उरलेला चहा शेकोटीतल्या निखाऱ्यांवर गरम केला आणि प्यायलो. तंबूंच्या भोवती एक चक्कर मारली. मग डाह्याभाई म्हणाले, "चला नदीवर. कदाचित काही दिसलं तर सगळ्यांना उठवू या."

आम्ही तिकडे जाऊन बराच वेळ बसलो. एखादं डुक्कर किंवा सांबर सोडून काही दिसलं नाही.

मी म्हटलं, "चला जाऊ या, तिकडे सगळे एकटे आहेत."

डाह्याभाईही उठले. उठता-उठता म्हणाले, "एकटे आपण आहोत, का ते सगळे? बरं, चला. नाहीतरी रवीभांना उठवायची वेळ होत आलीय."

आम्ही तंबूंकडे जातच होतो आणि पाठीमागच्या तंबूतून कोणीतरी घाबरून मोठ्यानं किंकाळी फोडल्याचा आवाज आला. आधीतर काय होतंय तेच मला समजेना, मग मात्र लगेचच आम्ही तंबूंकडे धावलो. गोपाल दचकून जागा होता होताच ओट्यावरून उडी मारून अंधारातच पळायला लागत म्हणाला, "नक्कीच बिबट्या असणार."

"इतके सगळे लोक असतील तिथं बिबट्या सहसा येत नाही." डाह्याभाई घाईघाईनं मागून येता-येता म्हणाले, ते फक्त मलाच ऐकू आलं.

आम्ही पोहोचलो तोपर्यंत तर मधल्या तंबूतही रडारड, आरडाओरड सुरू झाली. इतर तंबूंमधलेही बरेच जण जागे झाले होते, पण बाहेर निघायची हिंमत कोणीच केली नाही.

टॉर्च फक्त माझ्याच हातात होता. धावत तंबूजवळ पोहोचताच काहीही विचार न करता मी तंबूची चेन उघडून टाकली. टॉर्च घेऊन आत गेलो आणि बघितलं, की तंबूच्या मधोमध नमाज पढत असल्यासारखं गुडघ्यावर बसून कोणीतरी मोठ्यानं ओरडत होतं. तंबूतल्या सहा जणांपैकी चौघे चार वेगवेगळ्या कोपऱ्यांमध्ये घुसून डोक्यावरून पांघरूण घेऊन ओरडत होते. एक जण समोरच्या खिडकीची मच्छरदाणी तोंडावर ओढून घेऊन 'तेंदुआ' 'तेंदुआ' असं ओरडत अंगाचं मुटकुळं करून बसला होता.

माझ्या मागोमागच ट्यूबलाइटचा सौरदिवा घेऊन सांसाई आत आली. ती प्रथम सरळ त्या 'तेंदुआ'ओरडणाऱ्या मुलाजवळ गेली आणि त्याचा हात पकडून हलवत त्याला काहीतरी सांगू लागली. सांसाईच्या हाताचा स्पर्श झाल्याबरोबर तो मुलगा मोठ्यानं 'बचाऽव! तेंदुआऽ' असं ओरडत रडायला लागला.

"अरं, उगाच बोंबा मारू नगं, हितं काईबी न्हाइये." सांसाई त्याचं डोकं त्या मच्छरदाणीतून सोडवायला बघत त्याला सांगू लागली.

सांसाई त्याच्या तोंडावरची जाळी ओढून काढण्याचा जितका प्रयत्न करत होती, तितका तो जाळी सोडून देण्याऐवजी जोरानं खेचून घेत राहिला. शेवटी सांसाईनं त्याच्या गालावर जोरात थप्पड मारत म्हटलं, "घ्ये! आडमुटा व्हतोयस त्ये! दाकव, कुटं हाये? दाकव तुजा तेंदवो?"

सगळ्या गोंगाटात सांसाईचा वेगळा आवाज ऐकून, की तिच्या हाताची थप्पड खाऊन – कशानं का होईना, त्या मुलानं डोकं जाळीतून बाहेर काढलं. तो शर्माच होता.

तो जरा शांत झाला, पण सांसाईचा हात पकडून, हुंदके देत, चारही बाजूंना बघत, थरथर कापत बसून राहिला. सांसाई तिचा हात सोडवून घेत म्हणाली, "आईच्या मांडीवरनं कदी उतरल्येलाच न्हाई जनू! न्हाई तं यवडं भ्या कशापायी वाटतंय?"

रवीभा, गोपाल आणि डाह्याभाईंनी कोपऱ्यात लपून बसलेल्या मुलांना शांत केलं. हळूहळू सगळं शांत झालं.

काय झालं असेल? नक्की कळलं नाही, पण रात्री कोणीतरी कशाला तरी उठलं असेल आणि त्याचा पाय शर्माला लागला असेल किंवा कोणीतरी झोपेत लोळत लोळत शर्मावर जाऊन पडलं असेल. शर्मा तर आल्यापासून घाबरलेलाच होता, त्यामुळे तंबूतल्या अंधारात बिबट्या घुसलाय अशी कल्पना करायला किती उशीर? भीतीनं त्याची लगेच गठडी वळली असेल.

आम्ही तंबूमधून बाहेर आलो तोपर्यंत सगळं शांत झालं होतं. फक्त शर्मा 'हमें यहां नहीं रहना, हमें अभी के अभी छोड दो, हमें जाने दो,' असं काय काय म्हणत राहिला.

सांसाई त्याला एक-दोनदा म्हणालीसुद्धा, "छोड दो आनि जाने दो, तं हितं कोनी तुला बांदून न्हाई ठिवलला. पन तू जाशील कुटं? हितं चारी बाजूला जंगल हाये. जा तुला जायचं तर, खराच ग्येलास तं भादुर म्हनंन."

रवीभांनी वचन दिलं, की उजाडलं की त्याला परत पाठवण्याची व्यवस्था केली जाईल, तेव्हा मग शर्मा शांत झाला.

हे सगळं होईपर्यंत आकाशात लाल रंग पसरला होता. सांसाईनं चहा केला

आणि नाश्त्याची तयारी केली. एकामागून एक तंबू उघडले. सगळ्यांनी 'पहाटे काय झालं होतं' असं विचारलं.

आम्ही सगळं सांगून सर्वांना समजावलं, की कुठलंही जनावर वगैरे कोणी आलं नव्हतं, तरी पण त्यांच्यातल्या बऱ्याच जणांना खरं वाटत नव्हतं, की बिंबटा आलाच नव्हता...!

चहा पिता पिता रवीभांनी डाह्याभाईंना सांगितलं, ''डाह्याभाई, तुम्ही आता निघा. छकडा-बिकडा जे काही मिळेल ते वाहन भाड्यानं घेऊन कोणाला तरी इथं पाठवा.''

''का बरं?'' डाह्याभाईंनी विचारलं.

चेहरा गंभीरच ठेवून रवीभा म्हणाले, ''तो 'तेंदुआ' आज इथं राहू शकणार नाही. राहिला तर इतरांनाही घाबरवेल. आजच्या दिवस त्याला जामवाळाला पाठवून देऊ या. उद्या मग समारोपाच्या समारंभाच्या वेळी परत आणू.''

शर्माचा उल्लेखच 'तेंदुआ' असा झाला, ते ऐकून हसावं का रडावं ते आम्हाला कोणाला समजेना. शर्मा तर जामवाळालाही एकटा राहायला तयार नव्हता. घरी तरी पाठवा, नाहीतर राजकोट. त्याच्या शिक्षिका आणि मित्र, सगळ्यांनी खूप समजावलं, तेव्हा मग त्या दिवसापुरता तो जामवाळाला डाह्याभाईंच्या क्वार्टर्समध्ये राहायला तयार झाला.

आम्ही आमच्या कार्यक्रमाला सुरुवात केली. दुपारच्या कार्यक्रमात गोपाल आणि रवीभांनी सिंहांची संख्या कशी मोजली जाते त्याबद्दल माहिती सांगितली. राहुल सगळ्या गोष्टींमध्ये रुची घेऊन माहिती विचारत होता. शैलजा नावाची एक विद्यार्थिनीही औत्सुक्यानं सगळ्या माहितीची टिपणं करीत होती.

शैलजानं एक खूपच चांगला प्रश्न विचारला, ''ऐसा तो नहीं, कि गुजरातमें शेरको ज्यादा इम्पॉर्टन्स दे दी गई है, इस लिये गुजरात बाघोंको नहीं बचा पाया?''

रवीभांनी थट्टेत उत्तर दिलं, ''शेर इस लिये बच गये, क्यों कि शेर सौराष्ट्रमें गीर में है।''

ह्या बोलण्याला जोरदार विरोध झाला. कोणीतरी तर रवीभांनी माफी मागितली पाहिजे असंही म्हटलं. गोपाल उभा राहिला आणि म्हणाला, ''देखिये, रवीभाका इरादा किसीको नीचा दिखानेका नहीं है, आपको दुख पोहुँचानेका भी इरादा नही है। इस तरहसे बात करना यहाँ की खासियत है, हम लोक आपसमें इसी तरहसे बातें करते हैं।''

हा सबंध वेळ रवीभा हसत होते. शेवटी ते म्हणाले, ''चलो, ये बात हम कल बडे साहबसे पूछेंगे। कल समापन समारोह में गुजरातके वन्यप्राणी वर्तुल के

वनसंरक्षक आनेवाले हैं, हम उन्हींसे पूछेंगे की हम बाघ को क्यूं बचा नहीं पाये।''

रात्री कॅम्पफायरमध्ये सगळ्यांनी गाणी म्हटली. एका मुलीनं शिवतांडवाचं गान केलं, ते सगळ्यांना खूप आवडलं. ते ऐकून सांसाईनं डाह्याभाईंना विचारलं, ''डाह्याभाई, त्यो समरदान हाये का? का भाईर गेलाय?''

''आहे ना तो, बोलावून घेऊ?''

समरदाननं दोह– छंद ऐकवले. झोपायला जाता जाता रात्रीच्या 'तेंदुआ'ची आठवण येऊन सगळ्यांना मजा वाटून हसू आलं. दोन दिवस राहिलो पण सिंह बघायला नाही मिळाला ह्याचं बऱ्याच जणांना वाईट वाटलं. रवीभा म्हणाले, ''परत जाताना आपण देवळियामध्ये बघू या. स्हावज दाखवल्याशिवाय तुम्हाला परत नाही पाठवणार.''

सांसाई म्हणाली, ''गोपालभाय, रात्री जाणवडच्या बाजूला त्येंचं हुंकार ऐकलं. अंधार असतानाच उटून ग्येलो तं कदाच दिसत्याल बी.''

सकाळी सगळ्या विद्यार्थ्यांना उजाडायच्या आधीच उठवलं. चहा तयारच होता. अर्ध्या-पाऊण तासात सगळे ट्रेकिंगसाठी तयार होऊन आले.

आम्ही जाणवडला जायला निघालो तेव्हा उजाडायला आलं होतं. डाह्याभाई रस्त्यानं पावलांचे ठसे शोधत चालत होते. एखादा तास चाललो असू, तेव्हा एका जागी त्यांनी हातातल्या काठीनं धुळीत एक गोल काढून सगळ्यांना बोलावलं. गोलाकाराच्या मध्ये उमटलेलं पाऊल दाखवून त्यांनी ते सिंहाचं आहे असं सांगितलं. एकामागून एक सगळ्यांनी ते बघितलं.

एका-दोघांनी फोटो घेतले. कोणीतरी घाबऱ्या आवजात म्हटलं, ''अब वापस कॅम्पसाइट चले जाना चाहिये।''

रवीभा म्हणाले, ''पावलांचे ठसे बघूनच घाबरलात? परत जायचं असलं तरी हरकत नाही. सांगा, पुढं जायचं आहे का आता बास?''

बऱ्याच जणांना परत जावंसं वाटलं. काही जणांना सामानाची बांधाबांध करायची आठवण झाली, तर काहींना कपडे धुवायची. कोणाकोणाला आमच्या सी.एफ.च्या मुलाखतीच्या वेळी काय काय विचारायचं, त्याची चर्चा करून ठरवायचं आठवलं.

राहुल, शैलजा आणि आणखी सहा-सात जणांनी परत जाण्याच्या विचाराला विरोध केला आणि विचारलं, ''जिसको वापस जाना हैं वो लोग जायें, नही जाना है वो आगे चले, ऐसा हो सकता है?''

''ऐसा तो नहीं हो सकता। हमें तय करना है कि क्या किया जाय,'' असं म्हणून मग मतं घेण्यात आली, तर कॅम्पसाइटवर परत जाणाऱ्यांची संख्या जास्त झाली.

आम्ही परत निघालो. बथेश्वर नाक्याचं फाटक जवळच होतं आणि तेव्हा

डाह्याभाईंनी त्यांच्याबरोबर चालत असलेल्या सांसाईला काहीतरी सांगितलं.

सांसाई चालायची थांबली, मागे वळली आणि आम्हाला खूण करून तिच्या जवळ बोलावलंन. आम्ही जवळ गेलो तेव्हा ती हळू आवाजात म्हणाली, "हितं अगदी गप्. मुकाट उबं ऱ्हावा, कोनीबी काईबी बोलू नगा."

एकामागून एक सगळे रवीभा, गोपाल आणि मी, ह्यांच्या आजूबाजूला गोळा झाले. दुसऱ्याच क्षणी आमच्यापासून शंभर-दीडशे फुटांवर संपूर्ण वनराजीचा राजा नदीच्या बाजूच्या झाडीतून बाहेर येऊन आमचा रस्ता रोखून उभा.

पळभर तर सगळ्यांची शुद्धच हरपली असेल तशी शांतता पसरली. सिंहानं आमच्याकडे एकदा बघितलं आणि मग रस्त्यातून बाजूला होण्याऐवजी झाडीकडे बघत उभा राहिला. रवीभा म्हणाले, "रस्त्यातच बसून गेला नाही तर बरं!"

"नाही बसणार," डाह्याभाई म्हणाले, "बरोबर आणखी जनावरं आहेत." आम्ही टक लावून सिंहाकडे बघत होतो, तर सिंह स्वतः ज्या बाजूनं आला होता त्या झाडीकडे बघत होता. काही क्षण असे गेले आणि मग झाडीतून दोन सिंहिणी बाहेर आल्या.

गीरचा सम्राट आता त्याच्या सम्राज्ञींबरोबर होता. आमच्या उपस्थितीची काहीही दखल घेण्याची जरूरच नाही अशा उपेक्षेच्या आविर्भावात त्या तिघांनी आमच्याकडे बघितलं.

सगळ्या विद्यार्थ्यांनी एकमेकांचे हात पकडले. कदाचित कोणी कोणी डोळेही बंद केले असतील. सगळा मिळून पाच मिनिटांच्या वर वेळ गेला नसेल – ती तिघंही संथ पण दमदार, ऐटबाज पावलं टाकत दुसऱ्या बाजूच्या झाडीत निघून गेली. रस्ता मोकळा झाला तसे आम्ही पुढे निघालो.

मला खात्री होती, की कॅम्पसाइटवर पोहोचेपर्यंत कोणीही पकडलेले हात सोडणार नव्हते की एकही शब्द बोलणार नव्हते. त्याचबरोबर मला ह्याचीही पक्की खात्री होती, की त्या वेळी तिथं असलेला प्रत्येक जण येथून पुढे ह्या आठवणी कायम लक्षात ठेवणार होता पण तरी, हेही तितकंच खरं, की त्या काही क्षणांमध्ये त्यांना काय वाटलं, कसं वाटलं ह्याचं वर्णनही करू शकणार नव्हता.

दुपारनंतरच्या निरोपसमारंभाच्या भाषणात चीफ फॉरेस्टरसाहेबही पहिलं वाक्य म्हणाले, "तुम्ही सगळ्यांनी आज सकाळी सिंह बघितले असं समजलं..."

सभा सुरू होत होती तेव्हाच आसपासच्या गावांमधल्या निसर्गप्रेमी मंडळांची काही सभ्य आणि काही प्रतिष्ठित मंडळीही सभेसाठी आली.

काल झालेल्या वाघाला संरक्षण मिळण्याविषयी झालेल्या चर्चेचा विषय निघाला, तेव्हा त्यांनी सविस्तर उत्तर दिलं – "गीर आणि गीरमधले सिंह ह्यांच्यामध्ये माझ्या मते एक अनोखा मेळ, एक तादात्म्य आहे. मी इथला अधिकारी म्हणून

म्हणत नाही; माझ्या ह्या म्हणण्याला माझं व्यक्तिगत मतच समजा, पण मला असं वाटतं खरं.''

एवढं बोलून सी.एफ. जरा थांबले, त्यांची डायरी उघडून त्यांनी काहीतरी वाचलं, मग ते पुढे बोलू लागले – ''केवळ गुजरातध्येच नाही, समग्र जगातच वाघाला संरक्षित ठेवणं जास्त अवघड आहे. ह्याला बरीच कारणं आहेत. त्यातलं एक कारण हेही आहे, की वाघ आणि माणूस ह्यांचा एकमेकांवर विश्वास नाही. तुम्ही बघितलं असेल, की इथल्या माणसांना सिंहाची फारशी भीती नाही. अर्थात दोन्हीकडून अमुक एक अंतर राखलं जातं, पण कोणालाही आपल्या जिवाची भीती वाटेल अशा गोष्टी घडत नाहीत. परंतु वाघाची गोष्ट वेगळी आहे. वाघ आणि माणूस दोघांनाही नेहमी परस्परांबद्दल शंका असते.''

विद्यार्थ्यांनी हा मुद्दा टिपून घेतला. सी.एफ. पुढे म्हणाले, ''गुजरात आणि विशेषत: सौराष्ट्रातील प्रजेत मांसाहाराची प्रथा कमी आहे, त्यामुळे सिंहांचा आहार माणूस खाऊन टाकतो असं गीरमध्ये होत नाही. वाघ जेथे राहतो, तेथे त्याच्या आहारातला हिस्सा माणूसही घेतो. असंच म्हणाना, की अशा विस्तारांमध्ये माणसानं वाघासाठी आहार राहू दिलेला नाही.''

मग त्यांनी हरीण, सांबर आणि अन्य वन्य प्राण्यांची शिकार करणं, हा गुन्हा ठरतो आणि त्याची कडक अंमलबजावणीही होते इत्यादी माहितीही सांगितली.

रवीभा मध्ये बोलत म्हणाले, ''साहेबांनी सांगितली नाही अशी एक महत्त्वाची गोष्टही आहे, की गुजरात वनविभागाची स्थापना झाली, तेव्हापासून आजपर्यंत जे ऑफिसर्स गीरमध्ये आले, ते सर्वच जण निसर्गप्रेमी आणि विशेषत: गीरवर खूप प्रेम करणारे मिळाले.

त्याचबरोबर प्रजेचा सहकारही त्यांना मिळाला. गुजरातच्या, विशेषत: सौराष्ट्रच्या आणि त्यातही पुन्हा सोरठच्या प्रजेनं स्हावजावर जितकं प्रेम केलं आहे, त्याला जो मान आणि स्थान दिलं आहे, ते अद्वितीय आहे. ही प्रजा गीर, इथला निसर्ग आणि सिंह ह्यांना जितका जीव लावते, तसा लावणारी दुसरी प्रजा माझ्या माहितीत नाही. कदाचित कोठे असेल, तर मला ठाऊक नाही.''

कोणीतरी विचारलं, ''गीरमध्ये किंवा इतर ठिकाणी जंगलांमध्ये सगळं काही चांगलंच होत असतं असं म्हणणं बरोबर आहे?''

सी.एफ.नी गोपालकडे बघितलं. गोपाल उभा राहिला आणि म्हणाला, ''अडचणी तर आहेतच; जे दोष आहेत, त्यात सर्वांत मोठा दोष आहे माणसाचा अहंकार. नियम मोडण्यात बहादुरी मानणाऱ्या लोकांची संख्या खूप आहे, त्याखेरीज प्रजेची नैतिकता कमी होत चालली आहे. 'आपण असं वागणं बरोबर नाही' असा विचार करणारे आता फार थोडे आहेत.

शिवाय, गीर आणि गीरच्या आसपासच्या लोकांची रुची गीरमध्ये कमी आणि सिंहांमध्ये जास्त होत चालली आहे. पर्यटनातून होणाऱ्या उत्पन्नातून स्थानिक लोकांना कमाई करण्याच्या, पैसे आणि मौजमजेच्या लोभात ढकललं आहे. कधीकधी तर गीरच्या किंवा सिंहांच्या हिताचा विचार न करता पैसे कमावण्याची वृत्तीही दिसते.''

गोपालच्या बोलण्याशी सहमत असल्याचं दाखवण्यासाठी रवीभा मध्येच म्हणाले, ''ज्या गीरमध्ये कोणीतरी उपाशी असेल म्हणून त्याला भाकरी खाऊ घातली जात होती, त्याच गीरमध्ये आता ताकही पैसे घेऊन विकणारे लोक दिसू लागले, तर मला नवल वाटणार नाही.''

गोपाल तोच मुद्दा पुढे नेत म्हणाला, ''बरेचसे पर्यटक तर फक्त सिंह बघायलाच आले असल्यासारखे काहीही करून सिंह बघण्यासाठी स्थानिक लोकांना पैसे देतात. गीर म्हणजे फक्त सिंह नाहीत ही माहिती लोकांना देण्याची फार जरुरी आहे, त्यासाठी असे तरुण लोक हवेत, ज्यांना फक्त सिंहांची नाही, तर निसर्गाचीही आवड असेल, संपूर्ण निसर्गदेवतेची त्यांना कदर असेल.''

विद्यार्थी मध्यप्रदेशातून आलेले होते, तेव्हा एक प्रश्न अपेक्षित होताच, तो विचारला गेलाच. ''हमारे मध्यप्रदेशको आप लायन भेजनेवाले थे, वे कब तक भेजनेका आयोजन है?''

रवीभांनी बसल्या जागेवरूनच उत्तर दिलं, ''जब तक आप 'हमारे मध्यप्रदेश' जैसे शब्द प्रयोग करेंगे, तबतक तो नहीं.''

पुन्हा आरडाओरडा आणि विरोधप्रदर्शन होऊ लागल्याबरोबर सी.एफ. उभे राहिले आणि म्हणाले, ''असं पाहा, कुठल्याही प्राण्याला नव्या ठिकाणी नेऊन बसवणं, हे बोलायला सोपं वाटतं तितकं करायला सोपं नाही. एकूण प्रश्न सोडवणं खूप कठीण आहे आणि त्याचा खोलात जाऊन अभ्यास केला पाहिजे; विशेषत: कुठल्याही प्राण्याची जात नष्ट होण्याच्या स्थितीला येऊन पोचली असेल, तेव्हा त्याचं सवयीचं वसतिस्थान बदलणं ह्यात मोठा धोका आहे. पूर्ण अभ्यास केल्यानंतरही वन्य प्राण्यांना नवं वसतिस्थान अनुकूल होईलच, ह्याची खात्री झाल्याशिवाय कोणताही निर्णय घेणं हे त्या प्राण्यांसाठी नुकसानकारक ठरण्याची पूर्ण शक्यता असते.''

सांसाई माझ्या जवळच बसली होती ती पुटपुटली ते मला ऐकू आलं – ''स्हावजानं कुटं ऱ्हावं अन् कुटं न्हाई, त्ये आपुन ठरवायचं का स्हावजानं?''

मला जरा हसू आलं. तेवढ्यात माझं लक्ष गेलं की सांसाई उभी राहतेय, ती कदाचित असं काही बोलेल की चर्चेला पुन्हा उग्र स्वरूप येईल असं वाटलं, म्हणून मी पटदिशी तिचा हात पकडला आणि म्हटलं, ''मी बोलतो.''

मग मी सांगितलं, "ह्या प्रश्नाचा खोलवर अभ्यास करण्याची जरुरी आहे, आणि ह्या विषयात मी काही अभ्यास केलेला नाही, त्यामुळं मला त्याबद्दल काही बोलण्याचा अधिकारही नाही, तरी पण मला जे वाटतं, ते मला सांगायचं आहे."

एवढं बोलून मी जरा थांबलो. मग पुन्हा बोलू लागलो, "मनुष्यजात स्वत: काढलेले निष्कर्ष आणि त्याप्रमाणे घेतलेले निर्णय निसर्गावर लादण्याचा विचार करते असा हा पहिलाच प्रसंग नाही. असं म्हणतात, की हा सगळा विषय मुळात तर सृष्टिसंतुलनाशी संबंधित आहे.

मला असं वाटतं, की आपण जर असं ठरवू लागलो, की प्राण्यांनी कुठं राहावं किंवा त्यांच्या बाबतीतील इतर गोष्टींबद्दल निर्णय घेण्याचा अधिकार माणसांना आहे, तर माझ्या मते असं ठरवणं अत्यंत चुकीचं आहे.

असं ठरवण्यामध्ये हा विचार करण्यात येत नाही की पशुपक्ष्यांना स्वत:लाही सृष्टिसंतुलनाचं ज्ञान असतं, मला तर असं वाटतं, की हे सगळे म्हणजे पशुपक्षी किंवा मानव सोडून इतर सर्व जीवसृष्टी स्वत:ला अनुकूल असा विस्तार स्वत:च शोधतील, तर माणसांनी त्यांना मदत करण्याखेरीज काही करण्याचं राहणार नाही. एवढं जर आपण करू शकलो, तर पर्यावरण संतुलनासाठी चर्चा आणि परिषदा घेण्याची जरुरी कदाचित पडणारच नाही.

म्हणून, सध्या आपण गुजरात किंवा मध्यप्रदेशाची चर्चा थांबवू या आणि माणूस म्हणून आपण निसर्गाशी कसं वागलं पाहिजे त्याचाच विचार करू या, आणि येथून मनाशी निश्चय करून जाऊ या, की ही सृष्टी खरोखर कशी आहे, ते समजून घेण्याचा आपण सर्वांनी प्रयत्न करू या."

एवढं बोलल्यावर मी लाजोची आणि तिनं केलेल्या गाईच्या दानाची संपूर्ण हकिगत सांगितली आणि शेवटी म्हटलं, "अशा तऱ्हेनं आपण प्रत्येक प्राण्यावर प्रेम करू लागलो, तरच आपण आपली सृष्टी सुरक्षित ठेवू शकू असं तुम्हाला नाही वाटत?"

त्यानंतर समापन झालं. सगळे बरोबरच जेवायला गेले. जेवता जेवता बाहेरगावाहून आलेल्या एकानं सी.एफ.ना म्हटलं, "साहेब, ह्या कनकाईचं काहीतरी करा. म्हणायला चांगलं मंदिर आहे, पण सांजआरतीला थांबू देत नाहीत—"

सी.एफ. आणि आम्ही सगळे जरा विचारात पडलो. वाढणाऱ्यांवर देखरेख करत सांसाई समोरच उभी होती, ती लगेच प्रश्न विचारणाऱ्याकडे वळली आणि म्हणाली, "मंदिर-मंदिर म्हन्तायसा, त्ये मी काय सांगत्येय त्ये ऐका. गीरमदी न्हाईतर प्रिथिवीच्या पाटीवरच्या कुटल्याबी जंगलात असी जागा असंल, त्येला मंदिर न्हाई म्हनता येत, त्येला थानक (स्थानक) म्हनायचं, आनि थानक मदी आरत्या व्हत न्हाईत, तितं फकस्त तं श्रद्धा असली पायजे, येरवी साधू, बाबाजींचा त्यो ऱ्हान्याचा मठ असतुया, तवा ज्येची श्रद्ध नसंल, त्याला थानकामदी येता येत न्हाई."

शर्मा एकदम उद्‌गारला, ज्याचं आम्हाला सगळ्यांनाच आश्चर्य वाटलं. "श्रद्धा होगी तभी तो दर्शन करने जाएंगे, श्रद्धा तो हम सबमें है।"

सांसाईनं तेवढ्याच जोरात प्रतिप्रश्न केला, "श्रद्धा हाये तं मंग बंदूक ठिवायची गोस्ट कशाला करत व्हतास? श्रद्धा असती तं मंग 'तेंदवां' 'तेंदवां' करून समद्यांना रातचं उठिवलंस, तसं बी क्येलं नसतंस. अशी तुजी श्रद्धा? अरं भल्या मानसा, यवडं तं समजाया हवं हुतं तुला, की जी तुज्या तेंदवाला सांबाळतीय हितं, ती तुला बी सांबाळंल."

कोणी काही बोललं नाही, पण सांसाई थांबली नाही. ती पुढे म्हणाली, "मी सारणची लेक हाये. माज्या बापापाशी समद्या गीरची वंशावळी हाये. बगायची असली, तं बगून ये. गीरमदी येकाबी जागी कदीबी मंदिर न्हवतं, जी व्हती ती समदी थानकं व्हती."

राजकोटहून आलेल्या शिक्षिका बाईंनी विचारलं, "म्हणजे?" मी काही उत्तर देण्याआधीच सांसाईनं उत्तर द्यायला सुरुवात केली आणि म्हणाली, "मंदिर म्हणजे देवाचं का देवीचं घर म्हनायचं. घरामदी यगळे यगळे शणगार शोबा करता येत्यात. थानक म्हनजे अलखचा ओटा. (अलख – निर्गुण ब्रह्म). आपन घराच्या भाईर, ओट्यावर बसलं तं मर्यादा पाळावी तं लागती का न्हाई?"

सांसाई एवढं सांगेपर्यंत बोलली की लगेच अगदी प्रथम ज्यानं प्रश्न विचारला होता, त्यानं विचारलं, "त्ये समदं ऱ्हाऊ दे. तू थानक म्हन्तीयास तं थानक. पन मानसाला दर्सन घ्येया तरी थानकामदी येता येतं का न्हाई?"

सांसाईला आता राग आला आणि ती म्हणाली, "कशाचं दर्सन घ्येयाचं? दर्सनं घिऊन जाली, घरदार सोडलं मानसानं म्हंजी मंगच थानकामदी येता येतं भाय माज्या. घरदार सोडून ओट्यावर बसून ऱ्हाऊन बग, वीरा. दोन मिनिटं पन न्हाई बसवनार. थानकावर काईबी झगमग, शोबा नसती, ह्ये तुला गीरमदी ऱ्हाऊनबी ठावं नसंल, तर तुज्या गीरमदी ऱ्हान्याचा काई उपेग न्हाई जाला म्हनायचा."

सांसाईच्या बोलण्याचा सगळे विचार करू लागले. अजूनही सांसाईला तिचं म्हणणं सगळ्यांना पटवून द्यायचं असेल, तशी ती न थांबता बोलत राहिली, "कनकाईच्या थानकावर दिवा बगून जो तितं ऱ्हाइला, त्येला परथम तं दर्सन जालं व्हतं, मंगच त्येला थानक सापडलं. येकाबी थानकावर दर्सन जाल्याबिगर कोनी बसल्येलं न्हाई.

तवा वीरा, दर्सन कराया थानकावर जान्याची गोस्टच न्हाई. मला तं यवडं समजलं हाये, की सन्सारातलं समदं संपवून भाईर पडतो आनि ज्याच्या जिवाला दर्सन जाल्यावर दुसरं काईबी नको असतं, त्यानंच थानकावर जावं. त्येनाच गीरमदी आतल्या बाजूला जावू द्यावं. बाकी मंदिरंवाल्यांनी भाईरच्या भाईर निगून जावं. समदी दुनिया मंदिरांनी भरलेली हायेच."

एवढं बोलून सांसाई थांबली. मग सी.एफ.कडे हात करून म्हणाली, "माजं तं ह्या सायबांना सांगनं हाये की ज्येन्ला श्रद्धेनं थानकावर ऱ्हायाला यायचं असंल, त्येन्ला गीरमदल्या आतपोतरच्या थानकांपोतर येन्यासाटी बस आनि मोटरी उब्या कराया गीरच्या सीमंवरती जागा करा, त्या समद्या गाड्या तितं थांबवा. मंग ज्येन्ला आत जायाचं असंल, त्येंना दोगा दोगांना पायी चालतच जाऊ द्यायाचं असा नियम करा. गीरच्या आतमदी ईस-बाईस किलोमीटर यकटा चालत थानकावर पोचंल, त्येनं मंग येक रात ऱ्हावं न्हाईतं जलमभर ऱ्हावं."

एवढं बोलून सांसाई प्रश्न विचारणाऱ्याला म्हणाली, "तुज्या गावाला परत जाशील, तवां तुज्या कोना आज्या-पनज्याला इचारून बग. ह्या गाड्या न्हवत्या, तवां गीरमदी कोन जात हुतं? ज्येला 'त्याची' हाक ऐकू यील आनि गेल्याबिगर ऱ्हाऊ न्हाई सकनार, त्यो जायाचा, सोताला इसरून जनावरांच्या सांगाती घरच्या मानसांसारकं ऱ्हायाला सिकूं लागंल, त्यो तितं थानकावर जाऊन भजन करत बसायचा.

वीरा, ज्येंनी ही थानकं क्येली, ती आरती कराया आनि मोटरी आन् लक्झयरी बसं भरून भरून आनून जत्रा करायासाटी न्हाई क्येलंली. बाबा रं, ह्ये तं अलखचं ओटं हायेत. 'त्येची' हाक आयकायची जागा. तितं कीर्तनं, ढोल-नगारं नसत्यात. तितं लई लई तं येकतारी आनि मंजिरा असत्यात." एवढं बोलून स्वयंपाकघराकडे जाता-जाता सांसाई विनवणीच्या सुरात म्हणाली,

"अजून पुना पन सांगत्ये, की गीरमदी रातचं ऱ्हाता यील असली मंदिरं कुटंबी मागू नगा. ह्ये तं त्या अलखचं ओटं हायेत ना बाबा, त्या ओट्यावर ऱ्हायाला मागायच्या आदी संभर येळां इचार करा."

॥ १४ ॥

समोर दिसणाऱ्या गिरनारकडे बघत मी व्हरांड्यात उभा होतो. पर्वताचा खालचा अर्धा भाग दाट झाडीच्या जणू चादरीनं झाकलेला, उरलेला वरचा पर्वत म्हणजे काळेकुट्ट खडक. जणू कमरेभोवती गोधडी गुंडाळून उभा राहिलेला बैरागी!

पायऱ्या चढणारे-उतरणारे प्रवासी आणि यात्रेकरू बघून आत्ताच रतनबा म्हणाल्या होत्या, "किती मान्सं जातायत न् येत्यायत – मुंग्यांच्या रांगा जनू!"

आत्ता मी खरं म्हणजे घेडमध्ये समुद्राकडे बघत उभा असतो, त्याच्याऐवजी इथं गिरनारकडे बघत उभा आहे.

शिबिर संपल्यावर आम्ही बथेश्वरहून सामान घेऊन येणाऱ्या ट्रकमधूनच सासणला आलो. रवीभा आणि गोपाल सासणहून केशोदला जाणार होते. त्यांची बाइक आली तर होती, पण अजून दुरुस्त झाली नव्हती. मी त्यांना सांगितलं, "असं करा, माझी बाइक घेऊन जा. मी तुमची वापरेन. परत भेटू तेव्हा अदलाबदली करू."

गोपालनं उत्तर दिलं, "ते तर ठीक आहे, पण तुम्हीच आमच्याबरोबर चला. तिघा जणांना तर आरामात जाता येईल. गीर बघितलीत, तर आता आमच्या तिकडे या. घेडची ऐट आणि मजा वेगळी आहे, आवडेल तुम्हाला."

मला कासियानेसला जाऊन विक्रमचं कुंडीबद्दलचं म्हणणं तपासून बघायचं होतं. मी म्हटलं, "उद्या तर मला कासियानेसला जायचंय. नंतर येईन."

"ठीक तर, तसं. पण बाइकची अदलाबदली करायला तरी तुम्हालाच यावं लागेल, आम्ही आत्ता एवढ्यात येणार नाही." गोपालनं सांगितलं.

"तसं करेन. उद्या तुमची बाइक दुरुस्त झाली म्हणजे आधी कासियानेसला जाऊन येतो आणि तिकडून सरळ घेडलाच येतो," मी म्हटलं. ते दोघे माझ्या बाइकवर रवाना झाले.

मी अजून बाजारातच होतो आणि मला विक्रम दिसला. मला बघितल्याबरोबर येऊन तो म्हणाला, "धानूला बघितला?"

"नाही," मी म्हटलं. "मी तर तिकडे बथेश्वरला होतो, आत्ताच परत आलो."

''मी बगितला.'' विक्रमनं सांगितलं.

''तू बघितलायस तर मग मला कशाला विचारतोयस?'' हे असलं 'आगा ना पीछा' बोलणं ऐकून मी वैतागलो.

''त्येच तं सांगतोय. मी बगितला तवा धानू काय मजेत न्हवता.'' विक्रम म्हणाला.

मग मी विचारलं नव्हतं तरीही विक्रमनं सांगितलं, की त्यानं धानूला घाबराघुबरा होऊन ऑफिसकडे जाताना बघितला. विक्रमनं त्याला बोलावलं, तरीही धानू ऐकलं न ऐकलंसं करून चालत राहिला. विक्रम हे सगळं सांगून म्हणाला, ''तुमी त्याला कांईतरी सांगून बगा.''

आता मी आणखी धानूला काय, कशाबद्दल सांगायचं ते मला समजलं नाही, तरी पण विक्रम काय म्हणत होता ते समजून घेण्यासाठी मी ऑफिसकडे वळलो. मला वाटलं होतं की विक्रम माझ्याबरोबर येईल, पण तो तर दुसरीकडे निघून गेला. मी जरा चटचट पावलं उचलत दरवाजातून कचेरीकडे जाणाऱ्या रस्त्यावर धानूजवळ पोहोचलो. त्याला थांबवून मी विचारलं, ''काय झालंय धानू?''

तो थांबला आणि मी जवळ पोहोचल्यावर भरून आलेल्या आवाजात म्हणाला, ''जाऊ द्या ना, कवां तरी व्हायाचंच हुतं.''

''काय व्हायाचं होतं?'' मी विचारलं आणि त्याच्या खांद्यावर हात ठेवून त्याला एका बाजूला नेला, मग विचारलं, ''नोकरीमध्ये काही झालंय? साहेब काही म्हणाले? काय झालंय काय? बावरून नको जाऊ असा, मला सांग बरं शांतपणानं.''

''नोकरी तं ग्येली तं काई न्हाई, दुसरं काम करता यील, पन गीरची आबरू जाईल असं हाये.'' जरा थांबून तो पुढं म्हणाला, ''माज्या आबरूची गोस्ट असती तरी वांदा न्हवता, पन ह्ये तं परक्या देसात गीरचं वाईट बोलत्याल की हितं कोनी ध्यान दिऊन काम करत न्हाई.''

''एवढं झालंय तरी काय असं?'' धानूच्या बोलण्यावरून काहीतरी व्हायला नको असं झालंय एवढं कळलं, पण धानू म्हणतोय तसं विशेष मोठं काही झालं, तर एव्हाना गाड्या इकडून तिकडे पळताना दिसल्या असत्या. जे काय झालं असेल ते काही विशेष नसावं असंही वाटलं.

धानूच्या मनात गीरबद्दल अतिशय उत्कट भावना आहेत हे मला ठाऊक होतं. मला वाटलं की कदाचित हा भाबडा मुलगा त्याच्या हातून घडलेल्या काही चुकांमुळे गीरला काही धोका निर्माण झालाय असं समजतोय. तसं असेल, तर मी त्याला शांत करणं जरुरीचं होतं.

मी धानूला जरा दूर घेऊन गेलो, बागेतल्या एका वृक्षाच्या सावलीत बसवला आणि विचारलं, ''आत्ता कुठे चालला होतास? काय झालंय? मुळीच न घाबरता सगळं सांग.''

धानू नीट बसलाही नव्हता. जणू आत्ता साहेब बोलावतील ह्या भीतीनं तो

उकिडवाच बसला होता. म्हणाला, "ती गेलीय् सायबाकडे छोडवडी कडनं आमी आलो, ते मंग ती घरी पन न्हाई ग्येली, सरळ सायबांकडंच ग्येली भराभरा."

"गेली तं जाऊ दे." मी म्हटलं, "साहेबांनी तुला बोलावलंय?"

"नाही."

"तर मग तू इथं बसून राहण्याच्या ऐवजी घरी जा," मी म्हटलं.

धानू म्हणाला, "ती आतमदी गेलीया, ती कांईतरी चूक काडंल आनि सायेब मला बलावतील तर? म्हून त्येंच्याकडंच जात हुतो. ऑफिसच्या दाराभाईर बसंन."

डोरोथी साहेबांकडे धानूची काय चूक सांगायला गेली असेल ह्याची मला कल्पना नव्हती. हळूहळू धानूला शांत करून बोलता केला आणि समजून घेतलं.

धानूनं तुटक तुटक सांगितलं, की काल दुपारी बातमी आली होती, की छोडवडीच्या बाजूला सिंहांनी एका बैलाची शिकार केलीय. डोरोथीनं धानूला लगेच तयार व्हायला सांगितलं आणि अंधार पडण्यापूर्वी दोघं तिथं पोहोचली.

धानू पुढे म्हणाला, "बैलाला सकाळचा न्हाईतर फार तर काल रातचा मारला असंल असं वाटलं. शेपटाच्या बाजूनं थोडा खाल्लावता."

आसपासचे पावलांचे ठसे बघून किती सिंह असतील त्याबद्दल धानूनं अंदाज सांगितला, "एक स्हावज, दोन सिंहिणी आणि तीन बछडी असतील असं वाटत होतं. आता त्या बाईला कसं सांगायचं म्हून बोटं मोजून दाकिवलं."

डोरोथीला ते समजल्यावर ती काहीतरी म्हणाली ते धानूला कळलं नव्हतं. शेवटी डोरोथीनं तिच्या पाठीवरचा थैला जमिनीवर ठेवत म्हटलं, "एनी प्रॉब्लेम?"

धानूनं ती जागा थोडी स्वच्छ केली, थैल्यातनं पोती काढून अंथरली आणि उत्तर दिलं, "नो परोबलेम."

एवढं सांगून धानू थांबला; मग म्हणाला, "आमी तं तितं बसलो. अंदार पडंस्तवर तं कांईबी व्हनार न्हवतंच. मंग म्या सेकोटी पेटिवली, थाळ्या काडल्या न् दोगांचं जेवन उरकलं, तवड्यात तरसं भंवताली यऊन फिराया लागली, त्येंना हाकलून काडलं. शेकोटी पेटवलेली आनि आमी बसलोवतो त्ये बगून येत व्हते, पन जरा दांडुकं दाकवून भ्या दाकिवलं म्हंजी न्हाइ येत जवळ."

बोलत, सांगत राहिला तसतसा धानूच्या मनावरचा ताण जरा कमी झालासा वाटला; मग सांगू लागला, "आत्ता स्हावज यील, आत्ता यील म्हून वाट बगत हुतो. अकरा वाजाया आलं पन थोरलं दादा दिसलंच न्हाईत."

"कोण थोरले दादा?" मी विचारलं.

"घ्या! तुम्हास्नी ठावंच न्हाय? थोरलं दादा म्हंजी स्हावज. आनि धाकलं दादा म्हंजी बिबट्या. ही आमी गम्मत म्हून पाडलंली नावं. बिबट्याला तं कदी कदी बिबटंराव पन म्हन्तो."

धानू पुन्हा रंगात येऊ लागला होता हे बघून मला बरं वाटलं, पण त्याचं गाडं तिसरीकडेच वळेल म्हणून मी मध्येच म्हटलं, "मग पुढं काय झालं सांग ना."

धानू म्हणाला, "काई न्हाई, व्हायाचं काय? बाई खानाखुना करून सांगाया लागली की थंडी वाजतीया, पांगरून काड."

बोलता बोलता धानूनं मध्ये मागे वळून ऑफिसकडे बघितलं आणि पुढे सांगू लागला, "म्या तिच्या थैल्यामदी पांगरून सोधलं, तं काळ्या रंगाचं कांबळं घिऊन आलीवती. आपुन तं सांगून दिलं– 'परोबलेम!' काळं पांगरून न्हाई चालनार."

"का?"

धानूला आलेलं हसू आवरत तो हळू आवाजात म्हणाला, "ती हिडिंबा काळं कांबळं पांगरून तितं झोपली, तं स्हावजाला काय वाटंल?"

धानूला काय म्हणायचं होतं ते समजायला मला जरा वेळ लागला. मी विचारलं, "काय?"

धानू म्हणाला, "काय म्हंजी जरा इचार करा ना. काळ्या रंगाचं जनावर बसलंय, असं वाटंल का न्हाई?" धानूला पुन्हा हसायला आलं आणि तो म्हणाला, "तिनं तं कांबळं न्हाई पांगरलं तरी बी..."

मी म्हटलं, "एऽ, थट्टा पुरे! नीट सांग, काय झालं?"

"अवं ती झोपनार व्हती त्येच्या आदीच स्हावजं यिऊन थडकली. समदी येकदमच आली आनि खाऊ लागली. पइल्यांदा तं स्हावजानं बैलाला येका बाजूनं खायला सुरुवात क्येली. त्येचं खाऊन जालं आनि त्यो बाजूला जाला, मंग सिंहिणी आल्या आनि त्येंची बछडी पन आली. यकां बाजूनं खाल्लंवतं तवां बछडी तं पोटाच्या बाजूनं आत ग्येली न् खाऊ लागली."

"बैलाच्या पोटात?" मी विचारलं.

"व्हय, बछडी तं अजुनी ल्हानी ना? दातांनी तोडून न्हाई खाता येत ना त्येंना. आईचं बगून बगून सिकत्यात. आई खाईल तितं पोकळ जागा व्हती ना, तितनं आत सरकत थोडं कुटं कुरतडून खाया बगनार."

धानू म्हणाला, की डोरोथीला बैलाच्या पोटाच्या आतल्या भागाचे फोटो घ्यायचे होते, का काहीतरी बघून टिपणं करायची होती. ती सिंहिणी बाजूला सरकायची वाट बघत होती.

धानू अशा सगळ्या हकिगतीचं वर्णन करत गेला. "सिंहिणी बाजूला व्हतील तवा तितं जाता येनार, पन त्या जातील तवा ना! त्यातच वाट बगता बगता बाईला लागली झोप. मी ध्यान ठिवून बसून ऱ्हाइलो, की सिंहिणी बाजूला जाल्या मंजी दोरोतीला उटवंन आनि सांगन, की 'नो परोबलेम'. मंग ती तिकडं जाऊन तिला काय बगायचंय त्ये बगून यील, म्हंजी जालं."

एवढं बोलून धानू परत उदास झाला. त्याच्या हातून काहीतरी गुन्हा घडल्याच्या भावनेनं अडखळत तो म्हणाला, ''काळाची करनीच म्हनायची, न्हाई तं जंगलात बसल्या जागी धानूला डुलकी लागलंच कशी?''

पण धानूला डुलकी लागली. किती वेळ गेला असेल ते लक्षात आलं नाही. तो दचकून जागा झाला तेव्हा शेकोटी विझायला आली होती. सिंह तेथे नव्हता. सिंहिणी बैलापासून बऱ्याच दूर जाऊन आरामात पाय लांब करून झोपल्या होत्या. अंधूक उजेडात धानूला बछडे मस्ती करत खेळताना दिसले.

आता सगळं सुरक्षित होतं. धानूनं डोरोथीला उठवलं आणि म्हटलं, ''नो परोबलेम.''

डोरोथी हळूहळू उभी झाली आणि आवाज न करता पावलं टाकत शिकार झालेल्या बैलाजवळ गेली. तिथं ती गुडघ्यांवर बसली आणि त्या मृत बैलाच्या पोटाकडच्या पोकळ झालेल्या जागेत वाकून बघायला लागणार तेवढ्यात तिच्या लक्षात आलं, की सिंहिणींचं एक पिल्लू अजून आतच आहे...

''दोरोती आत डोकावत होती आनि तो बछडा तिला बगून फिसकारत भाईर आला.''

''आणि सिंहिणी? मला वाटलं की डोरोथीवर त्यांनी हल्ला केलाच असणार.''

''त्या दोगी शेपट्या उब्या करून उब्या ऱ्हाइल्या, पन जास्त कांईबी व्हायच्या आदी तं मी उबा ऱ्हाइलो, बाई सोता पन लग्गेच उबी ऱ्हाइली. हिम्मतवाली तं म्हटलीच पायजे, की सिंहिणींकडं पाट करून पळाली न्हाई. त्येंच्यास तोंडांकडं बगत बगत मागं मागं सरकली. सिंहिणींना पाट दाकवून पळाली अस्ती ना, तं गोस्ट तितंच संपनार व्हती.''

एवढं बोलून धानू मला म्हणाला, ''त्या येळी तुमी दोरोतीला बगितली असती तर? अवं कालीमाता काय असंल अशी जालीवती. मला तं समूर उबा करून यवडी रागावली, यवड्या शिव्या दिल्या, अंग्रेजीमदी यवड्या शिव्या असत्यात ह्ये मला तवां म्हाईती पडलं. तिच्या भासंमदी दिल्या असतील त्या आन्खी येगळ्या.''

''मग?''

''बस! मंग तं बाई 'एनी परोबलेम' इचारायला पन थांबली न्हाई आनि लागली की चालायला. ती समूर आनि मी पाटीमागं! रस्त्यासानं माज्याशी यकदाबी बोलली न्हाई. हितं आल्यावर घरी पन न्हाई ग्येली. तसीच ग्येली सायबांकडं.''

मी म्हटलं, ''कोणाला काही झालं नाही, तर मग तू काळजी कशाला करतोयस?''

धानूनं नकारार्थी मान हलवली आणि म्हटलं, ''असं तं न्हाई बराबर. कोनाला काई जालं न्हाई ती तर वर बसलाय त्येची किरपा, पन ह्यो मी धानू, जंगलात बसून डुलक्या घ्येतो?''

एवढं बोलून अतिशय निराश चेहऱ्यानं खाली मान घालत तो म्हणाला, "अगदीच ह्ये असं वागनं चाललंच कसं? न्हाई चालनार. बाई मान्साला जंगलात सांबाळायचं काम, त्येबी हितं गीरमदी, असं पुना पुना जालं, तं माजं तं ऱ्हाऊन द्या, गीरची बदनामी न्हाई व्हनार?"

धानूला धीर देत मी म्हटलं, "कोणाची बदनामी नाही होणार. तू आत चल, तसंच वाटलं तर मी बोलेन साहेबांशी."

"अवं, आता ह्येच्यामदी तुमी काय सांगनार?" धानूनं सरळ साधं सत्य विचारलं. खरं होतं त्याचं! मी काहीही सांगू शकणार नव्हतो, तरी पण मी त्याच्याबरोबर राहायचं ठरवलं आणि आम्ही दोघे साहेबांच्या ऑफिसकडे गेलो. मला बाहेर सोफा होता त्यावर बसवून धानू एका स्टुलावर बसला.

अर्धा-पाऊण तास झाला तरी डोरोथी बाहेर आली नाही. क्लार्कनं मला दोन-तीनदा म्हटलं, की माझं काही काम असलं, तर आत चिठ्ठी पाठवून भेटून घेता येईल. पण मी 'नाही, नको' म्हणत राहिलो.

शेवटी एकदाचा ऑफिसमधून खुर्ची सरकवल्याचा आणि दरवाजाकडे येणाऱ्या पावलांचा आवाज आला. धानू उठून उभा राहिला. दरवाजा उघडल्याबरोबर डोरोथीचं लक्ष धानूकडे गेलं.

नेहमी डोरोथीनं विचारायचा प्रश्न धानूनंच विचारला, "एनी परोबलेम?"

डोरोथीला हसायला आलं आणि ती म्हणाली, "नो प्रॉब्लेम!" एवढं म्हणून ती चालू लागली, तसा धानूही मला तिथंच सोडून तिच्या मागे मागे निघून गेला.

क्लार्कनं ऑफिसमध्ये फोन करायला फोन उचललेला मी बघितला, तेव्हा हातानंच मी 'नको' अशी खूण करत म्हणालो, "राहू द्या. माझं काही काम नव्हतं, मी जातोय आता."

मी जात होतो तेवढ्यात दोन तरुण आत आले. एकाला बघून क्लार्कनं "या दोशी साहेब! खूप दिवसांनी आलात!" असं म्हटलं.

दोशी आणि त्यांच्या बरोबरचा तरुण कोणाची परवानगी वगैरे न विचारता सरळ ऑफिसमध्येच गेले, हे माझ्या लक्षात आलं.

बाहेर बागेत मुस्तुफा समोरून येताना भेटला. मला बघून थांबला न् विचारलं, "का आज हितं – ऑफिसात?"

मी त्याला थोडक्यात धानूची हकिगत सांगितली आणि असंही म्हटलं, की "एक जरा डुलकी काय लागली, त्यात जणू काय गुन्हा हातून घडला असेल तसा घाबरला होता."

"धानू घाबरला म्हन्ताय पन त्ये खरं न्हाई." मुस्तुफा म्हणाला, "पन गीरमदी नोकरीवर असताना डुलकी लागली असं तं न्हाईच ना चालनार. ह्ये तं वाचलं दोगं

बी म्हनायचं, न्हाईतं कांईच्या काई जालं असतं. त्यो घाबरत तं न्हाई, पन मानसाला लाज येत्ये, खरे ना? त्येला तं सोत्तावर राग आला असनार.''

मग आता ऑफिसकडे जाता जाता मुस्तुफा म्हणाला, ''आज दोशी सायेब आनि त्येंचं कोनी पावनं आल्यात. म्हंजी कुटं तरी जायाचं निगनारच. तुमाला बरूबर यायाचं असंल तर तयार ऱ्हावा.''

मला जावंसं वाटलं, पण त्या पाहुण्यांच्या बरोबर मी जावं का नाही, असंही वाटलं. मी म्हटलं, ''दोशीसाहेब कोण आहेत? त्यांच्या बरोबर जाणं ठीक दिसेल?''

''फॉरेस्ट खात्याचंच हायेत, दक्षिण गुजरातकडचं. तितल्या कंच्यातरी रेंजवर नोकरीवर हायेत.'' तो कोणत्या रेंजवर तेही म्हणाला, पण मला बरोबर ऐकू आलं नाही.

अर्धा तास झाला असेल. मुस्तुफा घरी आला आणि म्हणाला, ''सायबांशी बोलनं जालं हाये.''

''कुठल्या? दोशी साहेबांशी?'' मी विचारलं.

मुस्तुफा हातपाय धुवायला जाता जाता म्हणाला, ''दोशीसायेब तं पावनं हायेत, त्येंच्याशी आपुन कशाला बोलायचं? आपुन आपल्या डीयेफोबरूबर.'' मग बाहेर जाता जाता तो म्हणाला, ''च्हा प्यायचा असला तर पिऊन यऊया, आनि धानूला पन बरूबर घिऊन जाऊया.''

मी, मुस्तुफा आणि धानू गेस्ट हाऊसवर पोहोचलो. थोड्याच वेळात पाहुणेही त्यांची स्वतःची गाडी घेऊन आले.

दोशींच्या मित्राची पेट्रोल इंजीनची गाडी मोठी आणि बऱ्याच सोयी असलेली होती. दोशी मित्राला म्हणाले, ''किरण, गाडी मी चालवतो, तू आणि भाभी आरामात जंगल बघा.''

ते लोक बसल्यावर मुस्तुफानं ड्रायव्हरजवळच्या सीटवर बसता बसता मला सांगितलं, ''तुमी इकडं या. धानू पाटीमागं बसंल.''

मधल्या सीटवर किरण आणि त्याची पत्नी दोन खिडक्यांशी बसले. धानू मागे बसला. उघड्या जिप्सीमध्ये बसून जंगलातून जायला जी मजा येते, तशी मजा नव्हती येत, पण ए.सी.असल्यानं बाहेरची धूळ उडून आत येत नव्हती, ते बरंही वाटत होतं. हरीण किंवा सांबर दिसायचं तेव्हा 'जिप्सीतनं गेलो असतो तर जास्त मजा आली असती' असं किरणची पत्नी म्हणत राहिली.

जरा पुढे गेल्यावर कमलेश्वरकडे जाणारी एक जीप दिसली, तेव्हा मुस्तुफानं दोशींना गाडी थांबवायला सांगितलं. तो उतरून त्या जीपजवळ गेला, त्यांचे कागदपत्र बघितले आणि परत येऊन म्हणाला, ''कमलेसरच्या टावरचं काम चाललंय तितं कंत्राटी काम कराया जातायत.''

आम्ही कमलेश्वरला पोहोचून डॅमवर गेलो. पाणी जवळ जवळ तळाशी गेलं होतं. चिखलात मगरी आरामात, अजिबात हालचाल न करता पडल्या होत्या. अर्ध्या-पाऊण तासानं आम्ही परत निघालो. सगळे गाडीत चढत होते आणि आसमंत गाजवणारी सिंहाची गर्जना ऐकू आली. पाठोपाठ हुंकारही येत राहिले.

किरण एकदम उत्साहित झाला पण त्याच्या पत्नीचा थरकाप झाला आणि ती म्हणाली, "अरे राम! आता इथं नको थांबायला, चला लवकर!"

किरणनं मुस्तुफाला विचारलं, "इथं एवढ्यातच असेल हा सिंह? दिसेल का?"

मुस्तुफानं धानूकडे बघितलं, त्यानं नकारार्थी मान हलवली. मुस्तुफा म्हणाला, "त्यो हितं न्हाई, थेट तिकडं डाकबंगल्याच्या मागं हाये, तितनं डरकाळ्या फोडतोय."

दोशीनं मुस्तुफावर जरा दबाव आणत म्हटलं, "गाडी तिकडं घेऊ?"

आता मात्र मुस्तुफानं खरं ते सांगितलं, "त्ये आत्ता ऱ्हाऊ दिलं तं बरं. तितं सिंह-सिंहीण दोगं हायेत, पन संगंसंगं हायेत, जुगत असत्याल, आत्ता त्येंना तरास न्हाई दिला, तं चांगलं."

दोशीनं मित्राकडे वळून सांगितलं, "इथंच आहेत जवळपास, पण 'हीटमध्ये' आहेत, म्हणून ते लोक बघायला जाऊ नाही देणार."

किरण म्हणाला, "चला ना, डाकबंगल्याच्या गच्चीवरून बघू या." मग त्यांनी जरा जास्त आग्रह करून दबाव आणला, तेव्हा दोशींनी मुस्तुफाला डाकबंगला उघडता आला तर उघडायला सांगितलं.

मुस्तुफानं पाहुण्यांना गाडीत बसवलं. त्यांच्याबरोबर धानूला बसवलं आणि मला म्हटलं, "तुमी माज्या बरूबर या, आपण चालत जाऊया."

दोशीनं गाडी रस्त्यावर नेली आणि डाकबंगल्याकडे वळवली. मी आणि मुस्तुफा डॅमची टेकडी चढून मधल्या रस्त्यानं डाकबंगल्याकडे निघालो. टेकडीच्या माथ्यावरून डाकबंगला अगदी स्पष्ट दिसत होता.

आम्हाला दिसलं की सिंह आणि सिंहीण बंगल्याच्या समोरच्या आवारातच होते. मुस्तुफानं लगेच वॉकी-टॉकीवर धानूला सांगितलं, "तितं दाराच्या समूरच हायेत. गाडी बंगल्याच्या दुसऱ्या बाजूला ठिवून घे आनि कोनाला पन गाडीतनं उतरू द्येऊ नको."

"वांदा न्हाई." धानूनं उत्तर दिलं.

धानूनं गाडी डाकबंगल्याच्या बाजूच्या भिंतीशी घ्यायला सांगितली. तेथून सिंह होते ती जागा दिसत नव्हती. मी आणि मुस्तुफा गोल फिरून मागच्या बाजूनं तिकडे पोहोचलो, तोपर्यंत धानूनं कोणाला उतरू दिलं नव्हतं.

मुस्तुफा पाठीमागच्या भिंतीवर चढून बंगल्याच्या आवारात गेला. आतून

साखळी उघडून आवाराचं दार उघडलं आणि पाहुण्यांना सांगितलं, "आत या हिकडं, हितनं समोरच्या ओसरीवर जाऊया. जाळीतून आरामात बघता यील."

मित्राची पत्नी तर घाबरलेलीच होती, ती गाडीतून उतरायला तयार होईना दोशींनी मग तिला गाडीपेक्षा बंगल्यात जास्त सुरक्षित आहे, असं समजावलं, तेव्हा ती उतरून धावत आवारात आली आणि म्हणाली, "दार बंद करा लवकर."

दोशी म्हणाले, "सिंह समोरच्या अंगणात आहेत भाभी, इथं नाहीत."

उत्तर मिळालं, "मला नाही बघायचे."

आम्ही समोरचं दार न उघडता ओसरीच्या जाळीतून सिंह आणि सिंहिणीला पाहिलं. आजूबाजूला असलेल्या माणसांचा आवाज आणि वास त्यांना आलाच असणार, पण त्या युगुलाच्या प्रयणयलीलांमध्ये अडथळा येत नव्हता, तोपर्यंत त्यांना कोणाची पर्वा नव्हती.

किरणला फोटो घ्यायचे होते. तो म्हणाला, "ही साली जाळी नडतेय इथून. बाहेर भिंतीच्या कोपऱ्यात लपून नाही घेता येणार?"

"न्हाई येनार" धानूनं सांगितलं, "आनि आत्ता ह्या येळंला फोटो चांगलं पन न्हाई येनार."

एवढं सांगितल्यावरही किरणनं जाळीतून फोटो घेतले. संध्याकाळ होऊ लागली होती म्हणून फ्लॅश पण वापरला. तो आणखी दुसरा फोटो घेणार होता तेव्हा धानूनं दोशींना म्हटलं, "सायबांच्या हातातनं कॅमरा घिऊन टाका ना तुमी. ह्यी दोन जनावरं जुगत्यायत त्यामदी असं कांई क्येलं, तं रामायन व्हईल हितं काईतरी."

दोशी कॅमेरा घ्यायला पुढे गेले, पण त्यांच्या मैत्रीमुळे वाटणारा संकोच कॅमेरा मागण्याच्या आड आला की काय कोण जाणे, ते गप्पच राहिले.

मुस्तुफा मग म्हणाला, "बस, आता जाऊ या, परत पोचेस्तवर अंदार व्हईल."

धानू आम्हाला दरवाजाकडे घेऊन गेला. आम्ही एक-एक करत दारापर्यंत पोहोचलो, तोवर घाबरून गेलेली किरणची पत्नी गाडीत शिरून अंग चोरून बसून गेली होती. गाडीचं इंजीन चालू करून दोशी बाकी सगळे बसण्याची वाट पाहात होते.

मुस्तुफा डाकबंगल्याचं दार आतून बंद करून बाहेर निघायला भिंतीवर चढला. मी त्याला मदत करायला जवळ खाली उभा होतो. धानू गाडीचा दरवाजा उघडून आम्ही येऊन पोहोचण्याची वाट पाहात होता.

एकाएकी किरणच्या काय मनात आलं कोण जाणे-तो गाडीकडे न येता डाकबंगल्याच्या भिंतीच्या कोपऱ्याकडे गेला.

धानू गाडीचं मागचं दार धरून उभा होता, तो "अवंऽऽ ओ सायेब! ऱ्हाऊ द्या, ऱ्हाऊ द्या, नगा जाऊ तिकडं." म्हणत किरणच्या मागे धावला.

तोपर्यंत किरण बंगल्याच्या कोपऱ्यापर्यंत पोहोचला होता आणि त्यानं पायऱ्यांजवळ प्रणयलीला करणाऱ्या सिंह-सिंहिणींवर फ्लॅश टाकला. ताबडतोबच सिंहीण गुरगुरल्याचा आवाज आला आणि पुढच्याच क्षणी तर भिंतीच्या कोपऱ्याशी सिंहाचा विक्राळ उघडलेला जबडा दिसला. किरण पाठ फिरवून पळाला.

माझा विश्वासच बसत नव्हता की एरवी मदमस्त, दमदार, संथ, राजेशाही ढबीनं चालणारा म्हणून प्रसिद्ध असणारा हा प्राणी इतक्या कमालीच्या वेगानं अंगावर धावून येऊ शकतो!

सिंह आणि सिंहीण दोघंही किरणच्या मागे येत होती. किरणची पत्नी किंचाळली आणि बहुतेक गाडीत बेशुद्ध पडली.

मी प्रत्यक्ष बघितलं, की सिंहानं पंजा उगारला त्या क्षणीच धानूनं किरणला एका बाजूला ढकलून दिला आणि हातातली काठी उगारून स्वत: सिंहासमोर उभा राहिला. किरण धावत येऊन गाडीत घुसला, गाडीनं गिअर टाकलं आणि वेगानं निघून गेली.

सिंहानं धानूच्या खांद्यावर पंजा मारला. धानू पडला त्या क्षणी त्याचा खांदा सिंहाच्या तोंडात होता. मी नखशिखांत थरथर कापलो.

मुस्तुफानं भिंतीवरून उडी मारली आणि किंचाळून मला सांगितलं, ''स्हावज बाजूला व्हनार न्हाई, सिंहिणीला हाकलाऽ!''

मी पायरीशी पडलेल्या रेतीच्या ढिगातून मुठी भरभरून खूप जोरजोरानं उडवत मोठमोठ्यानं आरडाओरडा करू लागलो. मुस्तुफाही 'हेऽऽ हेऽऽय्' करून ओरडत लाकडी उगारून थेट सिंहिणीच्या समोर जाऊन पोहोचला.

सिंहिणीनं पहिल्यांदा तर शेपूट वर करून आक्रमक पवित्रा घेतला, पण शेवटी मागे मागे सरकत ती उलटी फिरून पळून गेली. सिंहिणीला जाताना बघून सिंहानं धानूचा खांदा सोडून दिला आणि तोही सिंहिणीच्या मागे निघून गेला.

हे सगळं एकाच वेळी होत असेल तसं काही क्षणांमध्येच झालं. मी आणि मुस्तुफा लगेचच धानूकडे धावलो. त्याच्या जखमेतून खूपच रक्तस्राव होत होता. त्याची स्थिती अशी होती, की तो शुद्धीवर आहे की बेशुद्ध आहे ते समजत नव्हतं.

आत्ता कुठे मला आठवलं की किरण गाडीत घुसल्याबरोबर दोशी गाडी सुरू करून निघून गेले होते. कदाचित ते लोक दूर जाऊन उभे राहिले असतील असं वाटून मी रस्त्यावर जाऊन बघितलं. सामसूम असलेल्या निर्मनुष्य वाटेवर उडालेली धूळ खाली बसत होती.

एकाएकी मला अतिशय असाहाय्य वाटलं. मी बोलून गेलो, ''नालायक! असं सोडून पळून गेले.''

मुस्तुफानं माझ्याकडे बघितलं आणि तो शांतपणे म्हणाला, "त्ये काय करनार दुसरं?"

मला मुस्तुफाच्या बोलण्याचं आश्चर्य तर वाटलं, पण तो असं म्हणाला नसता, तर मला रडू आलं असतं. कदाचित आम्हाला दोघांनाही.

मुस्तुफाला एकदम कशाची तरी आठवण झाली असल्यासारखा तो म्हणाला, "तुमी हितं थांबा. मी टावरपाशी बगून येतो, ती कंत्राटदाराची जीप अजून असली, तर घिऊन येतो."

जीप घेऊन यायला मुस्तुफाला पाच-सात मिनिटं लागली, तोपर्यंत मी माझा झब्बा फाडून धानूच्या जखमेतून होणारा रक्तस्राव थांबवायचा प्रयत्न केला.

मुस्तुफानं जाता जाता वाटेत सासण कचेरीत कळवलं होतं. डी.एफ.ओ. दवाखान्यात येऊन पोहोचले होते. त्यांनी विचारलं, "हे कसं काय झालं?"

मुस्तुफानं उत्तर दिलं, "जनावरं जुगत होती आनि किरणभायनं समूर जाऊन फ्लॅश मारून फोटं काडलं."

डी.एफ.ओ.नी कोणाला तरी सांगितलं, "ते लोक परत आले असतील. बघून या जा. गेस्ट हाऊसमध्ये तपास करा."

"नाक्यावरनं निरूप आलाय," पट्टेवाल्यानं सांगितलं, "त्ये लोक तं नाक्यावरनं सरळ दीवच्या बाजूला निगून ग्येलं. ह्या बाजूला आलंच न्हाईत."

डी.एफ.ओ.काही बोलले नाहीत. थोडा वेळ विचार करत राहिले, मग मुस्तुफाकडे वळून म्हणाले, "केशोदहून ॲम्ब्युलन्स मागवली आहे, ती येईपर्यंत डॉक्टरसाहेब बघतायत. मग जुनागढला घेऊन जा." मग त्यांनी विचारलं, "बरोबर कोण जाईल?"

"धानूच्या घरी फकत त्याची मा आहे, ती आणि जास्तीचा मी जातो."

"मी जातो बरोबर, तयार होऊन येतो," मी सांगितलं.

मी आणि रतनबा धानूला घेऊन निघालो. रतनबांच्या चेहऱ्यावर काळजी दिसत होती. काहीतरी त्यांच्याशी बोलावं म्हणून मी बोलायला गेलो आणि तोंडून शब्द निघाले, "ते लोक खरोखर कमाल म्हणायचे! त्यांच्यासाठी ज्यानं जीव धोक्यात घातला, त्याला सोडून असं पळून जायचं?"

"जीनें जी परमाण।"(ज्याला जसं वागणं योग्य वाटेल, तसं तो वागणार.) रतनबांनी असं म्हटलं, तेव्हा कदाचित त्यांचं मी काय म्हणालो तिकडे लक्षच नव्हतं.

रतनबांच्या तेवढ्या शब्दांमध्ये मला त्यांच्या मनाची एक संपूर्ण समज लक्षात आली, शिकवून गेली, की किरण आणि दोशी ह्यांच्यासाठी पळून जाणं ही जितकी नैसर्गिक प्रतिक्रिया होती, तितकीच नैसर्गिक धानूची, त्या लोकांचं रक्षण करण्यासाठी सिंहाला टक्कर देणं, ही प्रतिक्रिया होती.

एकाला अशा भीतीचा सामना करण्याची वेळ कदाचित कधी आलीच नव्हती, आणि दुसऱ्यासाठी ही त्याची जीवन जगण्याची पद्धतच होती.

हे उमजल्यानंतरही तो प्रसंग विसरून जाऊन मी दोशी किंवा किरण यांना माफ करू शकणार नव्हतो. मी पुन्हा म्हणालो, "आणि धानूही कमालच म्हणायचा, की थोडासुद्धा घाबरला नाही."

वेदनाभरल्या चेहऱ्यानं रतनबा हसल्या आणि म्हणाल्या, "सिकाऱ्यानं तं टूरिसला वाचवलंच पायजे ना. अशा येळंला सिकाऱ्यानं कच खाल्ली तं मंग तं कासव जागचं हलंल ना?"

'कासव हलंल' म्हणजे काय ते मी विचारायच्या आधीच रतनबा म्हणाल्या, "धानियाला स्हावजानं पकडला. तो ल्हाना व्हता, तवा त्येच्या बापाला असाच बिबट्यानं पकडलावता. तवां म्या त्येंना म्हनाले, की तुमी कशापाई धावलात? कोनाच्या तरी साटी तुमी कशापाई जीव धोक्यात घातला?"

"बरोबर," मी अभिप्राय दिला.

रतनबा जरा वेळ माझ्याकडे बघत राहिल्या आणि मग हळू आवाजात शांतपणे म्हणाल्या, "त्या येळी ह्याच्या बापानं मला सांगितलंवतं, 'जीनुं जी काम, ईंने ई परमाण' (ज्याचं जे काम, ते त्यानं केलंच पाहिजे.) रतन, प्रिथिवी ज्याच्या पाटीवर उबी हाये, त्या कासवाला यवडा मोटा भार उचलायचं कांई कारन? तरी पन त्यो त्ये करतुया. त्यो कासव जर तितनं निगून बाजूला सरकला, तं तुजं न् माजं काय व्हईल?"

त्यानंतर जुनागढ येईपर्यंत कोणी काही बोललं नाही. रात्रीच ऑपरेशन झालं. रक्ताच्या बाटल्या लावल्या. धानूच्या जिवाला भीती नाही असं आश्वासन दिलं गेलं, मगच झोप लागली.

सकाळी धानू शुद्धीवर होता. तो काही खोल विचारात गढला होता असं वाटलं, म्हणून मी त्याला म्हटलं, "काळजी नको करू. अगदी बरा होणार आहेस तू."

धानू जरासा हसला आणि मग हळूहळू म्हणाला, "त्या नालायकाच्या बरूबर समदी रात बसून ऱ्हाइलोय, तरी कंदी बी यवडा गरम न्हाई जाला. आनि आज अंगावर आला?"

धानू सिंहाच्या वागण्याबद्दल बोलत होता. मला धक्काच बसला. हा काय बोलत होता? ह्याच्या डोक्यावर तर परिणाम नाही झालेला? मी म्हणालो, "अरे, जनावर ते, कधीतरी दगा देईलही."

धानूला मान हलवता येत नव्हती. त्यानं नकारार्थी मान हलवली. मग तीन बोटं दाखवत हळू आवाजात म्हणाला, "स्हावज दगा करत न्हाई. तीन गोस्टी हायेत दाकला-परमान द्यायाला, की त्येच्या मनामदी मला मारायचा इचारच न्हवता."

एवढं बोलून धानू गप्प पडून राहिला. मी त्याच्या डोक्यावरून हात फिरवला तेव्हा मग धानू पुन्हा तुटक तुटक शब्दात म्हणाला, "ती दोगं जुगत व्हती. अशी येळ आली तं ऋषी-मुनी बी शाप द्येयाचे, ह्ये तं जनावर हाये."

"हो, हो. बरं, असू दे." मी म्हणालो, "आता जास्त बोलू नको." धानू थोडा वेळ गप्प पडून राहिला, मग पुन्हा बोटं मोजत म्हणाला, "येक तं असं, की माजा गळा न्हाई पकडला." मग दुसरं बोट दाखवत म्हणाला, "त्येनं डोकं हलिवलं पन न्हाई, न्हाई तं खांदा तुटून येगळाच जाला असता." मग तिसरं बोट दाखवत म्हणाला, "मी समदाच त्येच्या अंगाखाली ग्येलोवतो, तरीबी त्यो माज्या डोक्यावर बसला न्हाई. जवा त्यो सिकार करतो ना, तवां तो डोसक्यावर बसतो. तसा माज्या डोक्यावर बसला असता, तं त्याच्या निस्त्या भारानंच..." धानू पुढे बोलला नाही. मग म्हणाला, "म्हून तं म्हन्तोय् ना, की त्येचा इचारच मला मारायचा नवता."

"हो" मी म्हटलं. धानू माझ्याकडे बघत राहिला. मी पुन्हा "हो" म्हणालो आणि 'हो' अशी खूणही केली. आता त्याची खात्री झाली, की त्याचं म्हणणं मला पटलं आहे, तेव्हा मग तो म्हणाला, "स्हावजासारकं खानदानी जनावर दुसरं न्हाई कुटंबी सापडायचं."

माझे डोळे भरून येऊ लागले तसा चटकन उठून मी व्हरांड्यात जाऊन उभा राहिलो. समोर दिसणाऱ्या गिरनारकडे बघत राहिलो. रतनबा म्हणाल्या होत्या, तशा मुंग्यांच्या रांगांसारख्या एकामागे एक चढणाऱ्या-उतरणाऱ्या प्रवाशांकडे बघत राहिलो. त्यात मर्यादा सांभाळणारे किती आणि मर्यादा ओलांडणारे किती, हे कोणाला ठाऊक होतं?

।। १५ ।।

दहा वाजल्यापासून धानूला भेटायला येणाऱ्यांची गर्दी होती. रतनबांबरोबर राहायला तयार असणारेही थोडे नव्हते. प्रत्येक जण काही ना काही घेऊन भेटायला येत होतं. कोणी धानूच्या उशीखाली पैसे ठेवून गेलं. कोणी आमच्यासाठी जेवण घेऊन आलं. बारा वाजायला आले. पेशंटला भेटण्याची वेळ संपली होती. आता रतनबांशी बोलून मग संध्याकाळी घरी परत जावं असा मी विचार करत होतो.

खोली रिकामी झाल्यावर मी डॉक्टरांनी लिहून दिलेली औषधं आणायला गेलो. परत आलो तेव्हा खोलीत धानू गाढ झोपला होता. रतनबा व्हरांड्यात एका भरवाड युवतीशी बोलत बसल्या होत्या. मला आलेला पाहून त्या दोघी बोलायच्या थांबल्या. रतनबा उठून खोलीत आल्या, तशी ती औषधं मी त्यांच्या हातात दिली आणि कुठली गोळी केव्हा घ्यायची ते समजावून सांगितलं.

रतनबा म्हणाल्या, "औशद त्येला द्यायच्या येळंला तुला परत मला सांगाया लागंल. मला तं सरत न्हाई ऱ्हायची."

मी म्हटलं, "ही तर तुम्हाला नुसती दाखवली. बाकी तर धानू दवाखान्यात आहे, तोपर्यंत तर औषधं नर्स देईल, आपण नाही द्यायची." एवढं सांगून मी ती युवती जाण्याची वाट बघत पुस्तक वाचत खोलीच्या दाराशी बाहेरच्या पॅसेजमध्ये बसलो.

रतनबांनी औषधं कपाटात ठेवली आणि पुन्हा त्या युवतीजवळ जाऊन बसता बसता त्यांनी विचारलं, "तं असं कसं स्हावज घिऊन ग्येलं?"

"घिऊन ग्येलं! त्याच्या नसिबात लिवलंली असंल." त्या युवतीचा आवाज ऐकू आला.

रतनबा म्हणाल्या, "त्येच खरं. न्हाईतं माजं पन बग ना, तितं दुसरं पाच जण व्हते, पन ह्यालाच पकडला."

मी चमकलो. आणखीही कोणावर सिंहानं हल्ला केला की काय? मी जाऊन विचारणार त्याआधीच ती युवती म्हणाली, "सांसी व्हती, ती त्या राती माज्यापाशी ऱ्हाइली, न्हाई तं माज्या जिवाला लई तरास जाला असता."

आता मी ओळखलं. ही तर लाजो! काठीतडला राहणारी सांसाईची मैत्रीण. मी पुन्हा वाचू लागलो. आता त्या दोघी जणी गप्पांमध्ये रंगल्या. कधी रडल्या, कधी हसल्या. दोघींनाही विसर पडला, की त्यांचं बोलणं खोली ओलांडून माझ्या कानांपर्यंत पोहोचत असेल.

बोलता बोलता लाजोनं सांसाईचा उल्लेख तिची बालमैत्रीण असा केला. तेव्हा रतनबा म्हणाल्या, "तू यवडा सांसी, सांसी करून जीव टाकतीस तिच्यावर, तं तुज्या मैतरणीला समजावून सांग ना, की आता मोटी जाली. पेयणु घालावं म्हून सांग. जीमी ठिवून दे म्हनावं बाजूला." (पेयणुं – जीमीसारखंच पण लाल रंगाचं स्त्रियांचं वस्त्र)

लाजो काही क्षण गप्प राहिली आणि मग म्हणाली, "मी नसंल का सांगितलं?" रतनबांच्या बोलण्याचं मला नवल वाटलं. सांसाई काळ्या रंगाची जीमी गुंडाळते, ते मी नेहमी बघत आलोय. लाजोही सांसाईच्याच वयाची आहे, तिनं पण जीमीच घातली आहे, फक्त तिच्या जीमीचा रंग लाल आहे. कोण जाणे रतनबांना सांसाईच्या पोशाखाबद्दल का हरकत असावी?

लाजोचं उत्तर ऐकून रतनबांनी विचारलं, "तू सांगितलं असलंस तर मंग चांगलं हाये." आणि जरा हसल्या.

रतनबांचं हे वाक्य लाजो जरा उसळावी म्हणूनच असावं आणि त्याचा परिणाम लगेचच तसा झालाच. "मी यकटीनं न्हाई, भलानं आनि माज्या आत्यानं, समद्यांनी सांगितलं. थोडं का सांगितलंय? पन सांसीच्या मनात अढी पडली म्हंजी जालं. तिचा ताठा कांई कमी का हाये? तुमास्नी न्हाय म्हाईत?"

रतनबा म्हणाल्या, "ताठा ठिवून जलम काडता येतो का? तूच सांग, वांदे कोनाला न्हाई पडत? आनि आता असंबी हाये ना, की ह्ये सांसाई काई बोलंल, सांगंल, तर समजनार. कोनाला काई सांगन्यासारकं असंल तं आपन मदी पडून गोस्टीचा निवाडा करून टाकता यील, पन तुजी मैतरीण नाई बोलत काईबी. काय म्हाईत काय मनातच ठिवून बसलीया?"

लाजोनं बोलणं आवरतं घेतलं. "सांगितलं ना म्या. म्या तं कितींदा तरी इचारलं, पन मलाबी न्हाई सांगत."

"तुला नसंल सांगायचं तं नगं सांगू," म्हणत रतनबांनी विषय बंद केला, पण उघड होतं, की लाजोचं उत्तर त्यांनी मनातनं स्वीकारलं नव्हतं. मलाही तसंच वाटत होतं. मला खात्रीनं वाटत होतं, की लाजोला काहीतरी माहिती आहे, पण ती सांगण्याची तिची इच्छा नाही. अर्धवट समजलेल्या माहितीनं माझी जिज्ञासा आणखी वाढली. मला वाटत राहिलं, की सांसाईच्या कपड्यांपुरतीच ही गोष्ट नाही, काहीतरी जास्तही आहे.

थोड्या वेळानं लाजो उठली, मीही रतनबांचा निरोप घेऊ लागलो. त्या जरा अवघडल्या. मी त्यांची समजूत घातली, "माजी, धानूला आता ठीक आहे. शिवाय पेशंटजवळ एकाहून जास्त माणसांना राहू देत नाहीत. फॉरेस्ट खात्यानं खास परवानगी घेतलीय म्हणून, नाही तर तुम्हाला एकटीलाच राहावं लागलं असतं. आज तुमचे नातेवाईक रात्री राहायला येणार आहेत, तेव्हा मग मला नाही राहता येणार."

"बरं, जा तर मग." रतनबांनी परवानगी दिली. "च्हा आन्लास तं पिऊया."

आम्ही तिघंही चहा प्यायलो, मग मी आणि लाजो बरोबरच निघालो. मी बसस्टॅन्डवर गेलो. लाजोला बाजारात काहीतरी काम होतं.

मला बस मिळायलाही वेळ लागला. मिळाली तीही थेट सासणची नाही मिळाली. माळिया-अमरापर-हीरणवेळ अशी जात तलालाला पोहोचवेल अशी बस मिळाली. 'तलालाला उतरून दुसरं वाहन बघू' असा विचार करून मी बसमध्ये चढलो आणि थेट समोरच्या सीटवर खिडकीशी जाऊन बसलो.

माळिया येईपर्यंत तर मी झोप काढली. नंतरचा रस्ता झोपू देईल असा नव्हता. मी मग खिडकीबाहेर बघत बसलो. चतुर्दशी-पौर्णिमेचा चंद्र टेकड्यांच्या मागून लपंडाव खेळत असेल तसा मधूनच दिसत होता न् मधून लपून जात होता.

अमरापूर आलं, तेव्हा मी बसमध्ये पाठीमागे नजर टाकली. तीन सीटवाल्या लाइनमध्ये तीन चार पॅसेंजर्स होते. माझ्या लाइनमध्ये दरवाजाच्या जवळच्या सीटवर कोणी युवती बसली होती, पण कंडक्टर मध्ये असल्याने दिसत नव्हती.

हीरणवेलचं वळण आलं तेव्हा कंडक्टरनं माझ्या सीटवर हातातल्या पंचनं खडखड आवाज करत माझं लक्ष वेधलं आणि म्हणाला, "तुम्हाला बोलावतायत."

कोण बोलावतंय ते बघायला मी जरा उठल्यासारखं करून बघितलं, तर दरवाजाजवळच्या सीटवर लाजोला बघितली. तिनं विचारलं, "हितं उतरून जायाचं हाये?"

मी तिच्या सीटकडे गेलो आणि तिच्या शेजारच्या तीन सीटस्च्या लाइनीवर बसता बसता म्हटलं, "मी तर तलालाचं तिकीट घेतलंय."

लाजो म्हणाली, "ये तं मी पन तलालाचंच घ्येतलंवतं, पन ह्ये तं तुला बगितला तवां वाटलं की दोगं आहोत, तं हरिपुराच्या फुडं ग्येलो की उतरून जाऊ. तितनं चालत ग्येलो, तं बस तलालाला पोचंल तंवर आपुन तं सासण."

मी जरा विचारात पडलो. ही बाई सिंहानं जखमी केलेल्या पेशंटला बघायला आली, पण तिला बसमधून वाटेतच उतरून रात्रीच्या वेळी पायवाटेनं चालत सासणला पोहोचून जाऊ असा विश्वास आहे. जरा थांबून मी विचारलं, "आत्ता रात्रीचं? एकट्यानं?"

"रात कुटं झालीय? आत्ता तं अजुनी म्हशी घराकडं येत असत्याल आनि आपुन दोगं तं आहोत, मंग?"

सूर्यास्तानंतरच्या वेळेला रात्रच म्हणायचं ह्याची मला खात्री होती, लाजोच्या मते रात्रीचा अर्थ काही वेगळा होत असेल तर कोण जाणे. मला जरा भीती वाटतेय हे लाजोच्या लक्षात आलं असावं, हसू दाबून ती म्हणाली, "यकांद्या येळी जानारं-येनारं तिसरंबी कोनी भेटंल वाटंत."

लाजो बाई असून घाबरत नाही, हे बघून माझी भीती जाहीरपणे व्यक्त करणं मला अवघड वाटलं. मी म्हटलं, "ठीक तर. पुढे जाऊन उतरू या."

हरिपुऱ्याच्या चार रस्त्यावर बस थांबली तेव्हा आम्ही उतरलो. खाली उतरून आजूबाजूला कुठे काठीसारखी वापरायला फांदी दिसतेय् का, ते लाजो शोधू लागली. चांदणं इतकं होतं, की उजळ रंगाच्या लाजोच्या दोन्ही हातांवर कोपरापर्यंत केलेलं गोंदणसुद्धा दिसत होतं.

एक काठीसारखी फांदी दिसली तेव्हा चांदण्याच्या उजेडात जरा नीट बघून ती उचलण्यासाठी लाजो खाली वाकली. तिच्या खाली वाकण्यात इतका सुरेख डौल होता, की मला आसपासचा सगळा प्रदेश झुकल्यासारखा वाटला. चंद्र जर आकाशातून पृथ्वीवरचं सगळं बघू शकत असेल, तर त्याला सबंध गीरच झुकताना दिसली असेल.

आम्ही निघालो. रात्रीच्या शांत वातावरणामुळं किंवा लाजोच्या पायातल्या तोरड्यांना घुंगूर जास्त होते म्हणून तिच्या प्रत्येक पावलागणिक मधुर छुमछुम आवाज स्पष्ट ऐकू येत होता. त्याच्याबरोबरच तिची जीमी पायांवर आपटून एका निश्चित लयीमध्ये जीमीच्या कापडाचाही फडफड आवाज येत होता.

जीमीचा विषय मनात दुपारपासून घोळत होता. आत्ता लाजो बरोबरच आहे, दुसरं इथं कोणी नाही, तेव्हा जीमीबद्दल विचारून घ्यायची एकदम इच्छा झाली आणि ती दबून जाण्याआधीच मी विचारून टाकलं, "लाजो, तुझी जीमी छान आहे. ही कुठे मिळते? फेरीवाले आणतात का तुम्हाला शहरातून आणावी लागते?"

हातातल्या काठीशी खेळत ती म्हणाली, "आमी जीमी न्हाई घालत. ह्ये तं पेयणुं हाये, जीमी न्हाई. जीमी तं काळी असती, ह्ये लाल हाये, ह्याला पेयणुं म्हन्त्यात. आमच्यामदी मुली लगीन जालं म्हंजी ज़ीमी न्हाई घालत."

अस्सं! म्हणजे दुपारी जी चर्चा चालली होती, ती सांसाईच्या लग्नाविषयी होती. पोशाखाचा उल्लेख केवळ प्रतीकात्मक झाला होता.

माझ्या मनात काय विचार आहे ते न समजून लाजो सांगत राहिली, "कोनी कोनी मदरासाचं जाड 'खापेडुं' कापड येतं, त्ये पन घालतात. घेडमदी मेर जातीच्या कुंवाऱ्या मुली पांडरं 'ढाळवुं' म्हन्त्यात तसं कापड गुंडाळतात. कोळी लोकांमदी

निळ्या रंगाचं कापड असतं, त्याच्यामदी पांडरं टिपकं असत्यात, त्येला 'बांधणो' म्हनत्यात. बारा हात लांब, सोळा हात लांब अशा पदर घिऊनबी 'बांधणो' नेसत्यात. फेरीवालं, व्यापारी, हितं बी येत्यात आनि आमी भाईर ग्येलो तं आमी पन आनतो. बाईमान्सांना तं कपड्यांची हौस असतीच ना! आनि कपड्यांच्या येगयेगळ्या तऱ्हाबी कुटं कमी असत्यात?''

बोलता बोलता लाजोला हसू आलं आणि त्याचबरोबर तिला काहीतरी शंका आली असेल, तशी ती गंभीर झाली आणि चालता चालता थांबून माझ्यासमोर उभं राहून तिनं विचारलं, ''पन आत्ता तू जीमीचं काय म्हून इचारतोयस? उगाच? की काई कारन हाये?''

कारण नाही असं तर मी सांगू शकत नव्हतो. मी गप्प राहिलो म्हणून लाजोची शंका बळकट झाली. ती माझ्यापासून थोडं दूर राहून चालू लागली. तिला माझ्याबद्दल काय वाटलं असेल, असं वाटल्यानं संकोचून जाऊन मीही खाली मान घालून चालत राहिलो.

सासणचे दिवे दिसायला लागले तेव्हा शेवटी मी विचारलं, ''सासणमध्ये तू कुठं राहाशील? कोणी आहे?''

''आमचंच सोताचं घर हाये.'' लाजोनं सांगितलं.

सासण जसजसं जवळ येत गेलं, तसतसं माझ्या मनावर जास्त दडपण येऊ लागलं. माझ्या प्रश्नाचं स्पष्टीकरण मी लाजोला दिलं पाहिजे असं मला वाटलं. आपापल्या रस्त्यांनी जाण्यापूर्वी मी म्हटलं, ''लाजो, जीमीचं मी अशासाठी विचारलं होतं, की आज तू आणि रतनबा सांसाईबद्दल...''

''तू जीमीबद्दल इचारलंस तवांच मला समजलंवतं, की तुला सांसीबद्दल बोलायचं हाये!'' लाजो म्हणाली, ''पन ह्ये तुला सांगून टाकते, की मला कंदीबी इचारू नगंस. मला म्हाईत असंल तरी पन म्या सांगनार न्हाई.'' लाजो पुढे म्हणाली, ''म्या माजं काम तुज्या डोसक्यावर का टाकू?''

''कसलं काम?'' मला जरा आशा वाटली.

''खासगी ठिवायचं,'' लाजोनं सणसणीत उत्तर दिलं. ''मला जे वाटलं ते म्या तवां न् तवांच सांसाईला सांगितलं. त्या दिशी सांसाईनं मला गळ्याची शप्पत घेऊन दुसऱ्या कोनालाबी सांगायला मना क्येलं हाये. आता मीच जर गोस्ट पोटात ठिवू न्हाई सकले, तं तुला म्या कशी न् कशाची शप्पत द्येऊन ते सोपवू?''

''तुला जे वाटलं असं म्हणतेयस, तेसुद्धा तर सांसाईनंच तुला सांगितलं असनार ना? त्याशिवाय तुला कसं कळणार?'' मी हवेतच बाण सोडला.

''मला कोनीबी काईबी सांगितलेलं न्हाई.'' लाजोनं उत्तर दिलं, ''उलट म्याच सांसीला सांगितलं. मला तं माज्या मनातच वाटलं हुतं, की सांसीचा गढवी येका

येळी सात गाई सिंहांनी खाल्ल्या असं जंगलखात्यात लिववतो, त्ये कसं? आनि येका वेळी यवड्या गायी गेल्या आसतील तरीबी कांई अशाच आपल्या जानारच न्हाईत – कुनी दिल्या असत्याल तवाच जानार.''

कोणाच्या तरी गाई मरण्याचा आणि सांसाईच्या लग्नाचा संबंध काय असेल ते मला समजलं नाही. मी विचारलं, ''तर मग?''

''तं मंग काई न्हाई. ह्या समद्यामदी तू पडू नगं. तुला न्हाई समजनार. फुकाट आनि सांसाईच्या तोंडून चार ऐकाव्या लागतील!'' आणि लाजो तिच्या घराकडे चालू लागली.

रात्री इथं राहून लाजो उद्या तर काठीतडला पोहोचेल. कोण जाणे परत कधी भेटेल! भेटली तरी सांसाईबद्दल, गाईंबद्दल, ती रतनबांना सांगत होती तशा काही अढीबद्दल किंवा सांसाईच्या ताठ्याबद्दल मला तिच्याकडून काही समजू शकेल की नाही, कोणास ठाऊक!

।। १६ ।।

चित्रात दिसते आहे तशी कुंडी आहे की नाही, ते बघायला जाण्याची जरुरी मला वाटत नव्हती. तरीही राहून राहून मला विक्रमचं 'समजून तर तुमी घ्यायाचं हाये' हे वाक्य आठवत होतं, म्हणून मला कासियानेस स्टेशन पुन्हा एकदा बघायचं होतं.

कासियानेसहून परस्पर घेडला जाईन अशा विचारानं मी सामान बांधलं होतं. कपड्यांचा थैला आणि लहान बोर्ड बाइकच्या पाठीमागच्या स्टॅण्डवर, ब्रश, रंग वगैरे लहान गोष्टी कडेच्या पेटीत. ड्रॉइंग शीट्स माधुपूर, पोरबंदर किंवा केशोद कोठून तरी मिळतीलच. आणि हो, कासियानेसचं चित्र गुंडाळी करून हॅन्डल आणि हेडलाइटच्या मधल्या पोकळीत ठेवलं.

रस्त्यानं जाता जाता दोन-तीनदा गुंडाळी सरळ करावी लागली. रबरबॅन्ड किंवा दोऱ्यासारख्या कशानं तरी बांधला असतं तर चांगलं झालं असतं. इथं रस्त्यात कुठं तरी दोऱ्यासारखा वेलाचा धुमारा दिसला तर गुंडाळता येईलसं वाटलं.

बाइक रस्त्याच्या एका कडेला उभी करून कडेच्या झुडपांमधून कृष्णवेलाचा एक धुमारा घेऊन त्याची पानं काढून टाकून मधला भाग दोरीसारखा करत परत येतो, तो साठ-पासष्ट वर्षांचा एक वृद्ध माझ्या बाइकजवळ उभा होता. त्याचं लक्ष त्याच्या हातातल्या कासियानेसच्या चित्राकडे होतं.

मी रस्त्यावर आलो तेव्हा त्याचं लक्ष गेलं. मला न विचारता माझ्या सामानाला हात लावल्याचा संकोच वगैरे न दाखवता त्यानं हसून 'राम राम' केलं आणि म्हटलं, "चित्तर आलराइट काडलंय."

मी चित्र परत घ्यायला हात पुढे केला आणि विचारलं, "चांगलं आहे ना?"

"अरे! कंपलेट!" म्हणून मग त्यानं त्या चित्राचं वर्णन केलं – "ह्ये ठेसन, ही सायबांची घरं, आनि-अरे! ही तं ह्या बाजूला मास्तरच्या डोणीसारकी पन हाये ना काईतरी."

तो इंग्रजी शब्द वापरत होता ह्याच्यापेक्षा जास्त नवल मला त्यानं 'मास्तरची डोणी' म्हटलं, त्याचं वाटलं. मी विचारलं, "ही डोणी तिथं आहे?"

"न्हाई – आता न्हाई. आता तर मोडून भुगा जाला तिचा, पन पयल्यांदा व्हती. शिमीट तं सायबांनी सासणहून पाटिवलंवतं आणि मी सोत्ता, माज्या ह्या हातांनीच डोणी बनवलेली."

"तुम्ही गवंडी काम करता?" मी विचारलं.

भाभांना (आजोबा) हसू आलं. "म्या तं म्हशी चारतो, पन न्हाई तरी गीरमदी गवंडी न् सुतार हवंत कशाला? समदं आपुनच हातोहात करून टाकायचं. ही तं दोन हंडं पान्याची ल्हानशी डोणी. इटांची पन गरज नव्हती. ठेसनावरचं मुरुमाचं दगड फोडून बनवलीवती."

आता मी कासियानेसला जाऊन बघण्यात काही अर्थ नव्हता. तिथं मला एखादा सिमेंट लागलेला दगड दिसला असेल, तो विक्रमला डोणीसारखा वाटला असेल. मी भाभांना म्हटलं, "एक जण म्हणत होता, की तिथं डोणी कधी नव्हतीच."

भाभांनी होकारार्थी मान हलवली आणि म्हटलं, "आता तं न्हाइये, खरं हाये. ही तं तीस-बत्तीस वर्सांआदीची गोस्ट. तवां रेल्वेचा सायेब हितं ऱ्हात हुता. त्यो पानी भरायचा तोपोत्तर ऱ्हाइली. पानी भरनार निगून ग्येला, मंग डोणी कशी टिकंल? कोरडी पडून ऱ्हाइली न् मंग तुटून ग्येली."

मी मोटरसायकमध्ये चावी घातली आणि किकवर पाय ठेवत भाभांना म्हटलं, "बराय् तर! रामराम! तुम्ही माझं काम कमी केलंत. मी तर कासियानेसला चाललो होतो बघायला, की डोणी आहे का नाही?"

अचानक भाभांच्या चेहेऱ्यावर आश्चर्य दिसलं. त्यांनी माझा हात पकडून मला थांबवलं आणि म्हटलं, "घ्या! डोणी व्हती ह्ये तुमास्नी म्हाईत न्हवतं? मला तं वाटलंवतं की कोनी तरी तुमास्नी सांगितलं असंल. न्हाईतं चित्तरमदी तुमी डोणी कशाला काडाल?"

अरे देवा! पुन्हा मी आपला पहिल्या जागेवर येऊन उभा. मला परिस्थितीचं हसू आलं. मी म्हटलं, "आता ऱ्हाऊ द्या ना पंचाईत! जे झालं ते झालं."

"बरं तं मंग, जावा." भाभा म्हणाले, "मला वाटलंवतं की सताधारच्या बाजूला जात असला, तर मागं बसून जाईन. पन तुमी तं परत जायाला निगाला."

मला वाटलं, की म्हातारबुवांना एवढं लांब चालत जायचं जड तर जाईलच. मी म्हटलं, "मला तर आता सासणला परत जायचं आहे, पण तुम्ही म्हणत असला तर तुम्हाला थेट सताधारला नाही, तरी पण आलावाणीपासून रस्ता जातो, तिथपर्यंत सोडून जातो, मग तिथून तुम्हाला काहीतरी मिळेल."

"तुमी नगा ह्येलपाटा खाऊ, आमी तं जाऊ." भाभा म्हणाले, तरी पण मी जरा आग्रह करून त्यांना मागच्या सीटवर बसवलं.

कासियानेस आलं तेव्हा मी बाइक जरा थांबवली. भाभा म्हणाले, ''त्या सायबांची नोकरी हितं, पन हितं ऱ्हात नव्हतं. कारन काय, की जंगलात भ्या वाटायचं. तवा ऱ्हायाचं धारीला. त्ये तं सीहासायेबनं थांबवून घ्येतलं, तं येक रातचं हितं ऱ्हाइलं. येका रातीत काय जीव जडला ह्या जागंवर, तं मंग हितं नोकरी व्हती त्योपोत्तर त्ये हितंच ऱ्हाइलं.''

चित्राचं किंवा डोणीचं सोडून दिलं, तरी एक रात्र राहिल्यानं ज्याला गीरमध्येच राहावंसं वाटू लागलं, त्या माणसाबद्दल जाणून घेतलं पाहिजे. मी भाभांना विचारलं, ''तुम्ही पण रेल्वेत होता?''

''आमी तं भरवाड,'' भाभा म्हणाले, ''त्याऽ तिकडनं रणाच्या काठावरनं म्हशी घिऊन गीरमदी चाराया घिऊन यायाचो. हितं ऱ्हायाचो तवां आमच्या बायकांना धारी, विसावदार पोतर बाजार कराया जावं लागायचं. गाडीचा टाइम असला तं गाडीत बसून जायच्या, पन टिकीट घेन्याचं कायबी समजायचं न्हाई. ठेसनांची नावं म्हाईत नसायची, तशाच बसून जायाच्या. त्यात तो सायेब निगाला लई कडक. नोकरीवर येत असला, न्हाईतं परत जात असला, तं पकडायचा आनि मदंच उतरवून टाकायचा, पैसं दिलं तरीबी ऐकायचा न्हाई.''

एवढं बोलून आजोबा हसले. मग माझ्या खांद्यावर हात ठेवून म्हणाले, ''तशा तं आमच्या बायका कोनाला घाबरायच्या न्हाईत, उलटून बोलायच्याबी, की गाडीचा मास्तर टिकीट मागंल. डंकामास्तर न्हाई मागू सकत, पन त्येला ह्या बायका बोलायच्या त्ये येक सबूदबी समजंल तं हराम! त्यो व्हता ह्या मुलुकाच्या भाईरच्या जातीचा, यगळी भासा व्हती त्याची.''

भाभाचं सांगणं ऐकायला आवडत होतं, पण त्यांना पोहोचवायला अजून थेट रस्त्यापर्यंत जायचं होतं, म्हणून मग मी त्यांना बाइकवर बसवलं, पुढे निघालो. भाभा पुढं सांगू लागले, ''त्यो सायेब रोज अडीचच्या गाडीनं परत जायचा. त्येच्यामदी येक दिवस सायेब ऱ्हाऊन ग्येले. गाडी निगून ग्येली. बस, त्या दिसापास्नं त्यो बदलला.''

इतक्या रिकाम्या, सामसूम असलेल्या स्टेशनावरनं स्टेशनमास्तरसारख्या ऑफिसरलाच ठेवून गाडी निघून जाईल हे मला खरं वाटेना. मी विचारलं, ''असे कसे राहून गेले?''

''अवं सांगायाबी अवगाड वाटतंया...'' सांगता सांगता भाभांना हसू आवरलं नाही, मग हसत हसतच सांगू लागले, ''बराबर गाडीच्या टायमाला त्येंना संडासला जायचं जालं. त्ये तिकडं ग्येलं. डायवरनं डोस्कं भाईर काडून बगितलं टेसनावर समदीकडं, की सायेब, का दुसरं कोनी पाशिंजर ऱ्हाऊन न्हाई ना ग्येलं, तं हितं समदं कंपलेट – कोनीबी न्हवतं – त्येनं हानली गाडी फुडं! सायेब पाटलोन पकडून धावत आलं त्योपोत्तर तं हितं रूळ रिकामं.''

साहेब क्वार्टरमध्ये असताना प्लॅटफॉर्म रिकामा पाहून ड्रायव्हर गाडी पुढे घेऊन जाईल, असं होऊ शकण्याचं मला नवल वाटलं आणि हसूही आलं. मी विचारलं, "तुम्ही कोणी नव्हता?"

"व्हतो ना, पन पुरुषामानसं न्हवती, बाया व्हत्या. गाडीला पान्याचा डबा जोडला, की बाया पानी भराया यायच्या. त्या समद्यांना ठावं, की सायेब ऱ्हाऊन ग्येले. पन त्येंना कितींदा दंड भराया लावायचे ना सायेब, तं त्या कशाला बोलत्यायत? त्याची गाडी चुकवली म्हंजी तरी जरा त्यालाबी समजंल. बस! त्या राती तो ऱ्हाइला तो ऱ्हाऊनच गेला."

मी भाभांना उतरायचं होतं तिथे उतरवलं; पुढे निघता निघता ते म्हणाले, "ल्यो तारे राम राम! क्यांक अंजळे भेगा थाहुं!" (बराय् तर मग, रामराम! कदी तरी कुटंतरी भेटू पुना असंच.)

भाभांच्या सांगण्यामुळे रेल्वेच्या त्या परप्रांतातून इकडे आलेल्या अधिकाऱ्याचं चित्र तर मनात उभं राहिलंच होतं. मी काढलेल्या चित्रात स्टेशन अगदी रिकामं दिसत होतं, त्यामध्ये रेल्वेचा एखादा कर्मचारी दाखवावा असं वाटलं. भाभांना उतरवून कासियासनेसला परत येईपर्यंत तो विचार पक्का झाला. मी बाइक थांबवली आणि पहिल्यांदा ज्या ठिकाणी बोर्ड घेऊन बसलो होतो, तिथंच परत लावला.

लहानपणापासूनच मला चित्रं काढायची मजा येत असे. खूप लहान असताना तर मी मातीतही रेघोट्या काढत बसायचा, असं घरातली वडील माणसं सांगायची. समजायला लागायच्या वयाला मला आधी पाटीपेन्सील आणि मग कागदपेन्सील मिळू लागले. त्या वयात माझ्या असं लक्षात येऊ लागलं, की चित्र काढता काढता पुष्कळदा मला काहीतरी व्हायचं, जे मला समजायचं नाही. रंग मिसळता मिसळता माझ्या मनात काही न कळणाऱ्या भावना यायच्या; जणू एखाद्या वेगळ्याच जगात जाऊन पोहोचलो असेन किंवा स्वप्न बघत असेन, तशी मला चित्रं दिसायला लागायची. मी जे चित्र काढायचा विचार केला असेल, ते मी डोळ्यांसमोर प्रत्यक्ष घडताना बघत असेन, तसं एखाद्या कथेसारखं मन:पटलावर दिसायचं...!

हे जेव्हा आठवलं, तेव्हा मला 'त्या आवाजा'चे शब्द आठवले – 'आठवून बघ, आपण बोललो होतो ना, त्याचाच जरा वेगळ्या पद्धतीनं विचार करू या. चित्रं स्थिर असतात, दृश्यं हलत असतात. जे समोर असतं त्याचं आपण चित्र काढतो, तसंच जे होतं किंवा जे नाही, ते दृष्टीसमोर येऊ शकतं. बरेचदा आपण चित्रं काढतो. तर कधीकधी चित्रं आपल्याला कल्पनासृष्टीत घेऊन जातात. आज चित्रं काढायचा नाही, तर चित्र जिथे घेऊन जातील तिथे जाण्याचा आनंद लुटू या.'

ब्रश रंगात बुडवून दृश्यांच्या मागे, ती नेतील तिकडे जात राहतो. प्लॅटफॉर्म

नसलेलं स्टेशन. ऑफिसच्या दारावर काळ्या पट्टीत सफेद अक्षरांमध्ये लिहिलं आहे – दिवाकरन के. एस.

दिवाकरन गाडीकडे येतात. गाडीला आज रोज लागणारा फर्स्ट क्लासचा डबा लागलेला नाही. जनरल डब्यांमध्ये तर दरवाजाच्या जवळ असलेल्या विशिष्ट तऱ्हेच्या खिडक्यांच्या काचा कधी लावलेल्याच नसाव्यात अशा तुटलेल्या आहेत.

आता? घाईघाईनं क्वार्टरकडे परत जाता जाता दिवाकरन गार्डला काहीतरी सांगून गेला. पण गार्डचं लक्ष नव्हतं, की स्टेशनवरचा साहेब परत क्वार्टरमध्ये जात होता. त्याच्या ठरलेल्या वेळी त्यानं शिट्टी वाजवून हिरवा झेंडा दाखवला.

ड्रायव्हरनं शिट्टीची दोरी खेचली. इंजीनचा भोंगा वाजल्याबरोबर पाण्याच्या टॅन्करजवळ गोळा झालेल्या बायकांमध्ये काहीतरी हो-नाही बोलणं झालं आणि त्या आपापले हंडे घेऊन दूर सरकल्या. थोडा वाफेचा आवाज झाला आणि गाडी सुटली.

क्वार्टरच्या बाहेर येऊन दिवाकरन स्टेशनवर पोहोचेपर्यंत रिकाम्या स्टेशनवर जोरात वाहणाऱ्या वाऱ्याचा आवाज आणि दूर जाणाऱ्या ट्रेनचा तालबद्ध खडखडाट ह्यांशिवाय काही नव्हतं. घडे घेऊन आपापल्या झोपड्यांकडे जाणाऱ्या बायकांपैकी काहींना दया येत होती, तर काही हसत होत्या.

दिवाकरनला धारीला जायला आता कुठलंच वाहन मिळण्यासारखं नव्हतं. रिकाम्या क्वार्टर्समध्ये अंथरूणपांघरुणाशिवाय वीज किंवा इतर कुठल्या दिवाबत्तीशिवाय कसं राहायचं हे दिवाकरनला ठाऊक नसणार आणि असतं, तरी संध्याकाळी जेवायचं काय?

दिवाकरन विचार करू लागला, तसतसे त्याला आणखी प्रश्नच सुचत गेले. आठवण झाली, की ही जागा निर्जन आहे, पण निर्जीव नाही! दिवसाही त्यानं अनेक लहान-मोठे जीवजिवाणू, प्राणी इथं बघितले होते. बापरे! अशा जागी, बंद क्वार्टर्समध्ये जमिनीवर झोपायचं? केवढं संकट!

त्यापेक्षा तर अंधार व्हायला अजून अवकाश आहे, तोवर रुळांच्या कडेकडेनं चालायला लागावं, तर दिवसाउजेडी सताधारपर्यंत पोहोचता येईल. सताधारपासून पुढे जायला काही नाही मिळालं तरी मग तिथेच एखाद्या रेल्वे कर्मचाऱ्याच्या घरी, स्टेशनावर किंवा एखाद्या हॉटेलात जेवून रात्री राहता येईल.

दिवाकरनला चालू लागलेला बघून झोपड्यांमधली एक बाई दुसरीला म्हणाली, "अंगऽ बया! त्यो तं चालू लागला. जावा ना कोनीतरी, थांबवा त्येला. न्हाईतं काईतरी भलतंच व्हायाचं."

उत्तर आलं, "आपुन कांईबी थोपवायला नगं. ह्ये आत्ताच त्ये सींहासायब आनि ईबलाबापा त्येच बाजूला ग्येलं, न्हाई बगितलंस? त्ये आत्ता भ्येटतील त्येला आन् घिऊन जातील सासणला त्येंच्याबरूबर."

स्वत:बद्दल चाललेलं हे बोलणं, ती बोली न समजणारा स्टेशनमास्तर समजू शकत नव्हता. तो रुळाच्या कडेकडेनं जाणाऱ्या पायवाटेनं चालत जात होता. मध्ये आलेला नाला उतरत असताना त्याला वाटलं, की कोणीतरी त्याला हाका मारतंय. मागे वळून बघितलंन तर मध्यमवयीन दिसणारा, एक खाकी कपडे घातलेला आणि मोठ्या मिशा ठेवलेला माणूस हातात मोठी लाठी घेऊन उभा होता. त्याच्याबरोबर पस्तीसेक वर्षांचा असावा असा करड्या रंगाचे शर्ट-पॅन्ट घातलेला माणूस होता.

दिवाकरन थांबला, ते दोघं त्याच्याजवळ आले, तसं मिशावाल्यानं त्याच्या बरोबरच्या माणसाकडे हात दाखवत म्हटलं, "सायेब जे इचारतील, त्याचा जबाब द्या."

दिवाकरनला थोडं समजलं, थोडं नाही. त्यानं प्रश्नार्थक डोळे न् भुवया उंचावल्या. साहेब म्हणून सांगितल्या गेलेल्या माणसानं इंग्रजीत विचारलं, "असे गडद निळ्या रंगाचे कपडे घालून कुठे फिरायला जाताय?"

"फिरायला जात नाहीये, सताधरला चाललोय, पण रेल्वेच्या अमलाखालच्या जागेत उभं राहून मला प्रश्न विचारणारे तुम्ही कोण?" दिवाकरननं रेल्वे ऑफिसरच्या रुबाबात विचारलं.

विरेननं हसून पण अधिकारवाणीनं उत्तर दिलं, "हा काळा वाटेल असा वाटणारा कोट काढून ठेवा, मग निघा. सताधारला पोचेपर्यंत संध्याकाळ होईल. वाटेनं जाताना हिंमत ठेवा. आपण दोघंही ज्यांच्या अमलाच्या जागेत उभे आहोत, त्यांच्यातला एखादा तुम्हाला अर्ध्या वाटेत न भेटो अशा शुभेच्छा! आणि हो, मी विरेन. सी.एफ.–कॉन्झर्वेटर ऑफ फॉरेस्ट."

"ओ! सॉरी, मी दिवाकरन. इथं कासियानेसचा स्टेशनमास्तर आहे. धारीला राहतो, इथं राहात नाही."

विरेन लगेच म्हणाला, "राहिलं पाहिजे."

दिवाकरन जरा वरमला, पण त्यानं न बिचकता उत्तर दिलं, "मला वाटतं मी कुठे राहायचं आणि कुठे नाही, ते मी ठरवू शकतो."

विरेन शांतपणे म्हणाला, "तसं असेल, तर मला वाटतं की इथं न राहण्याचा निर्णय तुमचा आहे, हे म्हणणं चूक आहे. तुमच्या बाबतीत मी खात्रीनं म्हणेन, की तुम्ही इथं राहू शकत नाही, हे ह्या जागेच्या परिस्थितीनं ठरवलं आहे, तुम्ही नाही. बरोबर आहे?"

दिवाकरन थोडा विचारात पडला. विरेन जे बोलत होता ते केवळ शब्दचातुर्य दाखवण्यासाठी बोलला असं वाटत नव्हतं. तो काही उत्तर देणार त्या आधी विरेन पुन्हा म्हणाला, "ज्या स्थळाचा तुमच्यावर एवढा प्रभाव आहे, तिथं एखादी रात्र राहून तर बघा. नाही मजा आली, तर मग नका राहू."

दिवाकरन जरा अवघडल्यासारखा झाला न् मग लगेच म्हणाला, ''इथं कसलीच सोय नाही.''

''चारही बाजूंनी बंद होण्यासारखं घर, ही अशा जागी केवढी मोठी सोय म्हणायची! कितीतरी जण तर उघड्यावर राहतात. स्टेशनापासनं थोड्याच अंतरावरच्या भरवाड लोकांच्या झोपड्या बघा ना!''

''पण मी एकटा...'' दिवाकरन अडखळला.

विरेननं दिवाकरनचा हात आपल्या हातात घेतला न् म्हणाला, ''हा माझ्याबरोबर आहे त्या अबू जाफरलाच विचारा. त्याला तुमची भाषा समजली, तर तो लगेच सांगेल, की आत्ता ह्यावेळी एकट्यानं चालत सताधारला जाण्यापेक्षा क्वार्टरमध्ये एकट्यानं झोपणं जास्त सुरक्षित आहे. स्पष्टच सांगायचं तुम्हाला, तर कधीकधी आपल्या कल्पनांनीच आपण जास्त घाबरतो.''

वनखात्यामधले वरिष्ठ अधिकारी समोर उभं राहून काही सांगत असतील तर त्यांच्या बोलण्यात तथ्य असणार असं लक्षात येऊन मग दिवाकरनला चालत जाण्यात असलेल्या धोक्याचा अंदाज आला. तो म्हणा, ''पण काही जेवायलाही...''

विरेननं अबूकडे बघून म्हटलं, ''अबूभाई, आपलं जेवण काढा.''

अबूनं पॅन्टच्या खिशात हात घालून मूठभर डाळं न् शेंगदाणे काढून दिले. विरेननं ते घेऊन दिवाकरनसमोर करत म्हटलं, ''सकाळपासून आमच्याजवळ हे आहे. आम्ही तर आता सासणला जाऊ, तेव्हा आम्हाला ह्याची जरुरी नाही. तुमचं रात्रीचं काम होईल.''

दिवाकरनला कमालीचं आश्चर्य वाटलं. एवढा मोठ्या ऑफिसरची व्हिजिट असेल, तेव्हा प्रत्येक पॉइण्टवर त्याच्या खात्याची माणसं शक्य ती सर्व व्यवस्था करून सेवाचाकरीला तत्पर राहात असतील, तो माणूस एका लाठी घेऊन फिरणाऱ्या फॉरेस्टरच्या बरोबर सकाळपासून पायी हिंडतो आणि खिशात ठेवलेल्या डाळं-दाण्यांवर त्याचा दिवस निभावतो.

हे दोघं सासणला जाणार आहेत हे ऐकल्यावर दिवाकरननं त्यांच्याबरोबर सासणला जाण्याचा विचार केला. दिवाकरनला विचारात पडलेला बघून विरेन म्हणाला, ''एकदा जा तर खरे क्वार्टरवर. संध्याकाळपर्यंत काहीतरी सुचेल. सगळी व्यवस्था होऊन जाईल आपोआप. नाही झाली तर सांगा मला, मी तुम्हाला सासणला घेऊन जाईन. चला, मी येतो तुमच्याबरोबर. आपण तिथे बसू या, गप्पा मारू या, मग काय करता येईल ते बघू या.''

दिवाकरन मागे फिरता-फिरता म्हणाला, ''मी गुजरातमध्ये आल्यापासून तुम्ही माझे पहिले मित्र झाला आहात.''

"पहिला असेन, पण शेवटचा नाही. इथं तुम्हाला आणखी खूप मित्र मिळतील. धारीमध्येही नाही मिळणार एवढे." विरेन म्हणाला.

अबूनं स्टेशनावरून खुर्च्या आणून दिल्या. विरेन आणि दिवाकरन क्वार्टरच्या ओट्यावर बसून गप्पा मारू लागले. अबू झोपड्यांच्या बाजूला गेला.

दिवाकरन थेट केरळमधून आला होता. त्याला कुटुंबाची, घराची, मित्रांची खूप आठवण येत असे. गुजराती येत नसे, त्यामुळे धारीमध्ये फारसे मित्र नव्हते. शेजारी कधीकधी 'रामराम' किंवा 'जेसीकृष्ण' (जय श्रीकृष्ण) म्हणून अभिवादन करायचे. नोकरीवर हिंदीत बोलून भागायचं. त्यानं बदली मागितली होती, पण ती केव्हा मिळेल ते ठाऊक नव्हतं.

विरेननं पण खूप काही सांगितलं. ह्या दोन नव्या मित्रांच्या गप्पा चालल्या होत्या, तेवढ्यात नेसमधून अबू एका तरुणाला घेऊन आला. त्याच्या हातात चहाच्या बशा आणि किटली होती.

विरेननं त्या मालधारी तरुणाला विचारलं, "कुठले?"

एका मालधारी जातीच्या माणसाशी मैत्रीपूर्ण पद्धतीनं त्या ऑफिसरला बोलताना बघून दिवाकरनला खूप आश्चर्य वाटलं.

मालधारी तरुण म्हणाला, "कच्छच्या नाक्याकडनं माल (गुरं) घिऊन आलुया. मे मइन्यापोतर गीरमदी माल चारू, मंग परत जाऊ. आमचं पन बगा ना – तुमच्या हितं ती 'पीतां पीतां' करत बोलत्यात ना, त्या पाकरांवानी. उनाळ्यात गीरला येतो, पावसाळ्यापोतर ऱ्हाऊन पुन्ना परत आमच्या देशाकडं जातुंया."

पक्ष्याबद्दल ऐकल्यावर विरेन दिवाकरनला म्हणाला, "ओहो! हे ऐका! तुमच्या देशातले हजारो साथी इथं आहेत. ह्या माणसानं आत्ता सांगितलं ना, ते पक्षी तुमच्या प्रदेशातले आहेत. मे महिन्यात दक्षिणेकडून इकडे येतात, सप्टेंबरपर्यंत परत जातात."

"तो काय नाव सांगतोय?" दिवाकरननं विचारलं.

"गुजरातीत आम्ही नवरंग म्हणतो – 'इन्डियन पीत्ता'."

दोन ऑफिसरांच्या इंग्रजी संभाषणातून त्या मालधारी युवकानं 'पीत्ता' शब्द तेवढा ओळखला, म्हणाला, "हां, हां! असंच बोलतुया. सारा दिवस 'पीतां पीतां' करत ऱ्हातो. ह्या बाजूला कमी हायेत, जरा फुडं ग्येलं तं लई झुंडीच्या झुंडी दिसत्यात."

ताबडतोब विरेननं विचारलं, "जरा फुडं' म्हणजे कुठपर्यंत जाता तुम्ही?" मालधारी युवक त्याच्याच शब्दांमध्ये पकडला गेला असेल, तसा त्याचा चेहरा उतरला, पण तो लगेच म्हणाला, "त्ये तं सायेब परवानगी मिळाली असंल, तितपोत्तरच. त्येच्या फुडं येक पाउल पन न्हाई."

मालधारीनं खुलासा केला, तरीही विरेननं म्हटलं, "जा, जाऊन ह्याचं मालचारणचं परमिट घेऊन या. किती गुरं घेऊन आलाय?"

युवक म्हणाला, "आनली हायेत, ती समदी लिवलीयत. त्येच्यात फरक पडनार न्हाई. कदी येकादं व्यालं, नाही तं म्येलं, तं जास्त कमी व्हतं, न्हाईतं फरक न्हाई पडत."

विरेन अबूला म्हणाले, "अबू, माझ्याबरोबर चल. ह्यांची गुरं मोजून येऊ या."

अबू म्हणाला, "आपन ऱ्हाऊद्या, मी मोजून येतो."

"तर मग तू जा. बरोबर मोज आणि ह्याचे परमिटचे कागद घेऊन ये. मला बघायचे आहेत." विरेन म्हणाला. अबू आणि तो मालधारी युवक गेले.

थोड्या वेळानं युवक एकटाच परमिटचे कागद घेऊन परत आला. विरेननं त्याला गुरांची संख्या, चारायला नेतात तो विस्तार सगळं विचारून ते लिहिलेल्या मजकुराशी जुळतंय ना बघितलं, तोपर्यंत अबू नेसमधल्या गुरांची मोजदाद करून आला.

अबूनं मोजलेली गुरं आणि परमिटवर लिहिलेली गुरांची संख्या पुन्हा एकदा तपासून बघून विरेन त्या युवकाला म्हणाला, "हे बघ, गुरांची संख्या तर बरोबर आहे, पण ह्यात लिहून दिलंय त्याच्या पुढं कुठंही चारायला नेऊ नका. आज मी आणि तू दोघंही इथं आहोत, ते गीरमुळं. गीरला सांभाळा, नाहीतर एक दिवस इथे येण्यासारखं का चारण्यासारखंही राहणार नाही."

युवकानंही भरल्या गळ्यानं म्हटलं, "बापा! आमीबी समजतो की गीर हाये तं आमी आहोत. आमी हितं असं काई वाईट, लबाड काम केलं, तं त्यो वर बसलाय त्यो जाब इचारंल आमाला."

दोघांचं बोलणं दिवाकरनला सगळं समजत तर नव्हतं, तरीही त्याला वाटलं, की सत्ता आणि समाज ह्यांमधला व्यवहार कसा असावा, ह्याचं काहीसं वेगळं उदाहरण तो बघत होता. तो स्वत:ही लोकांशी असा कधी वागल्याचं त्याला आठवत नव्हतं. विरेन करतो आहे, तसाही सत्तेचा उपयोग होऊ शकतो हे दिवाकरन प्रथमच बघत होता.

विरेन आणि अबू गेल्यानंतर मालधारींनी दिवाकरनला जेवण दिलं. त्यांच्या झोपड्यांमधून एक खाट आणून, अंथरूणपांघरूण दिलं आणि एका मुलाला त्याच्या क्वार्टरवर झोपायला पाठवला. त्या रात्रीनंतर दिवाकरन त्या क्वार्टरमध्येच राहू लागला.

पावसाळ्यात खिडकीशी बसून तो पाऊस बघायचा, हिवाळ्यात शेकोटी करायचा, कधीकधी जंगलखात्यातल्या माणसांबरोबर हिंडायला जायचा. कधीतरी सासणला जायच, विरेनची व्हिजिट असेल तेव्हा तर न चुकता!

मागच्या व्हिजिटच्या वेळी उन्हाळा होता. विरेनचं सरकारी काम संपल्यावर

दोघं मित्र अधोडियाच्या पुलावर जाऊन बसले. दिवाकरननं खिशातून फुटाणे काढून विरेनच्या समोर धरले. विरेन हसत हसत म्हणाला, "उसनं फेडायची इतकी घाई आहे?"

दिवाकरन म्हणाला, "हे तर फक्त व्याज आहे. कर्ज फेडायला मी तुम्हाला माझ्या घरी बोलावेन. आत्ता तर मला आणखी कर्ज घेण्याबद्दल बोलायचं आहे."

"का? काय आहे?" विरेननं विचारलं.

"माझ्या क्वार्टरच्या पायऱ्यांपाशी एक लहानशी डोणी करायची आहे. उन्हाळा आला, जनावरांना पाणी मिळेल प्यायला, त्यासाठी वनखात्याची मंजुरी घ्यावी लागेल?"

"हो, घ्यावी लागेल, पण मिळणार नाही." विरेन म्हणाला, "क्वार्टरची जमीन जरी रेल्वेची असली, तरी त्यावर जे बांधकाम आहे, त्यापेक्षा जास्त तुम्ही करू शकत नाही."

"अहो पण – हे तर अगदी लहानसं कुंड – फूट दीड फुटाचं."

"एका इंचाचंही नाही!" विरेन म्हणाला, "केलंत तर मी तोडायला सांगेन."

"अगदी इतकं?" दिवाकरननं विचारलं.

विरेन म्हणाला, "ह्यामध्ये सत्ता गाजवण्याची गोष्ट नाही. ही खरी गोष्ट आहे आणि त्यामागे कारणही आहे. एकतर वनखात्यानंच बांधवून घेतलेले वॉटरस्पॉट्स आहेत. दुसरं असं, की माणसांची वस्ती असेल तेथे वॉटरस्पॉट करता येत नाही. माणसं आणि प्राणी ह्यांच्यामध्ये संघर्ष..."

विरेन अजून बोलत होता आणि दिवाकरन मध्येच म्हणाला, "ठीक आहे, कुंडीचं राहू दे. मी माझ्या ओट्यावर काहीतरी व्यवस्था केली, तर त्याला तुम्ही काही हरकत घेऊ शकत तर नाही ना?"

दिवाकरन परत आला तेव्हा त्याच्या दोन्ही हातांत माठ होते. दुसऱ्या दिवशी सकाळी त्यानं घरातल्या सुरीनं काळजीपूर्वक घासून घासून माठाचा वरचा भाग कापून काढला. मग रोज हॅन्डपंपानं पाणी काढून तो दोन्ही माठांचे खालचे अर्धे भाग भरू लागला. सुरुवाती सुरुवातीला चिमण्या, इतर काही पक्षी, मोर हे सोडून त्याच्या त्या माटल्यांवर कोणी येत नसे. हळूहळू दुपारच्या वेळी हरणं येऊ लागली. शेवटी एक दिवस दिवाकरननं घरी पत्र लिहिलं – 'ह्या वेळी मला तिकडे येणं शक्य नाही. तुम्हीच सगळे इकडे या.'

वर्षं जात राहिली तशा दिवाकरनच्या घराच्या आसपासच्या रोजच्या हालचाली वाढल्या. चौक रोज झाडून स्वच्छ होऊ लागला. पक्ष्यांना धान्याचा चारा घातला जाऊ लागला. संध्याकाळी अंगणात खाट टाकली जायची आणि त्यावर बसून

हार्मोनियम घेऊन दिवाकरन कधीकधी गाणी म्हणायचा. कधीकधी बंद असलेल्या इतर क्वार्टर्समध्ये माणसं राहात असायची. आता दिवाकरन आतुरतेनं विरेनच्या सासण व्हिजिटची वाट बघत असायचा.

मे महिन्यातल्या एका सकाळी त्या मालधारीनं जे सांगितलं त्यामुळं दिवाकरनचं मन सुन्न होऊन गेलं. तो युवक तर बिचारा रोजच्यासारखा दूध द्यायला आला होता. दिवाकरननं सहज विचारल, "काय खबरबात?"

ह्या प्रश्नाचं उत्तर रोज मिळायचं त्याच्यापेक्षा अगदी वेगळं मिळालं. "खबरबात सांगायची तं सींहासाब जानार! त्येंची बदली जाली."

दिवाकरन काही बोलला नाही. मुकाट्यानं दूध घेतलं. प्रायमस पेटवला, चहाची तयारी करू लागला. मालधारी घडीभर त्याच्याकडे पाहात राहिला, न् जाता जाता म्हणाला, "समदे म्हनत व्हते की सींहासायेब आज सासणला येनार हायेत."

चहा पिता पिता दिवाकरन मनाची समजून घालत राहिला. सरकारी माणसांची बदली तर होणारच. विरेनची बदली झाली तर त्याला किती फरक पडणार होता? असाही विरेन इथं तर राहात नाही. सबंध वर्षात मोजून फार तर पंधरावीस व्हिजिट्स होतात आणि दर व्हिजिटला त्याला भेटता येतंच असंही नाही.

असे समजूत घालण्याचे विचार करूनसुद्धा दिवाकरनला खूप उदास, बेचैन वाटत होतं. त्यानं ऑफिस उघडलं, गाडीच्या घंटा दिल्या, मागच्या पुढच्या स्टेशनांना लाइन दिली. रोजची कामं यंत्रवत होत होती.

त्या दिवशी दुपारनंतर सासणला जाणाऱ्या गाडीच्या प्रथम वर्गाच्या डब्यानं बऱ्याच काळानंतर त्याच्या जुन्या प्रवाशाला आत येताना बघितलं.

सासण कचेरीमध्ये निरोपसमारंभ, भाषणं, किती जणांचे अश्रू, किती जणांचं हळू आवाजात बोलणं... सगळं झालं. विरेन आणि दिवाकरन अधोडियाच्या पुलावर बसले. संध्याकाळ व्हायला आली आणि दिवाकरनला एकाएकी काहीतरी आठवलं असेल तसा दचकून म्हणाला, "ओ! मी तर विसरूनच गेलो... चला, मी निघतो."

"अरे? रात्री बरोबर जेवू या, मग नीघ."

"नको. मला पोचायला हवं असं आहे."

"पोचायलाच हवं?" विरेनला नवल वाटलं. "का?काही खास कार्यक्रम आहे?"

"तो – कादू वाट बघेल."

"कोण कादू?" विरेननं विचारलं.

दिवाकरन शांतपणे म्हणाला, "कादू म्हणजे कादू. अर्थात कादू मकराणी नाही." (एका ऐतिहासिक व्यक्तीचं नाव)

विरेनला खूप हसू आलं. म्हणाला, "तू नाटकात भाग घेतलायस?"

"भाग नाही घेतला. मागच्या झोपड्यांमध्ये मुलं करतात, ते नाटक बघितलंवतं,"

असं म्हणत दिवाकरन उठला, तेव्हा विरेनला वाटलं, मामला गंभीर आहे. तो म्हणाला, "ओ.के. पण आता संध्याकाळचा तुला चालत जाऊ नाही देणार. चल, मी पण येतो. आपण माझ्या गाडीतून जाऊ या."

सूर्यास्त होऊन थोडा वेळ झाला होता. गाडी रस्त्यावरून क्वार्टरकडे वळली तेव्हा विरेननं हेडलाइटच्या प्रकाशात ओट्याजवळ दोन चमकणारे डोळे बघितले. विरेननं गाडी थांबवून लगेच लाइट बंद केले, मग हळू आवाजात दिवाकरनला म्हणाला, "हे बघ, खाली उतरू नको. तुझ्या ओट्यावर बिबटा बसलाय."

"मला त्याची काही हरकत नाही, पण तू उतरू नको, तुला बघून तो पळून जाईल." म्हणता म्हणता दिवाकरन तर गाडीतून उतरलाही. विरेनला काही समजायच्या-काही म्हणायच्या आत, त्यानं शांतपणे चालत क्वार्टरकडे जाता जाता पुन्हा मागे गाडीकडे वळून खूण केली, "तू तिथेच थांब."

विरेननं गाडीतच बसून त्याच्या बाजूचा दरवाजा आवाज न करता हळूच उघडला. जरूर वाटली तर खाली उतरून पुढे धावायच्या तयारीत राहून तो दिवाकरनकडे बघत राहिला.

दिवाकरन ओट्याजवळ पोहोचला. घर उघडलं, बादली घेऊन बाहेर आला, हॅन्डपंपावर जाऊन त्यातनं पाणी काढून माठात ओतता ओतता म्हणाला, "कादू, ये बाबा! आज सासणीला जाण्याच्या घाईमध्ये पाणी भरायचं विसरलो होतो. तुला तहानेला ठेवला!"

विरेन गाडीत बसल्या बसल्या म्हणाला, "वा! वाऽरे दोस्त! तू नुसतं माझं कर्जच नाही चुकवलंस, उलट माझ्यावर तुझं कर्ज चढलंय."

त्यानंतर विरेन गाडीतून उतरून मालधाऱ्यांच्या झोपड्यांकडे जाताना त्याला दिसलं, त्यानं त्या युवकाला बोलावलं आणि सांगितलं, "हे बघ, नीट ऐक. उद्या सकाळी सासणहून सिमेंट पाठवून देईन. उद्या सिमेंट येईल, त्याच्याबरोबर डोणी बांधायचं परमिट पण असेल. तू दिवाकरन साहेबांच्या पायऱ्यांजवळ डोणी बांधून द्यायची आहेस."

नंतरच्या एखाद्या तासाची हकिगत, निरोप घेताना विरेनला कसं वाटलं, दिवाकरननं काय म्हटलं, बिबटा कुठे गेला, हे सगळं ब्रशांच्या फटकाऱ्यांनी काढण्याची कुवत माझ्यात नाही.

भरथरी म्हणाला त्या वाक्याचे माझ्या कानात पडसाद उमटत होते – 'कुटं तरी असंल, तं कुटंतरी येतं.'

माझे हात आणि ब्रश ह्यांनी सिमेंटच्या रंगाच्या फराट्याला डोणीचा आकार कधी दिला ते माझ्या लक्षातही आलं नाही.

।। १७ ।।

सरत्या मोसमातल्या, उसळ्या घेणाऱ्या, भरतीच्या खूप वेगानं येणाऱ्या मोठ्या मोठ्या लाटांमुळे घेडचा निळा समुद्र आता करडा दिसायला लागला होता. ह्या ऋतूतली शेवटची खेप करणारी आमची होडी जणू जत्रेतल्या लाकडी खुर्च्यांच्या गोलगोल फिरणाऱ्या चक्रातली एक खुर्ची असेल तशी खाली-वर होत होती. होडीच्या कडेवर किंवा दोन्ही टोकांजवळ बसायचं नाही असं सुलताननं सांगितलं होतं.

समुद्रात होडीत बसून मच्छीमारांच्या तोंडून समुद्राच्या गोष्टी ऐकायला मजा येत होती, तेवढ्यात सुलतानचं एक वाक्य कानांवर पडलं आणि मी चमकलो.

सुलतानला काय म्हणायचं आहे ते समजायला मला जरा वेळ लागला आणि समजलं तेव्हा एकदम वाटलं, की असंच बोलणं मी आत्ता अलीकडेच ऐकलं आहे. गेल्या आठवड्यात काय काय घडलं ते सगळं आठवून बघितलं आणि आठवलं, की 'अरे हो! असंच बोलणं मी आईमांच्या तोंडून ऐकलं होतं.'

त्या दिवशी कासियानेसच्या कुंडीचं चित्र पुरं केल्यावर मला वाटलं की आता अजून मावळलं नसलं तरी घेडपर्यंत पोहोचण्याइतका वेळ राहिलेला नाही. सासण किंवा केशोदपर्यंत जाऊन रात्री तिथं राहण्यापेक्षा आईमांच्या झोपडीवर पोहोचून जाण्याचा विचार मला जास्त आवडला.

मी पोहोचलो तेव्हा आईमा उकिडव्या बसून लांब पसरलेल्या कापडावर चित्र काढत होत्या.

संध्याकाळच्या अंधूक प्रकाशात त्यांना काम करताना बघून मी म्हटलं, "मा, डोळे ओढल्यासारखे नाही होत?"

"समदं काई व्हतं. डोळं वढल्यासारकं व्हतात आनि असं बसून बसून ढोपरंबी दुकत्यात, पन उद्या सकाळी तं ह्ये समदं घ्येऊन मला राजकोटला जायाचं हाये. संपवलं तं पायजे ना?"

"का राजकोट?"

"तितनं अमदाबादला पदर्सनात जायाचं हाये. सकाळी तं राजकोटवालं घिऊन जायाला यितील." असं सांगत एकीकडे आईमा चित्र काढत राहिल्या. त्यांच्या आवाजात आणि कामाच्या झडपेमध्ये एक नवाच उत्साह जाणवला. तरीही जे काम बाकी होतं ते बघितल्यावर संध्याकाळपर्यंत हे संपणार नाही असं मी आईमांना म्हटलं.

"सांजपोतर न्हाई संपलं तं काई नाय," आईमा म्हणाल्या, "फुडं अजून सबंद रात बाकी हाये ना, उजाडतंय तोपोतर तं व्हऊन जाईल."

आईमा रात्री काम करतील? झोपडीमध्ये तर इतकं लांब कापड मावायचं पण नाही. बाहेर उघड्यावरच काम करावं लागणार. मी म्हटलं, "म्हणजे मग तर जोखमीचं! कोणाला तरी पहारा करायला बोलवून घ्या. रात्रीचं बाहेर सिंहबिंह..."

माझं बोलणं संपायच्या आधीच आईमा म्हणाल्या, "कोनालाबी बलवायची गरज न्हाय. तू बी तिकडं आतल्या बाजूला झोप जा. स्हावज मला काईबी न्हाई करनार. त्येला बी समजतं की ही म्हातारी – 'आपडी वैड नंई'।"

"आपडी वैड नंई म्हणजे? वैईड म्हणजे काय?"

आईमा हसायला लागल्या. एकीकडे काम करता करताच म्हणाल्या, "वैईड म्हंजी वैईड! अरं, मानानं, मोटेपनानं, ताकदीनं आपल्या बरूबरीचं असंल त्येला आपल्या 'वैईड'च म्हन्त्यात. स्हावजला असं वाटनार की ह्ये मानूस आपल्या जोडीचं न्हाई. त्येला त्याचा मान ठावं असतुया. त्येला वाटनार की लडायचं तं आपल्या बरूबरीचं असंल त्येच्याशी लडावं. माज्याशी लडाया आला, तं त्येची आबरू जानार. अरं त्याचं दोस्त असतील ना दुसरं स्हावज त्येबी त्याला हसतील, की तुला कोनी मिळालं न्हाई माराया, तं येका म्हातारीला मारलीस?" असं म्हणत माजी पुन्हा हसल्या आणि म्हणाल्या, "अरं, असला जरी चार पायाचा ना, तरी त्येला समदं समजतं. मानसांना मारलंन तं त्याचा 'वैईड' न्हाई ऱ्हानार."

मी आईमांच्या मदतीला लागलो. संध्याकाळी म्हशींच्या धारा काढून झाल्यावर जेवून घेतलं आणि आम्ही पुन्हा कामाला लागलो.

गोठ्यात बसलेल्या म्हशींचे सुस्कारे, रात्री हिंडणाऱ्या पक्ष्यांचे आवाज, रातकिड्यांची किरकिर, हरणांचे धोक्याची सूचना देणारे आवाज, आसमंत गाजवणाऱ्या सिंहांच्या गर्जनांचे दुरून येऊन घुमणारे पडसाद ह्या सगळ्या वातावरणात, सदा जागी असणाऱ्या गीरच्या मांडीवर, कंदिलाच्या उजेडात, जमिनीवर लांब पसरलेल्या कापडावर वाकून बसत चित्र रंगवत असलेल्या त्या वृद्धेला सोबत करण्यात मला जो आनंद वाटत होता, तसाच आनंद ज्येष्ठ गायकांना साथ देणाऱ्यांनाही मिळत असेल, का तो वेगळा असत असेल? माहीत नाही.

मध्येच एकदा मी म्हटलं, ‘‘आईमा, डॉक्टरांनी तुम्हाला सांगितलंय, की तुमचे डोळे आता थकले आहेत. आज तर तुम्हाला प्रदर्शनासाठी तयारी करायची आहे म्हणून ठीक आहे, पण पुन्हा आता असं रात्रीचं जागून काम करू नका. असं करत राहिलात तर डोळे जातील नाहीतर.’’

आईमा म्हणाल्या, ‘‘हजार डोळ्यांना बगायला मिळालं, तं माज्या यकटीचं डोळं जरा दुकवून घ्येतलं तं काय जालं? म्हनत्यात ना, की ‘बगायसारखं असलं तं डोळं असत्यात’.’’

आईमांच्या बोलण्याचं मला हसू आलं. मी म्हटलं, ‘‘डोळे असतील तर बघता येईल असं म्हणाला तर बरोबर! पण ‘बघण्यासारखं असलं तर डोळे असतात’, हे तर उलटं बोलणं झालं!’’

‘‘तुला उलटं वाटत असंल तं तसं, आमी तं जे सिकलोय् त्ये बोलतो.’’

त्या रात्री मग काम करता करता आईमांशी वाद घालायचं टाळलं. सकाळी मग मी आणि आईमा चित्र काढलेल्या कापडाची नीट गुंडाळी करण्यात गुंतलो.

लीलापाणीहून घेडला जाण्यापूर्वी रवीभांना भेटून जाण्याची खूप इच्छा झाली. अजून मी त्यांच्याकडे पोहोचण्याआधीच रस्त्यातच रवीभा दुसऱ्या दोघांना दुचाकीवर मागे बसवून येत होते.

मला बघून त्यांनी बाइक थांबवली आणि बरोबरच्या पाहुण्यांशी ओळख करून दिली. ‘‘अहमदाबादहून पाहुणे आले आहेत. व्हेल-शार्कच्या संरक्षणाच्या प्रॉजेक्टचं काम करतात. माधवपूरला मीटिंग ठेवलीय. यायचं असलं तर चला. नाहीतर ह्यांना बसस्टॅन्डवर पोहोचवून आपण माझ्या घरी जाऊ.’’

मी पाहुण्यांशी हस्तांदोलन केलं आणि म्हटलं, ‘‘मी तर माधवपूरला जायलाच निघालो आहे. चला, बरोबरच जाऊ या.’’

माधवपूरला गोपाल राहतो त्या आश्रमात गेलो तर त्यानं रवीभांना सांगितलं, ‘‘तुम्ही ह्या तिघांना घेऊन आपल्या जागेवर पोहोचा. मी जरा स्वयंपाकघरात आणि राहण्याच्या व्यवस्थेच्या तिकडे पाहुणे नोंदवून येतो.’’

मला वाटत होतं की मीटिंग आहे म्हणजे कुठल्या तरी हॉलमध्ये थोडीफार माणसं गोळा झाली असतील, त्याच्या ऐवजी रवीभा आम्हाला मधुवंतीच्या सागरसंगमावर घेऊन गेले. तेथे आम्हा चौघांशिवाय कोणी नव्हतं.

आम्ही वाळूत बसलो, तोवर गोपालही येऊन पोहोचला. ते सगळे काहीतरी व्हेल-शार्कबद्दल चर्चा करू लागले. त्यांचं बोलणं ऐकता ऐकता मी व्हेल-शार्कवरचे त्यांचे लेख आणि इतर माहितीपत्रकं वाचत बसलो.

त्या सगळ्यांमध्ये सर्वांत जास्त काळजी गोपालला वाटत असावी, कारण तो काहीतरी ठोस पावलं उचलण्यावर भर देत होता. तो म्हणाला, ‘‘थोड्या पत्रिका

वाटून बसून राहिलो तर नाही चालणार. आपण स्वत: घरोघर जाऊन मच्छीमारांना समजावलं पाहिजे, नाहीतर होऊन राहिलं काम...! काऽही होणार नाही.''

''कोळ्यांच्या घरी जाण्याआधी भरती-ओहोटीच्या वेळा बघून मग गेलं पाहिजे.'' रवीभा हे थट्टेनं म्हणाले का गंभीरपणानं, ते मला समजलं नाही.

गोपाल म्हणाला, ''तुम्ही दोघं थोडे दिवस थांबलात किंवा परत येऊ शकलात, तर मी सर्वांना एकत्र बोलावून ठेवेन. सगळ्यांना एकत्र भेटल्यावरही, घरोघर जाऊनच सांगितल्याशिवाय काम फत्ते होणार नाही.''

ते सर्व जण चर्चा करत होते, की त्यांना घेड किनाऱ्यावरच्या मच्छीमारांना भेटायचं आहे, त्यांनी व्हेल-शार्कची शिकार करू नये हे त्यांना पटवून द्यायचं आहे. हे सगळं कसं करायचं हा प्रश्न त्यांच्यापुढे आहे. मला ह्या विषयात ऐकत राहण्यापलीकडे अजून काही समजलेलं नाही.

रवीभांनी माझ्याकडे बोट दाखवत पाहुण्यांना म्हटलं, ''ह्यांनाही बरोबर घेतलं पाहिजे. ह्यांनी गीरमध्ये इकडेतिकडे कामासाठी पळापळ केलीय खरी.''

''रवीभा, तुम्ही जे काही असेल ते हे असंच सांगणार?'' मी म्हटलं, ''गीरमध्ये मी सांसाईला किंवा तुम्हाला एका ठिकाणाहून दुसऱ्या ठिकाणी घेऊन जाण्याखेरीज काहीही केलेलं नाही. घेडच्या कामाबद्दल आज इथं जे ऐकलं, जी माहिती आणि आकडे वाचले, त्यावरून मी काही ठोस काम करू शकेन असं मला वाटत नाही, तरीपण सध्या मी इथं आहे तोपर्यंत प्रयत्न करेन. आपण सगळ्यांनी मिळून काम केलं तर चांगलं काम होईल. सगळे मिळून थोडा-थोडा विस्तार वाटून घेऊ या आणि प्रयत्न करून पाहू या. प्रत्येकाच्या घरी नाही जाता आलं, तरी शक्य तितक्या घरी जाऊ.''

''कोळ्यांच्या घरी जाणार हे तर चांगलं, पण सांगाल काय? कशा तऱ्हेनं?'' एक मित्र म्हणाला, ''आपण आहोत बाहेरचे. अशा कामात आमचा एक पक्का अनुभव असा आहे, की ज्यांना समजावून सांगायचं आहे, किंवा ज्यांच्याकडून काम करवून घ्यायचं आहे, त्या लोकांपैकी कोणी आपल्याबरोबर आलं तर काहीतरी उपयोग होतो.''

''तर मग आपण स्थानिक माणसांची टीमही तयार करू. तुम्ही आमच्याबरोबर काही दिवस राहा.'' मी सुचवलं.

त्या मित्रानं उत्तर दिलं, ''आम्ही राहू शकणार नाही. तुम्हालाच तुमची टीम तयार करावी लागेल. विशेषत: त्या लोकांची जे स्थानिक प्रश्नांमधले माहितगार असतील आणि विरोध झाला तर मध्यस्थी करू शकतील.''

''का?'' मी विचारलं, ''ते लोक विरोध करतील? का त्यांचं काही संघटन आहे?''

"संघटनेचा प्रश्न नाही, त्या लोकांबरोबर त्यांच्या भाषेत बोलू शकेल असा माणूस हवा. ते आपल्याला जमणार नाही. सगळंच कसब आपल्याकडे नसतं." रवीभा जरा हसून म्हणाले, मग माझी थट्टा करत असतील तसे पुढे म्हणाले, "पण कोण जाणे, कदाचित तुम्ही शिकलाही असाल."

मी गोपालकडे बघितलं. तो दूर आकाशाकडे बघत गप्प बसला होता. हजारो मैल पसरलेल्या निळसर समुद्रातून कोण जाणे कुठून कुठून ह्या किनाऱ्यावर येऊन पोहोचणाऱ्या व्हेल-शार्कला बघू शकत असतील तसे त्याचे डोळे बारीक झाले. थोड्या वेळानं तो म्हणाला, "चला ना, करू या काहीतरी."

"त्यात करायचंय काय?" गीरमध्ये सांसाईबरोबर हिंडलो होतो तेव्हापासून जागा झालेला माझा आत्मविश्वास बोलू लागला, "एक म्हणजे त्या लोकांना काय सांगायचं आहे, ते आपल्याला चांगलं माहीत आहे. दुसरं म्हणजे आपल्याला जास्त परिणामकारक रितीनं समजावून सांगता येतं. आपल्याकडे पूर्ण माहिती आहे. तिसरं असं, की इथल्या कुठल्याही नाखुदा, तांडेल किंवा खलाशापेक्षा आपण जास्त शिकलेले आहोत."

रवीभांना पुन्हा हसू आलं, "'शिकलेले आहोत' ह्याखेरीज ह्यातलं काहीही आपल्याकडे आहे? सांगा ना गोपालभाई, आहे?" रवीभांची बोलण्याची ही एक अजब रीत होती. बोलणाऱ्याच्या मुद्याशी ते सहमत नाहीत असं ते स्पष्ट सांगत नसत, असं थट्टेनंच बोलायचे.

मी रवीभांनी 'हो' किंवा 'नाही' उत्तर देण्याचं टाळलं आणि म्हटलं, "ते जे असेल ते, आपण प्रयत्न तर करू या."

"तो तर करू याच." गोपाल म्हणाला. संध्याकाळ होईपर्यंत आम्ही किनाऱ्यांवर बसून वेगवेगळ्या योजनांचा विचार केला. जरूर ती पोस्टर्स आणि पत्रकं छापून घेऊन पाठवून द्यायची जबाबदारी अहमदाबादच्या कार्यकर्त्यांनी घेतली.

एक कार्यकर्ता म्हणाला, "पोस्टर्समध्ये, पत्रकांमध्ये स्थानिक भाषा वापरली तर बरं असतं. निदान व्हेल-शार्कला हे लोक काय म्हणतात ते तरी आपण माहीत करून घेतलं पाहिजे."

"काहीतरी 'बेल' का असं काहीतरी म्हणतात." रवीभा म्हणाले.

"बेल तर बैलाला म्हणतात. कदाचित तो मासा बैलासारखा मोठा असतो म्हणून किंवा मग व्हेलचा अपभ्रंश..."

मी अजून बोलत होतो आणि रवीभा म्हणाले, "हे सगळं नाम संशोधन सुलतानच्या घरी बसून केलं तर कसं?"

"कोण सुलतान?" एकानं विचारलं.

रवीभा म्हणाले, "गोपालभाईच्या ओळखी म्हणजे काय समजलात तुम्ही?

राजापासून रंकापर्यंत सगळ्यांना गोपाल म्हणालात की माहीत असतो.''

''आता रवीभा चढवतायत!'' गोपाल म्हणाला, ''सुलतान इथला मच्छीमार आहे. त्याच्या स्वत:च्या दोन-तीन बोटी आहेत. माझी थोडीफार ओळख आहे त्याच्याशी.''

आश्रमातलं स्वयंपाकघर बंद होईल ही आठवण झाली, तशी चर्चा आवरती घेऊन आम्ही उठलो. जेवणं झाल्यावर लगेच अहमदाबादचे पाहुणे पुढच्या कामासाठी पोरबंदरला जायची घाई करू लागले. त्यांना बसमध्ये बसवून देऊन आम्ही तिघं सुलतानच्या घरी पोहोचलो.

सुलतानचं नाव ऐकल्यावर माझ्या मनात होड्यांच्या मालकाचं ठसठशीत, वजनदार असं चित्र उभं झालं होतं. आमच्या समोर लाकडाच्या साध्या फळीवर बसलेला सुलतान नावाचा माणूस तर अंगानं बारीक, सीधासाधा, नम्र दिसत होता.

थोडं इकडचंतिकडचं बोलणं झाल्यावर माझं लक्ष सुलतानच्या पाठीमागच्या भिंतीकडे गेलं. भिंतीवर एखाद्या लहान मुलाने कोळशानं काढली असतील तशी चित्रं होती. चित्रांसमोर काही आकडेही लिहिलेले होते. मी विचारलं, ''हे सगळं तुमच्या मुलांनी काढलंय?''

सुलताननं मागे वळून पाहिलं. ''कंचं? ह्ये?'' असं विचारत तो हसला. मग म्हणाला, ''म्याच चित्तरलंय. वळखा बगू काय आहे?''

मला वाटलं, सुलतान उगीच थट्टा करतोय, तरी पण मी उठून त्या भिंतीपाशी गेलो. सगळ्यात वर तराजूत वजन करताना वापरतात तसलं वजन काढलं होतं आणि त्याच्यासमोर काही आकडे लिहिलेले होते.

त्याच्या खाली एक हॅन्डपंपचं चित्र होतं, त्याच्या खाली तीन होड्या एक-दुसरीला खेचून आणत असतील, तशा दाखवल्या होत्या; त्या होड्यांबरोबर बांधलेली तीन पिंपं समुद्रात तरंगत होती. मोटरबाइकच्या किल्ल्या, मारुती व्हॅन, टेम्पो अशी दुसरी चित्रंही होतं. प्रत्येक चित्रासमोर वाकडे तिकडेही लिहिलेले होते.

मी बघत होतो तिथं रवीभा आले, त्यांनीही बारकाईनं बघितलं न् म्हटलं, ''हे आहे काय? सांगा तर खरं?''

आता सुलतान उठला आणि पहिल्या पंचकोनी लोखंडी वजनाचं चित्र दाखवत विचारलं, ''गोपालभाय, त्ये मोदीखानाच्या दुकानदार कौशिकला गावात समदी कंच्या नावानं बलावत्यात?''

''किलो.'' गोपालनं सांगितलं.

''बसं, तं ह्ये किलाचं वजन काडलं आनि समुर किलाचा मोबायल नंबर लिवला. आमास्नी लिवायला वाचायला येत न्हाई, फकस्त आकडं लिवायला

यतात, तवां मंग असं लक्सात ठिवतो.'' सुलतान म्हणाला.

हं! तीन होड्यांचा संपन्न मालक असा मच्छीमार स्वत:च जर लिहू-वाचू शकत नसेल तर इथं पोस्टर्स आणि पत्रकांना काही अर्थच राहात नाही असा मी विचार करत होतो, तेवढ्यात हॅन्डपंपचं आणि बाकीची चित्रं दाखवत सुलताननं सांगितलं, ''ह्यो पान्याच्या पंपवाल्याचा, ह्यो चावी म्हंजी मोटरसायकलच्या गारेजचा...''

रवीभांनी तीन होड्या आणि पाण्यात तरंगणाऱ्या पिंपांचं चित्र दाखवत म्हटलं, ''हा कोणाचा नंबर?''

''ह्यो मोट्या व्यापाऱ्याचा.''

हे रवीभांना उमजलं नाही. म्हणाले, ''तीन होड्या म्हणजे मोठे व्यापारी?''

''मोटा म्हंजे बेलवाला.'' सुलतान म्हणाला, ''बेल लई मोटी असत्ये, तिला बोटीत ठिवता येत न्हाई. तीन-तीन बोटी बांदून त्यांनी खेचून काठावर आनावी लागती.''

''आणि ही पिंपं?'' मी विचारलं.

''ह्या पिंपांना तं बेलच म्हनत्यात. ह्ये डीजलचं रिकामं बेल असत्यात, त्येंना ती बेल माछली बांदून आनावी लागती, तवां तं त्या माछलीला बेल म्हन्त्यात, न्हाई तं त्येचं खरं नाव तं कई येगळं हाये. ह्या गोपालभायना ठावं असंल. आमाला म्हाईत न्हाई. आमाला तं आमी घेतो ती नावं बोलाया जमतं.'' सुलतान म्हणाला.

रवीभा जरा हसून म्हणाले, ''असं म्हणाना, की बेल म्हणजे बॅरल. आपलं नाम संशोधन इथं संपलं!'' आणि खात्री करून घेत असतील तसं सुलतानाला विचारलं, ''बोटीचं डीझल ज्यात भरून आणता तेच बॅरल ना?''

''त्येच. ती बेल रिकामी असली म्हंजी दरियामदी तरंगती.''

अनायासानं व्हेल-शार्कचा विषय निघाला, तेव्हा गोपालनं संधी साधली आणि 'बॅरल'ची शिकार थांबवण्याच्या कामात सुलतानचा सहकार मागितला.

सरकारी प्रतिबंध झाला आहे हे, सुलतानला ठाऊक होतं. तो म्हणाला, ''मनाई जालीय म्हून आता नाही मारत, तरी पन कदी कदी जाळ्यामदी आली तं... त्ये तर जाळं, कोन आलं न् कोन ऱ्हाऊन ग्येलं ह्ये तं कोनाला कसं समजनार?''

गोपालनं धीर न सोडता सुलतानला आपल्या बाजूचा करून घ्यायचे प्रयत्न चालू ठेवले. आजूबाजूच्या गावांमध्ये हिंडून मच्छीमारांना 'बेलला मारू नये' असं समजावलं, तर ते लोक आपलं ऐकतील का नाही, तेही विचारून बघितलं.

सुलतान म्हणाला, ''ह्ये बगा, तुमी तं मला घरच्या मान्सासारके. मनातलं खरं खरं सांगतो तुमास्नी, की आता सीजन संपला म्हून मी तुमचं म्हननं ऐकाया रिकामा हाये. न्हाई तं तुमाला च्हा-पानी का सोडा घेन्यायवडाच येळ असतुया. हितं कोनाला बोलाया येळच नसतो. त्यामदी पुना धंद्यामदी बरकत जाली असली, तं ठीक. ह्ये तं....''

सुलताननं थोड्या शब्दात बरंच काही सांगितलं असेल, तसं वाक्य अर्धंच सोडलं. थोडं इकडचंतिकडचं बोलून आम्ही जायला निघालो, तेव्हा सुलतान म्हणाला, "उंद्या मला जाळं काडाया जायाचं हाये. पावण्यांना दर्यावर जायचं असंल, तं बंद्रावर नऊ वाजता घिऊन या."

मला तर वेळ होताच. रवीभांनाही सुट्टी होती. गोपालला नोकरीवर जायचं होतं, पण थोडा उशिरा गेला असता, तर येता आलं असतं. समुद्रावर फिरायला जाता आलं, तर जायची इच्छा सगळ्यांना होतीच. खूप खोल पाण्यातही सुलतान जाणार नव्हता, पण आत्ता तर आम्ही गावोगाव आणि घरोघरी जाऊन मच्छीमार संपर्कयात्रा करायचं ठरवलं होतं. "पुन्हा कधीतरी" असं सांगून निघालो.

आमची 'यात्रा' लवकरच 'थकून' गेली. एक दोन दिवस तर आम्ही जिथं जिथं गेलो, तिथल्या मच्छीमारांनी आणि तांडेलांनी खूप अगत्यानं आमचं स्वागत केलं. ते लोक आग्रह करून चहा किंवा सोडा देऊ करायचे, पण आम्ही मुद्याची गोष्ट काढली, की त्यात त्यांना रुची नसे. काही जण त्यांना आमचं म्हणणं विशेष काही समजत नसल्याचा आव आणायचे, तर काही नुसतेच 'आ' वासून ऐकून घ्यायचे.

आणखी दोन-तीन दिवस रखडपट्टी केल्यावर माझ्या लक्षात येऊ लागलं, की सध्या आमचं म्हणणं ऐकून घ्यायला कोणी रिकामं नाही. सीझन संपला आहे. खोल समुद्रात जाण्याचा सीझन आता नाही, तरी पण भरती-ओहोटीच्या वेळा सांभाळून जवळच्या जवळ जाणं आणि मिळतील तेवढे मासे घेऊन येणं थांबलेलं नाही. विशेषत: 'बॅरल' – ज्याला आम्ही व्हेल-शार्क म्हणतो, तो मिळाला तर फारच छान!

त्याशिवाय, आता बोट किनाऱ्यावर आणून रेतीवर चढवायची, दुरुस्ती, रंग वगैरे करायचं. त्यांची स्वत:ची मातीच्या भिंतींची, लहान लहान घरं, जेव्हा नैऋत्येकडून वादळी वारे येऊ लागतील, तेव्हा त्यांना टक्कर देऊ शकतील अशी करायची. अशीच आणखी हजार कामं बाजूला ठेवून, कुठलाही खारवा, त्यानं समुद्रावर जाऊन काय पकडावं न् काय नाही, ह्याबद्दल सल्ला मान्य करायचं तर लांब राहिलं, ऐकायला थांबला तरी नवल म्हणायचं! तोसुद्धा अशा माणसांकडून, जे समुद्राच्या पाण्यात पाय बुडवून येण्यापेक्षा जास्त काही करू शकत नाहीत.

शेवटी मग रवीभांना घर आठवलं आणि शाळा उघडायची तारीख जवळ आलीय तेही आठवलं. गोपालला रजा मिळवणं नेहमीच अवघड असायचं. मी एकटाच जाऊन करणार तरी काय?

शेवटी माधवपूर सोडण्यापूर्वी पुन्हा एक दिवस सकाळी आम्ही सुलतानला भेटायला निघालो. सुलतान पहिल्यांदा म्हणाला होता तेच पुन्हा म्हणाला, "तुमचं म्हननं समजून घ्यायला टाइमच कुठं हाये?"

रवीभा म्हणाला, ''तर मग ह्यातून काही होईलसं दिसत नाही.''

मी म्हटलं, ''त्यांची कामं सगळी संपूदेत...'' मी पुरतं बोलायच्या आतच रवीभा म्हणाले,

''तोपर्यंत शे-दोनशे शार्क मेले, तर मरू देत!''

रवीभांच्या ह्या टोमण्याला उत्तर न देता मी गप्प बसलो. गोपाल आमच्या दोघांच्या ह्या संवाद-विसंवादात न पडता गप्प बसला होता. सुलतान गोपालकडे बघत राहिला, मग म्हणाला, ''एक काम करा. तुमी समदे बारांच्या सरपंचांना भेटा.''

''कोणाला? राणीला? ती तर मेर आहे. (मेर ही सौराष्ट्रातील एक जात आहे.) शिवाय महिला सरपंच. खारवा काय मेरचं सांगणं ऐकतील?'' रवीभांनी विचारलं.

''असून द्ये ना मेर असली तं! तिच्यामदी काईतरी तं असंल, तवा तं सरपंच जाली, अशीच आपली उगाच थोडी व्हईल?'' सुलतान म्हणाला, ''मेर असंल तं मेर, त्यात काय जालं? भेटण्यामदी काय जातंय? तिला समजावून सांगून बगा. ऐकलन् तर...''

''त्यातही पुन्हा 'ऐकलन् तर' आहेच का?'' रवीभांनी विचारलं.

''त्ये तं येनारच ना?'' सुलतान म्हणाला, ''बाईमानूस हाये, पन पुरुसांना पुरून उरंल अशी हाये. तिला सोताला समजत आनि पटत न्हाई, तोपत्तर कबूल तं कसली करतीय, ती ऐकायची पन न्हाई.''

सुलतानला राणीवर इतका भरवसा का होता, हे विचारायची जरुरी आम्हाला वाटली नाही. तो सांगत होता तसं करण्यात आमचं काही नुकसान तर नव्हतंच, राणी जर करू शकली तर आम्हाला मदतच होणार होती.

आम्ही निघत होतो तेव्हा सुलतान म्हणाला, ''आज शेवटची बोट जातीया. जायाचं असलं तं चला, नंतर मंग न्हाई जाता यिनार.''

आज नाही म्हणायचा प्रश्नच नव्हता. बोटीतनं जायची गोष्ट निघाल्याबरोबर आमचा आनंद आणि उत्साह ओसंडून गेला. आम्ही बोटीत बसल्याबरोबर बोटीनं किनारा सोडला. बघता बघता किनारा दिसेनासाही झाला. सुलतान शांत, स्थिर, ध्यानमग्न असेल तसा एकाग्रतेनं समुद्राकडे टक लावून बघत गप्प बसला होता. बऱ्याच वेळानं मी त्याच्याकडे बघून म्हटलं, ''सुलतान अली, तुम्हीही काहीतरी बोला तर खरं.''

सुलताननं दर्यावरून नजर न हटवता म्हटलं, ''मला वाटतंय की कांई दिसलं तं तुमास्नी दाकवंन.''

आम्हाला एकदम उत्साह आला आणि समुद्राकडे बघत विचारलं, ''आहे काही?''

सुलतान म्हणाला, ''दिसत न्हाइये. पन ह्या येळंला कदी कदी 'मलार'

दिसतुया. डुबक्या घेत जात असतो. घटकेत तोंड भाईर काडतो, पुना पाण्यात दिसंनासा व्हतो, पुना भाईर निगतो. कदी कदी तं बोटीच्या म्होरं म्होरं जात ऱ्हातो, तवां त्येला बगायची लई मजा येती, गोपालभाईंनी कितींदा पाह्यलाय...''

''तो डॉल्फिनबद्दल सांगतोय.'' गोपाल म्हणाला.

''हां, त्योच!'' सुलताननं दुजोरा दिला. ''मलार न्हाई दिसला तरी काई न्हाई. कदी कदी 'तेन' (माशांची एक जात) माशांचं टोळकं बगाया मिळतं, त्येचीबी मजा येती. पान्यामदी वरती वरती तरंगत असत्यात, तवां जाणं पावसाचं थेंब पान्यावर नाचत असत्याल तसं वाटतं.'' सुलतान समुद्र, त्याची मस्ती, त्याचा स्वभाव, त्याच्या आसऱ्यानं राहणारे जीव आणि माणसं, ह्यांच्याबद्दल सांगत राहिला.

जाळ्यात सापडणाऱ्या तऱ्हतऱ्हेच्या शंखांबद्दल आणि वेगवेगळ्या प्राण्यांबद्दल सांगता सांगता सुलतान म्हणाला, ''कदी कदी असा येकादा जीव जाळ्यात अडकून येतो की आपुन बगतच ऱ्हावं. यकदा माज्या जाळ्यामदी असा मोटा काईतरी प्रानी आला, जसा आमी कदीबी बगितलाच न्हवता. चारी बाजूंनी फिरवून फिरवून पायला, तं त्याचं डोळंच कुटं दिसनात. मंग एका जाणकार माणसाला दाखिवला, तवा त्यानं नाव सांगितलं आनि म्हनाला, की ह्यो जीव समुंदरात दूर तिकडं खूप खोल पान्यात ऱ्हातो, तितपोतर उजेड जातच न्हाई. ज्येला कदीबी बगायचंच नसंल, त्येला द्येव डोळं दीलच कशाला?''

हे शेवटचं वाक्य ऐकताच मला वाटलं, की हे असंच बोलणं मी कुठेतरी ऐकलं आहे. जरा डोक्याला ताण दिला तेव्हा आईमांचे शब्द आठवले-

'बघण्यासारखं असतं म्हणून दृष्टी असते.'

'शब्द असतात म्हणून वाचा असते.'

'आवाज असतात म्हणून श्रवणशक्ती असते.'

'वेगवेगळे रस असतात म्हणून जिभेला स्वाद असतो.'

'स्पर्श करण्यासारखं असतं म्हणून संवेदना असते.'

'सुगंध असतो म्हणून...'

मी आश्चर्यचकित होऊन जातो. आईमा गीरच्या एका झोपडीत आणि सुलतान इथं – दर्याकिनाऱ्यावर. एक चारण मालधारी आणि दुसरा मच्छीमार. दोन अगदी वेगवेगळ्या जागी, वेगवेगळी कामं करणाऱ्या, अगदी वेगळ्या अनुभवांनी शिकलेल्या व्यक्तींच्या तोंडी, एकाच प्रकारचं बोलणं ऐकलं, ते कुठल्या धाग्यांनी जोडलेलं?

मला वाटतं, की दोघांचं बोलणं कोणत्या ना कोणत्या स्तरावर एकमेकांशी संलग्न आहे. होय! असणारच कुठलं तरी अज्ञात सूत्र, ज्याचा प्रभाव समस्त जीवसृष्टीवर एकसारखा असत असणार. कधी ना कधी, आज नाही तर उद्या, मला ते सूत्र सापडेल. मिळेपर्यंत मी शोधत राहीन. असं शोधत राहिलो तरच

मी जे बघितलं आहे आणि मला जे सांगायचं आहे, ते मी माझ्या चित्रांमध्ये दाखवू शकेन.

मी विचारात बुडूनच राहिलो असतो, पण मला 'तो आवाज' ऐकू येत होतासं वाटलं – 'हे जेव्हा तुला समजेल, तेव्हा तुला माझी ओळख पटेल. मला वाटतं आता तुला माझी बहुतेक जरुरी पडणारच नाही. ह्याचा अर्थ असा मुळीच नाही की आपण एकमेकांचा कायमचा निरोप घेत आहोत. तू आहेस तोपर्यंत मी असणारच आणि तुला माझी जरुरी भासेल, तेव्हा मी तुझ्याशी बोलेन.'

दूर समुद्रात तरंगत राहणारे पक्षी, होड्या, प्रवासी, दूर दिसणारा किनारा सगळंच मग मला जास्त स्पष्ट आणि अर्थपूर्ण वाटलं.

।। १८ ।।

सुलतानच्या होडीतून उतरून बंदरावरून आम्ही परत आलो, त्यानंतर रवीभा त्यांच्या घरी जायला निघाले आणि मला म्हणाले, “येताय ना केशोदला?”

मी सांगितलं, “मला तर घेडमध्ये राहून काही स्थळांची चित्रं काढायची आहेत. मी त्या कामासाठीच आलो होतो, त्यातच मध्ये ह्या संपर्कयात्रेत सामील झालो. आता जरा मोकळा वेळ मिळेल असं दिसतंय, तर एक-दोन दिवस राहतो.”

आम्ही बोलत होतो, तेवढ्यात एका विद्यार्थ्यानं येऊन मुस्तुफाचा निरोप सांगितला – “सासणहून मुस्तुफा नावाच्या कोणाचा तरी फोन होता. तुम्हाला तिकडे बोलावलंय.”

निरोप काय होता ते समजल्यावर वाटलं, की मला जावंच लागेल. मुस्तुफानं कळवलं होतं, की ‘पाऊस पडू लागेल असं वातावरण झालंय, तेव्हा माझ्या खोलीतले कागद आणि भिजलं तर खराब होईल असं सामान सुरक्षित जागी ठेवावं.’

रवीभा आणि गोपालही म्हणाले, की “पावसाळ्यात तर मुस्तुफाची खोली तुम्ही त्याला रिकामी करून दिली पाहिजे. मुस्तुफाला स्वत:लाही तिथे त्याचं काही सामान ठेवायचं असेल, काही नाही तरी आबेदाला कपडे वाळत घालायला जागा लागेलच.”

आम्ही गोपालचा निरोप घेतला, तेव्हा तो म्हणाला, “राणीला भेटायला केव्हा जायचंय?”

रवीभा म्हणाले, “येत्या आठवड्यात जाऊ या. तुम्हाला शनिवार-रविवारच्या दोन सुट्ट्या असतील, आम्ही शुक्रवारी संध्याकाळपर्यंत येऊ. मी रजा घेईन शनिवारची.”

पुन्हा भेटायचं नक्की करून आम्ही एकमेकांचा निरोप घेतला.

गोपाल म्हणाला, “तुमची बाइक घेऊन एका मित्राला पोरबंदरला पाठवलं आहे, तो आला की तुम्हाला जाता येईल, तोवर थांबा.”

मी म्हटलं, “त्यात काय? केशोदपर्यंत तर रवीभा आहेत आणि सासणमध्ये मला बाइकची जरुरी नाही. नाहीतरी सामान दुसरीकडे हलवायचं असलं, तर छकडा करावा लागेल आणि आठवडाभरानं मी येणारच आहे.”

माझी बाइक इथंच ठेवायला सांगून रवीभांबरोबर मी त्यांच्या बाइकवर निघालो. रवीभांच्या गावी बाजारातून जात असताना त्यांनी बाइक एका बाजूला घेऊन थांबवली. मग रस्त्याच्या समोरच्या बाजूच्या एका दुकानातून बाहेर येत असलेल्या एका स्त्रीकडे माझं लक्ष वेधत म्हणाले, ''त्या दुकानातून निघाल्या त्या राणीबेन.''

''तर मग चला ना आपण आत्ताच त्यांच्याशी बोलू.'' मी म्हटलं.

''गोपालभाई नसतील तर राणीशी बोलणं अवघड.'' रवीभा म्हणाले.

''पण आपण रविवारी त्यांना भेटायला जाणार आहोत एवढं तर सांगू या. माहीत असलं तर त्या घरी राहतील, शिवाय ह्या निमित्तानं ओळखही होईल.''

''बऽरं, चला तर मग!'' रवीभा त्यांच्या खास हेल काढत बोलायच्या शैलीत म्हणाले.

बाइकवरून उतरून आम्ही रस्ता ओलांडत होतो आणि त्या स्त्रीचं लक्ष आमच्याकडे गेलं. आम्हाला बघितल्याबरोबर ती थांबली आणि रवीभांकडे येता येता म्हणाली, ''ले, भाय. हारूं थ्युं तु आंय भेगो थे गो. आतां तुं ने गोपालभाय खारवावाड्ये फरोस ती दरिये कांई आफत्युं थावानी से?'' (घ्याऽ बरं जालं भाय तू हितंच भ्येटलास त्ये. तू आनि गोपालभाय समद्या खारवावाड्यांमंदी फिरतायसा म्हनं, त्ये समिंदरात कांई वादळ हुनार, असं काई हाये?)

माझ्या सध्याच्या राहण्याच्या जागेपासून फक्त थोडे किलोमीटर अंतरावर राहणारी मेर जातीची ही स्त्री जी बोलीभाषा बोलत होती, ती मी प्रथमच ऐकत होतो. बोलताना तिच्या चेहऱ्यावर अचानक ओळखीचं कोणीतरी भेटल्याचा आनंद आणि मग समुद्रावर वादळ येणार की काय ह्याची भीती, असे दोन्ही भाव स्पष्ट उमटून गेले.

मला सांसाईची आठवण झाली. तिची बोलीभाषा राणीच्या बोलीभाषेपेक्षा अगदी वेगळी आणि वेगळे हेल असलेली आहे. तरीही राणीसारखंच जणू सबंध देहच बोलत असेल असं दोघींचंही शरीर बोलताना हेलकावे खातं.

राणीबेनचा प्रश्न ऐकून रवीभा म्हणाले, ''नाही, नाही. दर्याचं तर काही सांगितलं-समजलेलं नाही. आम्हाला तर दुसरंच काहीतरी सांगायचं आहे, पण ते बरंच काही सांगायचं आहे, इथं बाजारात उभ्या उभ्या नाही सांगता येणार. ह्या रविवारी आम्ही बारांला तुमच्या घरी येणार आहोत, तेव्हा बोलूया.''

''आइतवारी तं मला नवीला जायाचं हाये, माज्या थोरल्या दिराच्या मुलीला पहिल्या बाळंतपणासाटी घिऊन यायला माजी सासू, नणद समद्या मुंदराच्या पलीकडं गेल्यायती. कादारियाच्या बोटीत बसून निगालंवतं, आज पंदरा दीस जालं, त्येंची आइतवारी परत यायची वाट हाये म्हनत्यात.'' राणीनं सांगितलं, ''बारांला यायचं तं आइतवारचं ऱ्हाऊ द्ये, तू आपला उद्याच यिऊन जा.''

"उद्या तर गोपालभाईंना सुट्टी नसणा," रवीभा उत्तरले.

"तं मग आत्ताच चल. बसून जाऊया बसमदी, गोपालभायच्या तितं उतरून जाऊया, न्हाईतरी मला तितनं तं चालतच जायाचं हाये."

राणीची वेगळीच बोलीभाषा, त्यात पुन्हा ई च्या जागी ए, तर कधी ए च्या जागी ई वापरला जाताना ऐकून मला मजा वाटली.

मी रवीभांकडे बघितलं आणि विचारलं, "जाऊया परत?"

"तुम्ही जाऊन या, मला थोडी दुसरी कामं उरकायची आहेत." रवीभा म्हणाले.

मी राणीला विचारलं, "तुम्ही केव्हा जाणार?"

"दिवस मावळायच्या आधी तं जायालाच होवं, मंग अंदार व्हतो." राणी म्हणाली.

"साडेपाचची बस आहे." मी म्हटलं, "तुम्ही बसस्टॅन्डवर पोचा. रवीभा मला बसस्टॅन्डवर सोडतील."

"आमच्या गावच्या बसच्या वेळा तुमच्या लक्षात बऱ्या राहातात." रवीभा म्हणाले, "पण असं घरी आल्याशिवाय जायचं ठरवून टाकताय, ते नाही चालायचं."

"परत जाताना नक्की येईन. आत्ता तरी राणीला भेटणं जास्त महत्त्वाचं आहे." मी म्हटलं, आणि मग विचारलं, "राणी रविवारी कुठं जायचंय म्हणत होती?"

बाइक चालू करता करता रवीभा म्हणाले, "नवी ला, म्हणजे नवी बंदरावर. तिच्या पुतणीला मुंद्रा बाजूला दिली असेल. तिची सासरची ओटी भरून झाल्यावर माहेरी बाळंतपणासाठी घेऊन येतायत. बसेस बदलून कच्छमधून यायचं ह्या लोकांना नाही आवडणार. समुद्रातनं येणं सरळ सोपं वाटणार. तिथं बसलं, की इथं उतरायचं, कुठे बदला-करा, काही नाही. ते त्या मुलीला समुद्रमार्गानं घेऊन येणार असतील."

मला बसस्टॅन्डवर उतरवून रवीभा गेले. थोड्या वेळानं राणी आली. बस माधवपूरला पोहोचली तोपर्यंत सूर्य समुद्राला टेकायला आला होता.

आश्रमाच्या दरवाजाशीच समजलं, की गोपाल दवाखान्यात कामात आहे. राणीला घरी जायची घाई होती म्हणून ती दाराशीच थांबली, मी गोपालला सांगायला गेलो.

दोन तासात मला परत आलेला बघून गोपाल एकदम चमकून उभा राहिला आणि म्हणाला, "का? गेला नाही?"

"गेलो होतो, मग एक खास पाहुणे घेऊन परत आलो. चला, दरवाजाशी उभे आहेत."

"कोण?"

"बारांच्या सरपंच."

गोपालला खरं वाटत नसेल तसा तो माझ्याकडे बघत राहिला, मग लगेच माझ्याबरोबर दाराशी आला. राणी वाट बघत बाहेर उभी होती. गोपालनं राणीकडे बघून म्हटलं, "आम्ही रविवारी तुम्हालाच भेटायला येणार होतो."

"रविवारी त्यांच्या पुतणीचा काही समारंभ आहे." मी सांगितलं, "म्हणून त्या म्हणाल्या, की आज घरी जाण्याआधी थोडं बोलून घेऊ."

आमचं बोलणं संपण्याच्या आधीच राणी म्हणाली, "ले हाल्य गोपालभाय. जी की'वानुं होय ई के ले." (हं, चल गोपालभाई, जे सांगायचं असेल ते सांगून टाक.)

"पण इथं, उभ्या उभ्या? आत या तर खऱ्या, माझं घर बघा तरी."

"त्ये समदं पुन्ना कदी तरी." राणी म्हणाली.

"हे बघा राणीबेन," मी सांगायला सुरुवात केली, "अलीकडे अलीकडे आपल्या किनाऱ्यावर व्हेल-शार्कची शिकार खूप होते. हे पाण्यात राहणारे प्राणी जगात आता फार थोडे शिल्लक आहेत. प्रत्येक देशात ह्यांना रक्षण दिलं गेलं आहे, पण त्यांचा वंश आता नामशेष होण्याच्या मार्गावर आहे."

झटदिशी हात आडवा धरत राणी मध्येच म्हणाली, "हे बघ भाय, तुला वाटतंय, की ही राणी सरपंच हाये म्हंजे हिला समदंच म्हाईत असतं, पन तुला सांगून टाकत्ये, की हिकडं तुला समदं सरपंच अंगूटाछाप सापडत्याल. आता ह्ये तू बोलतोयस ना, पन त्यात मला कायबी समज पडत न्हाईये." हे सांगता सांगता राणीला हसू आलं.

मग गोपालकडे वळून ती म्हणाली, "चल गोपालभाय, तू सादं, सोपं करून थोडक्या शब्दात सांग."

गोपालनं राणीला थोडक्यात आणि सोप्या भाषेत समजावून सांगितलं, की खारवावाडीला जाऊन काय सांगत होतो आणि मग तो पुढं म्हणाला, "तुम्ही समजावलंत तर कदाचित हे लोक ऐकतील."

"गोपालभाय, तू म्हन्तोस त्ये खरं, पन ह्येबी तू समजून घे, की बेल मघर एका नगाचा एक लाखाचा असतुया, त्येला सोडून द्या असं मी खारवांना सांगू तरी कसं? तू मला सोताला ह्ये पटवून द्ये, तं मंगच मी दुसऱ्यांना सांगंन. न्हाईतं फुकाटचं उग्गाच बोलन्यात काई अरथ न्हाई."

राणीचं स्पष्ट बोलणं बघून मला वाटलं, की सुलतान खरंच सांगत होता. ही बाई स्वत: जाणून घेऊन त्याच्याशी संमत झाल्याशिवाय काहीही करणार नाही. त्याचबरोबर मला ही पण खात्री झाली, की तिनं मनावर घेतलं तर ती आम्हाला पुष्कळ मदत करू शकेल. आत्ता महत्त्व ह्या गोष्टीचं होतं, की राणीनं मदत करायचं मनावर घ्यायला हवं होतं.

गोपालनं पुन्हा सांगितलं, की व्हेल-शार्क दूरदूरच्या समुद्रातून आपल्या किनाऱ्यावर फक्त पिल्लांना जन्म द्यायला येते. तिची शिकार केली, तर शार्क मछली तर मरतेच, पण तिच्या पोटातलं बाळही मरतं. दोन पिढ्यांचा एकाच वेळी विनाश होतो. हे सगळं राणीला समजावून सांगायला गोपालला बराच वेळ लागला.

"ह्यो गोपाल सांगतुया ते खरं?" त्या बाईनं माझ्याकडून खात्री करून घ्यायची असेल तसं विचारलं. तिच्या डोळ्यामध्येही प्रश्नचिन्ह स्पष्ट दिसत होतं.

"हो, ही माछली इथे राहात नाही. थेट दूरदूरच्या समुद्रातून येते. बच्चे जन्माला घालून ते मोठे होऊ लागले, की परत जाते. हा जीव आपल्या दर्यात राहणारा नाही, फक्त पिल्लांना जन्म द्यायलाच ती इकडे येते." मी विस्तारपूर्वक सांगितलं.

"घ्या! हाये ना कमाल? तं मंग मी खारवांना बलावून घ्येते आनि सांगून बघत्ये, पन मी सांगंन तवा तुमी समदे बी तितं असला, तं कोनी काई इचारलं तर त्येचा जबाब द्येता यील."

"रविवारी तर तुम्ही नवीबंदरला जाणार, त्यानंतर तुम्ही सांगाल त्या दिवशी संध्याकाळी आम्ही येऊ शकू." मी म्हटलं आणि मग गोपालकडे वळून विचारलं, "बरोबर ना गोपालभाई?"

"हो, संध्याकाळी तर कुठल्याही दिवशी येता येईल." गोपाल म्हणाला.

"तं मंग परवाच्या दिशी रात्री यऊन जावा. समद्यांना बलावून ठिवंन." राणीनं परवाच्या दिवशीच्या रात्रीचं आमंत्रण आम्हाला दिलं आणि दर्याच्या कडेनं चालायला लागण्यापूर्वी जरा थांबून चिंतातुर आवाजात विचारलं, "गोपालभाय, दर्यावर जोराचा वारा सुटलाय, तुला वाटतंय कांईतरी व्हईल असं?"

"नाही-नाही! ह्या दिवसांत एवढा वारा तर असतोच ना!" गोपाल तिला म्हणाला. हे बोलणं काय होतं आणि कशाच्या संदर्भात झालं, ते मला समजलं नाही.

पसरत जाणाऱ्या चांदण्यात चालत घरी जाणारी राणी दूर जाईपर्यंत दिसत राहिली. काळ्यानिळ्या महासागरावरून जोरानं वाहात येणाऱ्या वाऱ्यानं उडणारे कपडे आणि तिची पिशवी असं दोन्ही हातांनी सांभाळत ती चालत होती. समुद्राच्या लाटांनी रेतीतल्या तिच्या पावलांच्या खुणा पुसून टाकल्या तोपर्यंत मी आणि गोपाल दरवाजाच्या बाहेरच बसून राहिलो.

समुद्रकिनाऱ्यावर चालत जाणाऱ्या राणीचं चित्र काढायची मला इच्छा झाली, पण मला रात्री माधवपूरला राहणं शक्य नव्हतं. सासणला पोहोचून सामान लावून टाकायला हवं होतं, मग इथे परत येता आलं असतं. हे काम करायला मला उद्याचा एकच दिवस होता. परवा रात्री राणीनं खारवा लोकांना बोलावून ठेवलं असेल, तेव्हा बारांमध्ये हजर राहायचं होतं. नाइलाजानं गोपालची बाइक मागून घेऊन मी निघालो.

अमरापूरपर्यंत पोहोचायला रात्रीचे साडेआठ व्हायला आले होते. देवळिया रोड तर रात्रीचा रहदारीसाठी बंद असतो. वाटेतल्या खेड्यांना वळसा घालून एंधाणिया बंगल्याच्या रस्त्यानं जाण्यापेक्षा एखाद्या वाडीत रात्री राहून पहाटे सासणला पोहोचता येईल असं वाटलं. एका वाडीत (फळझाडे, भाजीपाला व शेती असते, त्याला वाडी म्हणतात.) मशीन चालू असल्याचा आवाज येत होता आणि दिवाही दिसत होता. तिथं रात्री राहता येईल असा विचार करून त्या दिशेनं गेलो.

सुट्या सुट्या, मध्ये अंतर ठेवून असलेल्या वाड्यांमधून धूळभरल्या रस्त्यानं जाता जाता मनात आलं, की काही वर्षांपूर्वी इथं आंबा, आवळा, शमी वृक्ष, साग आणखी कितीतरी वृक्ष वाऱ्यावर हलत-डोलत असतील, आता फक्त शेतांच्या बांधावर असलेले वृक्ष राहिले आहेत.

एके काळी सोरठ, गोहिलवाड आणि बाबरियावाड ह्या प्रदेशात सलग पसरलेली गीर आता तुकड्या तुकड्यांमध्ये वाटली जात हळूहळू सीमित होऊ लागली आहे. कदाचित हे असंच होत राहणार असेल तर मग एक वेळ अशी येईल की पशूंना एका जागेतून दुसऱ्या जागी जाण्याचा पूर्वी जो मार्ग होता, तेथे मग माणसांची वस्ती आणि घरं असतील.

जाळीनं बंद न केलेल्या, तरीही जनावरांसाठी पिंजऱ्यासारख्या झालेल्या अशा रचनेच्या प्रदेशात एका भागातून दुसऱ्या भागात जाण्याची हिंमत जो प्राणी करू शकेल, त्याला हजारो वर्षं मनुष्यांबरोबर एकमेकांच्या अध्यातमध्यात न येता राहण्याची पिढ्यान्‌पिढ्या रक्तात मुरलेली सवय सोडून संघर्षाचा मार्ग शोधावा लागेल. जे बिचारे प्राणी संघर्ष करू शकत नाहीत, त्यांचं वसतिस्थान लहान लहान होत तेथील ह्या जुन्या रहिवाशांसकट शून्यात विलीन होईल.

विचारात गुंग असतानाच पुढे जात जात मी थेट विहिरीजवळ जाऊन उभा राहिलो. जवळच्या खोलीतून बाहेर येत एका मध्यम वयाच्या माणसानं माझं स्वागत करत म्हटलं, "तुमी मोठ्या रस्त्यावरनं आतल्या बाजूला वळलात तवा वाटलं खरं, की कोनीतरी ह्या बाजूला येतंय – पन मग म्हटलं, कोन जाणे आनखी कुठं जात असतील. या, बसा, च्हा पिऊया."

"चहा पिऊया, पण मला तर रात्री झोपायचं आहे." मी खरं खरं स्पष्टपणे सांगून टाकलं, "बस् एखादी खाट आणि पासोडी मिळाली तर खूप झालं."

"अरे ऱ्हा ना भाय, आनि खाट कशापायी? पक्का ढोलिया (गाद्या असलेली मोठी कॉट) हवा असला, तरी मिळंल. हितं समदं अगदी ब्येस हाये, काई पन आनाया कुटं जावं लागंल असं न्हाई." असं म्हणत वाडीचा मालक शेजारच्या खोलीकडे तोंड करून म्हणाला, "अगं, पावनं हायेत."

मी लगेच सांगितलं, "भाकरी करायचा त्रास नका घेऊ म्हणावं, वाटेत जेवून आलोय."

"कुणब्यानं जर का पावन्याला भाकरी खाया न घालता जाऊ दिलं ना, तं मंग धान्य पिकायचं पन बंद व्हतं. कणसं धरलंली बी सुकून जात्यात."

"अहो पण..." कसं बसं मी त्यांना समजावलं की मी जेवून आलो होतो.

"बऽरं मंग, च्हा तं पिऊया."

वाडीमध्ये लाइट लागलेला होता तरी क्रूड इंजीन चालत असलेलं बघून मी विचारलं, "पॉवर तर आहे, तरी का मशीन चालवताय?"

शेतमालकानं सांगितलं, "रातचं बारा वाजेपोतर सिंगल फेज देद्यात. सिंगलमदी लाइट लागत्यात, मोटर न्हाई चालत. राती बारानंतर मग तीनी फेज चालू करत्यात. मंग मोट चालती, पन जीयबीचा (जी.ई.बी.- गुजरात इलेक्ट्रिसिटी बोर्ड) काईबी भरवसा न्हाई. मदीच कवांबी पुन्ना सिंगल करून टाकत्यात, मंग पुना मिशन चालिवतो आमी."

त्यानंतर मग ह्या वर्षी पाऊस खूप चांगला झाला होता म्हणून पिकांना पाणी चांगलं मिळालं, पीक चांगलं येईल अशा गप्पा झाल्या. मध्ये आम्ही चहा प्यायलो, त्यानं विडी ओढली. त्याची घरवाली भांडी घासून, काम आटपून समोर येऊन बसली, तेव्हा कुठं शेतमालकानं मी कोण, कुठला वगैरे चौकशी केली.

मी म्हटलं, "सध्या तर मी सासणला राहतो आहे आणि चित्रं काढायचं काम करतो आहे. मला सासणची खोली रिकामी करून द्यायची आहे. उद्या सामान हलवायचं आहे. तुमच्या अमरापरमध्ये कुठे कोणाची खोली मिळण्यासारखी आहे?"

शेतमालक म्हणाला, "कुटं कशापाई? हितं आपल्या घरीच यिऊन जावा ना. गेल्याच वर्षी नवं पक्कं घर करवून घेतलंय् त्ये द्येतो तुमाला, मंग हाये काई?"

इतक्या सहजपणे सासणच्या आसपासच थोड्या किलोमीटरच्या अंतरावर घर मिळून जाईल अशी मला कल्पना नव्हती. मी विचारलं, "भाडं किती घ्याल?"

त्यानं विचारलं, "तुमी ऱ्हानार किती दिवस?"

मी म्हटलं, "ते नक्की नाही. दोन महिनेही होतील किंवा जास्त दिवसही राहीन. दोन वर्षांहून जास्त तर नक्की नाही होणार."

"तुमास्नी आवडंल त्येवडं दिवस ऱ्हावा ना तुमी. दोन म्हईन्यांचं काय भाडं घ्यायाचं? जास्त ऱ्हायाचं जालं तं मंग जे द्यायाचं त्ये द्या. पन घर गावामदी न्हाई, वाडीमदी हाये. तुमच्या घरची मान्सं वाडीमदी ऱ्हायाला तयार व्हतील?"

मला जरा हसू आलं, म्हटलं, "घरचं कोणी नाही. मला तर वाडीत राहायला आवडेल. बाजार दूर पडेल जरा आणि रात्री काही काम निघालं तर जरा त्रास."

शेतमालक म्हणाला, "त्ये तं ठीक, वाडीवर कोनी ना कोनी तरी असतंय.

साथी तं कायम ऱ्हातोच हितं, (साथी म्हणजे शेतीच्या कामासाठी ठेवलेला मदतनीस नोकर) तो सकाळचं न् सांजचं डेरीवर दूध द्याला जातो. येताना गावात काई काम असंल त्ये करून येतो.''

आमचं बोलणं चाललं होतं आणि शेतमालकाची बायको म्हणाली, ''पोरगी अजून आली न्हाई, जरा बगून या न्हाई तं?''

शेतमालक रस्त्याकडे नजर टाकत म्हणाला, ''संतोक हायेत बरूबर, मंग कशाला चिन्त्या? यतील दोगीजनी.''

मी म्हटलं, ''थांबा मी जाऊन येतो. दोघींना बाइकवर घेऊन येतो. नाव काय आहे मुलीचं?''

''सोलन'' बाई म्हणाल्या, ''पन तुमच्याबरूबर न्हाई येनार, कारन की तुमाला कदी बगितल्येलं न्हाई ना? वळकीचं मानूस नसलं तं त्येच्या गाडीवर पोरगी न्हाई बसनार. तिचं बापू ग्येलं तं व्हईल.''

मी बाइकची चावी शेतमालकाला देत म्हटलं, ''मग तुम्ही घेऊन या.''

शेतमालक बाइक घेऊन गेला. मी बाईंना गुराढोरांविषयी विचारलं.

बाई म्हणाली, ''आमची गुरं जास्त नसत्यात. मालधारी ठिवत्यात जास्त. आमी तं शेतीला लागत्यात त्यवडी ठिवतो, पन तरी तशी तं हायेत. ह्ये दोन बैल हायेत, दोन म्हशी आनि चार पाच गायी.'' मग दूर शेताच्या दुसऱ्या टोकाला दिवा दिसत होता, तिकडे हात दाखवत ती म्हणाली, ''त्या तिकडं आमचा साथी ऱ्हातो. रातचं गुरांना तितं बांधतो. दिवसा हितं व्हिरीपाशी आनून बांदतो.''

''तुम्ही तर इथं वाडीवरच राहात असाल?'' मी विचारलं.

''न्हाई-न्हाई. आमचं घर तं गावामदी. काम असंल तवाच वाडीवर ऱ्हातो. आज मिशीन चालवायचं हुतं. आमचा लेक आनि साथी दोगं मिळून रातचं पानी लावनार पिकांना, म्हून ऱ्हाइलो आज हितं. पोरगी तिकडं घरी होती, ती साथीची घरवाली संतोक म्हटलं ना, ती डेरीवर दूध द्याया ग्येलीवती. पोरीचं बापू म्हनालं की परत यिताना सोनूला घिऊन ये. तुमचं भाय ग्येलं हायेत आनाया, त्ये येतील आता.''

''सोनल काय शिकतीय?'' मी विचारलं.

''आमच्यात खेड्यांमदी पोरींना जास्त सिकवत न्हाईत, पन तिच्या बापूंना तिला सिकवायची हाये, म्हून ह्या वर्सीपासनं माळियाला शिकाया जात्ये.'' बाई म्हणाली.

ह्या वर्षापासून माळियाला जात असेल, तर कॉलेजचं पहिलं वर्ष असेल, किंवा मंग अकरावीत असेल.

आम्ही बोलत होतो आणि बाइक येताना दिसली. येऊन पोहोचल्याबरोबर सोनल उडी मारून खाली उतरली आणि आमची जुनी ओळख असावी तसं बेधडक

विचारलं न् "गाडी तुमची हाये? हायक्लास हाये हां! फटाफट यिऊन ग्येलो."

"ही माझी नाही, दुसऱ्याची आहे. माझी बाइक तर जुनी सेकंडहॅन्ड आहे." मी सांगितलं. "पण तुला बसायला मजा आली ना?" एवढं बोलतानाच माझ्या लक्षात आलं, की सोनल कॉलेजात असेल एवढी तर दिसत नव्हती. नववीत असू शकेल. गावात सातवीच्या पुढे शाळा नसेल.

"आपल्याला काय – मजाच ना? आपल्याला कशाचा वांदा?" सोनल हसत म्हणाली, मग मला विचारलंन. "शेकलेल्या शेंगा खायच्यात भुईमुगाच्या?"

तिची आई तिला रागावत म्हणाली, "चल, शेंगा खाणारी. रातचं ह्या येळी पावन्यांना काई भुईमुगाची फोलपटं द्यायची?"

सोनल हसून म्हणाली, "रात कुटं जालीय अजून? आनि शेंगा तं कवाबी खाव्या, तू पन न्हाई खात?"

मी मध्ये पडत म्हणालो, "हो, पण मला नाही खायच्या आत्ता!"

सोनल आत खोलीत गेली, शेतमालक बाइक स्टॅन्डवर लावून आला आणि खाटेवर बसता बसता सोनलला हाक मारून म्हणाला, "सोनू बेटी, संतोक आली म्हंजी तिकडचं घर उगडून जरा झाडून पुसून घ्या."

जरा वेळानं संतोक आली, तशी सोनलनं झाडू घेतला आणि म्हटलं, "चला भाभी, तिकडचं घर झाडून घ्यायचं हाये."

शेतमालकाची बायको म्हणाली, "निसतं झाडू मारून न्हाई व्हनार. जरा पुसून बी घ्यावं लागंल. लई दिसांपास्नं बंद पडलंया. बालटीमदी पानी घिऊन जावा, त्येच्यामदी घासलेटचं चार थेंब पन टाक. जीवजंतू असत्याल तर निगून जात्याल."

संतोक झाडू घेऊन विहिरीच्या दुसऱ्या बाजूला गेली. सोनलनं डोणीतून बादली भरून घेतली, त्यात केरोसीन टाकलं आणि संतोकच्या मागं गेली.

त्या दोघी पाणी घेऊन गेल्या पण फरशी पुसायचं फडकं तिथं दांडीवरच राहिलं होतं. बाई म्हणाली, "काय बी कामाच्या न्हाईन दोगी जणी! ह्ये फडकं हितंच ऱ्हाइलं आनि ग्येल्या!"

मी म्हटलं, "द्या, मी देऊन येतो."

दांडीवरचं एक पोतेऱ्याचं फडकं घेऊन मी त्या दोघींच्या मागे गेलो. विहिरीच्या दुसऱ्या बाजूला गुरांना पाणी पाजायसाठीची डोणी होती. त्याच्या पुढे करड्या रंगाच्या चौकोनी दगडांनी बांधलेलं बैठं घर. दरवाजावरच्या बल्बचा थोडा प्रकाश पडत होता, पण बाजूच्या भिंतीमुळं गच्चीवर जाणाऱ्या जिन्याच्या खालच्या आणि घराच्या मागल्या भागात अंधार होता.

मी त्या डोणीपर्यंत पोहोचलो तेव्हा सोनल घराच्या पायऱ्या चढत होती आणि संतोकनं खोली उघडली होती. संतोकनं दारातून पाइपच्या तुकड्यासारखं काहीतरी

हात लांब करून देता देता म्हटलं, "सोनूबेन, बाल्टी तिथं पायरीवर ठिवा आनि ह्यो पाइप जरा जिन्याखाली ठिवून या."

सोनू बादली ठेवून जायच्या ऐवजी हातातच घेऊन दोन पावलं दूर घराच्या कोपऱ्याशी गेली. तिथे उभी राहून तिनं तो पाइपचा तुकडा जिन्याखालच्या अंधाऱ्या भागात फेकला. पुढच्याच क्षणी जिन्याखाली हालचाल झाली. मोठ्यानं गुरकावल्याचा आवाज आला. सोनलला काहीतरी दिसलं आणि बचावाच्या हेतूनं पाण्यानं भरलेली बादली त्या दिशेनं फेकून, किंचाळत, मोकळ्या जागेत वाट फुटेल तिकडे ती पळू लागली.

जिन्याखालच्या जागेतून केरोसीन घातलेल्या पाण्यानं निथळती सिंहीण गर्जना करत सोनलच्या मागे धावली. संतोक दरवाजात आली होती आणि ती तिथेच खिळून उभी राहिली. मी जवळ जे सापडेल ते घेऊन सिंहिणीवर फेकणार तोच मला वाटलं, की आता काही उपाय नाही. एक आणखी उडी आणि सोनल सिंहिणीच्या पंजाखाली असेल. बरोब्बर त्याच क्षणी सोनल ठेच लागून जमिनीवर पडली.

नंतर जे झालं ते इतक्या जलद गतीनं झालं, की त्या गतीचं वर्णन लिहिता येणं किंवा वर्णन करता येणं शक्यच नाही. वीज जशी क्षणार्धात चमकते न् जाते तसंच काहीसं. पूर्ण वेगानं पळणाऱ्या सिंहिणीला क्षणार्धात दिसलं, की मुलगी खाली पडली आहे आणि उरलेल्या अर्ध्या क्षणात ती पुढे यायची थांबली.

स्वत:च्या देहाचं इतकं वजन घेऊन इतक्या वेगानं धावणाऱ्या तिला तत्काळ तो वेग संपूर्णपणे थांबवायला किती आणि कशा प्रकारची शक्ती लागत असेल, ते गतिशास्त्र जाणणाऱ्यांना सांगता येत असेल. मी दिङ्मूढ होऊन बघत राहिलो.

तशी थांबलेली ती सिंहीण दोन क्षण सोनलकडे बघत राहिली आणि जणू काही झालंच नसेल तशी शांतपणे, ऐटदार चालीनं चालत घराच्या मागच्या अंधारात दिसेनाशी झाली.

मी सोनलजवळ गेलो, पाठोपाठ, हातात मोठी काठी असलेले सोनलचे वडील आले. आम्ही सोनलला उचलली, सोनलची आई रडत ओरडत येऊन पोहोचली.

दुरून शेतमालाकाचा मुलगा आणि त्याचा साथी पाणी लावायचं सोडून धावत येऊन पोहोचले, तोपर्यंत आम्ही सोनलला घरात नेऊन एका लांब-रुंद आणि उंच बाकावर झोपवली होती. संतोकनं सोनलच्या पोटावरचे कपडे बाजूला केले आणि तिच्या नाभीवर ओठ ठेवून ती जोरानं फूंक मारायला लागली.

"अरे? अरे? हे काय करताय?" मी चिंता वाटून विचारलं.

"ती भ्या काडतीया. तुमी जावा भाईर." सोनलच्या आईनं सांगितलं.

पण मी बाहेर जायच्या आधीच बाकीचे सगळे आत येऊन पोहोचले होते. मी आणि संतोकनं काय झालं त्याचं वर्णन केलं.

सोनलला दवाखान्यात घेऊन जायची का नाही ह्याबद्दल मतभेद होते. मुलगा

म्हणत होता, की ताबडतोब दवाखान्यात नेलं पाहिजे. वडील काहीच बोलत नव्हते.

आई म्हणाली, "दवाकाना काई हितं जवळ न्हाई. थेट माळियाला नाहीतं केसोदला न्यावं लागंल आनि घिऊन जाऊन दाकवाल काय? पोरीला काईबी तं जालेलं न्हाई."

संतोकचंही तेच म्हणणं पडलं. "काई न्हाई जालेलं. भीतीनं गार पडलीया. आदी तं कोनीतरी जाऊन वला नारळ तोडून आना आनि म्या जरा यवडी सुंठं गालून दूध उकळून आन्त्ये. आत्ता उबी व्हईल बगा ती."

मला काय बोलावं समजत नव्हतं. एका दृष्टीनं पाहिलं तर ह्या सगळ्याला कारण माझं येणं हेच झालं होतं असं वाटत होतं, त्यामुळं मी खूप बेचैन, क्षुब्ध झालो होतो, तरी पण मी बिचकत-बिचकत म्हटलं, "नुसतं घाबरण्यानं असं झालं असलं, तरीही डॉक्टरना दाखवलेलं चांगलं. गावात कोणी डॉक्टर नाहीये? असले तर मी घेऊन येतो."

माझ्या बोलण्याला कोणी काही उत्तर दिलं नाही. सोनलच्या तोंडावर पाणी शिंपडलं. साथी शहाळं घेऊन आला. संतोक सुंठ घालून दूध उकळून घेऊन आली. आम्ही खोलीतून बाहेर आलो आणि अंगणात बसलो; तोपर्यंत आजूबाजूच्या शेतांवरचे दोघं-तिघं येऊन बसले होते.

आत घरात सोनलला जरा बरं वाटायला लागलं असावं असं वाटलं. सर्वांत आधी तिची आई बाहेर आली आणि तिनं साथीला सांगितलं, "मनू, जरा च्हा कर. घोट घोट पिऊ या समदे."

मग आईनं पाहुण्यांसमोर बसून जे झालं होतं ते सांगितलं आणि म्हणाली, "पोरीला कांईबी क्येलं नाई ह्येच केवडं उपकार द्येवाचे!"

पाहुण्यांनाही त्यांचं म्हणणं पटलं. कोणीतरी म्हणालं, "बिबट्या असता ना, तर अवगाड व्हतं. स्हावज तं मानसांची माया असलेलं जनावर. त्येचं मानसांशी वैर न्हाई."

'मानसांची माया' शब्द मला आवडले, पण आत्ता सोनलची काळजी जास्त वाटत होती, मी काही बोललो नाही.

संतोक म्हणाली, "ह्या सिंहिणीला तं जनू आमची वाडीच लई आवडती. सोनूबेननं पन कितींदा बगितलीय तिला. कितींदा तं हाकलली पन असंल, पन ती जंगलात परत जात न्हाई. हितल्या पान्याच्या दोनीवरच पानी प्याया आवडतं जनू तिला – हितं पानी न्हाई पीत तंवर जनू चैन पडत न्हाई! पंदरा दीस बी जात न्हाईत ती न दिसता."

एक जण म्हणाला, "हितं आवडतं म्हून तं सोनूला काई क्येलं न्हाईन ना.

उगाच भ्या दाकिवलं, यवडंच. अवं, भरलेली बाल्टी डोसक्यावर पडली म्हून ती सिंहीण बी तं घाबरली असंल ना, की डोसक्यावर ह्ये काय नवीनच यऊन पडलं म्हून.''

चहा पिता पिता बोलणं चाललं होतं. ह्या विस्तारातल्या वाडीत किंवा पाण्याच्या डोणीजवळ सिंह-सिंहीण पाणी प्यायला येतात ह्याचं नावीन्य किंवा नवल कोणालाच वाटत नव्हतं. हां, आता पोरगी जरा घाबरली खरी, पण सिंहीण पाठीमागे धावली, तर कोण नाही घाबरणार?

सगळी पांगल्यावर शेतकऱ्याच्या बायकोनं आम्हाला सांगितलं, ''तुमी आपले हितं खोलीमदी झोपा. मी न् संतोक हितं सोनूजवळ बसलोय.''

लगेच झोप लागणं काही शक्य नव्हतं. पाणी लावणारे त्यांच्या कामाला गेले. मी आणि शेतमालक गुरं सुरक्षित आहेत ना बघायला शेताच्या दुसऱ्या टोकाला गुरांच्या गोठ्याकडे निघालो. शेतमालक म्हणाला, ''तुमास्नी उगाच तरास जाला.''

मी म्हटलं, ''मला कसला त्रास? उलट माझ्यामुळं तुम्हा सगळ्यांना त्रास झाला.''

गोठा तपासून आम्ही परत विहिरीशी बसलो. बारा वाजता थ्री फेज पॉवर आली. क्रूड इंजीन बंद करून मोटर चालू केली गेली, मग थोड्या वेळानं मी झोपायला गेलो.

खाटेवर पडल्या पडल्या मनात विचार येत होते... वाडीमध्ये सिंह आला होता, हे उद्या सकाळी सगळ्या गावाला माहीत होईल. शाळा, कॉलेजं, बस, जिथं जिथं लोक भेटतील तिथं सगळे आपापल्या शब्दांत सांगतील.

पेपरवाल्यांनाही कळेल. पर्यावरणप्रेमींनाही माहीत होईल. कोणीतरी त्याबद्दल लिहील आणि वर्तमानपत्रात छापून येईल. काय आणि कसं ते मला माहीत नाही. बरोबर राहिल्याशिवाय ज्या गोष्टी समजून घेता येत नाहीत, त्या वर्तमानपत्रात कशा काय येतात? काय लिहितात?

मला हे माहीत आहे, की एका झपाट्यात दोनशे किलो वजनाच्या म्हशीला उलटीपालटी करू शकणारी, पाठीमागून पळत न येताही, जिथे उभी असेल तिथून तेरा-चौरा फूट उंच भिंत उडी मारून जाऊ शकणारी सिंहीण, चार पावलं अंतरावर खाली पडलेल्या चौदा वर्षांच्या मुलीला काहीही दुखापत न करता सोडून देऊन निघून गेली, हे सत्य घडलं, का? कारण ती असाहाय्य होऊन पडली होती म्हणून? का दुसऱ्या काही कारणानं? हे फक्त त्या सिंहिणीला ठाऊक.

—आईमांचं ते वाक्य मला त्या क्षणी आठवलं – 'स्हावज जाणे, के आ आपडी वैईड नंई' (सिंहाला म्हाईत असतं की ही आपल्या बरूबरीची न्हाई.)

त्या दिवशी जखमी होऊन दवाखान्यात पडलेला धानूही हेच म्हणाला होता-

'एनी वसार मने मारवानो नो' तो, नकर...' (त्याचा इचार मला मारायचा न्हवताच, न्हाईत...)

प्राण्याला समजतं, तो विचार करू शकतो... असं वाटणं माझ्यासाठी सहज नैसर्गिक मनोधारणा नाही. प्राण्यांचं वर्तन विचार करून होतं का नैसर्गिक प्रेरणेनं, अशा अवघड प्रश्नांवर मत ठरवताना, प्रत्यक्ष बघितलेल्या गोष्टींवर नाही, पण निष्णातांनी केलेली चर्चा आणि काढलेले निष्कर्ष ह्यांवर विश्वास ठेवावा, असं मला शिकवलं गेलं आहे.

तरीही माझ्या मनात एक विचार सतत येत राहातो, की माझ्या डोळ्यांसमोर वेगानं धावत येणाऱ्या सव्वाशे किलो वजनाच्या प्राण्यानं पळभरात आपला वेग कुठल्या बळाच्या आधारानं पूर्णपणे थांबवला असेल?

माझ्या आठवणीत सिंह आणि मनुष्याबद्दलच्या जेवढ्या गोष्टी, गाणी आहेत, त्यात मानव नायक किंवा नायिकाच मुख्य राहिली आहे. आज असं वाटतं, की त्या कथांमध्ये काहीतरी अपूर्ण आहे.

त्या दिवशी झोप लागण्यापूर्वी मला माझ्या मनाला एका गोष्टीची पूर्ण खात्री द्यावी लागली, की मी वाचलेल्या, ऐकलेल्या गोष्टींमध्ये, गाण्यांमध्ये असलेल्या माणसांच्या हिमतीला आणि धाडसाला मी थोडंही कमी मानत नसलो, तरी तेवढ्याच आणि तशाच किंवा त्याहून जास्त आदरानं मी गीरच्या त्या उमद्या सम्राज्ञीच्या आज बघितलेल्या वर्तणुकीलाही सलाम करतो.

जगातल्या सर्व, होय, कदाचित सर्वच प्राण्यांपेक्षा गीरच्या शार्दुलाचं वेगळेपण दाखवून देणाऱ्या ह्या वर्तणुकीला काही नाव द्यायचं झालं, तर मला फक्त दोनच शब्द सुचतात – त्याची माणसाबद्दलची माया, आपुलकी, आणि त्याचा खानदानी स्वभाव!!

।। १९ ।।

सकाळी टाकीच्या नळाला पाइप लावून बाइकवर पाण्याचे फवारे मारून मी ती स्वच्छ करत होतो. सोनल उठून बाहेर आली आणि विहिरीवर तोंड धुवायला गेली. ती परत आली तेव्हा मी तिला विचारलं, "कशी आहेस?"

सोनल हसली आणि मला आनंद झाला, की तिनं अगदी काल दिलं होतं तेच उत्तर, तितक्याच स्वस्थ मनानं दिलं, "आपल्याला काय? मजाच असते ना? कशाचा वांदा असनार?"

बाइक धुवून झाली तोपर्यंत चहा आणि भाकरी, भाखरी (कणकेच्या लहान, जाड भाकऱ्या) तयारच होतं. आम्ही सगळ्यांनी न्याहारी केली आणि मग मी शेतमालकाचा निरोप घेतला. सोनल म्हणाली, "संध्याकाळी येताय ना परत? काल तुमचं घर आमी घिऊन टाकलंवतं, पन आज काई तुमाला ओसरीवर न्हाई झोपाया सांगनार. सांज पोतर तुमचं घर स्वच्छ करून ठिवू."

सोनल इतक्या लवकर सावरली आणि जागी झाल्याबरोबर वेगवेगळ्या गोष्टींची विचारही करू लागली, हे बघून मला नवल वाटलं आणि आनंदही झाला. मी तिला म्हटलं, "घर तर तुझं आहे, माझं कुठं आहे? सासणमध्येच दुसरी खोली मिळाली तर चांगलं, नाहीतर शंभर टक्के संध्याकाळ व्हायच्या आधी इथं येऊन तुझं घर मला बळकावून टाकावं लागेल!"

सोनल हसत म्हणाली, "म्हंजे पइलं माप सासणला व्हय? हितं काय वाईट हाये? तितं सासणमदी ऱ्हातात त्येच्यापेक्षा जास्त स्हावजं तं हितं आमच्या वाडीमदी ऱ्हात्यात – काल नाई बगितलं?"

तिचं बोलणं ऐकून मला हसू आलं. मी म्हटलं, "मी सासणमध्ये स्हावज बघायला नाही आलो..."

सोनलनं मला मध्येच अडवत म्हटलं, "म्हाइतेय, स्हावजाची चित्रं काडाया आलाय, बराबर हाये ना? आमाला समदं म्हाईत असतं."

"चित्रं काढतो, पण फक्त सिंहांची नाही. मनात आलं तर तुझं चित्र पण काढेन, काही सांगता येत नाही."

"अय्याऽ! न्हाई! नगं नगं!" लाजून सोनल म्हणाली.

सासणला पोहोचायला तर अर्धा तासही लागला नाही. पावसाळा तोंडावर आल्यानं गीर अभयारण्य बंद झालं होतं, परंतु मुस्तुफाचं आणि इतरांचंही काम चालूच होतं. आजही तो एक फेरी मारायला गेलेलाच होता. आबेदा घरी होती. ती म्हणाली, "पावसात भिजंल असं वाटलं त्येवडं सामान तं मी येगळं काडून ठिवलंय, तरी पन तुमी बगून घ्या यकदा."

मी म्हटलं, "हे तर तू फारच चांगलं केलंस, पण आत्ता तर मी सगळंच सामान बरोबर घेऊन जातोय. पावसाळ्यात त्या खोलीचा तुम्हाला उपयोग होईल."

आबेदाच्या मनाला लागलं असावं, ती म्हणाली, "आमी काई बोललो? जालं तरी काय असं? सोडून का जात्याय? हितं आवडत न्हाई? हितं बराबर न्हाई?"

"झालं काहीही नाही! पावसाळ्यात मी घेडमध्ये असेन! मग उगीचच सबंध खोली अडवून कशाला ठेवू?"

"त्ये जे काय असंल त्ये तुमच्या भावाशी बोला. आत्ता तं चला, च्हा पानी घ्या, मंग खोली उगडूया." आबेदा म्हणाली.

आबेदानं चहा केला, तोपर्यंत मी जीनतशी खेळलो. तेवढ्यात दाराचा आवाज आला आणि अडसर काढून मुस्तुफा अंगणात आला. मला बघितल्याबरोबर त्यानं विचारलं, "कवा आलात?"

"बस आत्ताच, दहा-पंधरा मिनिटं झाली असतील." मी म्हटलं.

मुस्तुफासाठी चहा ओतता ओतता आबेदा हळूच म्हणाली, "खोली सोडून देत्यायत."

"का? काय वांदा जाला?" चमकून मुस्तुफा म्हणाला.

"वांधा काहीही नाही झाला," म्हणत मग मी पावसाळ्यात माझं सामान भिजू नये आणि तुमची विशेषत: आबेदाची सोय व्हावी म्हणूनच केवळ सामान हलवणार आहे, वगैरे सगळं सविस्तर मुस्तुफाला समजावलं. मग मी म्हटलं, "आत्ता सध्या तर अमरापरला घेऊन जाणार आहे."

"थेट तितपोत्तर कशापाई जायाचं? दोरती जातीया, तिचं घर उद्या-परवा रिकामं व्हतंय."

"डोरोथी जाते आहे? केव्हा?"

"मोटं मोटं सामान तं तिनं कालच पाटवून पन दिलं. तिच्या रिपोटाचं कांईतरी बाकी हाये त्ये जालं, तं उंद्यापोत्तर चालली पन जाईल." मुस्तुफानं सांगितलं. "तुमी म्हनत असला तं घर ठिवायचं सांगून यितो."

सासणमध्येच खोली मिळत असली, तर सामान हलवणं सोपं पडेल. इतरही बऱ्याच बाबतीत जास्त अनुकूल राहील. मी 'हो' म्हटलं. "सांगून येऊ या."

आबेदा रिकाम्या बशा गोळा करत होती. मी तिला सांसाईचा समाचार विचारला.

आबेदा म्हणाली, "धानूला घरी आनला तवा दोन दीस ऱ्हाईलीवती. त्येच्यानंतर बगितली न्हाई. बाकी तं तुमच्या भावाला ठावं असंल, त्येंना विचारा."

मी म्हटलं, "धानूला घरी आणला? छान झालं. चला, मी जरा भेटून येतो. बघून येतो त्याला कसं आहे ते."

"धानूला आणि रतनबांना लई बरं वाटंल तुमी ग्येलात तर," आबेदा म्हणाली.

पण मुस्तुफा म्हणाला, "धानूला भ्येटाया नंतर जावा. आत्ता आदी चला, त्या दोरतीवाल्या घराचं इचारून यिऊया."

घरमालकाला गावात त्याच्या दुकानातच भेटायचं होतं. तो म्हणाला, की डोरोथी तर जास्त भाडं देऊन त्याचं तीन खोल्यांचं सबंध घर वापरत होती. मला सबंध घर घ्यायचं नव्हतं, तेव्हा मग घरमालक मला एक खोली द्यायला ह्या अटीवर तयार झाला, की टूरिस्ट सीझनमध्ये मी खोली रिकामी तरी करून देईन किंवा जास्त भाडं देईन. मी ह्या अटीला तयार झालो आणि एक खोली घेतली.

आम्ही खोली बघून यायला गेलो तेव्हा डोरोथी ऑफिसमध्ये जायला तयार होत होती. आम्हाला बघून आनंदानं हसून तिनं आम्हाला आत बोलावलं. घरात काही सामान बाकी नव्हतं, म्हणून नाक्यावरून चहा मागवावा लागेल असं म्हणत डोरोथीनं मुस्तुफाला खुणा करून चहा आणायला सांगितलं.

'आम्हाला चहा नको आहे' असं तिला समजावून मी तिला तिच्या कामाबद्दल आणि रिपोर्टबद्दल विचारलं, आणि तिनं तिचा रिसर्च पूर्ण केल्याबद्दल अभिनंदन केलं.

मुस्तुफा त्याच्या कामाला जायला निघाला. तो म्हणाला, "घर रिकामं जालं की अर्ध्या तासात तं मी न् आबेदा हितं समदं सामान लावून टाकू. तुमी तुमाला कुटं माधोपूर का जितं कुटं जायाचं असंल तितं जावा. आता चिन्त्या न्हाई. तुमच्या कामामदी तरास न्हाई व्हनार."

मुस्तुफा गेल्यावर आम्ही जरा वेळ बोलत बसलो. डोरोथी म्हणाली, "तुम्हाला इंग्रजी चांगलं येतं, तर माझा रिपोर्ट एकदा डोळ्याखालून घालाल? मला उद्या द्यायचा आहे."

"बरं," मी म्हटलं, "पण आज दुपारी किंवा रात्री बसू या? आत्ता तर मला धानूकडे जायचं आहे."

"ओ, धानू! मीसुद्धा त्याला भेटायला हवं, नाही?" असं म्हणून डोरोथी गप्प झाली, मग स्वतःशी बोलत असेल तशी म्हणाली, "पण – नाही जाणार मी – कशालाच काही अर्थ नसतो –"

मी नवल वाटून विचारलं, “अरे? धानूला भेटायला तर तुला गेलंच पाहिजे ना? तो जखमी झालाय म्हणून आणि आता तू परत जातेयस तेव्हा तर खासच- त्यात विचारायचं काय आहे?”

“ओके, ओके, रागवू नका,” जायला निघताना डोरोथी म्हणाली, “अशा सगळ्या गोष्टी माझ्या लक्षात येत नाहीत, किंवा माणसाचं मन कशा तऱ्हेनं विचार करतं ते तुम्हाला समजत नाही असा विचार केलात किंवा समजून चाललात, तर तुम्हाला माझा राग नाही येणार.”

मी आणि डोरोथीबरोबरच बाहेर पडलो. ती सरळ जंगल खात्याच्या ऑफिसाकडे गेली आणि मी धानूच्या घरी गेलो. धानूला बरंच बरं होतं, पण उजवा हात कोपरापर्यंत अंगाशी बांधलेला होता. अजून तीन-चार महिने तरी हात तसाच राहाणार होता. धानूची चौकशी करून मी रतनबांबरोबर गप्पा मारायला लागलो.

रतनबांनी चहा केला. मी चहा पीत होतो, तेव्हा अचानक झापा उघडला आणि डोरोथी आत आली. ती सरळ धानूच्या खाटेवर जाऊन बसली. थोडा वेळ ती काही बोलली नाही आणि धानूकडे बघत राहिली. मग एकदम म्हणाली, “एनी प्रॉब्लेम?”

धानूचा चेहरा उजळला आणि उत्साहानं बसता होत त्यानं उत्तर दिलं. “नो परोबलेम!” दोघंही हसली आणि आजपर्यंत एकमेकांशी क्वचितच कधी बोलली असतील, त्या धानू आणि डोरोथीनं पंधरा मिनिटं एकमेकांशी आपापल्या भाषेत गप्पा मारल्या.

दोघांच्या बोलण्याला काही संदर्भ नव्हता. दोघांपैकी कोणालाही समोरच्या माणसाच्या बोलण्यात येणाऱ्या स्थळांचा, सिंह-सिंहिणींची नावं, किंवा संध्याकाळ, सकाळ आणि रात्र असे वेळ सांगणारे शब्द सोडून काहीही समजत नव्हतं, तरीही कधीकधी धानूला भरून यायचं, तर कधी डोरोथीला.

मी रतनबांचा निरोप घेतला आणि काही काम असलं तर कळवायला सांगितलं. डोरोथीच्याही लक्षात आलं, की आता जायची वेळ झाली, तेवढ्यात सांसाई आली आणि रतनबांजवळ जमिनीवर बसली.

डोरोथीला बघितल्याबरोबर सांसाईनं टोमणा मारला. “थेऽट हितपोत्तर इतक्या लांऽब आलीस, त्ये जुनागढला बगाया न्हाई येता आलं?”

“सांसाई, तू आता वाकड्यात शिरू नको, डोरोथी आता जाते आहे. उद्या रिपोर्ट सबमिट करून परत जाईल.” मी सांगितलं.

सांसाईचं वागणं बदललं नाही. तिनं विचारलं, “मी वाकड्यात शिरनारी हाये ना? मंग तू तिचा कायवारी हायेस तं इचार तिला, की रिपोटात धानूचं कांई चांगलं लिवलंय ना? न्हाई तं उलटंसुलटं वाईट कांईबी लिवलं असंल.”

धानू पूर्ण बरा होईपर्यंत त्याला रोजगार मिळणार नाही, त्याला परत कामावर

घेतलं जाण्यासाठी डोरोथीनं केलेली लहान का होईना शिफारस, ही त्याला वर चढायची पायरी होऊ शकेल, हे सगळ्यांना समजतच होतं.

डोरोथीच्या ऐवजी मीच उत्तरं देत राहिलो, तर सांसाई चिडेल असं वाटलं, तेव्हा मी डोरोथीलाच म्हटलं, "ती विचारतेय की धानूबद्दल चांगलं लिहिलंयस ना?"

"ओ, नो." डोरोथीनं नकारार्थी मान हलवली, "मी कोणाचंही नाव लिहिलेलं नाही. हां, डिपार्टमेंटला थॅन्क्स लिहिले आहेत. प्रत्येकाचं लिहावं लागतं असं मला..."

डोरोथीच्या हावभावांवरून सगळं समजतच होतं, तरी मी विषय संपवत धानूला खोटंच सांगितलं, "तिनं लिहिलंय ते मी तपासणार आहे. डोरोथी तुझ्याबद्दल चांगलं लिहिणार आहे."

आम्ही जायला निघालो तेव्हा डोरोथीनं धानूची भाषा बोलायचा अर्धाकच्चा प्रयत्न करत म्हटलं, "धानू, रामराम टु यू, युअर जंगल ॲन्ड जंगली स्हावज."

'जंगली स्हावज' शब्द ऐकल्याबरोबर सांसाई एकदम अर्धवट उभी राहिली आणि आवेशानं म्हणाली, "जंगली तू आनि तुझी माय. तू स्हावजला जंगली म्हनालीस?"

रतनबानं हात पकडून थांबवली नसती तर सांसाई अजूनही बोलत राहिली असती. रतनबा तिला म्हणाल्या, "पावण्यांना असं न्हाई बोलू आई."

सांसाई चारणची मुलगी आहे म्हणून रतनबा तिला आई म्हणाल्या, का तिचा राग शांत करायला, ते समजलं नाही.

सांसाई जरा वरमली; म्हणाली, "मी तरी काय करू रतनबा? तीन वर्सं जाली ही बाई सिंहांच्या बरूबर हिंडत ऱ्हाइली. त्ये खात असलं, बसलं असलं का झोपलं असलं, ही आनि धानिया त्येंच्या समूरच बसून ऱ्हायाची. तरी पन, हिला इचारा, येक सुदा स्हावज कदीतरी हिच्यावर गुरकावलं तरी हाये?"

डोरोथीला स्वत:बद्दल चर्चा चालली आहे, ह्याची कल्पना आली. परंतु एखाद्या शब्दापलीकडे ती काही समजू मात्र शकली नाही.

मी सांसाईची समजूत काढत म्हटलं, "अगं, जंगली म्हणजे जंगलात राहणारे. तुला वाटतंय तशा अर्थानं ती जंगली नव्हती म्हणत."

सांसाई माझ्यावरही चिडली. "जा-जा! काईतरी अरथ काडू नगंस. जंगली म्हनजे जंगली. तिनं तिच्या रीसचसाटी स्हावजांना किती तरास दिलाय् त्ये मला ठावं हाये. दुसऱ्याच्या घरामदी जाऊन सारा दिवस त्ये काय करतायत ह्ये बगत बसनाऱ्याला जंगली म्हनायचं का घरधन्याला? गीरमदीच बसून गीरच्या राजाला ही जंगली म्हंतीया, आनि तू खांबासारका उबा काय ऱ्हाइलायस? का तिला काई म्हनत न्हाईस? तिची बोली येत्ये तुला, तं म्हन ना काईतरी तिला."

डोरोथी मला म्हणाली, "लपवू नका. ही मुलगी जे म्हणतेय ते सगळंच मला सांगा. तिनं तुम्हाला, मला, रतनबांना जे जे म्हटलं, ते शब्दन् शब्द सांगा. मी आता परत जातेय, आता जाताना मला फसवू नका. ही मुलगी मला आवडत नाही आणि मला माहीत आहे की मी पण तिला आवडत नाही."

मी सांगायला जाण्यानं डोरोथी आणि सांसाईमध्ये भांडण होऊ शकत होतं. बोलाचाली किंवा जोराचं भांडण काहीही. डोरोथी धानूबद्दल लिहिण्याचं टाळायची सुद्धा कदाचित... बरंच काही होऊ शकत होतं.

डोरोथीनं ती आता जाणार असल्याचा उल्लेख केला नसता तर मी तिला वेगळंच काही सांगून हे सगळं टाळलं असतं, पण त्या वेळी मी तिला सगळं शब्द न् शब्द सांगितलं. ते ऐकून डोरोथी सांसाईकडे तोंड करून उभी राहिली आणि महाप्रयत्नानं बोलत असेल तसं बोलू लागली, "सांस्या, आयुष्यात सगळं तुला वाटतं तितकं सोपं नसतं. माझ्याबद्दल काय माहिती आहे तुला? माझ्यासारखी तू एकटी एकटी वाढली नाहीस. माझ्या घरातून मला विकून टाकण्यात आलं होतं. माझ्या आईनं मला हाकलून दिलं...." डोरोथीनं तिच्या दुःखी आयुष्याबद्दल बराच वेळ सांगितलं, जे माझ्याशिवाय कोणालाच समजत नव्हतं, हां, एवढं खरं की आवाजाचे उतार चढाव आणि चेहरा आणि डोळे ह्यांमधल्या भावांवरून बरंच काही लक्षात येत होतं.

बऱ्याच वेळानं थकली असावी तसं जरा थांबून माझ्याकडे बघून ती म्हणाली, "जाता जाता हे सगळं सहन करावं लागू नये म्हणून मी इथं भेटायला येणार नव्हते, पण तुम्ही आग्रह करून यायला सांगितलं. मी तुमचं काहीही ऐकायलाच नको होतं, तसं करणंच बरं झालं असतं."

डोरोथी जे म्हणत होती आणि तिला जे म्हणायचं होतं, ते सगळं मला समजलंय की नाही ह्याचा विचार करत मी गप्प उभा राहिलो.

डोरोथी पुन्हा सांसाईकडे बघून मोडक्यातोडक्या इंग्रजीत बोलू लागली, "सांस्या, तुम्हाला सगळ्यांना मिळतं, तसं प्रेम मला कधीही मिळालं नाही. इथं येण्यापूर्वी प्रेम कसं असतं हे मला कधीच समजलं नव्हतं. जेव्हा समजलं, तेव्हा आणखीच अवघड झालं..." बोलता बोलता डोरोथी अचानक हुंदके देऊन रडू लागली.

रतनबा उठून पाणी आणायला गेल्या तोपर्यंत डोरोथी जरा शांत झाली आणि म्हणाली, "आणखी तुला काय सांगू? तू विचार करून बघ, तुला समजलं तर चांगलं होईल. असं लक्षात घे, की तास न् तास बरोबर राहूनही मी संपूर्ण तीन वर्षं कोणाशीही काहीही न बोलता काढली..." तिला पुढे बोलवेना, ती पुन्हा रडू लागली. रतनबांनी तिला पाणी दिलं.

डोरोथीनं शेवटी जे म्हटलं त्याचा अनुवाद करून सांसाईला सांगू का नको,

ह्याचा विचार करत होतो, तोच सांसाई भरल्या डोळ्यांनी उठली आणि डोरोथीजवळ गेली. स्वतःच्या ओढणीनं तिचा चेहरा पुसला, काही क्षण माझ्याकडे बघितलं आणि मग डोरोथीला मिठी मारून तिच्या खांद्यावर डोकं टेकवलंन् आणि मग अगदी मृदु स्वरात म्हणाली, ''नगं रडू आता. माझी आन हाये रडलीस तर!''

।। २० ।।

रतनबांनी मला आणि डोरोथीला जेवून जाण्याचा आग्रह केला. डोरोथीचा शेवटचा दिवस होता म्हणून तिला डी.एफ.ओ.कडे जेवायला जायचं होतं. मी म्हटलं, "मी डोरोथीला सोडून परत येतो."

डोरोथीला मी तिच्या घरापर्यंत पोहोचवायला गेलो, थोडा वेळ बसलो आणि तिचा रिपोर्टही तपासून दिला. तिच्या रिसर्चच्या बाबतीत तर मी बघायचं काही नव्हतंच. फक्त ले-आऊट आणि ॲक्नॉलेजमेंट वगैरे बघून थोड्या सूचना दिल्या.

सगळं झाल्यावर डोरोथीला डी.एफ.ओ.च्या क्वार्टरवर सोडून मी माझं सामान पॅक करायला गेलो. मला आणि मुस्तुफाला सगळं बांधून एका बाजूला ठेवायला फार वेळ नाही लागला, तरी काम संपायला बारा तर वाजलेच.

धानूच्या घरी सांसाईनं स्वयंपाक करून ठेवला होता. रतनबांनी धानूला भरवलं, मग आम्ही तिघं बसलो. जेवता जेवताच रतनबा म्हणाल्या, "आबेदा म्हणत होती, की तू खोली रिकामी केलीस? का? इथं राहायचं नाही?"

"राहणारच आहे ना!" मी सांगितलं, "पण थोडे दिवस माधवपूरला आणि घेडलाही राहायचं आहे. नवरात्रीपर्यंत परत येईन. डोरोथीची खोली घेतलीय सुद्धा."

"तं मंग तू कवां जानार?" रतनबांनी विचारलं.

"बस, आज संध्याकाळी. फार फार तर उद्या सकाळी." मी सांगितलं.

सांसाईनं चतकोर भाकरी मला वाढता वाढता म्हटलं, "दोन दीस थांबलास, तर मी यईन बरूबर. मलाबी पोरबंदरला जाऊन तिथून बरड्याला ऱ्हायला जायाचं हाये."

"बरड्याला राहायला कशाला?" विचारलं आणि विचारता विचारताच माझी चूक मला उमजली.

"आमच्या कुटुंबातलं येक रवा आता (आता-आजोबा) व्हते, त्ये परलोकी ग्येलं ना, त्येच्या आदी बरड्याच्या डुंगरात माज्यासाठी हिरं-मोत्यांचं सर पुरून टिवून ग्येल्यात. मला ते काडाया ग्येलं पायजे का न्हाई?" सांसाईनं नेहमीसारखं तिरकस उत्तर दिलं.

रतनबांना जरा हसू आलं, ते दाबून सांसाईला खोटं खोटं रागावत त्या म्हणाल्या, "सरळ बोलता तं येतंच न्हाई तुला आनि तुज्या ह्या अशा बोलन्यामदी रवा आताला कशापाई आनतीयास? त्येंनी काय बिगडंवलंय तुजं? त्या बिचाऱ्यानं तं त्येचं जे व्हतं, त्ये समदं द्येवाच्या कामाला दिलं आनि शेवटाला जे ऱ्हाइलं त्यातनं घंटला-घंटलीचं लगीन क्येलं, संपलं."

सांसाई वरमून म्हणाली, "आमच्या कुळाच्या आताची आटवन काडली, त्येंना काय सिवीगाळ न्हाई क्येली, आटवन काडली तं त्यात काय वांदा?"

रतनबा म्हणाल्या, "त्येच्यामदी काई वांदा न्हाई, पन पुन्य क्येलं असंल, त्या मान्साला असं न्हाई आटवू. आटवायचं तं कांई चांगलं बोलून आटवावं."

सांसाईचे एक आजोबा अंध होते आणि मुस्तुफानं सांगितलं होतं, त्या डोंगरांचं लग्न लावून देणारेही तेच होते, हे मला नव्यानं समजलं. ते सांसाईच्या आधीच्या पिढीचेच होते, का लांबच्या नात्यातले ते कळलं नाही. जास्त काही बोलणंही झालं नाही, कारण सांसाईनं मला परत सांगितलं, "तू आज न्हाई तं उद्या निगनार असलास तं मला बरूबर न्हाई येता येनार. दोन दिसांनी जाऊया. थांबत असलास, तर 'हां' म्हन."

मी म्हटलं, "उद्या संध्याकाळी मला बारांमध्ये मीटिंग आहे. तू म्हणत असलीस तर परवाच्या दिवशी तुला घेऊन जायला परत येईन आणि तुला बाइकवर घेऊन जाईन."

"मला घिऊन जाया तं विमान येनार हाये. तू फटफटियुं घिऊन पुन्ना नगं यायला." सांसाई तिरक्या नजरेनं रतनबांकडे बघत म्हणाली, "तसं असलं तं माजं काम जालं, की मी गोपालभाईच्या घरी पोचंन. तितनं तुला यायाचं असंल, तं दोगंजनं बरूबर बयडाला जाऊ, आन् न्हाईतं म्या येकटी जाईन."

सांसाई गोपालच्या घरी आली, की मी आणि सांसाई बरडाला जाऊ असं ठरवून मी निघालो. दुपारचं ऊन टळेपर्यंत अधोडी नदीच्या काठी जाऊन बसलो. सामान बांधून झालं होतं म्हणून आजची रात्र सिंहसदनमध्ये राहायचं होतं.

संध्याकाळी सिंहसदनवर पोहोचलो तेव्हा स्टाफच्या माणसानं सांगितलं, "तुमचं टपाल आलंय. आज भेटला नसतात तर मी मुस्तुफाला देणार होतो."

मिताचं पत्र होतं – 'चित्रं मिळाली. प्रॉजेक्ट लीडरकडे पाठवली होती म्हणून उत्तर लिहायला उशीर झाला. त्यांनी मला पाठवलेल्या पत्राची झेरॉक्स सोबत आहे. त्याप्रमाणे तयारीही करावी.'

सहीवरून लीडर कोण आहे ते ओळखता आलं नाही. साध्या कोऱ्या कागदावर दोन ओळी लिहिलेल्या होत्या. मुख्य गोष्ट शेवटच्या ओळीत लिहिली होती – 'प्रेझेन्टेशन आवश्यक. मी हजर असेन.'

मी माझी चित्रं दाखवायची आणि त्यांच्याबद्दल बोलायचंही... काम अवघड झालं. पण करावं तर लागेल. चित्रांविषयी काय बोलता येईल ह्याचा विचार करता करता बराच वेळ झोप आली नाही.

सकाळी राणीला भेटायला घेडला जायला निघालो, तेव्हा सासणचा बाजार उघडत होता. चहाच्या गाडीवाल्याजवळ जरा वेळ बसलो आणि मग मेंदरड्याच्या रस्त्याला बाईक घेऊन निघालो.

केशोदहून रवीभांना बरोबर घेऊन जायला गेलो, तर त्यांना त्यांच्या काही खासगी कामासाठी जायचं होतं, म्हणून ते येऊ शकणार नव्हते. मी एकटाच माधवपूरला पोहोचलो, तर गोपालच्या घराला कुलूप. आश्रमात चौकशी केली तर उत्तर मिळालं, की 'मुलीच्या ॲडमिशनच्या कामासाठी राजकोटला गेले आहेत, कदाचित संध्याकाळी परत येतील, कदाचित उद्या.'

राणीला भेटायला बारांला तर संध्याकाळी जायचं होतं. संस्थेच्या स्वयंपाकघरात जेवलो. दुपारी भरतीचा छान वारा सुटला होता, जरा झोप काढली. मग आश्रमाच्या लायब्ररीत जाऊन व्हेल-शार्कबद्दल जेवढी माहिती मिळाली, तेवढी वाचली.

दुपार ओसरू लागल्यावर मी समुद्राच्या किनाऱ्यानं चालू लागलो. रस्त्यानं जाणाऱ्या छकडावाल्यांनी 'बसून जावा' म्हणून आमंत्रण दिलं, पण मला समुद्रकाठी चालायला छान वाटत होतं.

एखाद्या तासात बारां आलं. गावात फार कोणी भेटलंही नाही. सगळे खारवा अजून समुद्रावरच असतील. एका घराजवळ थोडी मुलं बाहेर खेळत होती. मला त्यांनी बघितल्याबरोबर ती सगळी घरात जाऊन लपली.

घराजवळ जाऊन त्यांना हाक मारली, तर ते सगळे रडू-रडू झाले. मी जेव्हा 'राणीचं घर कुठे आहे' म्हणून विचारलं तेव्हा एका जरा मोठ्या मुलाला थोडी हिंमत आली.

"पीलूच्या झाडाजवळ."

"पीलूची झाडं तर इथं पुष्कळ जागी आहेत." मी म्हटलं, "तू दाखव ना बरोबर येऊन, नाही येणार? अं? ये ना."

"भूरिया, चल, पोचवून येऊया." एक जण म्हणाला, आणि दोघं जण माझ्याबरोबर निघाले. वाटेत त्या पहिल्या मुलानं मला विचारलं, "तू मिलेट्रीमदून आलास?"

"नाही, का?" त्याचा प्रश्न ऐकून मला आश्चर्य वाटलं.

"कादरची बोट पकडून न्येली, त्ये मिलेट्रीमदी लिवावं लागतं का न्हाई?" भूरिया ज्याचं नाव होतं तो म्हणाला.

मला धक्का बसला. कादरच्या बोटीत तर राणीची पुतणी आणि इतर नातेवाईक यायचे होते. त्याच्या बोटीला काय झालं असेल?

"कादरला कोणी पकडून नेलं?" मी अधीर होऊन विचारलं.

"त्येला यकट्याला न्हाई. त्येच्या समद्या बोटीला. पाकिसताणी मिलेट्रीची मानसं घिऊन न्हाई का ग्येली?" माझ्या अज्ञानाची कीव येत असेल, तसा भूरिया म्हणाला.

नेव्हल कोस्टगार्डला मिलेट्री म्हणणारी ही मुलं मला पुढे काही सांगणार, तोवर आम्ही राणीच्या घराशी आलो. दुरूनच मला घर दाखवत दोन्ही मुलांनी ओरडून हाक मारली. "राणी, तुजं पावनं."

गावातली लहान मुलं राणीसारख्या सरपंच बाईला एकारांती हाक मारतात, ह्या नवलाईतल्या गोडव्याचा आनंद वाटत मी अंगणात गेलो. ती दोन्ही मुलं परत जायला वळली.

मला वाटत होतं, की राणी आज काही बोलण्याच्या मन:स्थितीत नसेल. तसं न होता ती घरातून बाहेर आली आणि अंगणात मला बघितलं तशी स्वागत केलंन, "या भाय."

मी ओसरीकडे जाऊ लागलो, तेवढ्यात राणीनं अंगणात मध्ये एक वाफा होता तिकडे हात दाखवत म्हटलं, "तितनं जरा दूर सरकून या. वाल पेरल्यात तितं."

मी वाफ्यापासून दूर होऊन ओसरीवर पोचलो, तेव्हा राणीनं माझे दोन्ही हात आपल्या हातामध्ये घेऊन 'राम राम' केलं, आणि विचारलं, "त्ये गोपाल भाय तुज्याबरूबर न्हाई आला?"

"त्यांना त्यांच्या मुलीच्या शाळेच्या कामासाठी राजकोटला जावं लागलं."

"आन् त्यो दरबार भाय?"

"त्यांनाही दुसरं काम होतं. मी एकटाच आलोय." मी सांगितलं. पळभर मला वाटलं, की राणीच्या पुतणीला पाकिस्तानी घेऊन गेले आहेत, हे राणीला माहीत नाही काय? कारण नाहीतर आत्ता इथं रडारड होत असती. इथं ही स्त्री तर अगदी शांत आहे.

असा विचारही मनात येऊन गेला, की ज्या स्त्रीला घरची माणसं हरवल्याचं फार काही वाटत नसावं असं वाटतंय, ती स्त्री समुद्रातल्या प्राण्यांची चिंता काय करेल?

थोडा वेळ गप्प बसल्यावर मला वाटलं, की मी काहीतरी बोललं पाहिजे. अशा प्रसंगी काय बोलावं? इथं कोणाचा मृत्यू तर झाला नव्हता, की शोकप्रदर्शन करता येईल. मग काय म्हणावं? मला फारच अवघडल्यासारखं झालं.

शेवटी मी काही बोलायच्या आधी राणीच म्हणाली, "वावडो बोटने ताणे गो ओल्यावनी हदमां, पसी ई ओळे? गोळीयुं फोळीने बोट कबजे ले लींधी. अमी ता नवीये वाट्युं जोता ता. तां पोरे वात्युं हाली, के कादरियानी बोटने रोयां पाकिस्ताणीयुं

पकडे गा स.'' (जोराच्या वाऱ्यानं बोट धकलली ग्येली त्येंची हद्दीमदी, मंग त्ये काय सोडनार? बंदुकीनं गोळ्या मारून बोट ताब्यामदी घ्येतली. आमी तितं नवी मदी वाट बगत हुतो, तवाच त्या वस्तीमदी बातमी आली, की कादरियाच्या बोटीला त्या मेल्या पाकिस्ताणींनी पकडून न्येली हाये.)

त्या दिवशी संध्याकाळी आमचा निरोप घेताना राणीला समुद्रावरून येणाऱ्या जोराच्या वाऱ्याची काळजी का वाटली होती, ते मला आता समजलं.

राणीच बोलू लागली तेव्हा मलाही बोलायला सोपं वाटलं. ''चिंता नका करू.'' मी म्हणालो, ''बोट न् माणसं सुखरूप आहेत ना? आता तर पाकिस्तानचे आणि आपले संबंधही चांगले आहेत. सरकारला लिहू या, सगळ्यांची मदत मिळेल, काही पंचाईत नाही होणार.''

''पंचाईत तं हून ग्येली भाय. आता सरकार पन काय करनारे?'' राणी म्हणाली. तिचा चेहरा बघून वाटलं, की ती काही मोठ्या अनिष्टाचा विचार करते आहे आणि तिला वाटत होतं, की जे वाईट व्हायचं, ते आता होऊन गेलं होतं.

राणीला इतकी वाईट काही बातमी समजली आहे किंवा नाही ते मला ठाऊक नव्हतं, तरी पण मी तिला आश्वासन द्यायचा प्रयत्न करत म्हटलं, ''नाही, नाही. थोडे कमी-जास्त दिवस पण लवकरच सगळे परत येतील.''

घटकाभर राणीला माझी दया येत असेल तशी ती माझ्याकडे बघत राहिली, मग समुद्राच्या दिशेला बघून तिनं एक निश्वास टाकला आणि दुसऱ्याच क्षणी मला गोठवून टाकणारे शब्द ती बोलली, ''पुरूस तं येत्याल परत, बाया न्हाई येनार.''

पायात बाभळीचा मोठा काटा आरपार घुसला तर उघड्या पायाला होईल तशी वेदना हे ऐकून माझ्या हृदयाला झाली.

राणी जे सांगत होती ते लक्षात आलं, तसा मी स्तब्ध, दिङ्मूढ झालो. ज्या परिस्थितीची मी कल्पनाही केली नव्हती, ती परिस्थिती राणी त्याच्या पूर्ण सत्यार्थानं जाणून होती; नव्हे, ते सत्य तिनं स्वीकारलंही होतं.

मला वाटलं, की मी आता परत गेलं पाहिजे. मी म्हटलं, ''राणीबेन, तर मग मी आता जातो; परत येईन. शहरात काही काम करायचं असलं तर सांगा, मी करेन.''

''करायचं, करवायचं समदं करून जालं भाय. जिल्ला हपिसातनं सायेब यिऊन ग्येलाय, कागदावर लिवून घिऊन ग्येलाय, त्ये समदं जालं. ह्या तुज्या समूर उब्या सरपंचनंच समदं लिववून घ्येतलं. आता वाट बगायची त्येंची, यवडंच ऱ्हाइलं.'' मग ती पुढं म्हणाली, ''पन तू ह्येच्यापायी परत का जातुयास? म्या खारवाडीत निरूप धाडलाय यितीलच आता.''

ह्या बाईनं मीटिंग रद्द केली नव्हती. कोणीही मनुष्य, इतकं – समुद्रातल्या

काळ्या खडकाइतकं – स्थिर, अडग कसं असू शकतं ते मला कळतच नव्हतं.

संध्याकाळ होत होती, एक एक करत माणसं येऊ लागली. थोड्याच वेळात ते लहानसं अंगण भरून गेलं. राणीच्या घरातून चौदा-पंधरा वर्षांचा एक मुलगा चहाची किटली आणि बशा घेऊन आला. त्यानं सगळ्यांना बशा दिल्या आणि त्यात तो चहा ओतू लागला. सगळं यंत्रवत चाललं होतं.

सगळे आले आहेत आणि पाहुणचार करून झाला आहे असं वाटलं, तशी राणी बाहेर आली आणि तिनं प्रत्येकाचे हात आपल्या दोन हातांमध्ये घेऊन स्वागत केलं.

थोडा वेळ कादरच्या बोटीची काय माहिती मिळाली त्याबद्दल बोलणं झालं. मग राणी ओसरीच्या एका कोपऱ्याशी बसून बोलू लागली. "समदे भाय, जे कोन दरियावर जात असाल, त्ये खरं खरं बोला. ह्ये मोटं मगरीयवडं मासं, ज्येंना तुमी बेल म्हन्ता, त्ये बारा म्हइनं मिळत्यात का आताच मिळत्यात?"

"आताच मिळत्यात, मंग न्हाई मिळत, निगून जात्यात." दोन-तीन आवाज आले.

"तं मंग ह्यो भाय् आलाय् त्येला ठावं हाये ती माछली कुटं ऱ्हाती. त्येचं सांगनं असं हाये, की ह्ये मगरमाछली हितं ऱ्हात न्हाई, दुसऱ्या दरियात ऱ्हाती."

"दक्षिण सागरातनं येतात." मी म्हटलं.

"हो," खारवांमधून होकार आला.

"ह्ये बगा, माज्या भायहो, जरा आय्का. गोस्ट समजून घ्यावा, की ह्ये येतात ते नर माछले नसतात, फकस्त तरन्या मादी माछल्याच येत्यात. त्येंच्या पोटातल्या बच्च्यांना जलम द्येऊन मोटी कराया हितं येत्यात." राणीच्या बोलण्याच्या पद्धतीकडे मी थक्क होऊन बघत राहिलो. मथितार्थ समजून घेण्याची आणि समजावण्याची तिची कुवत आणि शैली कमालीची होती.

राणी जरा थांबली. दूरपर्यंत दिसणाऱ्या दर्याकडे पाहात राहिली. जणू दूर दूर, क्षितिजावर एखादी ओळखीची होडी दिसतेय का बघण्याचा प्रयत्न करत असेल. असह्य पीडा सहन करत असणारं तिचं मन तिच्या गौर चेहऱ्यावर स्पष्ट दिसत होतं.

ओढणीच्या टोकानं राणीनं डोळे पुसले. सगळ्या खारवांकडे बघत ती पुढे म्हणाली, "बाळाच्या जलमासाटी लेकी म्हायेरी येत्यात, त्येंना पोटातल्या बाळासकट पकडायचं म्हंजे कसं म्हनायचं?"

ऐकणारे सगळे एकमेकांकडे बघून मग राणीकडे बघत राहिले, कोणी काही बोललं नाही.

राणी पुढं बोलू लागली, "तुमचा स्वार्थ असनार, तुमचा वेपारधंदाबी हाये, ह्या

समद्याची ना न्हाई. पन घरी म्हायेरी यनाऱ्या, पोटात दुसरा जीव घिऊन यनाऱ्या आपल्या ल्येकी बाळींना, कितीबी पैका मिळनार असला, तरी कोनी मारंल? जगाच्या मंदिराच्या धजेखाली (द्वारकेचं मंदिर) असं करावं? बोला भाय वं, तुमी ज्येला मानत असाल त्या द्येवाला, का अल्लाला-पीराला आठवा आनि ह्यो भाय आलाय त्येला तुमास्नी ज्ये सांगायचं असंल त्ये सांगा, म्हंजी जालं."

आलेले सगळे खारवा खाली माना घालून गप्प बसून राहिले होते. आणि मला कोणाचं उत्तर नको होतं आणि कोणाला उत्तर द्यायची जरूरही वाटताना दिसत नव्हतं!

राणी मला म्हणाली, "तं मंग जालं भाय?"

"हां- हो- झालं..." मला पुढे बोलवलंच नाही. राणीच्या कमालीच्या आकलनशक्तीनं आणि शहाणपणानं मला दिङ्मूढ केलं होतं.

त्या रात्रीच्या काळ्या छताखाली, चमचमणाऱ्या नक्षत्रांच्या अंधूक प्रकाशात, त्या मौन बसलेल्या सर्व अनोळखी लोकांच्या पायांना मनोमन हात लावून मी कबूल केलं, की राणीनं तिच्या साध्या, सरळ समजशक्तीनं जो परिणाम घडवून आणला, तो आम्हाला कधीही घडवून आणता आला नसता.

हे असं का, ह्याचं कारण समजून घेण्याचा प्रयत्न केला, तेव्हा माझ्याच मनानं मला विचारलं, 'व्हेल-शार्कला मी कधी माझ्यासारखाच एक जीव मानलं होतं?'

ताबडतोब माझं मन वाद घालत म्हणालं, 'मला व्हेल-शार्कला वाचवायचं आहे, कारण ती नामशेष होण्याच्या मार्गावर आहे. एवढंच नाही, तर तिला वाचवण्यासाठी मी पर्यावरण संतुलनाचा विचार करून कार्यक्रमही तयार केला आहे. त्याशिवाय प्राणिमात्रांवर दया करणं, आणि अशीच दुसरी कारणंही आहेत...'

आणि मग, माझं मन घालत असलेला वाद अचानक थांबतो. भरून आलेलं आकाश स्वच्छ व्हावं, तसे माझे विचार आपोआप स्पष्ट होत जातात...

मला हे समजतं आहे, की जरी राणीला 'बेल' नामशेष होण्याविषयी किंवा पर्यावरणाचं संतुलन सांभाळण्याविषयी फारसं काही कळत नसेल, तरीही 'बेल'ला सोडून द्या असं ती सांगते; कारण 'बेल'च्या वेदनांची जाणीव तिच्या स्वत:च्या चेतनेला, समजशक्तीला झाली आहे.

आमच्या चेतनांचा विकास होतानाच्या काळातल्या कुठल्या तरी टप्प्यावरच्या मन:स्थितीत आमच्या समजशक्तीनं निसर्गाचा स्वीकार आमच्या बौद्धिक स्तरावर केला असणार, नंतर काही काळानं आयुष्यक्रमाचं नीट आयोजन करता करता त्या व्यवस्थेच्या स्तरांमध्येही निसर्गाचा तसाच स्वीकार आम्हाला करता आला असावा आणि अखेर आमच्या अहंकाराचं समाधान व्हावं म्हणूनही आम्हाला निसर्गाचा उपयोग करता येईल हे आमच्या समजशक्तीनं आम्ही जाणलं.

स्वत:ला अडाणी समजणारी राणी तर कायम निसर्गाबरोबरच राहिली होती. तिची समजशक्ती निसर्गाचाही स्वीकार एक चैतन्यशक्ती म्हणून करायला शिकली आहे.

'बेल'ची फक्त तुलनाच तिनं स्वत:च्या कुटुंबातल्या मुलीशी केली असं नाही, तर तिला हे साधं सरळ सत्य म्हणून माहीत आहे. हजारो वर्षांपासून पिढ्यान्‌पिढ्यांच्या अनुभवानं हळूहळू रक्तात भिनून गेलेली ती एक स्वत:ची अशी आगळीवेगळी समज आहे.

मी ज्या सूत्राच्या शोधात होतो, त्याचा एक धागा माझं मन आता पकडत होतं. मी शांत होतो. जगातल्या सर्व जिवांमधल्या एकात्मतेचे अनेक पुरावे मला मिळत होते. व्हेल-शार्कचं, एखाद्या मानवी मातेचं; नव्हे, माझं स्वत:चंच पोट फाडलं जात असेल तशा वेदना अनुभवत मी जमिनीवर पुढे वाकून माझं पोट दाबून धरलं.

समोरच्या वाफ्यात राणीनं पेरलेल्या वालांमधला एक अंकुर अचानक जमिनीतून डोकं बाहेर काढून आकाशाकडे बघायला उभा होत असलेला दिसत होता.

।। २१ ।।

एखाद्या बेटावरून किंवा बोटीवरून मी चारही बाजूंना पसरलेला जलविस्तार बघितला आहे आणि त्याचप्रमाणे, जिथपर्यंत दृष्टी पोहोचते तिथपर्यंत पसरलेली वाळवंटाची सपाट भूमीही. ह्या दोनही दृश्यांमध्ये मला पृथ्वीचं एखाद्या गोल तबकासारखं स्वरूप दिसलं आहे. आकाशाच्या मध्ये लटकणारी, कडेनं एकसारख्या गोल रेषेत कापून काढली असेल, तशी अतिशय मनोहर तबकडी. बेटावरून पाण्याची आणि वाळवंटात जमिनीची तबकडी.

आज ह्या तबकडीचं एक नवं रूप दिसत होतं – अर्ध्या भागात पाणी आणि अर्ध्या भागात जमीन. पहाटेच्या अंधूक प्रकाशात अनंत तरंग उठत असलेलं निळ्या रंगाचं पाणी पांघरूण म्हणून घेतलेली शामवर्णा पृथ्वी जणू आत्ता जागी होईल अशा आणि त्यावेळी मी तिचं वस्त्र आणि देह ज्यांच्यामुळे वेगवेगळे उठून दिसत होते अशा पाण्यानं वेढलेल्या खडकांच्या कडेशी उभा होतो. येथून सर्व दिशांना सगळं काही स्पष्ट दिसत होतं.

थेट बाबरियावाडापासून नाघेर, घेड आणि बरडापर्यंत दूर जाणारी खडकांची ही रांग भूमीवर विजय मिळवण्याच्या समुद्राच्या प्रयत्नांना निष्फळ करत उभी होती. खडकांची ही शृंखला नसती, तर घेडमध्ये जल आणि भूमी ह्यांचा मिळून बनलेला हा मनोहर चकतीसारखा आकार झाला नसता, कारण लाटा येत राहणाऱ्या समुद्रापेक्षा सपाट पसरलेली घेडची भूमी उंचावर नाही. काही ठिकाणी तर खालीही असेल.

ह्या खडकांना नाघेर आणि घेडचं रक्षण करणारी सेना म्हणायचं, तर त्या सेनेचा सेनापती असावा तशा लहानशा उंच टेकडीसारख्या खडकावर कोणातरी साधकानं एकांतसाधनेसाठी स्वत:ची झोपडी बनवली होती. इथं रात्र घालवण्यात येणाऱ्या मजेबद्दल मला वरचेवर सांगून गोपालनं इथं पाठवलं.

एक दिवस संध्याकाळचा असा मी इथं येऊन पोहोचलो. त्या दुपारी इथं घेऊन येण्याच्या वस्तू गोळा करत होतो तेव्हा सांसाई आश्रमात पोहोचली. गोपालच्या

डोक्यावर हात ठेवून काहीतरी म्हणाली आणि आतल्या खोलीत पिशवी ठेवून पाण्याच्या माठाजवळ जाता जाता मी दिसलो तशी लगेच म्हणाली, "ह्यानं परत बांदली का गाठुडी? येका जागी आरामात बसायला आवडतच न्हाई का काय?"

गोपालनं सांगितलं, "आरामात राहता येईल अशा जागीच जातोय – मढीला."

मग गोपालनं माझ्या जाण्याचं मुख्य कारणही सांगितलं, "त्याच्या चित्रांबद्दल त्याला बोलावं लागणार आहे, ते लिहून काढायचं आहे."

सांसाई मला म्हणाली, "तुला लिवायचं असलं, तं तितं वर टाकीवर नगं जाऊ. घेड तितनं बगशील, तर लिवून ऱ्हाइलास तू! समदं पडून ऱ्हाईल तसंच. येकदा मढीच्या टाकीवरनं घेड बगितलं म्हंजे काई करता काईबी करायचं होत न्हाई."

मी म्हटलं, "असं नको म्हणू. एक तर चित्रांबद्दल काय सांगायचं तेच मला समजत नाहीये, म्हणून मला तर आधी लिहून ठेवून तिथं वाचून दाखवावं लागेल आणि आत्ता नाही लिहिलं तर मग राहूनच जाईल."

सांसाई हसून म्हणाली, "असं चिन्त्या करत जिवाला तरास द्येत न्हाई बसू. येळेवर समदं व्हऊन जाईल."

सांसाई आणि गोपाल बाहेर गेले आणि मी मढीकडे गेलो तेव्हा सूर्यास्त व्हायच्या बेतात होता. खडकाच्या माथ्याच्या खाली चढावर असलेली खोली उघडून मी जरा स्वच्छ केली तेव्हा छान संध्याप्रकाश पडला होता. थोड्या वेळानं टेकडीच्या माथ्यावर असलेल्या पावसाचं पाणी साठवायच्या टाकीवर बसलो. मग रात्रभर खाली जावंसंच वाटलं नाही!

खुल्या नभाखाली आडवं पडून राहूनही ह्या शांत, निर्जन स्थळी मी साधकांना मिळते तशी शांती किंवा विचारहीन अवस्था मिळवण्याचा प्रयत्न करण्याऐवजी मिताच्या ग्राहकांनी मागितलेल्या प्रेझेन्टेशनमध्ये काय सांगता येईल, ह्याचाच विचार करत राहिलो.

एकदा मध्ये वाटलं की कंदील इकडे आणून इथं शांतपणे बसून सगळं प्रेझेन्टेशन लिहून टाकावं. आधी काढलेली चित्रंही बरोबर आणली होती, पण विचार करण्यापलीकडे जास्त काही होऊ शकलं नाही. कितीतरी वेळ चित्रं पुन्हा एकदा बघण्याचं किंवा थोडं काही लिहिण्याचंही जमलं नाही. काल सांसाई म्हणत होती तसंच झालं.

सांसाईच्या 'येळेवर समदं व्हऊन जाईल'च्या दिलाशावर माझा विश्वास नव्हता, म्हणून सगळ्या तयारीनं आलो होतो, तरी संध्याकाळी चित्रं बघणं किंवा लिहिण्याचा विचार करण्यापूर्वीच अंधार पडला. चित्रं बघून लिहिता येईल एवढा प्रकाश कंदील आणून मिळाला असता, पण खुल्या आकाशाखाली, टेकडीच्या माथ्यावर, टाकीवर

झोपायचं सोडून इतर काहीतरी करावंसं वाटेचना, मग शेवटी पहाटेचा घेड परिसर रंगवायला बसलो. ते पूर्ण करून मग आश्रमात जाणार होतो. तिथे चहा-नाश्ता करून मग लायब्ररीत बसून लिहून टाकायचं ठरवलं.

ह्या प्रेझेन्टेशनच्या मागणीनं मला पंचाइतीत टाकलं होतं. एकदा वाटत होतं, की मिताला सांगावं 'हे प्रेझेन्टेशन तूच कर' असं. प्रेझेन्टेशनवर विचार करत बसण्यापेक्षा घेडचं चित्र कॅनव्हासवर काढणं हे किती जास्त मजेचं, आनंद देणारं काम आहे, हे कोणाला समजावून सांगता आलं तर किती चांगलं! सूर्योदयाच्या आधीचे रंग रंगवायला कमालीचं जलद काम करावं लागत होतं. घेडच्या समुद्राच्या, आकाशातल्या रंगांच्या छटा पळापळाला बदलत होत्या.

ड्रॉइंग बोर्ड लावून मी घेडवर झराझरा येत जाणारा प्रकाश बघत रंगांचं मिश्रण तयार करत होतो. दूर आकाशात चकरा मारत उंच उंच चढत जाणाऱ्या कुंज पक्ष्याचं गाणंही ऐकू यायला लागलं. कॅनव्हासवर कसला रंग पसरतोय किंवा कशाचं चित्र तयार होतंय ते बघायलाही न थांबता मी ब्रश फिरवत होतो.

काहीतरी अद्‌भुत सर्जन करण्याचा माझा इरादा नव्हता. पहाटेच्या अंधूक प्रकाशात नजरेसमोर फुलताना दिसत होते त्यांचा आनंद लुटत त्यांना कॅनव्हासवर रंगांमध्ये उतरवायचं होतं. रंग जसे दिसतात तसे कॅनव्हसवर आणणं कदाचित कुठल्याही चित्रकारासाठी अशक्य गोष्ट असत असेल. माझा प्रयत्न मला जे दिसत होतं, ते यथामती, यथाशक्ती कॅनव्हासवर उतरवणं हा होता.

आधी काही विचार किंवा आयोजन न करता अशी चित्रं काढता येतात, हे मला ह्यापूर्वी माहीतच नव्हतं. आत्ता ब्रश जणू आपोआपच चालत होता. डोळे बघायचे, मन 'आहाऽ' करायचं आणि हात समोरचं दृश्य कॅनव्हासवर उतरवू लागत. मनाचा आणि शरीराचा ताल आपोआपच जुळत होता.

असं म्हणतात, की अशी स्थिती कायम टिकत नाही. जर टिकली, तर चित्रकार कुठल्या उंचीवर पोहोचेल त्याची कल्पना करावीशी वाटली. उत्तरही मिळालं – तिथे. जिथे पोहोचल्यावर आणखी चित्रं काढायची इच्छा कदाचित राहातच नसेल.

उगवत्या सूर्याची किनार दिसली, तोपर्यंत माझं काम पुरं झालं. सगळं आवरत होतो, तेवढ्यात जिन्यावर घुंगरांचा आवाज ऐकू आला.

मी मागे वळून बघितलं, तर अर्ध्या जिन्यावर सांसाई दिसली. ती थांबली, तिनं हातातली थैली आणि किटली टाकीवर ठेवली, मग शेवटच्या दोन पायऱ्या चढून ती टाकीवर आली. दीर्घ श्वास घेऊन उगवत्या सूर्याला नमस्कार करून तिनं समोर पसरलेल्या घेडकडे बघितलं.

अगदी कोवळं, अजून तर गुलाबी रंगाचं ऊन. घेडची हिरवीगार सपाट शेतं,

घेडच्या किनाऱ्यावरचे करड्या रंगाचे खडक, त्यामध्ये मध्येमध्ये उगवलेलं गवत, आवळ्याची आणि बोरीची झाडं, ह्या सगळ्यावर पडलेलं ते कोवळं ऊन सांसाईच्या डोळ्यांमध्ये उमटलं आणि प्रतिबिंबीत झालं.

समोर घेडचा विस्तार, लाटांवर झुलणारं निळं पाणी आणि सूर्योदय होतानाचं डोक्यावरचं आकाश ह्यांच्यामध्ये उभी असलेली एखादी अतिशय सुंदर युवती एखाद्या महान चित्रकारानं रंगवली असल्यासारखी भासणारी. शांत, स्थिर उभ्या राहिलेल्या सांसाईकडे मी पाहातच राहिलो.

क्षणिक संमोहनातून भानावर येत मी विचारलं, "सांसाई?"

"हुं! हा." सांसाईनं माझ्याकडे वळून म्हटलं. मग पुढे म्हणाली, "चल, आदी च्हा पिऊन घ्ये."

"एक मिनिट. बस, येतोच." मी म्हटलं आणि माझं सामान गोळा केलं, तोपर्यंत सांसाईनं पिशवी उघडून नाश्त्याची तयारी केली होती.

क्षणभर मला वाटलं, की ह्या वेळी सांसाईबरोबर स्वस्थपणे बोलता येईल, आणि तिचे आंधळे आजोबा, तिचं कुटुंब आणि विशेष करून तिचा निश्चय, ह्या सगळ्याबद्दल बोलणं होऊ शकेल. त्या दिवशी लाजोनं अर्धवट सांगितलेल्या माहितीबद्दल आत्ता जास्त काही विचारता येईल. विषय कसा काढावा ह्याचा विचार करता करता मी म्हटलं, "खूप लवकर निघाली असशील. तू कशाला इतका त्रास घेतलास? मी आश्रमात तर येणारच आहे."

"बरं तर, मंग घिऊन जात्ये समदं परत." सांसाई माझ्या बशीत चहा ओतता ओतता थांबून ठसक्यात म्हणाली, आणि मग हसत माझ्याकडे बघत राहिली.

मी म्हणालो, "अगं! वा वा! मी तसं नाही म्हटलं. आत्ता ह्यावेळी चहा मिळालाय तो मी काय परत नेऊ देईन थोडाच?"

सांसाई माझ्याकडे न बघताच म्हणाली, "आनि मी कांई तुला च्हा द्यायला न्हाई आल्येय! येनार पन न्हाई! मी तं तुला बलवायला आल्येय. आता लगेच निगाया होवं असं हाये. आता च्हा प्यायाचा असला तर पिऊन घ्ये आनि काईतरी खाऊन घ्ये, म्हंजी निगूया." असं म्हणत तिनं माझ्या बशीत आणखी चहा ओतला.

लगेच निघायला सांगण्याचं मला नवल वाटलं. मी सासणहून निघालो, तेव्हा ठरल्याप्रमाणे तर तिच्या काही कामासाठी ती एक-दोन दिवस माधवपूरला राहाणार होती आणि त्यानंतर मी तिला माझ्याबरोबर बरडाला घेऊन जायचं होतं.

मला जे बोलायचं होतं, ते बोलता आलं नाही. निराश होऊन चिडून मी सांसाईशी तिच्या बोलीत बोललो, "ते तुं अटाणमां क्यां जावा नवरी थई गई?" (तर मग तुला आत्ता कुठं जायला वेळ मिळालाय?)

मला रागावलेला बघून सांसाईला हसू आलं अन् ती म्हणाली, "घ्या! ह्यो तं

आमच्यावानी बोलाया पन सिकला.'' मग निघायची घाई करत म्हणाली, ''मला काम हाये. आस्रमात दोन दीस न्हायाला आल्येवते पन आत्ता तं जुनागढला जायाचं निगालं, तं काय करू? आनि तुला तं अमदाबाद जायाचं हाये.''

''अमदाबाद? आत्ता?'' मी आश्चर्यानं विचारलं, ''का एकाएकी?''

''आईमांना आनाया. काल राती गोपालभायला निरूप आलावता, कोनाला तरी पाटवा म्हून सांगितलं.''

''आणायचं कुठून? अमदाबादहून? आईमांना काय झालं?'' मला काळजी वाटायला लागली.

सांसाई म्हणाली, ''आईमाला कांई बी जाल्यालं न्हाई. बस, ती घरी जायाचंय म्हून जिद करतीय.''

आईमा असा पोरकट हट्ट धरेल हे मला खरंच वाटत नव्हतं. कदाचित सांसाई काहीतरी लपवत असेल तर? मी चहाची बशी खाली ठेवली आणि सांसाईला म्हटलं, ''आधी नीट सगळं सांग.''

''त्येच्यामदी नीट समदं काय हाये? मला तं गोपालभाईनं जे सांगितलं त्यवडं म्हाईत. मी काई आईमांना भ्येटाया तं नवत्ये ग्येले.''

पण मग सांसाईनं, गोपालनं तिला जे सांगितलं, ते सगळं सांगितलं. आईमांना प्रदर्शनात मजा येत होती. रोज तर त्या बघायला येणाऱ्या प्रेक्षकांना छान समजावून सांगायच्या, गप्पा मारायच्या आणि काल संध्याकाळी एकाएकी गीरला परत जायचा हट्ट धरून बसल्या. आयोजकांनी समजावलं, की ते सगळे कामात आहेत आणि तेव्हाच्या तेव्हा त्यांना त्यांच्या घरी पोहोचवण्याची व्यवस्था होण्यासारखी नाही, तर आईमा म्हणाल्या, ''कांई वांदा न्हाई, मला जुनागढच्या बसमदी बसवून द्या.''

''घ्या!'' माझ्या तोंडून निघालं.

''घ्या तं जालं, पन आता कोनीतरी अमदाबादला जायला होवं की न्हाई?'' सांसाई म्हणाली, ''पद्रसनवालं आईमासाटी गाडी करून जुनागढ पोत्तर न्येऊन सोडनार हायेत, तितनं म्या त्येंना लीलापाणीला घिऊन जायाचं हाये. ती अमदाबादची मान्सं आनि गोपाल, रवीभा, समदं मैतर हायेत. यकम्येकांचं काम पडलं तवा त्ये तं कराया पायजे. असं काई नसतं, तरीबी आईमांला जुनागढमदी यकट्याना तं न्हई ना ठिवता येत?''

''आईमा जुनागढला येतायत तर मग मी अमदाबाद कशाला जायचं?''

''झक माराया!'' सांसाई म्हणाली, ''तितं पद्रशनमदी आईमा नसली, तं तिचं कोनी मानूस तं तितं हजर हवं का न्हाई?''

मी विचारात पडलो. माझा कार्यक्रम गोपालनं ठरवावा, हे मला फारसं आवडलं नव्हतं. पण हेही खरंच होतं, की आईमांसाठी काही करण्याला 'नाही' म्हणण्याचा

प्रश्नच नव्हता. माझी द्विधा मन:स्थिती लक्षात आल्यासारखी सांसाई म्हणाली, "तुला नसलं जायाचं तं आईमाला जुनागढपास्नं लीलापाणी पोत्तर तू घिऊन जा. अमदाबादच्या पद्रसनाचं गाडं म्या हाकंन, म्या जाईन, कारन गोपालभायला तं नोकरीवरनं रजा न्हाई मिलनार."

सांसाईनं प्रदर्शनाच्या कामाला 'गाडं हाकणं' म्हटलं ते ऐकून मला मजा तर वाटलीच, शिवाय अशा दैनंदिन आयुष्यातल्या महत्त्वाच्या घटना फार गंभीरपणे न घेण्याची तिची वृत्तीही आवडली.

सांसाईनं अहमदाबादला जाण्याऐवजी तिनं आईमांना घेऊन लीलापाणीला जावं हेच बरं होईल असं वाटून मी म्हटलं, "प्रश्न काहीच नाही, मी अहमदाबादला जाईन, केव्हा निघायचंय?"

डोक्यावरची ओढणी सारखी करत सांसाई म्हणाली, "कवां मंजी आत्ताच. रस्त्यावर फटफटी उबीच हाये."

"तू स्वत: बाइक चालवून आणलीस?" चहा नाश्त्याच्या बशा गोळा करता करता मी विचारलं.

सांसाईला हसायला आलं. "ह्या जलमात तं न्हाऊन ग्येलं. गोपालभाय घिऊन आलं आनि मंग परत ग्येलं."

"गोपालला इथं घेऊन यायचंस ना? इथून आश्रमापर्यंत तर तिघांना जाता आलं असतं." मी म्हटलं. त्यावर तिनं काही उत्तर दिलं नाही. आम्ही खडकावरून उतरून मठीतून बाहेर पडलो. सांसाईनं झापा बंद केला.

आश्रमात पोहोचलो, गोपालनं माझं सामान बांधून ठेवलं होतं, ते जरा बघून घ्यायला त्यानं मला सांगितलं आणि विचारलं, "चित्रं बरोबर न्यायची आहेत?"

"बरोबर घेऊन कुठं हिंडू? सध्या इथंच ठेवू या." मी अंघोळीला जाता जाता सांगितलं.

बाहेर आलो तेव्हा सांसाई माझी चित्रं बघत होती. एका चित्राकडे हात लांब करून दाखवत तिनं विचारलं, "गीरमदी असं केडियुं (सौराष्ट्रातली पुरुषांची एक तऱ्हेची बंडी) घालनारा कोन सापडला?"

"का?" गोपालनं चित्रात डोकावत विचारलं, "केडिया तर पुष्कळ लोक घालतातच ना?"

सांसाई म्हणाली, "केडिया तं घालत्यात, त्यामदी नवल न्हाई, पन असं केडियुं आता कोनी न्हाई घालत. ह्ये तं आमचं आंधळं आता घालत असत्याल तवाचं काडलंय. आता तं कोनाला असं सिवायला पन न्हाई येत."

एकदा विक्रम असंच म्हणाला होता. आज सांसाई तेच म्हणत होती. असं केडियुं आता जर कोणी घालतच नसेल, तर ते माझ्या बघण्यात येईलच कसं?

कोणी ना कोणी मला भेटलंच असणार, किंवा मी ओझरतं कुठेतरी बघितलं असणार.

अहमदाबादहून परत आल्यावर हे चित्र जिथं काढलं होतं तिथं जाऊन तपास केला पाहिजे. सांसाईला मी तेव्हा काहीच उत्तर दिलं नाही आणि माझा थैला खांद्यावर लटकवला.

मांगरोळ बायपासवर आम्हाला थेट अहमदाबादला जाणारी बस मिळाली. सांसाई जुनागढला उतरली.

अहमदाबादला उतरून मी गोपालनं दिलेल्या पत्त्याप्रमाणे प्रियंकाच्या घरी गेलो, तेव्हा अडीच वाजायला आले होते. मला जेवायला घालून कामाला जाता जाता प्रियंका मला आर्ट गॅलरीवर उतरवून जाताना सांगून गेली, ''पाच वाजेपर्यंत मी येतेच परत.''

त्यानंतर आर्ट गॅलरीमध्ये कापडाच्या लांब पट्ट्यांवर काढलेल्या चित्रांमध्ये मी बसलो होतो. समोरच्या भिंतींवर लांब पट्ट्यावर आईमांनी काढलेली चित्रं लावली होती, ती कितीतरी पात्रांना आणि प्रसंगांना जिवंत करत होती.

— हा अर्जुन सभामंडपाच्या मध्यभागी जाऊन उभा राहिला आहे, आता बघता बघता तो मत्स्यवेध करेल आणि मंडपात बसलेली द्रौपदी हातात वरमाला घेऊन उभी राहील. हे महाभाग्य पांडवांच्या लक्षात येऊन ते आनंद साजरा करत आहेत, तोच दुसऱ्या चित्रांत खांडववनाकडे प्रस्थान आणि त्याच्या पुढच्या चित्रात द्यूतसभा! आईमांनी महाभारतातील हे घटनाक्रम इतक्या कौशल्यानं निवडले आणि काढले आहेत, की बघणारा जीवनाचे अनेक अर्थ त्यातून समजू शकेल.

एक-दोघं आले म्हणून मी उभा राहिलो. त्यांनी 'आईमा कोण आहेत, कुठे राहतात, आत्ता कोठे आहेत' वगैरे विचारलं. चित्रांबद्दलही पुष्कळ प्रश्न विचारले. मला जेवढी माहिती होती, तेवढी मी सांगितली. ते लोक लिहून घेऊन टिपणं करत होते, तेवढ्यात प्रियंका आली. तिच्याबरोबर दोन युवक कॉम्प्युटर आणि इतर सामान घेऊन आले.

कॉम्प्युटर बसवण्यात आला आणि समोरच्या भिंतीवर आईमांच्या प्रेक्षकांशी झालेल्या बोलण्याच्या रेकॉर्डिंगचे काही भाग दाखवण्यास सुरुवात झाली, तेव्हा मग माझं काम कमी झालं, मीही आईमांची व्हिडिओ बघू लागलो.

व्हिडिओमध्ये कोणीतरी विचारत होतं, 'माजी, तुम्ही पेंटिंग कसं शिकलात? कुठं शिकलात?'

आईमा हसल्या आणि सांगू लागल्या, 'असं समदं काई आमच्या ध्यानात ऱ्हाईलेलं न्हाई. तेरा वर्सांची व्हते तवा सासरी आल्ये, तवापोतर किती चितरं

काडली त्ये आटवत न्हाई. लिपलेल्या आंगणातबी काडली असत्याल आनि मातीतबी काडली असत्याल. लगीन जाल्यावर यकदा माज्या आत्याबाईनं – आमच्यामदी सासूला आत्याबाई म्हनत्यात – भिंती लिंपाया मला बरूबर घ्येतली. लिंपून जाल्यावर आमी त्या चुन्यानं पांडऱ्या रंगवत व्हतो, आनि आत्याबाई म्हनाल्या, 'बाई, आ पते पसी तनें आवडे तो खोयडुं ओहो करी दे.' (सूनबाई, ह्ये करून संपलं मंजी तुला यईल तसं समदं घर झ्याक करून टाक हं.)'

'ओहोऽ म्हणजे....' एका मुलीनं विचारलं.

'त्येचा अरथ इचारून न्हाई समजनार!' आईमा हसून म्हणाल्या, 'लगीन करून तुजं घर सजवाया लागशील ना, तवां अरथ समजंल.'

ती मुलगी लाजली. आईमा पुढं म्हणाल्या, 'पइल्या पईल्यांदा तं काईबी येत न्हवतं. मंग गढवी लोक सांगायचं त्या गोस्टी (गढवी ही एक जातच असते. पुराणातल्या गोष्टी गद्यामध्ये, मधून गाणी म्हणून सांगणारे कीर्तनकारांसारखे ह्या जातीतले काही लोक असतात.) आठिवल्या, तवां मंग समदं आपलं आपलंच येत ग्येलं. मंग तं काय वं, पोपट आनि मोर काडण्यापास्नं हेथल-पद्मिणीची सुद्धा (पौराणिक कथांमधलं प्रसिद्ध प्रेमी जोडपं) चित्रं काडाया यऊ लागलं.'

'महाभारतातली चित्रं तुम्ही काढलीयत म्हणजे तुम्ही हे सगळं वाचलं आहे.?'

'यवडं सिकलो असलों तं वाचनार ना रं बाबा!' आईमांनी हसून उत्तर दिलं. 'जागरणांच्या राती, (बायकांच्या श्रावण-भाद्रपदात असणाऱ्या व्रतांमध्ये रात्री जागरण करायचं असतं.) गलढेरां (हे काठी राजपूत जातीचे लोक, लोकगीतं आणि लोककथा ऐकवतात) (नोरतां – नवरात्र) वेश (लोकनाट्य) बगितलेलं. आता ह्ये समदं छातीच्या आतमंदी (मनात) ग्येलेलं, भरून ऱ्हाइलेलं असनारच ना?'

आईमांचं उत्तर ऐकून प्रश्न विचारणाऱ्याला हसू आलं, प्रेक्षकांनाही मजा वाटली. प्रेक्षागृहातही हास्याची लकेर पसरली. बरेच लोक भिंतीवरची चित्रं बघायचं थांबून पडद्यावर आईमांकडे बघत उभे राहिले.

'अहमदबादसारख्या शहरात राहायला कसं वाटलं तुम्हाला?' कोणीतरी विचारलं.

आईमांनी हसून उत्तर दिलं, 'असं हाये, जितं ऱ्हात असू ना, तितं आनंदानं ऱ्हावं. येगळ्या येगळ्या जागांना नावं तं आपुनच दिल्याती, व्हय की न्हाई? लई बख्खळ घरं आसली तं त्येला शहर म्हन्तो आपन. ल्हान मोट्या झोपड्या असत्याल त्याला खेडं म्हन्तो, पुना लई बख्खळ झाडं असली तं त्येला जंगल म्हन्तो आनि वसाड जमीन आसंल त्येला रण म्हन्तो.' एवढं बोलून आईमा जरा थांबल्या, मग आजूबाजूला नजर फिरवत हळू आवाजात म्हणाल्या, 'तरी पन, मानसाचं सोताचं घर जितं असंल, तितं त्येला आनंद. दुसरीकडं ऱ्हातो तं खरं, पन आमास्नी गीरयवडं कुटंबी करमत न्हाई.'

ऐकणाऱ्याला नवल वाटलं. त्यानं पुन्हा विचारलं, 'इथं, अमदाबादपेक्षा जास्त तुम्हाला तिथं जंगलात आवडतं?'

आणखी कोणीतरीही म्हणालं, 'हिंडा-फिरायला जाणं ठीक, पण राहायला! काहीकसल्या सोयी नाहीत, सिंह न् बिबटे आसपास भटकणार, जीवच जायची भीती. जिथं जिवाची शाश्वती नाही तिथं राहून काय करायचं?'

कधीकधी विचारल्या जाणाऱ्या प्रश्नांना जिज्ञासेपेक्षा इतरच काही कारणं असतात, हे लक्षात आल्यासारख्या आईमा खुर्चीत सावरून ताठ होऊन बसल्या आणि सणसणीत प्रत्युत्तर देत म्हणाल्या, 'आसं हाये, तरी पन हितं ऱ्हातात त्येच्यापेक्षा जास्त जीव तितं ऱ्हातात. कुटं ऱ्हाइलं तं भीती न्हाई ह्ये त्या समद्या जिवांना, जनावरांना ठावं असंल, तवांच तितं ऱ्हात असतील, न्हवं?'

समोरच्या माणसाच्या चेहऱ्यावरचे भाव निरखत त्या जरा थांबल्या, मग सगळ्यांनाच उद्देशून म्हणाल्या, 'माज्या बाळांनु, तुमी समदं ह्ये समजून घ्यावा, की हितं पक्क्या घरात ऱ्हातुया म्हून कोनीबी अमर व्हनार न्हाई हाये. हितं ह्या रस्त्यांवर मोटरी, टरक, फटफट्या, टेम्पा, ह्या समद्यांखाली सापडून जेवडी मानसं मरत्यात, त्यवड्यांना तितं स्हावजानं, बिबट्यानं का साप विंचवांनी मारलं असं कदी आयकलं न्हाई.'

आईमाचं बोलणं ऐकल्याबरोबर मी खोल विचारात पडलो. ह्या रमणीय पृथ्वीवर जीवन तर सगळीकडे फुललेलं-फळलेलं आहे, आणि जिथं म्हणून जीवन आलं, तिथं अनिश्चितता आलीच. इथं शहरात भीती वाटेल अशी अनिश्चितता. तिकडं नैसर्गिक वातावरणात असणारी अनिश्चितता रम्य, सुंदर!

पुढे काही विचार मनात येण्यापूर्वीच आईमांचा आवाज खोलीभर पुन्हा गुंजला. 'समदे सिकलेले लोक दररोज पेपरात वाचून आमाला सांगत्यात, तं उगाच उगाच भांडनं करून आनि लडाया करून मानसं कुटं न्हाई मरत? आनि तरीबी प्रिथिवीला 'खमा' म्हनायला पन हितं येळ हाये कोनाला?' (क्षमा, सहानुभूती, आधार, देऊ करणं, हे सगळे अर्थ 'खमा'मध्ये येतात.)

सरळ शांत वाहात जाणारी हीरण एकाएकी काळ्या खडकांचा किनारा ओलांडून बाहेर यावी, तसं माझं मन उचंबळून आलं. गीरमध्ये आलो त्या पहिल्या संध्याकाळी आईमांच्या तोंडून ऐकलेल्या 'खमा'चे अनेक अर्थ आज, अचानक अशा तऱ्हेनं, ह्या प्रदर्शनगृहात फुलून-पांघरून माझ्या लक्षात येतील ह्याची मला कल्पनाही नव्हती.

ही वृद्धा केवळ एखाद्या कायमचा निरोप घेणाऱ्याला किंवा वेदना सहन करणाऱ्यालाच 'खमा' म्हणत नाही. (सर्वसाधारणपणे 'खमा' हा शब्द तशा अर्थी वापरला जातो.) आईमांच्या दृष्टीनं तर कुठल्याही एका जिवानं जगाचा निरोप घेणं किंवा कुठल्याही एका जिवाची वेदना ही संपूर्ण सृष्टीची व्यथा आहे, आणि म्हणूनच आईमांच्या 'खमा' म्हणण्यात ह्या मनोहर पृथ्वीवर फुलून आलेल्या जीवनाला,

आघात सहन करूनही सदैव फुलत राहावं असा आशीर्वाद आहे, सह-अनुभूती आहे!

ह्या स्त्रीच्या 'खमा'मध्ये पृथ्वीनं जे काही गमावलं असेल, त्याची पुन्हा पूर्ती करण्याचा आदेश निसर्गाला दिला जातो. तिच्या 'खमा'मध्ये ही पृथ्वी आणि तिच्यावर वास्तव्य करणारे सर्व जीव, ह्यांना जे दुःख सहन करावं लागत असेल, त्या सर्वांना ती मनानं देत असलेल्या आधाराचा, सहानुभूतीचा दिलासा आहे.

तरीही मला वाटत राहिलं, की त्या रात्री आईमांच्या 'खमा' म्हणण्यामध्ये ह्याहूनही जास्त काहीतरी होतं, जे मला अजूनही नीटसं समजलं नव्हतं. कधीतरी समजेल, का नाही पण समजणार, ते सांगता येत नाही. पण तेव्हा तरी माझ्या मनात एकच विचार घोळत होता, की सदैव अगणित जिवांच्या सहवासात, अरण्यात राहणाऱ्या मानवांनी आईमांसारखा विचार केव्हा करायला सुरुवात केली असेल, ते कोणाला कसं कळणार?

माझं लक्ष पुन्हा पडद्याकडे गेलं आणि बघितलं तर आईमा बोलायचं थांबल्या होत्या, मग आजूबाजूला बघून त्यांनी कोणाला तरी सांगितलं, 'ए भाय, जरा त्या पोरीला थोडी बोलाव ना!'

'थोडी नाही माजी, सबंधच उभी आहे तुमच्या पाठीमागे' म्हणत प्रियंका पुढे आली. प्रियंका समोर आल्याबरोबर आईमांना उठून उभं राहात त्या खुर्चीचे हात पकडून पुढे वाकल्या आणि म्हणाल्या, 'बेटा, रातच्या बसमदी मला बसवून देशील?'

आईमा काय म्हणतायत ते प्रियंकाला समजलं नसावं तसं तिनं गोंधळून कॅमेराकडे बघितलं. कॅमेरामनला काहीतरी गडबड वाटली. त्यानं कॅमेरा आईमांवरून बाजूला करून भिंतींवरच्या चित्रांवर फिरवला आणि थोड्या वेळानं पडदा कॉम्प्युटरचा मेनू दाखवत स्थिर झाला. प्रोजेक्शन संपलं तसे प्रेक्षक तेथून उठून चित्रं बघायला गेले.

मी प्रियंकाला म्हटलं, ''आईमा घाई करून निघून गेल्या हे तर मला समजलं होतं, पण अशा तऱ्हेनं प्रदर्शन चालू असतानाच त्या 'घरी जायचंय' म्हणाल्या असतील, हे नव्हतं ठाऊक.''

''हो, पण काय करणार? काही झालं तरी आर्टिस्ट आहेत बाबा! आणि आम्हा ऑर्गनायझर्सना सगळ्यांच्या लहरी सांभाळाव्या लागतात.''

''कोणी अडचणीत येईल असं आईमा करतील हे मला खरं वाटत नाही. नक्कीच काहीतरी झालं असणार.''

''असेलही, पण फक्त दोनच दिवसांचा प्रश्न होता. आता उद्या तर संपेलही. त्यांना तर बस 'गीरची आठवण येतीय'च्या पलीकडे काही बोलायचं-ऐकायचंच नव्हतं. आता उद्या मी हिशोब कोणाला देऊ?''

''मी आहे ना?'' मी म्हटलं.

।। २२ ।।

समापनाच्या दिवशी आईमांना भेटायला येणारे, मुलाखत घेऊ इच्छिणारे खूप जण होते. आईमा उपस्थित नव्हत्या, त्यामुळे मी आणि प्रियंकानं काहीतरी करून सगळं चालवलं तर खरं, पण बहुसंख्य लोकांना समाधान वाटलं नाही.

गोपालला फोन करून आईमांच्या निघून जाण्याचं कारण विचारलं, तर त्यानं सांगितलं, ''अजून नक्की काही माहीत नाही. त्यांच्या कुठल्या नात्यातल्या लोकांचं काहीतरी भांडण झालं आहे आणि दुसरी वाईट बातमी अशी आहे, की सासणजवळ एका सिंहाचा मृत्यू झाला.''

मला आणि प्रियंकाला वाटत नव्हतं, की अशा काही बातम्या आईमांना कोणी सांगितल्या असतील, कारण आईमांनी परत जाण्याचा आग्रह एकाएकीच धरला होता. प्रियंका म्हणाली, ''जाऊ दे, जे असेल ते. आता तर संपलं प्रदर्शन.''

विकली गेलेली पट्टाचित्रं ज्यांनी घेतली होती त्यांच्याकडे पोहोचवण्याची जबाबदारी प्रियंकानं आणि इतर मित्रांनी घेतली. उरलेले पट्टे गुंडाळून तागाच्या पोत्यांमध्ये बांधून तालालाला माल घेऊन जाणाऱ्या ट्रान्स्पोर्ट कंपनीच्या ऑफिसात पोहोचवले. जमा-खर्चाचे हिशोब करून आईमांच्या वाट्याचे पैसे माझ्याजवळ देण्यात आले. मी पावती दिली आणि रात्री उशिराची राजकोटला जाणारी बस पकडली.

राजकोटवरूनच जायचंय, तर मिताला भेटून जावंसं वाटलं. सकाळी राजकोटला उतरून फोन केला, तर मिता आणि कार्तिक दोघंही प्रॉजेक्टच्या कामासाठी दिल्लीला गेले असल्याचं कळलं, तेव्हा मी जुनागढची बस पकडली.

सासणला पोहोचलो तर बाजारात सामसूम. रस्त्यावर सहज हिंडणारे टूरिस्ट किंवा उगीचच गोळा झालेल्या माणसांखेरीज कोणीच नव्हतं. आपापल्या जिप्सी गाड्या घरी ठेवून बाजारात गोळा झालेले सगळे ड्रायव्हर एका ओट्यावर एकत्र बसले होते. मला त्यात एहमद दिसला. मी तिकडे जाऊन विचारलं, ''काय झालंय एहमद? आज सगळं बंद का आहे?''

एहमद उठून घोळक्यातनू बाहेर आला आणि हातात हात घेऊन माझी चौकशी करत विचारलंन, "कसं काय? ठीक आहे ना?"

"मी तर अगदी ठीक आहे, पण इथं तुम्ही सगळे का रिकामे फिरता आहात? दुकानं पण बंद? काही झालंय की काय?"

"परवा दिशी राती हितं पुलावरनं स्हावजानं खाली उडी मारली. आज त्याचं दफन क्येलं म्हनून समदं बंद हाये. दुपारी सभा पन हाये."

क्षणभर मला वाटलं, की एहमद माझी थट्टा करतोय. मी म्हटलं, "गोविंदभाई काहीतरी सांगत तर होते, पण ह्या पुलावरून? खाली? हे झालं तरी कसं?"

एहमदनं विडी पेटवली आणि एका झाडाच्या पारावर बसायला मला घेऊन जाता जाता म्हणाला, "अजाणता जालं. त्यो काय जानून-बुजून असं करनार तं न्हाई?"

आणि मग एहमदनं सांगायला सुरुवात केली. रात्रीचे दहा-साडेदहा झाले असतील आणि मेंदरडाकडून येणाऱ्या कुठल्या तरी वाहनाच्या ड्रायव्हरनं वळण घेता घेता बघितलं असेल, की पुलावरून कुठला तरी मोठा प्राणी चालला आहे. पुढे जात असणाऱ्या त्या प्राण्यानं स्वत:ची संथ चाल बदलली नाही आणि मागे कोण आहे, काय करतं आहे त्याबद्दल पूर्ण बेदरकारी दाखवली. त्यावरून त्याची जात ड्रायव्हरला लगेचच समजली. ड्रायव्हरनं पुलावरच गाडी थांबवून सासणमध्ये राहणाऱ्या त्याच्या मित्राला मोबाइलवर फोन केला.

'हितं पुलावरून स्हावज चाललाय.'

मित्र त्याच्या उभ्या जन्मात कधीही न घडलेल्या घटनेवर विश्वास ठेवायला तयार नव्हता. तो म्हणाला, 'असं व्हय? हरकत न्हाई. दोर बांद आनि घिऊन ये.'

'अरं, ए दोरवाल्या, ह्यो तुजा बाप चाललाय फुडं.' एवढं बोलून होईपर्यंत ड्रायव्हरचा एकदम खूप काळजीनं भरलेला आवाज ऐकू आला- 'एऽऽ, अरं एऽऽ, असं कसं? एऽ, काय करतुयास?'

मित्राशी बोलता बोलता ड्रायव्हरचं लक्ष पुलाच्या दुसऱ्या टोकानं वळणावरनं येणाऱ्या वाहनाच्या हेडलाइटच्या झोतावर गेलं, तशी त्यानं फोन बाजूला ठेवून स्वत:च्या वाहनाचा हेडलाइट चालू-बंद करून समोरून येणाऱ्या वाहनाला सावध करायला सुरुवात केली.

त्यामुळं समोरून वळणावरून येणाऱ्या वाहनानं गती थोडी कमी तर केली, पण त्याच्या ड्रायव्हरला अजून पुलावर काय आहे ते दिसलं नव्हतं. समोरचं वाहन वळणावरून एकदम पुढे आलं ते थेट पुलापर्यंत येऊन पोहोचलं.

गावाच्या वेशीवरचा म्हणता येईल तशा त्या पुलावर समोरून सिंह चालत येत असेल अशी अपेक्षा तर सोडा, कल्पना तरी कोणाला करता येईल? आश्चर्य, भीती, किंवा 'आता काय होईल' ह्याचा विचार अशा कितीतरी मानसिक धसक्यांनी

गोंधळलेल्या ड्रायव्हरनं स्वत:च्या वाहनाची आधीच कमी केलेली गती थांबवायला जोरात ब्रेक मारला. चीं-ई-ई- आवाज करत वाहन पुलामध्ये येऊन थांबलं.

एहमद म्हणाला, "स्हावज सरळ निघून गेलं असतं, तं कांईबी जालं नसतं. पन स्हावज कोनाला म्हनायचं वं? मानसांचा गोंगाट आनि यवडा उज्येड त्येला आवडत न्हाई. त्येला तं आपल्या मस्तीत संथ चालत जाया आवडतं. जवां गाड्या आनि मानसं दिसत्यात तवां बाजूला सरकून निगून जानार."

एहमदचं सांगणं खरं होतं. जंगलातल्या रस्त्यांवर दोन्ही बाजूंनीच काय, चारही बाजूंनी वाहनं आली, तरीसुद्धा गीरचा वनराज काही दखल न घेता आपल्याच मस्तीत वाहनांच्या मधून बेदरकारपणे पुढे निघून जाताना मी स्वत: बघितला होता. पण इथं पुलावर, सिमेंट-डांबराच्या रस्त्यावर त्याला वेगळं वाटलं. दोन्ही बाजूंनी डोळे दिपवणारे प्रकाशाचे झोत आणि आवाज ह्यांना कंटाळून प्रकाश नसेल अशा ठिकाणी निघून जायचा त्यानं विचार केला असावा, तसा तो शार्दूल पुलाच्या कठड्यावरून उडी मारून पलीकडे गेला...

...कितीतरी शेतांच्या भिंतींवरून उड्या मारल्या आहेत. जंगलखात्याची सुरक्षाभिंतही सहज ओलांडली आहे, त्यांच्या तुलनेत ही चार फुटांची भिंत तर काहीच नाही, मारली उडी की पलीकडच्या अंधार असलेल्या शेतात...

एहमदनं संपलेली बिडी दगडावर घासून पूर्ण विझवली, मग तो तुकडा एका बाजूला फेकून देऊन, समारोप केल्यासारखं म्हणाला, "दिवस असता, तं स्हावजाला भिंतीच्या पलीकडं जमिनीचा तळ न्हाई ह्ये दिसलं असतं. दिवस असंल तं त्येला समदं समजतं. पन तवां तं रातीचं अकरा वाजलंवतं. आनि शिवाय दोनीकडनं लाइट आलं, त्येंच्यानं डोळं दिपलं, ह्या सगळ्यामदी त्येचा इचार जरा चुकला."

स्वत:च्या साम्राज्यात हिंडणाऱ्या महाराजाच्या ऐटीत निर्भय मस्तीत चालत राहणं ही सिंहांची नैसर्गिक शैली आहे. त्याच्या ह्या सवयीपायी तर भूतकाळात त्याच्या पिढ्यान्‌पिढ्या शिकाऱ्यांच्या बळी झाल्या. ह्याच राजेशाही मिजाशीत राहण्याच्या, चालण्याच्या स्वभावामुळं कधीकधी तो वापरात नसलेल्या उघड्या विहिरींमध्येही जाऊन पडतो, मृत्यू पावतो. इथं तर खाली हीरण नदी होती.

हीरणचं खडकाळ पात्र तरी आपलं काळंकुट्ट अस्तित्व काही क्षणांपुरतं बदलू कसं शकणार होतं? बदलू शकत असती तरीही, कितीही इच्छा असती तरीही, थेट वरून येऊन आपटलेल्या वनराजाला हीरण कसं वाचवणार होती? जे होणार होतं तेच झालं – पडताक्षणी सिंहाचं डोकं फुटलं.

ड्रायव्हरांनी जवळ होत्या त्या साधनांनी खाली बघण्याचा प्रयत्न केला, मग आरडाओरडा करून, हाका मारून सगळ्या गावाला उठवलं. ज्या कोणाला ह्या घडलेल्या घटनेबद्दल समजलं, त्या प्रत्येकाचा जीव हळहळला.

त्या रात्री नदीच्या किनारी, वनखात्याचे सर्चलाइट्स, नदीच्या पात्रात उतरलेल्या जीपगाड्यांचे लाइट्स, किनाऱ्यावर उभी ॲम्ब्युलन्स, स्ट्रेचर घेऊन नदीत गेलेले फॉरेस्टर्स आणि बीटगार्डच्या टॉर्चचा प्रकाश...' एहमदनं ह्या सगळ्याचं एका वाक्यात वर्णन केलं – "घटकाभर तं अरध्या राती दिवस उजाडला असंल तसं जालंवतं."

जुनागढहून डॉक्टर आणि अधिकारी आले, त्यांनी पोस्टमार्टेम आणि इतर विधी पूर्ण केले, मग सकाळी सिंहाच्या नश्वर देहाचा अंत्यविधी केला. जगातली कोण जाणे, पण आपल्या देशातील तरी ही पहिलीच घटना असेल, जेव्हा ज्याला आपण एक प्राणी म्हणतो, त्याच्या अंतिम संस्कारांसाठी सासणसारखं सर्व वर्णांची वस्ती असलेलं गाव बंद राहिलं... फक्त सासणच नाही. हरिपुरा, हीरणवेल, चित्रावळ, चित्रोद, बोरवाव, भोजदे कोण जाणे कुठकुठल्या खेड्यातल्या लोकांनी आपलं दुःख असंच व्यक्त केलं.

एहदमचा निरोप घेऊन मी माझ्या नव्या घरी गेलो. किल्ल्या घरमालकाकडे होत्या. खोली उघडली आणि बघतो, तर मुस्तुफा आणि आबेदानं खोली स्वच्छ तर केलीच होती, पण भिंती नव्यानं चुना लावून रंगवल्या होत्या. माझं सामान न उघडता, पण जणू जागच्या जागी ठेवलं असेल तसं व्यवस्थित ठेवलं होतं.

एका भिंतीशी टेकवून ठेवलेल्या माझ्या चित्रांकडे माझं लक्ष गेलं, ते विक्रम ज्याला महादेवाचा रुखडा म्हणत होता त्या वृक्षाचं होतं. उगीचच मला कासियानेसच्या कुंडीची आठवण झाली.

विक्रम म्हणाला होता 'कांईतरी असंल, तवां तं कांईतरी येतं.' ह्या 'रुखडा'चंही तसंच काहीतरी असेल.

मला वाटलं, मी पुन्हा विचारात गुंतत आहे, तेवढ्यात घरमालकांचा मुलगा चहा घेऊन आला. मला चहा देता देता म्हणाला, "बापूनी सांगितलंया, की आज हितंच जेवा आमच्याकडं."

"अरे नको! उगीच त्रास घेऊ नका तुम्ही. मी निघतोच आहे. मला तलालाला जायचं आहे आणि तेथून सामान सोडवून आणून मग लीलापाणीला पोचायचं आहे." असं सांगून मी निघालो, आणि बसस्टॅन्डवर जाण्यापूर्वी धानूला भेटून जावं म्हणून त्याच्या घराकडे वळलो.

धानू घराच्या बाहेर आंगणात कडुलिंबाच्या झाडाखाली खाट टाकून पडून होता. जवळच रतनबा चुलीवर चहा करत होत्या. समोर ओट्यावर कोणीतरी बसले होते, त्यांनी माझ्याकडे तोंड करून म्हटलं, "या भाई, रामराम!" मी 'रामराम' म्हटलं आणि धानूजवळ खाटेवर बसता बसता त्या माणसासमोर हात लांब केला.

समोरून काहीच प्रतिक्रिया झाली नाही तेव्हा मी जरा नीट त्या माणसाकडे बघितलं. त्यांचे डोळे बारीक आणि बुबुळं अंधूक दिसली. मी हात मागे घेणार एवढ्यात रतनबा म्हणाल्या, "भगत, हे तुम्हाला 'रामराम' करतायत, हात लांब करा."

"अरे! हां बाबा, हां," त्या भगत नावानं बोलावल्या गेलेल्या माणसानं माझ्याकडे तोंड करून दिशा शोधत हात लांब केला. मी त्यांचा हात पकडला, तेव्हा ते म्हणाले, "दिसत न्हाई ना म्हून ही अशी पंचाईत, चट्दिशी कांई समजत न्हाई."

जर ते बघू शकत नव्हते, तर मी आलो तेव्हा त्यांनी 'या भाई' म्हणून स्वागत केलं, ते कसं? मी तसं विचारलंही, की "तरीसुद्धा तुम्हाला समजतं तर खरंच. तुम्ही मला 'भाई' म्हटलंत, 'बेन' नव्हतं म्हटलं."

भगतना जरा हसू आलं, मग ते म्हणाले, "डोळ्यांना न्हाई दिसलं, तरी कानांना आयकू येतं न्हवं? पावलांच्या आवाजावरनं समजतं, की समूरून चालत येतुया तो पुरूस हाये का बाईमानूस हाये."

ज्याचं एक इंद्रिय दुर्बळ असेल त्याची इतर इंद्रियं जास्त चांगलं काम करतात असं मी ऐकलं आहे, तरी पण हा माणूस पावलांचा आवाज ऐकून स्त्री-पुरुष ओळखतो, हे ऐकून मला जरा नवल वाटलं. असं समजण्यासाठी तर मन आणि बुद्धीचाही चांगला उपयोग करता आला पाहिजे, केवळ इतर इंद्रियांचा नाही!

मी धानूला त्याच्या प्रकृतीविषयी विचारलं, तेव्हा त्यानं सांगितलं, "बरं होतंय, पन दाक्तर म्हनत्यात की नोकरीवर जान्यासारकं व्हाया तं आनखी दोन म्हइनं लागत्याल."

"काही हरकत नाही. पुरती विश्रांती घे. चांगला बरा झालास की मगच कामावर जा. आत्ता तुझं काही काम असलं मी करण्यासारखं तर सांग." बोलता बोलता धानूच्या लक्षात येणार नाही अशा रीतीनं मी पाकीट काढून आत जे काही पैसे होते ते त्याच्या उशाखाली सरकवले.

मी जायला निघालो तेव्हा रतनबा म्हणाल्या, "तू कुटं बी जायाचं न्हाई, हितंच ज्येवून घे. मी जरा भाजी घिऊन येत्ये आनि मंग भाकरी टाकते. तोपोतर हितं बस धानूजवळ."

मी म्हटलं, "मी असताना ह्या वयाला काय तुमी बाजारात जायचं? भाजी तर मी घेऊन येतो."

रतनबा घरातून पिशवी घेऊन आल्या आणि दाराकडे जाता जाता म्हणाल्या, "तू कुटंबी न्हाई जायाचं. तू हितं बस. धानूबरूबर आनि ह्या भगतबरूबर जरा बोल."

रतनबा दारापर्यंत पोहोचण्यापूर्वीच भगतनी पटदिशी उठून त्यांच्या हातातून पिशवी घेतली आणि म्हटलं, "तुमी पन व्हाऊंद्या माजी. मी जातो. ह्या ग्येलो न् हा आलो. च्हा बरिक करून ठिवा, लई तलप आलीय च्हाची."

मी भगतना म्हटलं, “तुम्हाला डोळ्यांचा त्रास आहे, न् बाजारा....”

भगत दाराशी थांबत मला सांगत असतील तसे म्हणाले, “आमाला आंधळ्यांना तं पायांनी रस्ता दिसतो. हीरणवेलपास्नं चालत हितवर आलो आनि हितं गावात न्हाई जाता येनार?”

मग भगत रतनबांकडे वळून म्हणाले, “रवा, आता तं चालत जुनागढ पोचलंवतं. मी तितवर न्हाई पोचनार पन हितं गीरमदला तर दगडन् दगड मला वळकता येतो.”

रतनबा भगतना म्हणाल्या, “तुमच्या पायांना गीरच्या वाटा समजत्यात ह्ये बराबर, पन रवा आतांबरूबर आपली कांई बराबरीच न्हाय. त्ये तं चालत जुनागढला पोचलं, न्हाई पोचलं, काईबी न्हाई बगितलं, तरी पन त्ये ज्या कामासाटी ग्येलं व्हतं, त्येचं पुन्य गीरला मिळालेलं हाये. आपल्यासारक्यांना कंदीबी त्येला आला तसा ईचारबी न्हाई येनार.”

दारातनं बाहेर पडता पडता भगत म्हणाले, “खरं हाये तुमचं म्हननं. त्ये व्हते म्हून आज गीरमंदी ऱ्हान्यासारकं हाये, न्हाई तं समदं खलासच व्हनार व्हतं. आतांचं समदं कुटुंबच येगळं. बगा ना ह्या तिसऱ्या पिढीला बी ही पोरगी पन त्येंच्यासारकीच व्हऊ घातलीय.”

रवा आता म्हणजे सांसाईचे कोणी पूर्वज? त्यांच्या तिसऱ्या पिढीची मुलगी म्हणजे? मी रतनबांना विचारलं, “भगत सांसाईबद्दल बोलत होते?”

रतनबा म्हणाल्या, “व्हय. रवा आतांची बराबरी करंल असं तिच्याखेरीज दुसरं हायेच कोन?”

“रवा आतांना तुम्ही पाह्यलं होतं?” मी विचारलं.

रतनबा चुलीवर चहा ठेवता ठेवता म्हणाल्या, “म्या तं न्हाई पायलं, माज्या मा नं पायलं असत्याल. ती सांगायची, की रवा आतांना मूलबाळ न्हवतं, म्हून घंटला डुंगरला मुलगा मानून त्येचं लगीन लावलं. हीऽऽ यवडी मानसं बलावलीव्ती. हीरण आनि अधोडियाच्या जवळ समद्या मुलकातली मानसं आलीवती.”

मी पुढे काही बोलणार त्याआधीच मुस्तुफा आला आणि रतनबांना म्हणाला, “बा, तुमी म्हनत व्हता त्ये आज जमंल असं हाये. मला जायाचं हाये पाणियाच्या बाजूला. तुमाला यायचं असलं तं लीलापाणीला पोचवून द्येतो. परत येताना घिऊन पन यईन.”

उकळणाऱ्या चहात दूध न् साखर घालता घालता रतनबा म्हणाल्या, “आज तं मला न्हाई जमनार. ह्ये भगत आल्यात, राती भजनं गानार आहोत.”

“काय वांदा न्हाई.” मुस्तुफा म्हणाला, “फिरून कदी तरी जमवूया.”

रतनबांनी किटलीत चहा भरला आणि बशा घ्यायला उठता उठता म्हणाल्या,

"तसाच निगून नग जावू. बस तुज्या दोस्ताजवळ घटकाभर. च्हा पिऊन जा."

बशा आल्या तशी मुस्तुफानं त्या भरल्या, पहिल्यांदा मला आणि मग धानूला दिली, मग स्वत:साठी ओतताना रतनबांना विचारलंन् "तुमी भगत आल्यात म्हन्ताय पन दिसलं तं न्हाईत कुटं? कुटं हायेत?"

रतनबांनी टिनच्या परातीत बाजरीचं पीठ काढत म्हटलं, "ह्ये आताच गेल्याती जरा बाजारात. म्हनालं, मी भाजी घिऊन येतो."

मुस्तुफा चहाची बशी तोंडाला लावत म्हणाला, "भाजी घ्यायला भगत गावात न्हाई जानार. जाऊन पोचतील कोकादादांच्या वाडीवर. डोळं न्हाईत तरी हिंडायला लई आवडतं." मग माझ्याकडे बोट दाखवत पुढे म्हणाला, "ह्या सायबांसारकं. आज गीरमदी तं उद्या घेडमदी आनि परवाच्या दिशी आन्की कुटंतरी."

मग चहा संपवून सगळ्या बशा गोळा करून धुवायला नेता नेता म्हणाला, "रागावून नगा बरं का! मी तं उगाचच गमतीनं म्हनालो, पन यायचं असलं तं घिऊन जातो बरूबर. पाणिया पोत्तर फिरून यऊया."

मी सांगितलं, "मी त्या बाजूला जाणार आहे. लीलापाणीपर्यंत जायचं आहे. आईमांचं सामान तलालालामध्ये येऊन पडलं असेल, तेही पोचवायचं आहे."

मुस्तुफा हात पुसत म्हणाला, "त्ये सामान तं मी घिऊन येतो, तुमचा फेरा वाचंल."

"तर मग फारच चांगलं." म्हणत मी ट्रान्स्पोर्टची पावती मुस्तुफाला दिली आणि म्हटलं, "तरी पण मला जायचं तर आहेच. आईमांचा हिशोब समजावून द्यायचा आहे, आणि प्रदर्शन चालू असतानाच आईमा परत का आल्या ते पण विचारायचं आहे." मी म्हटलं.

मुस्तुफा जाता जाता म्हणाला, "बरं तर मग तसं. न्हाईतं यायचं असलं बरूबर तं चला आनि जर काय येकटे ग्येलात तं सांबाळून चालवा. काल पाणियाच्या बाजूला चांगला पाऊस पडलाय. पानी भरलं असंल जरा, तं कुटंतरी गाडी घसरायची न्हाई तं अडकायची."

दाराबाहेर पडलेल्या मुस्तुफाला उत्तर देणारा भगतचा आवाज रस्त्यातून आला. "पाणियाच्या तिकडनं तं जान्यासारकं नसंल. म्हादेवच्या रुखड्याच्या जुन्या वाटंनं ग्येलं तं हाये."

धानू इतका वेळ गप्प पडलेला होता. दारातून आत येणाऱ्या भगतना तो म्हणाला, "म्हादेवचा रुखडा आनि त्यो रस्ता तं आता ऱ्हाइलापन नसंल. चौऱ्यांसीच्या मोट्या वादळात जुनं व्हतं त्ये समदं ग्येलं. त्ये तं गीर म्हून ती पुना जरा उबी ऱ्हाइली. न्हाई तं त्या येळंला तं वाटत हुतं, की संपलं आता गीरचं औक्ष."

मी विचारलं, " एवढं मोठं नुकसान झालं होतं गीरमध्ये?"

धानू उत्तरला, "नुकसान? अवं गीरमदल्या गुरांची येक न् येक वेसण रिकामी पडलीवती. कसलं भयंकर तुफान वादळ वं? कोनाच्या बी झुपडीत कांई बी ऱ्हाइलं न्हवतं. अवंऽ, येक पन झाडबी ऱ्हाइलं न्हवतं."

विक्रम म्हणाला होता ते मला आठवलं – 'चित्‌रात काडलायत त्यो रूखडो आता तितं न्हाई.'

मी ह्यावर आणखी विचार करणार, तेवढ्यात भगत म्हणाले, "तरी पन आज गीर पुन्ना उबी ऱ्हाइली. जशी पयल्यांदा व्हती, तशी परत. रवा आता सांगून ग्येलं, त्ये खोटं न्हाई. गीरला मरन न्हाई. अमर हाये ती."

रतनबा म्हणाल्या, "आता पानावर बसा. कवाचा रवा आतांचा धोसरा लावलाय त्यो."

आम्ही जेवायला बसलो. धानूला रतनबांनी खाटेवरच बसतं करून भरवलं. जेवणं झाली, तशी मी 'निघतो' म्हटलं. जेवून लगेच निघायला रतनबांनी परवानगी दिली नाही. म्हणाल्या, "आत्ता खाऊन लगीच चालायला न्हाई लागायचं. सांजचा जा."

मी म्हटलं, "आत्ता नाही गेलो तर मग वाटेतच रात्र होईल."

भगत म्हणाले, "ज्याला दिसतं त्येला ही पंचाईत! दिसतं त्येला रात पडायची भीती, बाकी तसं दूर न्हाई. रुखडाच्या तितनं निगालात तं दिवस मावळायला तं पोचून जातो आपन, पन तसं तं चालनाऱ्याची ताकद किती हाये, त्येच्यावर हाये."

रतनबा परत म्हणाल्या, "आता रातचा हितं ऱ्हा अन् मंग जा. न्हाईतरी रातचं समदं गल्लीतलं लोक येनार हायेत. भगत भजनं गातील, आपन ऐकूया."

मी अवघडून म्हटलं, "मग सकाळी म्हणाल, की आता जेवून जा."

रतनबांना हसू आलं. घासलेली भांडी गोळा करत त्या म्हणाल्या, "सकाळचा न्हाई थांबिवनार. आत्ता आता न्हाई म्हटलंय ना, त्ये न आईकता जायाचं न्हाई."

"बरं, आत्ता नाही जात. आज रात्री पण राहीन." मग मी धानूशी गप्पा मारत बसलो.

।। २३ ।।

डुंगरथी दडती घाट उतरती पडती न पडती आखडती
आवे उछळती जरा न डरती डगलां भरती मदझरती
किलकारा करती जाय गरजती घोराळी
हीरण हलकारी जोबनवाली नदी रूपाळी नखराळी.

(जवळून वाहात जात असलेली हीरण नदी डोंगरातून उमग पावून दडदडत, आपल्याच मस्तीत खडकाळ पात्रातून वाहात जाते तिचं सुंदर वर्णन मधुर छंद असलेल्या ह्या आणि पुढील सर्व कडव्यांमध्ये आहे. अशा कवितांना **'कवित'** म्हणतात.)

हीरणच्या काठी रेतीत बसून भगत त्या नदीच्या सुंदर वर्णनाचं गीत ललकारत होते. मी घंटला-घंटलीकडे बघत त्यांच्या लग्नाचं चित्र काढण्याची तयारी करत त्यांचं गीत ऐकत होतो.

भगत गात होते आणि मधून मधून विक्रमला एखादी ओळ खूप आवडली म्हणजे तो एकदम 'वा वा' म्हणायचा.

"विक्रम, भगत तर रंगात आलेत ना अगदी." मी म्हटलं.

रेतीतले खडे उचलून हातात खेळवत विक्रम म्हणाला, "जितं कवित लिवलं गेलं असंल, तितं बसून ते गायला गानाऱ्याला तं मजा येनारच, पन तरीसुद्धा भगतपेक्साही जास्त मजा कवित लिवनाऱ्याला आली असनार! एका नदीला बगितल्याबरूबर ज्याला असं कवित लिवता आलं त्येच्या मनाला केवडा आनंद जाला असंल! अवं, त्यो तं हितं ह्या गीरमदी नाचला असंल."

भगत विक्रमच्या बोलण्याला दुजोरा देत म्हणाला, "मला तं दिसत न्हाई तरी पन आतून जीव नाचाया लागतो माजा. कवीनं तं डोळ्यांनी बगितली हीरण आनि लिवलं, त्येंना तं बापा, परत्यक्स सरसती द्येवीच परसन्न जाली..." बोलायचं थांबून भगत पुढं गाऊ लागले-

आंकडियावाळी हेलळियाळी वेल्युंवाळी वखवाळी

अवळा आंटाळी जामी जाळी भेखडियाळी भेवाळी
तेने दई ताळी जातां भाळी लाख हिल्लोळी नखराळी
हीरण ललकारी जोबनवाळी नदी रूपाळी नखराळी

घटकाभर चित्राचं काम थांबवून मी भगतचं गाणं ऐकत राहिलो, मग विक्रमला विचारलं, "हे कवित इथंच लिहिलं गेलं असं तू कशावरून म्हणतोस? तू होतास तिथं त्यावेळी?"

विक्रम म्हणाला, "मी कुटनं असनार? पन मला यवडं म्हाईत, की त्या जागी नसलो आपन, तं यवडा आनंद न्हाई व्हनार. जागंचा परताप असतुया. तितं बसल्याबिगर गानाऱ्याला सूर घावनार न्हाई. आता ह्ये तुमचंच बगा ना, तासभर जाला डोकंफोड करताय पन अजुनी रंगांबरूबर बोलायचं न्हाई जमल्येलं. चित्तर काडायचं करता करता पुन्ना कवित ऐकाया बसून ग्येलात."

"म्हणजे?" मला विक्रमचं बोलणं नेहमी गूढच वाटतं. कदाचित आईमा म्हणूनच त्याला 'भरथरी' (भर्तृहरी) म्हणत असतील.

विक्रमनं हसून उत्तर दिलं, "म्हंजी असं, की तुमी जे चित्तर काडताय त्येची जागा ही न्हाई. रवा आता जितं ऱ्हाइला, त्येंनी जितं बसून ह्या डुंगरांचं लगीन लावायचा इचार क्येलावता, तितं बसून चित्तर काडा. मंग तं चित्तर तुमी न्हाईच काडनार. तितं तं तुमाला रंगांबरूबर बोलायचंच त्यवडं असंल आनि तितं रवा आता सोत्ताच तुमच्या मनात बसून बोलतो हायेसं वाटंल, चित्तर त्योच काडून घ्येत असंल असं वाटंल."

विक्रम रेतीतल्या खड्यांशी खेळत बोलत होता. भगत गात होते आणि खडकांशी खेळत नदी वाहात होती.

विक्रम हे काय बोलून गेला? कोणी एखाद्या वातावरणात जाऊन पोहोचलं, की त्याच्यामध्ये काहीतरी बदल होतो? तो मुळात असतो तसा राहात नाही? असं जर असेल तर ते क्षण उलटून गेल्यानंतरही, केलेल्या कामाला स्वत:चं सर्जन समजण्याची आत्मीय भावना आणि स्वत: कलाकार, संगीतकार, चित्रकार, कवी आहोत ही जी जाणीव राहते, ती काय असते?

मला हा आईमांचा 'भरथरी' जे सांगतोय त्यावर विश्वास ठेवायचा नसला तरीही मी एकदा तसं करून बघितलं पाहिजे. आईमांना हिशोब द्यायला आणखी एक दिवस उशीर झाला तरीही हरकत नाही. मी म्हणालो, "रवा आतांना असा विचार कुठं आला असेल, ते मला किंवा तुला काय माहीत?"

मला जरा कमीच समज आहे असं विक्रमला वाटत असल्यासारखंच त्यानं उत्तर दिलं, "मानसं असं इचार काई येक दिसात करून न्हाई ठरवत. रोज रोज ज्या घडत असतात, तशा गोस्टी पुस्कळदा घडल्या म्हंजी असा इचार येतो आनि रोज

रोज मानूस भाईर तरी कुटं जातो? घरीच असतुया ना? त्यात आनि रवा आतांना तं दिसत पन न्हवतं.''

एके काळचं रवा आतांचं घर म्हणजे आत्ताचं सांसाईचं घर, अशा सरळ कल्पनेनंच मी म्हटलं, ''तर मग चल, रवा आतांच्या घरी जाऊ या. त्यांचं घर कुठं आहे? कुठं जायचं?''

''कुटं पन न्हाई!'' भरथरीनं पुन्हा विचित्र उत्तर दिलं, ''तू त्या रुखडाचं चित्तर काडलंवतंस ना? बस तितंच, त्या झाडाच्या खालीच झोपडी होती. त्ये समदं वादळाबरूबर ग्येलं.''

भगतना जणू आमचं बोलणं ऐकूच येत नसेल तसे ते आपल्याच मस्तीत दंग होऊन गात होते–

आंबा आंबलियुं उंब उंबरियुं खेर खीजडियुं बोरडियुं
केहुडा कळियुं वा वखरियुं हेमनी कळियुं आवळियुं
प्रथवी ऊतरियुं सरगी परियुं वळियुंवाळी जळधारी
हीरण हलकारी जीबनवाळी नदी रूपाही नखराळी

वेगळ्याच भावना अनुभवत मी गप्प राहिलो. भरथरी माझ्या मनाचा अंदाज घेत असेल, तसा टक लावून माझ्याकडे बघत राहिला होता. थोड्या वेळानं मी माझा बोर्ड, रंग, ब्रश सगळं आवरलं आणि म्हणालो, ''बरं, चला जाऊ या महादेवाच्या रुखड्याच्या डोंगराकडे. तिथं बसून काम करून बघू या.''

भगतनं हे ऐकलं आणि उठून उभं होता होताही ते गात राहिले–

राण्युं कदंबा लई अवडंबा धूड धडंबा जळबंबा
करी केश कलंबा बीखरी लंबा जय जगदंबा श्री अंबा
दादल दिलरंगी छंद त्रिभंगी बनी उमंगी बिरदाळी
हीरण हलकारी जोबनवाळी नदी रूपाळी नखराळी

गीत संपलं तसे भगत कांबळी खांद्यावर टाकत माझ्याकडे आले. मला म्हणाले, ''चला, तिकडं छान वाटंल. रवा आताच्या जागंकडं जायचं म्हंजी काय आनंदच आनंद! निसती मजाच. मानूस व्हताच तसा. डोळ्यांनी दिसत न्हवतं, तरी चांगल्या चांगल्या मुली सांगून येत व्हत्या, पन दुसऱ्याच्या लेकीचं औक्ष बिगडंल, ह्या इचारानं संसार न्हवता मांडला, पन मनानं कायम मजेत!''

सांसाईचा पूर्वज म्हणून मला रवा आताबद्दल कुतूहल होतंच, त्यात ह्या भगतचं बोलणं ऐकून मला जास्त जाणून घ्यायची इच्छा झाली. मी काही विचारणार त्याच्या आधीच विक्रम माझ्या मनातलं बोलत असेल तसा म्हणाला, ''भगत, असं म्हनत्यात की रवा आता तं संसार सोडून कुना उदासीन साधूचं शिष्य जालंवतं?

(उदासीन ह्या नावाचा एक साधूंचा पंथ आहे.) तसं आसलं तं त्यात ही मजेत ऱ्हान्याची गोस्ट कुटं असनार?''

''आनंद तं ज्येला मिळतो त्येला मिळतो भाय, त्येच्यासाटी पंथ सोधावा न्हाई लागत.'' भगत म्हणाले, ''आनि संसार सोडलावता म्हनावं, तं घंटला-घंटलीचं लगीन कसं करून दिलं?''

विक्रम उगीच वाद घालायला म्हणाला, ''तसं तं साधू-बावाजी ज्ये मनात यईल त्ये करत्यातच ना?''

पायांनी पुढचा रस्ता चाचपडत भगत म्हणाले, ''मनात यईल त्ये करन्याला मजा न्हाई म्हनता येनार. जगामदल्या दुसऱ्या समद्यांना छान वाटंल असं काई सुचलं तर त्यो खरा आनंद म्हनायचा. रवा आतानं तं जगाकडनं आनि गीरकडनं जेवडं मिळालंवतं, त्ये देनं परत फेडायसाटी डोंगरांचं लगीन लावून दिलं.''

मी किंवा विक्रम काही बोललो नाही. भगतनं शेवटी सांगितलं, ''आनि त्ये पन पंचांच्या हजेरीत, समद्यांना आवतान करून.'' आणि मग भगत एक लग्नगीत गाऊ लागले. म्हणून मी जास्त काही विचारलं नाही, चालता चालता ऐकत राहिलो.

मी काढलेल्या ज्या पर्वताच्या चित्रात विक्रमला रुखडो दिसत होता, त्याच्या पायथ्याशी पोहोचून आम्ही थांबलो. 'भरथरी' विक्रम लगेच म्हणाला, ''त्ये चित्तर तू हितनं काडलं असलंस तं दाकीव, हितं रुखडो का दुसरं मोटं झाड दिसतंय?''

भगत जवळपासच्या जागेत हिंडत पायांनी जमीन चाचपडत म्हणाले, ''रुखडा व्हता तं खरा. लोक त्येला म्हादेवाचा न्हाईतं रवा आताचा रुखडा म्हनायचे. हितून जरा उगवतीच्या बाजूला चढ हाये तितं लई मोटं झाड व्हतं. संपतीला न्हाईतं जटायूला घरटं बांदायचं जालं तरी पुरंल यवढं मोटं. त्येच्या खाली भगतची झोपडी व्हती.''

''चौऱ्यांशीच्या मोठ्या वादळात पडून गेलं असेल.'' मी म्हटलं. ''असं म्हणतात ना, की वादळ फार मोठं झालं होतं?''

विक्रम भोवतालच्या जमिनीकडे बघत उभा होता. भगत म्हणाला, ''स्रिष्टीचा कोप व्हईल तवा असं तं व्हनार. न्हाई तं कितीबी जुनं जालं, तरी त्ये रुखड्याचं झाड असं पडलं नसतं. का? तं त्येलाबी ठावं तं खरं ना, की असं पडून न्हाई जायाचं, आपल्या निवाऱ्याला झोपडी बांदून मानसं ऱ्हात्यायत ना!''

विक्रमही काहीसं भगतसारखं बोलला, पण मी घंटला-घंटलीच्या चित्राची कल्पना करत माझा बोर्ड लावण्यात गुंतलो होतो.

मी भगतना विचारलं, ''भगत, रवा आता दिसायचे कसे?'' बोलल्याक्षणीच माझी चूक माझ्या लक्षात आली आणि ती सुधारत मी म्हटलं, ''म्हणजे असं,की भरवाड, का....''

विक्रम मध्येच म्हणाला, "सांसाईच्या तिसऱ्या पिढीचं आजोबा, त्यांची जात काय इचारायची?(आता म्हणजे आजोबा, परंतु तिसऱ्या पिढीतले म्हणजे पणजोबा असू शकतील.) सांसाई चारण हाये. ह्ये तं तुला ठावं हाये. तू चितरात काडलीयस ना तसी बिनबाह्यांची सैल लोंबणारी बंडी तवांच्या काळात घालत व्हते लोक आनि चोळणा पन न्हवतं घालत तवां, ढोपरापोत्तर धोतर असायचं त्येंना डोळ्यांनी दिसत न्हवतं, बस आता असं होतं."

एवढ्यात भगत माझ्याजवळ येऊन सांगू लागले, "बस, हितं झुपडी व्हती. घरामदी बाईमानसं काम करत असायची म्हून पुरूसमानसं भाईर खाटा टाकून बसायची. पंच न्हाईतं नात्यातली मानसं भेटाया यायची ती समदी भाईरच बसायची, घरामदी कोनी जात नसायचं."

विक्रमनं येऊन भगतचा हात हातात घेतला आणि म्हटलं, "भगत, आता त्येला जास्त काई सांगायची जरूर न्हाई. त्येला जागा दाकवून दिली. जालं. चला खाली आपन जरा नदीवर फिरायला जाऊन यऊ, त्येला त्याचं काम करूद्या."

ते दोघं गेले. मी रवा आतांचं चित्र कॅनव्हासवर काढण्यासाठी सांसाईच्या देहाचा ताम्रवर्ण डोळ्यांसमोर आणला. ह्या उतारावर आता एकही मोठा वृक्ष नाही आणि तो असावा असं काहीतरी माझ्या चित्रात काढलं गेलं आहे, तर खरोखरच तसा वृक्ष काढावाच असा विचार करून मी शंकराची पिंडी, रुखडाचा बुंधा, पानं आणि इतर रंगांच्या मिलापाचा विचार केला.

आणि मग रंग केव्हा बनवले, आकार केव्हा काढले, कशाचंच जाणीवपूर्वक भान राहिलं नाही. ब्रश जणू सांगत गेले, माझ्याकडून रंगवून घेत गेले...

समोर खाटेवर कुळाचे पुरोहित बसले होते, हातात ताकाचा वाडगा होता, ते ताक पीत होते. तरुण रवासाठी एका स्थळाची माहिती घेऊन आले होते. त्यांना नकार देत रवा म्हणाला, 'म्हाराज,(गुरुजी अशा अर्थी) तुमी सांगताय, त्ये समदं बरूबर. तुमचं म्हननं चूक हाये म्हनालो तं नरकात जाईन म्या, पन तरीबी म्हाराज, माजा नकार हाये.'

अधिकाराच्या स्वरात पुरोहित म्हणाले, 'हे असं 'माजा नकार हाये' सांगून दिऊन न्हाई चालणार. नकार देण्याचं कारण तरी मला त्या यजमानांना सांगावं लागेल ना?'

'कारन तं म्हाराज मी सोत्ताच. मला 'न्हाई' म्हून सांगायचंय ह्येच कारन.'

पुरोहित वैतागले, पण गोष्ट एकदमच बिनसू नये म्हणून रवा ला समजावत म्हणाले, 'हे बघ रवा, आत्ता तर तुझी आई आहे, म्हणून तुला ही अशी जिद्द करता येतीय. त्या नसतील तेव्हा घरात दिवा लावणारं तरी कोणी हवं का नको?'

'मा हाये तरीबी आत्ता पन घरात कोनी तरी पायजे ह्ये तं मलाबी ठावं हाये, पन तुमास्नी तं ठावं हाये, मला डोळं न्हाईत. तवां आता घरात कोनी तरी पायजे म्हून कोनाच्या तरी लेकीचं औक्ष मी खलास तं न्हाई ना करावं?'

पुरोहित ताकाचा रिकामा झालेला वाडगा अंध रवाच्या हातात पकडवत म्हणाले, 'तं मंग घे भाई हा वाडगा, स्वत:च घासून ठेवा. नात्यागोत्यात, ओळखीपाळखीत आपण कुठं कुठं जातो-येतो, त्या सगळ्यांना आपल्या घरी बोलवावं लागतं, त्यांची पण खरकटी भांडी स्वत:च घासशील? का मग 'माझ्या घरी तं कोणी नाही म्हणून मी काही करायची जरूर नाही' असं सांगून उडवून लावशील?'

चारणला हा टोमणा झोंबला. तो सावरून ताठ बसला आणि म्हणाला, 'मा हाये तंवर तं गाडं ढकलूच. मंग तं नसिबात जसं लिवलेलं असंल तसं करायचंच हाये.' मग एकाएकी त्याच्या आवाजात अभिमान उमटला, 'पन यवडं सांगतो म्हाराज, उडवून तं न्हाई लावनार हा रवा! ज्या समद्यांच्या घरी आलो-ग्येलो आसंन, त्येंचं रिण बाकी न्हाई ठिवनार. घरी परसंग करंन, समद्या नात्या-गोत्याच्या, वळकीच्यांना जेवाया घालंन, नात्याच्या समद्यांना कपडं आनि म्हाराज तुमास्नी, तुमच्या घरच्यास्नी धर्माचं, त्येंच्या हक्काचं समदं घेईन. ह्ये रवाचं वचन हाये.' मग तितक्याच दृढ पण हळू आवाजात तो पुढं म्हणाला, 'पन त्यवड्यासाठी म्हून येकाद्या गरिबाची मुलगी जबरदस्तीनं घरी आणंन, तं कुटलंबी पुन् लागनार न्हाई. तुमी तं म्हाराज पूनसाली आहात, तुमास्नी माज्यापेक्सा पुस्कळ जास्ती म्हाईत हाये, समजतं हाये, ह्ये समदं तं तुमीच मला सांगाया होवं, पन मलाच तुमास्नी सांगावं लागतंया, पन आन्खी किती सांगू? म्या तुमास्नी कसं सांगावं?'

पुरोहित घटकाभर अंध रवाकडे बघत राहिले. मग म्हणाले, 'तर मग मी जातो. त्या यमजमानांच्या घरी निरोप पोचता करून मग घरी जायचं आहे.'

'बरं मंग म्हाराज, माज्यासाटी यवडं स्हन करा, माफ करा मला आनि ज्यांनी मुलगी सांगून पाठिवलीय, त्येंना सांगा की त्येंचं उपकार न्हाई इसरनार. त्येंना माजा पायांवर डोकं ठिवून नमस्कार सांगा.' असं बोलून अंध तरुण उठून उभा राहिला आणि हातात काठी घेऊन पुरोहितांबरोबर निघत म्हणाला, 'चला, तुमास्नी रस्त्यापोतर सोडून येतो.'

रस्त्यावर पोहोचल्यावर निरोप घेण्याआधी पुरोहित म्हणाले, 'अरे हां, बरं का, नबाबसाहेब गीरमध्ये येणार आहेत. तुला काही छंद, दोहे, ऐकवायचे असतील, तर ठाणेदाराला सांगतो.'

रस्त्यावर पुरोहितांना निरोप द्यायला येऊन उभ्या राहिलेल्या रवाचा चेहरा रंगवता रंगवता माझ्या हातून रंगाचा असा एक फराटा जातो, की त्याच्या चेहऱ्यावर

कवित आणि दोहे-छंदांच्या आनंदाऐवजी एक वेगळीच सचिंत रेषा येते... जणू गुरुजींसमोर उभा राहून रवा चिंतेनं विचारत असेल, 'तं नबाबांना जुना गीरमंदी काय काम पडलं? ठाणंदार नेमल्याती त्ये कमी हायेत?'

पुरोहित म्हणाले, 'नबाबाला तर तिकडं बसून आरामात राज्य करायचंय, पण असं म्हणतात की कोणीतरी इंग्रजी साहेब जुनागढला आलाय, त्याला बंदूक चालवायची असली तर दुसरीकडे कुठे जाण्यासारखं राहिलंय गीरखेरीज?'

रवा काही बोलला नाही. पुरोहित जात होते तेव्हा गप्प उभा राहिला. कितीही प्रयत्न केला तरी भगत रवाबद्दल सांगत होते तसा आनंद त्याच्या चेहऱ्यावर माझ्या ब्रशला काढताच येत नव्हता... जणू स्वप्नाचा अर्थ समजून घ्यायचा प्रयत्न करत असेन, तसा मी मनोमन रवाच्या मनाची व्यथा समजून घेऊ बघत होतो.

रवा झोपडीच्या बाहेर म्हशींच्या गोठ्यापाशीच झोपायचा. मा आत झोपली होती. पहाटे उठून रवा म्हशीचं दूध काढत असलेल्या मा कडे जाऊन म्हणाला, 'आशीरवाद दे मा. मी जुनागढला जातुंया.'

'का जुनागढला जायचंय तुला?' चिंताग्रस्त चेहऱ्यानं मा उठून उभी राहिली.

रवानं माच्या चेहऱ्यावरून हात फिरवून तिच्या चिंतेचा अंदाज घ्यायचा प्रयत्न केला आणि उत्तर दिलं, 'गीरमदी मोजून पंदरा-ईस स्हावज सिल्लक हायेत आनि अजून पुना त्यो नबाब गोऱ्या सायबाला स्हावजांना माराया घिऊन येतुया. त्येला थांबवाया तं पायजे ना?'

लेकाला थांबवायचा प्रयत्न करत मा म्हणाली, 'तं त्येच्यामदी आपुन काय करनार? नसीब त्या स्हावजांचं! जे वाचनार असतील त्ये मागं दूर ऱ्हातील, बाकीचं जातील बंदुकीसमूर.'

माचं बोलणं वरवरचं, त्याला थांबवायसाठीच आहे हे लक्षात आलेल्या मुलानं विचारलं, 'मा! ह्ये तू म्हनत्येयस?'

बघू न शकणाऱ्या मुलासमोरही मानं मान खाली घातली. मग ती म्हणाली, 'बाळा, जूनाणु (जुनागढ) काई जवळ थोडं हाये? आनि सिवाय तुला डोळ्यांनी...' माला पुढे जास्त बोलवलं नाही.

रवा काही न बोलता माचा हात पकडून उभा होता. जरा वेळानं तो म्हणाला, 'आगिनगाड्या तं रोजच जात्यात, त्या पोचतच असत्याल नं? तसाच मी पन पोचून जाईन. काल रातचंच निगावंसं वाटत हुतं, पन तू झोपल्येली असताना ग्येलो असतो तं तुला चिंत्या जाली असती म्हून सांगाया थांबलो. न्हाईतं यव्हाना चालत असतो रुळांच्या कडकडनं.'

मा म्हणाली, 'तं मंग जा लेकरा. धरमाच्या कामाला जातुयास तवां तुला थांबिवल्यानं काई चांगलं न्हाई हुनार, त्येच्यापेक्सा जा तू. पन तितं तुला कोन

वळकंल? कोनाशी बोलशील? त्येच्यापेक्सा ठानंदाराकडं जा, त्येला सांग आनि परत ये. तरी मंग जे व्हायाचं त्ये हुईल.'

'ठानंदाराला भेटून काईबी न्हाई व्हनार. ठानंदार उगाच निसता हंसल. मा, तुला सांगतो, नबाब सोतासुद्धा न्हाई ऐकनार. मला तं लाटसायबालाच तोंडावरच सांगायचं हाये, की 'गर्य नां सूडी-सांदलो नंदवां रेवा द्यो' (गीरच्या कुंकू-बांगड्या पुसायचं-फोडायचं सोडून द्या- गीरचं सौभाग्य, अशा सिंहांना मारायचं सोडून द्या.) ऐकलं तं ब्येस, न्हाई तं चारणच्या पोटचा हाये मी, तिडीक ग्येली डोसक्यात तं त्रागा बी करंन. (स्वत:ला काहीतरी करून घेऊन)'

'खमा तुला बाळा, सिंहावानी हायेस तू! द्येव सांबाळंल तुला, जा! कर काम फत्ते!' मानं ढेबरी (टिकाऊ थालीपिठांचा प्रकार) बांधून दिली, मडक्यात दही दिलं.

आकाशाला भिडणाऱ्या प्रचंड वृक्षाखाली शंकराची पिंडी, चारणची झोपडी, खाटेवर बसलेले पुरोहित आणि समोर बसलेला रवा- रस्त्यात उभं राहून चिंता वाटण्यासारखं भविष्य बघणारे आंधळे डोळे- प्रवासासाठी मुलाला ढेबरी बांधून देणारी मा- मी आत्तापर्यंत काढलेल्या चित्रांमध्ये ही चित्रं मी सर्वांत महत्त्वाची मानतो. प्रेक्षकांची किंवा समीक्षकांची पर्वा किंवा विचारही करत नाही. शेवटी मी कंबरेला हांडली (रुंद तोंडाचा लहान हंडा) लटकवून, हातातली काठी आणि पायांच्या स्पर्शानं रस्ता शोधत जाणाऱ्या रवाचं चित्र काढलं.

विक्रम आणि भगत नदीच्या बाजूचा चढ चढून येताना दिसले. मी माझं सामान आवरलं आणि त्यांना सामोरं जात म्हटलं, "चला, निघू या. अजून संध्याकाळ व्हायला जरा वेळ आहे, तोवर आईमांच्या नेसवर पोचता येईल."

विक्रमनं विचारलं, "काय? जालं का घंटलाच्या लगीनचं चितरं काडून?

मी सांगितलं, "नाही. दुसरंच काही सुचलं, ते काढलं. आईमांकडे पोहोचल्यावर तुला दाखवीन."

विक्रमला हसू आलं, म्हणाला, "भगत! मी म्हनत व्हतो ना? ह्याचीच येकट्याची गोस्ट न्हाई, कोनी पन मानूस, येक करायचा इचार करतो आनि करायला जातो तवां व्हतं काईतरी दुसरंच. ह्यो खेळ हाये समदा! ह्याच्यामदी काय व्हतं हाये त्ये समजतच न्हाई, असा खेळ."

भगतनं काठीनं रस्ता चाचपडत म्हटलं, "असं हाये म्हून तं 'त्ये'चा मान हाये, 'त्ये'ची मर्जी हाये, बाकी आपल्या मनात असंल, त्येच करता येत असतं, तं त्यात 'त्ये'चा मान कुटं ऱ्हाइला न् 'त्ये'ची मर्जी कुटं ऱ्हाइली?"

।। २४ ।।

गोठ्यात बसलेल्या म्हशींनी आमच्या पावलांचा आवाज ऐकल्याबरोबर फूत्कार केला. करमण झापा उघडायला येईल असं वाटलं होतं, पण त्याऐवजी आईमांचा आवाज ऐकू आला. "अडसर काडून आतमदी या तुमी, आनि परत नीट लावून घ्यावा."

विक्रम, भगत आणि मी तिघंही आत गेलो, तर घरात लक्ष्मी आणि आईमा दोघीच होत्या. मी विचारलं, "दानाभाई न् करमण कुठं गेले?"

पाण्याची लहान कळशी भरून आम्हाला देता देता लक्ष्मीनं सांगितलं, "बापूंना बिबट्यानं पकडलंवतं. मा आणि करमण त्येंच्याबरूबर दवाकान्यात ऱ्हाइल्यात."

"दानाभाईंपोत्तर आनि बिबटा? तो कसा यऊन पोचला?" विक्रमनं आश्चर्यानं विचारलं, "का दानाभाईंनी बिबट्याला पकडलंवतं?"

लक्ष्मीनं रिकामी कळशी परत घेता घेता सांगितलं, "हितं घरामदी घुसलावता. बापा भाईर हाकलायला ग्येलं तवां दरवाजामदी अंगावर आला."

"घ्या! मग? आता कसं आहे दानाभाईंना?" मी विचारलं.

लक्ष्मी म्हणाली, "आराम पडतुंया. दाक्तर म्हन्त्यात की अगदी बरं व्हतील." मग घरात जाता जाता ती म्हणाली, "खाटा घ्या आनि बसा, तंवर मी दोन भाकऱ्या टाकत्ये."

जेवायला 'नको' म्हणण्यासारखं तर नव्हतंच. मी समजूतदारपणा दाखवायला म्हटलं, "चल, आज मी करतो भाकऱ्या, बघूया येतायत की नाही."

"भाकऱ्या करायचं ऱ्हाऊ द्ये- आमाला पन खायच्यात ना! पन तू कांदं चिरून द्ये, तं भाजी करता यईल." अगदी सहजपणानं लक्ष्मीनं मला काम सोपवलं आणि ती विक्रमला म्हणाली, "भरथरी, त्या मोरलीची न् दोन कूंढ्यांची (कूंढी-म्हशीची एक जात) धार काडायचं काम बाकी हाये, आतून चरवी घिऊन जा. भगत, तुमी खाटंवर बसा."

विक्रमनं खाटा टाकल्या. घरातून त्यांच्यावर अंथरायला गोधड्या आणल्या. परातीत बाजरीचं पीठ आणि कांदे आणले, छपराखाली ठेवले, मग लक्ष्मीला चूल पेटवून दिली आणि चरवी घेऊन दूध काढायला बसला.

लक्ष्मीनं माझ्याकडे बघून जरासं स्मित केलं. जणू तिला म्हणायचं होतं, 'मदत करू का असं विचारायचं नसतं, मदत करायचीच असते.'

मीही स्मित केलं आणि सुरी घेऊन तिच्यासमोर कांदे चिरायला बसलो. विक्रमनं धारा काढून दूध कॅनमध्ये ओतलं आणि भगतना सांगितलं, "ह्यो कॅन हितं ठिवतोय, बापूची टेम्पो आली म्हंजी मला हाक मारा."

मग विक्रमनं चुलीतनं थोडे निखारे घेऊन दुसरी चूल पेटत घातली, आणि तिच्यावर भाजी फोडणीला टाकायची एकीकडे तयारी करता करता विचारलं, "बिबट्या आला कुटल्या बाजूनं?"

लक्ष्मीनं सांगितलं, "पाटीमागच्या कुंपनावरनं उडी मारून आला असंल. मी तं छपरावरून उडी मारून खोलीत जात व्हता, तवाच पाह्यला."

आणि मग लक्ष्मीनं सगळ्या घटनेचं वर्णन केलं- 'आदल्या दिवशी संध्याकाळी एकीकडे म्हैस व्याली आणि पारडी झाली, तेव्हाच दुधाच्या टेम्पोबरोबर निरोप आला, की आईमा सकाळी येणार आहेत.'

दुसऱ्या दिवशी सकाळी करमण लवकर उठून म्हशीचं दूध काढून मग पाणियाच्या बाजूच्या मुख्य रस्त्यावर आईमांना घेऊन यायला गेला. लक्ष्मीची मा हॅन्डपंपावरून पाणी भरून आणायला गेली. उजाडल्यावर दानाभाईंनी म्हशींना चरायला घेऊन जायची तयारी केली. नव्या जन्मलेल्या पारडीला बरोबर नेता येणार नाही म्हणून तिला खोलीत ठेवली.

खोलीला दार तर नसतंच, म्हणून दाना एक खाट घेऊन उघड्या दाराच्या मध्ये उभी ठेवून ते बंद करायला जात होता, तेवढ्यात सकाळचं दूध घेऊन जायला आलेल्या टेम्पोमधून आईमा उतरल्या. दानाला हाक मारत त्या मोट्यानं म्हणाल्या, "चल रे दानभाय, ह्यो गाठुडं घ्ये काडून. करमण तं मागनं चालत येतुया, टेम्पामदी जागा नव्हती."

हातातली खाट एका बाजूला ठेवून दाना ओट्यावर ठेवलेला कॅन घेऊन बाहेर टेम्पोकडे जायला वळला. लक्ष्मी सकाळच्या नाश्त्याच्या भाकऱ्या थापत होती, ती चुलीतला विस्तव कमी करायला लाकडं बाहेर ओढून घेऊन उभी झाली, त्याचवेळी डोळ्याच्या कोपऱ्यातनं तिला छपरावर कोणीतरी आहे असं दिसलं.

त्या क्षणाचं वर्णन करताना लक्ष्मी म्हणाली, "घडीभर तं मला वाटलं की मोर असंल, पन समूर बघत्ये तं बिबटा!" 'अरं मेल्याऽऽ' म्हनत मी तं पेटतं लाकूड घ्येतलं हातामदी, पन आतून खोलीतून फेकता पन न्हवतं येत ना- का, तं समदी झुपडीच पेटंल ना!"

लक्ष्मी दुसरं काही फेकून मारायला हातात घेणार तेवढे क्षण तर त्या बिबट्याला पुष्कळ वेळ मिळाला. लक्ष्मी वर्णनही तसंच करत होती. "अजून तं बगितला,

वराडले, तो पोतर तं मेला छपरावरनं उडी मारून सरळ खोलीकडं उडी मारनार व्हता! का, तं त्येला पारडीचा वास आलावता ना?''

दाना ओट्यावरचा दुधाचा कॅन उचलत होता तो तसाच ठेवून, त्याचा मोठा सोटा घ्यायलाही वेळ न घालवता बिबट्याच्या मागे खोलीत धावला.

मला खूप आश्चर्य वाटलं, ''तसाच? सोटा पण न घेता?''

लक्ष्मी म्हणाली, ''तं मंग? त्यो बिबटा काय आतमदी वाट थोडी बगनार व्हता, की दानाभाय काटी घिऊन येईल तोपोतर पाडीला काई नको कराया म्हून? त्यो तं पाडीपोतर पोचलंला बी असायचा अन् मंग तं काई करन्यासारकंच न्हाई ऱ्हायाचं. एका रातीचा त्या पारडीचा जीव, ती बिबटा तिच्या अंगावर गेल्यावर काय जिवंत ऱ्हाईल?''

पण बिबट्यानं पाडीला पकडायच्या आधीच दाना खूप मोठ्यानं ओरडला, ते त्याला ऐकू आलं. 'आता पळून गेलेलंच बरं' असं वाटून तो क्षणात परत फिरला तर नेमका त्याच्या बाहेर जाण्याच्या मार्गातनं दाना आत येत होता.

ह्या नाकेबंदीतनं बाहेर निघण्याचा एकच मार्ग होता दरवाजाचा. तो दानामुळे, चुकीनं का होईना, बंद झाला होता. आता दाराशी शत्रूची सेना बघून रजपूत घेत असत तसा निर्णय घेतल्याशिवाय बिबट्याला उपाय नव्हता! 'केसरिया' करून त्यानं दानाची मान पकडायला उडी घेतली.

मान वाचवायला दानानं आडवा हात धरला, तो बिबट्याच्या जबड्यात आला. बिबट्यानं दानाच्या मगनटाच्या हाडांपर्यंत दात घुसवून खांद्यापर्यंतचा पाय दानाच्या हातावर टाकला होता, पण दानानं बिबट्याच्या मानेवर दुसरा हात टाकून त्याला जखडून टाकला आणि तसाच दाराच्या बाहेर यायला वळला.

''त्ये तं बापा खोडियार माचं भगत म्हून असं फिरू सकलं, न्हाई तं बिबट्यानं मनगट पकडल्यावर पाऊल तरी टाकता यईल फुडं?'' लक्ष्मी सांगत होती, ''मी वराडले मोट्यानं आनि सोटा तं तितंच पडलावता, तो घिऊन दोन रट्टं मारलं बिबट्याच्या पाठीवर, तसा कंबर मोडल्यासारका वाकलाच त्यो, आनि बापूंचा हात सोडलान्, मंग जालं ना!''

लगेचच टेम्पोवाला ड्रायव्हर आणि त्याचा साथीदार धावत आले. बिबटा लंगडत कण्हत झोपडीच्या बाहेर निघून गेला. लक्ष्मीच्या म्हणण्याप्रमाणे ''ग्येला निगून त्येच बरं जालं, का, तर त्येनं बापूंना सोडून दिलंन मंग त्येला मारून काय करायचं? जंगलखात्यात नोंदवाया जायचं. तितनं ते कागुद लिवनार... त्येच्यापेक्सा जाऊन द्ये ना ग्येला तर, तरी पन माज्या मनाला वाटलं की बिचाऱ्याच्या बरगड्या उगाच मोडल्या म्या.''

वडिलांबद्दल काळजी आणि बिबट्याबद्दल सहानुभूती दाखवणाऱ्या लक्ष्मीच्या

बोलण्याला काय उत्तर द्यावं ते मला सुचलं नाही. विक्रम म्हणाला, "गीरमदी तं ह्ये रोजचंच. दानाकाका तं उंद्याच्याला उबे व्हतील." मग जराशानं परत म्हणाला, "बिबट्याच्या बरगड्या पन काय मोडल्या नसनार. जरा चक्कर आली असंल. बरगड्या मोडल्या असत्या तं त्याला उबं ऱ्हाता नसतं आलं. त्यो तं चालत निगून ग्येला की."

चालत येणारा करमण जरा उशिरा पोहोचला, तोपर्यंत लक्ष्मीची मा धावत आली. तिनं आणि आईमानं मिळून दानाच्या रक्त वाहणाऱ्या हातावर काही काही औषधं घालून पट्टा बांधून टाकला होता. करमणनं आणि दूधवाल्यांनी मिळून दानाला टेम्पोत बसवला आणि सासणला घेऊन गेले. तिथल्या डॉक्टरनं जुनागढला नाहीतर राजकोटला जायला सांगितलं.

"जुनागढमदी सांसीआत्याच्या वळखीचं दाक्तर हायेत म्हून तितं नेलं. आता तं बरं हाये." सगळी हकिगत सांगून झाल्यावर लक्ष्मी मला म्हणाली, "कांदं चिरून जालं असलं तं दोन बटाटं चिरून द्ये, मी फोडणीस टाकते."

"फोडणी तर मी करतो" म्हणून मी पातेलं विक्रमनं पेटवलेल्या कोळशांवर ठेवलं आणि बाटलीतलं थोडं तेल त्यात टाकलं. विक्रम आत जाऊन मीठ, हळदीच्या प्लास्टिकच्या बाटल्या घेऊन आला.

आईमा आता बाहेर आल्या, आमचं स्वागत करत म्हणाल्या, "चांगलं जालं यिऊन पोहोचलात." मी हात जोडले. विक्रम काम करत राहिला. आईमा येऊन खाटेवर बसल्या; मला वाटलं की आईमांना विचारावं, त्या अशा परत का आल्या ते. मग मनात आलं, की दानाला काहीतरी होणार आहे असं आईमांना अहमदाबादमध्ये बसल्या बसल्या वाटलं असेल?

तेल तापलं होतं, म्हणून मग मी दुसरं काही बोलत न बसता भाजी फोडणीला टाकली आणि मग भाजीकडं बघायचं काम विक्रमकडे सोपवून मी माझ्या सामानाकडे गेलो. थैल्यातून आईमांना द्यायचं कव्हर काढून घेतलं आणि आईमांसमोर जाऊन बसलो. मी आतले कागद काढून काही सांगणार त्याच्या आधीच आईमा म्हणाल्या, "मला कागुद काईबी बगायचं न्हाईत. ज्ये असंल त्ये."

"हिशोब तर बघून घ्या ना!" मी जरा आश्चर्यानं म्हणालो.

आईमा जरा हसल्या आणि म्हणाल्या, "मी तितं हिशेब कराया न्हवते गेल्ये, ज्ये काम कराया ग्येलेवते, त्ये पन अर्धं टाकून परत आल्ये, तरी पन ती समदी मानसं चांगली, की त्येंनी हिशेब लिवून पाटिवले, पन त्येंनी पाटिवले म्हंजी मी घिऊन टाकायचं असं तं न्हाई ना करायचं? ठीव तुज्याजवळ, न्हाईतं परत पाटवून द्ये, तुला सुचंल तसं कर."

"मला असं सुचतंय की पैसे तुमच्यापर्यंत पोचवण्याची जबाबदारी माझी आहे. मी आता ते लक्ष्मीला देतो. तुम्हाला जे करायचं असेल ते करा." मी जरासा राग येऊन म्हटलं आणि पैसे लक्ष्मीला दिले. ते पाकीट ओढणीच्या टोकाला बांधता बांधता लक्ष्मी म्हणाली, "चला आता, ज्यवून घ्या, लई काम पडलंय माजं."

विक्रम आतून थाळ्या आणि काश्याचे वाडगे घेऊन आला आणि लक्ष्मीजवळ ठेवत म्हणाला, "हं चल, वाढ."

जेवणं झाल्यावर भगतनं थोडी भजनं म्हटली. आईमा झोपून जाण्यापूर्वी त्या प्रदर्शन सोडून का आल्या हे विचारावं का नाही, ह्याबद्दल माझ्या मनात चलबिचल होत होती... शेवटी मी उठून आईमांकडे गेलो.

आईमा म्हणाल्या, "ये बैस. तू तं त्या दिवशी रातचा जागून मला चित्तरं काडाया मदत करून ग्येलास तो ग्येलास."

"हो; त्यानंतर इतक्या दिवसांनी आज येता आलं. आईमा, अहमदाबादमध्ये तुमचा इंटरव्ह्यू पाहिला मी, मजा आली." मी म्हटलं, आणि ह्या बोलण्याच्या संदर्भातच माझ्या मनात जे विचारायचं, होतं ते विचारणार त्यापूर्वीच झाप्याचा आवाज आला आणि एक देखणा तरुण आत आला. आईमा उठून उभ्या होत म्हणाल्या, "ओ हो हो! गढवी! लई दिसांनी दिसलात."

तो तरुण गढवी आत आला, त्यानं खास वेगळ्या तऱ्हेनं वाकून हात जोडले आणि आईमांना म्हणाला, "जय खोडियार मा! (खोडियार ही तिथल्या लोकांचं दैवत असलेली देवी) कसं हाये आता दानाकाकांना?"

आईमांनी त्याच्याकडे हात लांब करून कानशिलांवर बोटं मोडली. (दृष्ट काढण्याची पद्धत) आणि म्हटलं, "या तं खरं, जरा आराम करा. दानाला बरं हाये म्हन्त्यात- बाकी तं दाक्तराला म्हाईत आनि आई खोडियारला म्हाईत."

विक्रमनं घरातून पाण्याची लहान कळशी भरून आणून आईमांच्या हातात दिली आणि तो पाहुण्यांसाठी खाट ठेवायला गेला. पाहुण्यांनी विचारलं, "पन दानाकाकांनी यकायेकी दवाखाना का म्हून पकडला?"

कळशी आत ठेवून आईमा परत येऊन त्यांच्या जागेवर बसत म्हणाल्या, "आमचं तं आसं चालू असतं काई ना काई. ह्या येळी जरा बिबट्याशी लढाई जुपली, पन जास्त काई जालं न्हाई."

आईमांच्या अशा उत्तरामुळंच 'गोपालनं फोनवर कोणाचं तरी, कोणाशी तरी, काहीतरी भांडण झालंय असं सांगितलं होतंन,' हे आता लक्षात आलं, तशी मनातल्यामनात मला हसू आलं.

भगत उठले आणि त्यांनी त्यांच्या थाळीबरोबर इतरही भांडी गोळा करायला सुरुवात केली, तेव्हा लक्ष्मी म्हणाली, "भगतकाका, तुमी ऱ्हाऊ द्या. त्ये समदं मी

करून टाकंन. ह्ये बगा, गढवी आल्यात, त्येंच्याबरूबर भाईर बसा. खाट टाकलीय तितं.''

भगत गढवीजवळ जाऊन 'राम राम' करून बसले. लक्ष्मी एका बाजूला जाऊन भांडी घासायला बसली. आईमांनी परात घासून घेऊन पुन्हा पीठ भिजवलं. मी आतून कांदे बटाटे आणून भाजी चिरायला घेत त्यांच्या समोर बसलो.

भगतनी गढवींना विचारलं, ''कसं काय धंदापाणी?''

भगतनी ज्या तऱ्हेनं विचारलं त्यावरून मला वाटलं की गढवी मालधारींसारखा दिसतो खरा, परंतु त्याचा व्यवसाय गुरं राखण्याचा नसावा. मला त्या गढवीबद्दल कुतूहल वाटलं, कारण तो भगतच्या प्रश्नाचं उत्तर देण्याऐवजी भगतच्या खांद्यावर हात ठेवून गप्प बसून राहिला.

आईमा चुलीजवळ बसून त्या दोघांकडे बघत होत्या. त्यांनी विचारलं, ''का गढवी काईपन बोलला न्हाईत? धंद्यामदी वेवस्थित हाये ना समदं?''

गढवीनं डोक्याला गुंडाळलेला कपडा काढून खाटेच्या कडेवर ठेवत म्हटलं. ''वेवस्थित तं हाये. धंद्यामदी धंद्यासारकं. आज असंल, उद्या नसंल, पन जेवायखायचा खर्च अगदी चांगला निगून येतो;'' मग कसे सारखे करत तो म्हणाला, ''धंद्याच्या मागं जितकं दौडावं तितकं त्यातनं मिळतं. मला जास्त दौडायचं जमत न्हाई. त्या वांकानेरच्या दरबारनं चार-पाच गाई मागवल्या आहेत. थेट तिकडनं वडोदराहून पन लोक गीरच्या गाई मागिवतात, पन आता घरी बापू यकटे हायेत. त्येंना ठिवून दूर जायाचं असलं, तरी कसं जानार? आनि पुना हितं पन गाई सोधायसाटी फिरावं लागतंय. गाई सोधून आणंन तवां तिकडं पोचवंन ना.''

विक्रम त्याच्या बोलण्याशी सहमत होत म्हणाला, ''व्हय ना. आनि गाय इकत घ्येतली की लागलीच तं घेनाऱ्याला न्यऊन न्हाई ना द्येता येत. धा दिवस घरी ठिवून कशी हाये त्ये बगाया पन होवं. ह्येच्यामदी कोनी फशिवलं तं घेतलेली गाय गळ्यात पडनार, तिचा काई उपेग न्हाई.''

''त्ये तं गाईचं न् माजं नसीब!'' विक्रमच्या बोलण्याला उत्तर देताना गढवीच्या आवाजात जरा कंप जाणवला.

आईमांनी गढवीकडे बघत म्हटलं, ''ज्येच्या घरी गाईंच्या सेवेचं पून व्हत असंल, त्येच्या नसिबात काई पन कमी न्हाई असनार.''

आईमांचे शब्द ऐकताच गढवीचा चेहरा उतरला. काहीसं बचाव करत असेल तसं किंवा काहीसं अनुचित असं तो म्हणाला, ''सेवा तं ठीक म्हनायची! मी काई गायी पाळत नाही, विकतो. हां, येवडं करतो, की ज्येंना नीट सांबाळता येत नसतील, त्येंच्या कडनं घेतो, आनि ज्यांच्या घरी त्यांची जरा चांगली सेवा हुईल, त्येंना इकतो. यवड्या कामाचं पुन्य मिळत असंल, तं मिळंल आनि न्हाई मिळालं तं काई न्हाई! बाकी तं आईमा तुमची आन घिऊन सांगतो. आजपोत्तर माज्या हातनं

असं काम न्हाई जालेलं, ज्यामदी गाईंच्या का दुसऱ्या कुटल्या जिवांचा म्या इचारच क्येला नसंल! गढवीच्या घरात जलम घ्येतलाय, त्येला लाज यील असं काई क्येलेलं न्हाई.''

आईमा म्हणाल्या, ''असं तुमी मानता, त्ये खरं पन असंल, पन जिनं मानायला होवं, ती तुमचं सांगनं खरं न्हाई मानत, तोपोतर कसं करायचं?''

कित्येकदा माणसांना कुठल्याही संदर्भाशिवाय कानांवर पडणारं बोलणं ऐकूनही उत्सुकता वाटते, तितकी मला आत्तापर्यंत वाटत होती. आत्ता आईमा जे म्हणाल्या, त्यामुळं मला जिज्ञासाही वाटू लागली. ती आणखी वाढेल असं गढवीनं उत्तर दिलं, ''त्ये तं कर्म माजं, की मी समजावून सांगू न्हाई सकलो, आनि मंग तिला न्हाई पटलं तरी पन गाईंचा धंदा कराया लागलो. त्येच्यानंतर काई म्हन्ता काई बोलायला का आईकायला तियारच न्हवती. मंग शेवटं असं वाटलं, की ह्यामंदी आता तं खोडियार माता जसं करंल तसं व्हऊ द्यावं.''

''ह्याच्यामदी 'जसं व्हईल तसं व्हऊ द्यावं' असं बोलायचं न्हाई. आता चला ज्येवून घ्या, मंग मला सांगा की ह्ये समदं हाये काय, जालंय काय, मंग समद्याचा काई उपाय सापडला तं सोधूया. असंच ऱ्हाईलं तं दोगंबी काई मेळ न व्हता तसंच ऱ्हाल.''

मला लाजोची आठवण झाली. ती म्हणाली होती, ''मी तं माज्या मनाशी समजून गेल्येवते, की सांसीचा गढवी जंगलखात्यामदी सात गायी स्हावजानं खाल्ल्या असं लिवून आला, त्ये कसं? आनि येका येळी यवड्या समद्या गाई गेल्या असल्या, तरी अशा काई कुटून तरी आपल्या आल्या, असं व्हईलच कसं? कोनी तरी दिल्या असल्या तरच जात्याल.''

खरं मानावं किंवा मानू नये, पण ह्या सगळ्या घटनेचा संबंध नक्कीच हा गढवी आणि सांसाई ह्यांचे संबंध, सांसाईचा अभिमान आणि आणखी बऱ्याच न उलगडलेल्या घटनांशी आहे. माझ्या बऱ्याच प्रश्नांची उत्तरं मिळण्याच्या आशेनं मी गढवीची थाळी वाढता वाढता म्हटलं, ''खरं आहे. दोघांचं काही बिनसत असलं तर आपण उपाय शोधला पाहिजे.''

आईमांनी एकदम माझ्याकडे बघितलं. गढवी पण बघत राहिला. मला वाटलं की तसं तर काहीच कारण नसताना मी त्या दोघांच्या चर्चेत पडायला नको होतं. मी खूप अस्वस्थ झालो. तेवढ्यात आईमांनी विक्रमला बोलावलं आणि सांगितलं, ''भरथरी, तू हितं समूर बस, गढवीच्या जेवनाचं हवं-नगं बघ. तो पोत्तर मी माजी कामं आटोपून येत्ये'' मग माझ्याकडे वळून म्हणाल्या, ''तू ऊठ. तुला रवा आताच्या रुखड्याकडं भरथरी घिऊन ग्येलावता ना? त्याची तू चितरं काडलीयस ती दाकव, मंग मी पन तुला दाकवीन.''

आईमांचं माहितीचं जाळं इतकं पसरलेलं आहे हे बघून मला नवल वाटलं,

त्याचबरोबर मला असंही वाटलं, की आईमांना माझी चित्रं बघायची किंवा त्यांची चित्रं दाखवण्याची इच्छा असेल किंवा नसेल, त्यांना मला तेथून दुसरीकडे घेऊन जायचं होतं.

मी आणि आईमा ओट्यावर बसलो. कंदिलाच्या उजेडात मी माझ्या आज काढलेल्या चित्रांमधून रवा आतांचं एक चित्र काढून आईमांना दाखवलं. त्यांनी नीट बघितलं आणि म्हणाल्या, ''पन तू तर घंटलाचं लगीन क्येलं त्ये चित्तर काडनार व्हतास?''

''हो ना,'' मी म्हटलं, ''पण मग हे काढलं गेलं.''

''काई बिगडलं न्हाई.'' त्या म्हणाल्या, ''लग्नाची चितरं मी दाकवीन तुला. आदी तुजी चितरं बगून घ्येते, मंग समद्या गोस्टीचं बोलूया.''

''गोष्टी का हकिगत?'' मी हसून विचारलं.

आईमांनी त्यांच्या डोक्यावरची ओढणी सारखी करत पुरोहित आणि रवा आतांचं चित्र हातात घेत म्हटलं, ''ज्ये आपन आपल्या डोळ्यांनी बगितलं नसंल, आपन परत्येक्ष तितं असताना घडलं नसंल, त्ये समदं ऐकून घ्यावं, आनि खरं पन मानावं तरी, पन त्येला हकिगत तं न्हाईच ना म्हनता येनार? अशा समद्या हकिगतींना गोस्टीच म्हनायचं.''

एकामागून एक चित्र लक्षपूर्वक बघून आईमांनी खोल उसासा टाकला आणि त्या म्हणाल्या, ''अरं, तुला यवडं सगळं समजतं, तरी अधीर कशापाई जालास?''

माझा अधिकार नसताना मघाशी मी मध्ये बोललो त्याबद्दल आईमा म्हणतायत हे माझ्या लक्षात आलं. मी काही उत्तर दिलं नाही. मान खाली घालून बसून राहिलो, मग आईमा म्हणाल्या, ''आता चल, मी पन त्येंच्या गोस्टींची चितरं काडलियात ती बगून जा. कदीतरी घंटला-घंटली डुंगरांच्या माथ्यावर जाऊन ये, मंग तुला जे सुचंल तसं काड.''

मी म्हटलं, ''ते तर करेन, पण तुम्ही समोर बसून दाखवा आणि गोष्ट पण सांगत चला, त्याशिवाय मी चित्रं नुसती बघेन, पण मला काढायला नाही येणार.''

''चल चल! पुना येड्यासारकं बोलतुयास!'' आईमा म्हणाल्या आणि कथा सांगायला सुरुवात करत असतील तसं म्हणाल्या, ''मी तं पुस्कळच ल्हान, मी रवा आतांना पाह्यलं तवां तं त्ये पुस्कळ म्हातारं जालंवतं. त्येंच्या तरुनपनातल्या गोस्टी तं मी माज्या सासूकडनं आयकून ही चितरं काडलीयत.''

''बरं, तर मग सांगा. तुमच्या आतानं तुम्हाला सांगितलेली गोष्ट आज तुमच्या तोंडून मला ऐकायची आहे.'' मी म्हटलं.

।। २५ ।।

आईमांनी म्हटलं होतं तशी रवा आतांच्या बऱ्याच प्रसंगांची चित्रं त्यांच्या पट्टाचित्रांमध्ये काढलेली होती. एक एक पट्टा उलगडत जात होता आणि आईमा तो प्रसंग डोळ्यांसमोर बघत असतील तशा त्याबद्दल सांगत जात होत्या.

मी चित्रात काढलेला रेल्वेच्या रुळांच्या कडेकडेनं चालत जाणारा आंधळा तरुण रवा आईमांच्या चित्रात सताधारच्या स्टेशनावर पोहोचलेला दाखवला होता. तिथं कोणी अधिकारी पदावर असावा तसा दिसणारा एक माणूस रवाशी बोलत होता.

आईमा त्या प्रसंगाचं वर्णन करताना म्हणाल्या, "रवा आता सांगायचं, की सताधार पोतर पोचल्यावर तितं त्येंना कोनीतरी भ्येटलं व्हतं."

कोणी अनोळखी माणसानं रवा आतांना थांबवलं आणि विचारलं, 'सूरदास! इकडं कुठं निघालात?'

'जायचंय तं जूनाणला, लाटसायबाला समूरासमूर भ्येटायला.' रवानं सांगितलं.

'असं चालत?' विचारणाऱ्याला आश्चर्य वाटलं. 'चालत चालत कसं आणि केव्हा पोचाल? आणि लाटसाहेबांना तर सोडा. नबाबसाहेबांना भेटायला मिळणं पण किती अवघड असतं. काही समजतंय तुम्हाला?'

रवानं भक्कमपणानं उत्तर दिलं, 'समजतंय तं यवडं, की मला जूनाणला पोचायचं हाये आनि लाटसायबाला भ्येटायचं हाये. बाकी समजून घ्यायाचं त्ये ठाकर (श्रीकृष्ण) घ्येईल.'

विचारणाऱ्यानं जास्त माहिती मिळवायला विचारलं, 'पण लाटसाहेबांना भेटून तुम्हाला काय – जहागीर मागायचीय?'

रवानं शांतपणानं उत्तर दिलं, 'जागीर तं आमाला मालधारींना काय करायचीय? आमची गुरंढोरं ही आमची जागीर. मी तं गीरच्या राजाची जागीर लुटाया बसलाय त्येला थांबवाया जातुया.'

ऐकणाऱ्याला आता नवल वाटलं, 'कोण राजा? गीरमध्ये नबाबसाहेबांच्या पेक्षा मोठा असा नवा राजा कुठून आला?'

'नबाब तं ठीक. जूनागढला कोनी राजाच न्हवता, त्येच्या आदीपास्नंचा राजा. परमेसरानं चंद्र-सूर्य हायेत तवापोत्तर ज्येच्या नावानं गीर लिवून दिलीय तो राजा गीरचा स्हावज. नबाबसाहेब लाटसायबांना सिकार कराया घिऊन यनार हायेत, त्ये मला व्हऊ द्यायचं न्हाईये.'

ऐकणाऱ्याला हा अंध तरुण काही वेगळा वाटला. तो म्हणाला, 'तुम्हाला उद्या जुनागढला पोचायचं असलं तर मग गाडीनंच जावं लागेल. मी तुम्हाला घेऊन जातो. तुमच्याकडून भजनं ऐकायला मी तुम्हाला माझ्या डब्यात बसवलंय असं सांगितलं, तर तुम्ही मध्ये काही बोलायचं नाही. जुनागढला पोचल्यावर मी माझ्या रस्त्यानं आणि तुम्ही तुमच्या. माझं नाव कुठंही आलं नाही पाहिजे. मी तुम्हाला आणलं हे कोणालाही कळलं नाही पाहिजे.'

'मी तुम्हाला ओळखत नाही, मी तुम्हाला बघूही शकत नाही.' रवा म्हणाला, 'बरूबर न्येलंत तं घिऊन जा तुमची मर्जी म्हणून. न्हाईतं मी तं चालत पोचनार हायेच. गाड्या पोचतयात ना? मी पन पोचून जाईन.'

'चालत जुनागढला पोचाल तोपर्यंत तर साहेब शिकार करून निघूनही जातील.'

रवाचं जुनागढपर्यंतचं तिकीट कोणी काढलं, जुनागढच्या शाही पाहुण्यांच्या महालापर्यंत पोहोचण्याचा रस्ता त्याला कोणी दाखवला, कोणालाही माहीत नाही. एवढी बातमी मात्र पसरली, की गीरच्या कुठल्यातरी झोपडीतला एक आंधळा मालधारी लाटसाहेबांना भेटायला आला आहे आणि त्यांच्या महालाच्या दरवाजाशी तहानलेला, भुकेला, रस्त्यावर पडून आहे.

नबाबांना समजलं, त्यांनी दिवाणांना पाठवलं. दिवाण स्वत: चारण होता तिथं आले आणि म्हणाले, 'सूरदास, असं इंग्रज साहेबाच्या महालासमोर रस्त्यावर पडून राहिलात, तर जुनागढच्या अब्रूला बट्टा लागतो. तुमची जी फिर्याद असेल, ती मला सांगा, तुमची तक्रार दूर करण्याचा मी प्रयत्न करेन.'

रवानं आवाज ओळखला पण ओळखला असं दाखवलं नाही, एवढंच म्हणाला, 'फिर्याद-तकरार तं काई न्हाई बाबा. त्येंना सांगा की आंधळा मालधारी भ्येटाया आलाय. तुमी न्हाई सांगितलंत, तर ज्येनं हितं आनलं, त्यो तर कांईतरी करंलच.'

'कोणी आणलं पण तुम्हाला?' दिवाणांनी घाबरून विचारलं.

'काळ्या – श्रीक्रिश्नानं!' रवा उत्तरला.

दिवाण म्हणाले, 'इंग्रज साहेबाला भेटायचं म्हणजे अशी तशी गोष्ट नाही. खुद्द नबाबसाहेबांनाही त्यांना भेटायचं असलं, तर त्यांच्या सोयीची वेळ विचारावी लागते. तुम्ही मुकाट्यानं इथून उठा, नाहीतर मला कैद करून घेऊन जावं लागेल.'

'कुटल्या गुन्यासाटी कैद?' रवानं हिंमत न हारता विचारलं, 'एका मानसाला

दुसऱ्या मानसाला भ्येटायची विच्छा हाये, हा जुनागढ राज्यात गुना व्हत असंल, तं तुमी दिवान आहात, करा कैद!' आणि मग चिमटा काढल्यासारखी धमकी देत असेल तसा म्हणाला, 'आनि मंग तं मी पन चारण हाये.'

दिवाणांनी जाऊन नबाबसाहेबांना सुचवलं, की चारण माणसाला, त्यातही आंधळ्या चारणला राग येईल असं काही करण्यापूर्वी जरा विचार करावा आणि नगरशेठ किंवा इतर मंत्र्यांबरोबर चर्चा-विचारणा करावी.

नबाब म्हणाले, 'सगळ्यांना ह्यात ओढायचं नाहीये. आत्ता काही तमाशा नकोय करायला. असं करा, उद्या सकाळी साहेबांना सासणला जायचं आहे, त्यावेळी पाठीमागच्या दरवाजातून न्या. पडून राहू दे त्या चारणला समोरच्या दरवाजात. साहेबांच्या दृष्टीला नाही पडला म्हणजे बास. मग निरोप धाडू चारणला, की साहेब तर गेले. तोही मग दमून आपसूकच निघून जाईल.'

रात्री इंग्रजसाहेब दिवाणजींबरोबर समोरच्या बागेत जरा पाय मोकळे करायला निघाले. दरवाजाच्या बाहेर, रस्त्यावर बसलेल्या आंधळ्या चारणला त्यांनी बघितलं. तिथे लोकांचं एक लहानसं टोळकंही जमलं होतं. दिवाणजींना त्यांनी 'हे सगळं काय आहे' म्हणून विचारलं.

दिवाणजींनी काहीच ठाऊक नसल्याचा आव आणत चौकीदाराला बोलावलं, 'तिथं काय चाललं आहे? कोण आहेत हे सगळे?'

चौकीदारांचा गोंधळ उडाला. इंग्रजी साहेबांसमोर दिवाणसाहेबांना उत्तर तरी काय द्यावं? ते आपले जे तोंडाला येईल ते गडबड सडबड काहीतरी सांगू लागले. तेवढ्यात चारणनं मोठ्यानं ओरडून सांगितलं, 'लाटसायबाला भ्येटाया हितं पडलोय. ह्या तुमच्या चौकीदारांनी अडवलं. आत येता येत न्हाई.'

साहेबांना दुसरं काही समजलं नाही, तरी 'लाट' हा शब्द त्यांच्या माहितीचा होता; त्यांनी दिवाणजींना सांगितलं, 'त्याला आत आणा आणि दुभाष्यालाही बोलवा. आत्ताच! आत्ताच्या आत्ता.'

अंध चारणला शाही पाहुण्यांच्या महालात आणून साहेबांच्या समोर उभं केलं गेलं. आंधळा माणूस थेट गीरपासून एकटा चालत जुनागढला येऊन पोहोचला आहे, हे ऐकूनच साहेबांना नवल वाटलं. त्यांनी दुभाष्यामार्फत विचारलं, की 'असं कशासाठी यावं लागलं? कशाचं दुःख आहे? राज्यामध्ये काही त्रास होतो आहे? काही जुलूम झाला आहे?'

चारणनं उत्तर दिलं, 'जुलूम काई जालंला तं न्हाई बापजी, व्हनार हाये.'

'काय आहे? साहेबांना समजेल असं, न घाबरता, सविस्तर सांग.' दिवाणजींनी मध्ये पडत म्हटलं.

चारणनं खाकरून घसा साफ केला, मग म्हणाला, 'लाटसायेब बंदुका घिऊन गीरमंदी यायचे आहेत, चांगलं हाये. तुमच्या मर्जीला यईल त्ये करा. पन आमी आता ऱ्हाइलोय फार फार तर पंदरा-ईसजनं. तुमी तं निगून जाल, पन मंग आमचा वंश बाकी न्हाई ऱ्हानार.'

'मी गीरमध्ये तुम्हाला – माणसांना – मारायला येतोय असं तुम्हाला कोणी सांगितलं?' साहेबांना हा आरोप असह्य वाटला.

चारण म्हणाला, 'मी तरी कुटं म्हटलं तुमी मानसांना मारनार आहात?'

साहेबांना काही समजलं नाही. ते म्हणाले, 'आम्ही पंधरा-वीसजणच आहोत आणि आमचा वंशच संपून जाईल असं सगळं तर तुम्ही म्हणालात?'

'गीरमदी सायेब, समद्या जिवांची एकच जात आणि एकच वंश, असं समजून ऱ्हाइलो न्हाई, तं तितं ऱ्हाऊन जगता येनार न्हाई.' चारण म्हणाला. 'गीर आनि तितल्या जीवांच्या आधारानं आम्ही आहोत, आनि आमच्या आधारानं त्ये समदे हायेत. तुमी त्येंना मारा का आमाला, समदं येकच. गीरमदी स्हावजांच्या शेपट्या हायेत तं आमी आहोत, न्हाईतं मंग आमीबी असनार न्हाई.'

साहेब थोडा विचार करून म्हणाले, 'म्हणजे मला 'शिकारीला जाऊ नका' असं सांगायलाच इथपर्यंत आला आहात?'

चारण प्रत्येक शब्द तोलून मापून बोलत असेल तसा म्हणाला, 'जाऊ नका म्हननारा मी कोन? तुमाला जाऊ नगा म्हनन्यामदी पन काई अरथ न्हाई, ह्ये पन मला ठावं हाये. मी तं यवडंच सांगाया आलो की आता गीरमंदी लई म्हटलं तर पंदरा-ईस स्हावज ऱ्हाइल्यात. आता तुमी यऊन बंदुका फोडाल, त्ये शेवटचं, त्येच्या नंतर तुमास्नी सिकारीला तं ऱ्हाइलं, निसतं बगाया येन्यासारकंबी काई सिल्लक ऱ्हानार न्हाई.'

साहेबांनी शांतपणे त्याचं बोलणं ऐकून घेतलं आणि म्हणाले, 'ठीक आहे. आणखी काही सांगायचं नसलं, तर तू आता जाऊ शकतोस.'

चारण जाण्यासाठी वळला होता, तो थांबला आणि म्हणाला, 'आनकी तं माजं वाड-वडील मला सांगून ग्येलं हायेत, त्ये सांगायचं व्हतं, तुमची परवानगी असंल, तर.'

'परवानगी आहे.'

'तं मंग मी सांगून जातो, त्ये ऐकून घ्यावा. आमचं वाड-वडील सांगायचं, की ही प्रिथवी शेषनागाच्या डोक्यावर उबी हाये. त्येच्या खाली कासवाचा आधार हाये- अकूपारचा. मानसं म्हना, की राक्षस, जे जुलूम करत्याल, त्यांचा भार ह्या दोगांच्या माथ्यांवर पडतो.'

गोरा साहेब आणि अंध रवाचं त्यांनी काढलेलं चित्र दाखवून आईमा चारण

लोकांच्या खास रसाळ शैलीमध्ये गोष्ट सांगत होत्या- जणू त्या स्वत:च रवा आता होऊन इंग्रज साहेबाला भेटायला गेल्या होत्या.

मी तल्लीन होऊन ऐकत होतो. 'कासवाला सहन व्हईल त्येवडं तो सहन करतो. त्येच्याच्यानं सहन व्हईनासं जालं म्हंजी अकूपार कासव आनि शेषनागबापा दोघंबी प्रिथिवीला सांगत्यात, की मा, आता ह्ये वझं सहन व्हत न्हाई. ह्येचा तू काईतरी उपाय काड. तवां मंग धरती मदत मागाया परमेसराकडं धाव घ्येती आनि कंच्या ना कंच्या रूपानं त्यो अवतार घ्येतो. कदी मासा व्हतो, कदी वराह न्हाईतं कदी नरसींह. त्याचं पयलं काम प्रिथिवीचं दुख कमी करायचं, ह्ये. असं समजा तुमी, की आज धरती मा आंधळा चारण व्हऊन मदत मागाया आलीया. आता तिचं दुख कमी कराचं- न्हाई कराचं, ह्ये परमेसरावर सोडतो आनि मी जातू. माजं काम संपलं.'

धरतीनं गाईचं रूप घेतलं ही कल्पना मी ऐकली आहे. महाकासवाची पाठ, शेषनागाचा फणा किंवा दिगपाल गजराजांचं मस्तक, हे ह्या पृथ्वीचे आधार असल्याच्या गोष्टी माझ्या मनावर लहानपणी ठसा उमटवून गेल्या आहेत, माझ्या आठवणीत मत्स्य, वराह आणि इतर रूपंही आहेत, तरीही आईमांनी ही गोष्ट नव्हती सांगितली तोपर्यंत माझ्या मनात असा विचार आला नव्हता, की ह्या सर्व गोष्टींचा संबंध जेवढा दैवी तत्त्वांशी आहे, त्याहून जास्त ह्या पृथ्वीवर होणाऱ्या जुलूम-अत्याचारांशी आहे.

"ह्ये शेवटचं चित्तर बगून घे, मंग जालं." म्हणून आईमांनी आणखी एक पट्टा उलगडला. चित्रात कितीतरी लोक खाटांवर, सतरंज्यांवर, झाडांच्या बाहेर आलेल्या मुळांवर, जणू एखाद्या सभेसाठी किंवा मोठ्या प्रसंगासाठी गोळा झाले असतील तसे बसलेले किंवा उभे असलेले काढले होते. एका बाजूला स्त्रिया गरबा करताना दाखवल्या होत्या.

आईमा म्हणाल्या, "हितं गीरमदी लोक लाटसायबाची वाट बगत व्हते. नबाबाच्या तिकडचे हपिसर आले. सिकारी समदे स्हावजं सोधाया लागले. सासणच्या बंगल्यावर बकऱ्या आनि कोंबड्या पोचिवल्या. ठाणंदार आनि रेलगाडीवालं सोताचं कपडं उजळ करन्यात गुंतलंवतं. तिकडं लाटला भ्येटाया ग्येलंला रवा अजून परत आला नव्हता.

"त्येवड्यामदी नबाबाचं टपाल घिऊन दिवाण सोत्ता सासणला आले. समद्यांना परत्यक्ष हजर ऱ्हायचं फर्मान काडलं आनि समदे आल्यावर त्येंनी टपाल वाचलं- 'इंग्रज सायब बहादुरचं सांगनं ऐकून नबाबसायबांनी हुकूम काडला हाये, की आजपासून गीरमदी सिकारीला बंदी हाये. दुसरा हुकूम जंगलखात्याच्या परमुखाला

असा, की आजच्या तारखेला गीरमदी किती स्हावज, सिंहिणी, ल्हाने, मोटे बच्चे हायेत त्येचा येकदम बराबर मोजणी करून इंग्रज सायेब बहादुर जुनागढ सोडून जातील, त्येच्या आदी लिवून न्येऊन द्यावा. ही मोजणी सरकारी दप्तरांमदी नोंदवावी.'''

ह्या गोष्टीत आणि प्रत्यक्ष चित्रात मला बरोबर मेळ वाटला नाही, पण आईमांची गोष्ट अजून संपली नव्हती, ''रवा ज्या कामासाटी ग्येलावता त्ये फते जालं म्हून हितं त्येच्या घरी आमची समदी मानसं गोळा जाली. ह्ये त्येचं चित्तर हाये.''

''पण ह्यात रवा आता कुठं आहेत?'' मी विचारलं.

''त्यो तं आला समदं परत जायाला निगालं व्हतं तवा. यिऊन म्हनाला की जुनागढहून निगालो, तो तसाच ग्येलोवतो द्वारकेला. श्रीक्रिशनाचं दर्सन करून यायला!''

आईमांची चित्रं त्या ज्याची कल्पना करतात त्याची नाहीत; त्यांचा ज्यावर विश्वास आहे त्याची आहेत. कदाचित म्हणूनच कोठेही फार जास्त रंग न वापरता, कापडावर, कडुलिंबाच्या काड्यांना किंवा सळईला कापूस गुंडाळून काढलेली चित्रंही इतकी रोमांचक आणि प्रभावशाली आहेत.

रात्री मला झोप लागली नाही. गढवीच्या सांगण्याला लाजोच्या सांगण्याशी आणि त्यावरून सांसाईशी जोडून शोध करण्याचा माझा विचारही थंड पडला होता. तांबडं फुटता फुटताच मी माझी चित्रकामाची सामग्री घेऊन बाहेर पडलो. सूर्योदय होत होता तेव्हा मी अधोडियाला पोहोचून माझा बोर्ड लावला होता. रंग तयार करता करता मला आत्तापर्यंत रवा आतांबद्दल ऐकलेलं सगळं आठवू लागलं. रंगात ब्रश बुडवेपर्यंत तर रवा आतांनी माझ्या मनाचा पुरता ताबा घेतला होता.

मला घंटला-घंटलीच्या लग्नाचं चित्र काढायचं असलं, तर मला ह्यावर विश्वास ठेवावा लागेल, की त्या दोन टेकड्या त्यांचं लग्न करून देता येईल अशा आहेत. उगीच नुसती मजा म्हणून नाही, खऱ्या अर्थानं!

मला जणू डोळ्यांसमोर दिसत होतं, की रवाच्या घरी जमलेले लोक निरोप घेऊन परत जाणार, तेवढ्यात रवा परत येऊन पोहोचतो. लोक त्याचं अभिनंदन करतात. कोणी छंद गाऊन कौतुक करतात. रवा सगळ्यांना हात जोडून एक रात्र तिथेच थांबायला सांगतो. 'येक रात हितंच ऱ्हावा. म्या गोरबापांना शब्द दिलाय की माज्या घरी प्रसंग साजरा करंन आनि जातीतल्या समद्यांना अहेर करंन, आन् गुरुजींना दक्शिना पन द्येईन. तुमी ऱ्हावा, तं उंद्याच्याला हवन करून परसंग साजरा करून टाकू.'

'हवनमदी अहेर नसतो द्यायाचा रवा. मुला-मुलीचं लगीन असंल, तं असतो. आता तुजा मुलगा बगाया यिऊ आन् त्येचं लगीन करून देशील तवां अहेर घ्येऊ. आत्ता ह्ये समदं बाकी ठिवायचं.' एक मित्र म्हणाला.

रवा बोलणाऱ्याकडे वळून म्हणाला, 'तुमी समदे सांगताय, पन म्या आंधळ्यानं ठरविलंय, की कोनाचं औक्ष बिगडवायचं न्हाई.'

'तं मंग कोनाला तरी दत्तक घ्ये.' एकानं सूचना दिली.

बोलणं चालू होतं, तेवढ्यात ठाणेदार आले आणि म्हणाले, 'तुमच्यामध्ये रवा चारण कोण आहे?'

'मी हाये बापा!'

'चल, तुला दिवाणसाहेबांसमोर हजर करायचा आहे.' ठाणेदारानं सांगितलं.

'चला; कुटं – सासणला जायाचं हाये?' रवानं विचारलं.

ठाणेदार म्हणाले, 'दिवाणसाहेब बीलेश्वरला आले आहेत, तिथं.'

रवा तिथं बसलेल्या लोकांकडे वळून म्हणाला, 'घटकाभर बसा हितंच, ह्या मंदिरापोतर जाऊन येतो.'

बिलेश्वर जवळच्या सरकारी निवासात रवाला एकट्याला दिवाणसाहेबांसमोर नेऊन उभं करण्यात आलं. दिवाण म्हणाले, 'रवा, जुनागढ राज्यानं तुला इनाम दिलं पाहिजे, पण सध्यातरी मी त्याबद्दल काही करू शकेन असं काहीतरी माग.'

'लई म्हेरबानी दिवानसायबांची. मी तं काईबी कदीबी मागितल्येलं न्हाई, पन आज तुमी म्हन्त्यायसा तं मागतो, की तुमी घंटली दत्तक घ्या. तिला तुमची मुलगी करा आनि घंटला मला दत्तक द्या.'

'घंटली? कोण घंटली?' दिवाणसाहेबांनी आश्चर्यानं विचारलं.

'सासणजवळ दोन टेकड्या हायेत – घंटला आनि घंटली. टेसनावरनं दिसत्यात.' रवा म्हणाला.

'बरं, घंटला दिला दत्तक तुला, पण मी घंटली कशासाठी घ्यायची?'

मग रवानं त्याच्या अंधत्वामुळं लग्न न करण्याच्या घेतलेल्या निर्णयाविषयी सविस्तर सांगितलं, लग्न करावं म्हणून मित्रांच्या असलेल्या आग्रहाबद्दल आणि पुरोहित नाराज झाले त्याबद्दलही सांगितलं. 'मी घंटलाचं लगीन करून द्येनार हाये. त्याला माजा मुलगा क्येला न्हाई तर लगीन कसं करून द्येऊ? लोक म्हनतील, काई नातंगोतं नसलं तं कोनी लगीन करून द्येतं? उगाच उगाच खोटं काईतरी केल्याचा आळ यईल, म्हून घंटलाला दत्तक घ्येईन आनि म्या त्येला दत्तक घ्येतलं, तरी त्येला मुलगी कोन देनार, कन्यादान कोन करनार?' आणि मग रवा पुढे म्हणाला, 'आत्तोपोतर नात्यागोत्यामदी कुनाच्या घरी ग्येलो असंन, कुनाच्या घरी ज्येवलो असंन, त्या समद्यांचं द्येनं फेडायचं हाये, त्ये फेडल्याशिवाय मरायचं कसं?'

दिवाणांना हसू आलं. ते म्हणाले, 'कमाल केलीस चारण! जुनागढच्या दिवाणाची मुलगी सून करून घ्यायचीय? बरं, ठीक. येत्या पौर्णिमेला जान येऊ

दे. मी स्वत: कन्यादान करेन. तुझ्या सगळ्या सग्यासोयऱ्यांना अहेर आणि तुझे पुरोहित अगदी संतुष्ट होतील, एवढी दक्षिणा देईन. जेवण फक्त तू द्यायचं.'

परत येऊन घरी वाट बघणाऱ्या पाहुण्यांना रवानं आल्याआल्याच सांगितलं, 'आज तं जाऊ द्येतोय, पन आता येईल त्या पौर्निमेला सकाळपास्नं अधोडियाला समद्यांनी यायचं. त्या दिशी संद्याकाळी लग्नाचं आवतण दिलं जाईल आनि रातचं माज्या मुलाचं लगीन व्हईल.'

'तितं अधोडियामदी कोनाच्या आंगनात मांडव घालशील?' मित्रांनी विचारलं.

'गीरमदी लगीन असंल, तं दुसरा मांडव न्हाई लागत, आभाळ ह्योच मांडव! तुमी आपले या ना समदे. कोनालाबी काईबी तरास पडू द्येनार न्हाई.' रवानं सगळ्यांना निरोप दिला. कोणाचं मूल दत्तक घेतलं असेल का घेणार असेल, त्या विषयी चर्चा करत साशंक मनानं मित्र परत गेले.

बस! इथून पुढे माझा ब्रश चालत नव्हता. मी कल्पना करू शकत होतो, पण काढू शकत नव्हतो. सग्यासोयऱ्यांबरोबरचे व्यवहार पूर्ण करण्यासाठी त्याच्या लाडक्या म्हशींपैकी रवानं किती आणि कोणाला विकल्या? आईचं आणि त्याचं पोट भरेल एवढं काय शिल्लक ठेवलं असेल? ह्या सगळ्याची चित्रं काढायसाठी मला अनेक जन्म घ्यावे लागतील.

हे सगळं सोडूनही त्या पौर्णिमेला आकाशाच्या मांडवाखाली सकाळपासून जमलेल्या लोकांनी संध्याकाळपर्यंत केलेल्या तर्कांचं चित्रण मी करू शकत नव्हतो. संध्याकाळी लग्नाचं आमंत्रण वाचून दाखवणारे पुरोहित (ही तिकडची पद्धत अजूनही बऱ्यात घरी प्रचलित आहे. विधिपूर्वक साखरपुडा होतो तेव्हा पुरोहित निमंत्रित मंडळींना मुला-मुलीची व त्यांच्या मातापित्यांची नावे इ. सांगून विवाह ठरल्याचे जाहीर करतात.) आणि ऐकणारे सगेसोयरे ह्यांच्या चेहऱ्यांवरचं आश्चर्य माझ्या ब्रशला नेमकेपणानं काढता आलं नाही.

ह्या सगळ्यांपेक्षाही घंटला-घंटलीवर गुरं चारायला नेणार नाही असं रवानं उपस्थित लोकांकडून वचन मागितलं. त्याला मनापासून होकार देतानाच त्यांचा आनंद आणि अशा अलौकिक लग्नासाठी हजर राहण्यात त्यांना वाटलेला उत्साह आणि अभिमान, या सर्वांचंही चित्रण मला करता आलं नाही. अशा वेळची कन्येच्या आणि वराच्या पित्यांची चित्रं काढणं ही तर सर्वांत जास्त अवघड गोष्ट होती.

एका अज्ञात कवीचं गीत

'घंटलो परणे घंटलीने अणवर वाहांढोर

हीरण मेघल जानडियुं ने गीरमां झाकमझोळ!'

हे रंगांमध्ये काढून दाखवणं तर....!! त्या संध्याकाळी अधोडियाच्या हीरण

नदीनं जे बघितलं असेल, ते सर्व तर तिच्या पाण्याबरोबर वाहून गेलं. असं वाहून गेलं, की आता कोणाला ते सापडणार नाही. फक्त त्याची कल्पनाच करता येईल.

जे चित्र काढण्याची इच्छा मला गीरमध्ये आल्या आल्याच झाली होती आणि वाढत गेली होती, तेच चित्र मी अर्धवट सोडलं.

।। २६ ।।

जेवढं काम झालं तेवढं आवरून मी उठलो, तेवढ्यात विक्रम आला. म्हणाला, "चल, जरा प्राचीला जाऊन येऊन या."

"जरा?" जणू शेजाऱ्याच्या घरी जाऊन यायचं असेल तशा तऱ्हेनं 'प्राचीला जाऊन यायचंय' म्हणून सांगितलेलं ऐकून मी चिडलो. मी म्हटलं, "तू जाऊन ये. मला कुठंही जायचं नाहीये."

विक्रम हसला. मला म्हणाला, "जायाचं तर मलाबी न्हवतं, पण जातोय ना?"

"तुझं जे असेल ते, तू जाणे." मी जरा तुसड्यासारखं बोललो.

"त्ये तं हायेच," विक्रम म्हणाला, "माजं मला म्हाईत, तुजं तुला म्हाईत. पन आपल्याला कितीतरी गोष्टी म्हाईत नसत्यात."

"ती सगळी माहिती मिळवायला तू प्राचीला जायला निघालायस?" विक्रमच्या त्या रहस्यमय वाक्यानं माझ्यावर काही परिणाम झाला नाही.

"आईमांच्या कामासाठी जायचं हाये." विक्रम म्हणाला, "आईमांनी तं उद्या सकाळी जायाला सांगितलं, कारण की आता दुपारनंतर बस न्हाई मिळनार, ह्ये तं असं वाटलं, की तुज्याकडे फटफटियु हाये. तू म्होरं व्हत असलास तं आत्ताच निगूया."

"मी म्होरं व्हायचं म्हणजे मी तुझा ड्रायव्हर, असं ना? ठीक आहे, पण प्राची इथून किती लांब आहे ते माहीत आहे?"

"त्ये किलोमीटर मोजायला न्हाई येत मला." विक्रम म्हणाला, "आमी तं चालतबी जातो. सक्काळाचं निगालो, तं राती पोचून जातो."

"बरं, आता सांग, काम काय आहे?" मी जाण्याची थोडी तयारी दाखवली.

"तितं हवन कराया आईमांच्या नावानं तूप द्यायाचं हाये." विक्रमनं सांगितलं.

थैला खांद्यावर चढवत मी म्हणालो, "तर मग तू आईमांकडून तूप घे, मी हे सगळं घरी ठेवून बाइक घेऊन येतो."

"काय बोलतोयस तू? आईमांकडं कुटनं आलंय तूप?" विक्रम म्हणाला.

"तुझं नाव विक्रमच्या ऐवजी चक्रम का नाही ठेवलं ह्याचं मला नवल वाटतंय." मी म्हणालो, "जा, तूप घेऊन ये, इथंच भेटू या परत."

"तूप घ्यायचंय् काठीतडहून," विक्रमनं उत्तर दिलं. "मी तुज्याबरूबर सासणला येतो, तितनं तुजी गाडी घिऊन काठीतडला जाऊ आनि तितनं डायरेक प्राची."

"डॅयरेक प्राची!" मी विक्रमला वेडावून दाखवत म्हटलं, "अरे, सासणहून कमलेश्वर, तिथून परत सासण, तिथून प्राची, तिथून पुन्हा सासणला. तुला काही कल्पना आहे किती हिंडावं लागेल ह्याची?"

"त्ये तं जेवडं व्हईल त्येवडं. जायाचं तं हायेच, तवा त्यो इचार करायचा न्हाईच हाये. डायरेकचं तं मी म्हनालो ना, की काठीतडहून डायरेक म्हंजी डायरेक. सासणला जायला नगं. पटणीसरला जाऊन तितनं सरळ सीरवाण. तितनं ऊना रोड. तू येत असलास, तर चल." विक्रम म्हणाला.

नव्या रस्त्यानं बाइकवर जाण्याची हौस आणि काठीतडमध्ये लाजो भेटेल, ह्या दोन विचारांनी मी 'हो' म्हटलं. विक्रमनं माझा थैला उचलला आणि सासणच्या रस्त्याला चालू लागत म्हटलं, "चल तर मग. मजा येईल."

घर उघडून मी टपाल बघितलं. मिताचं पत्र होतं. ह्या आठवड्यातच तिचे क्लायंट राजकोटला येणार होते. 'माझ्या चित्रांच्या प्रेझेन्टेशनसाठी केव्हाही जावं लागेल, त्या दृष्टीनं तयार करून ठेव' अशी सूचना तिनं दिली होती.

बाइक तयार करून आम्ही पेट्रोल भरून घेतलं आणि थोडा नाश्ता बरोबर घेतला. काठीतडला तूप विकत घ्यायला जाण्याचं परमिट घेतलं आणि निघालो तोपर्यंत सव्वाअकरा झाले होते.

नाक्यावर मी बाइक थांबवली. विक्रम परमिट दाखवायला गेला. तो परमिट दाखवत होता, तेवढ्यात नाक्याच्या ऑफिसमधून "एऽऽ, थांबा रं दोगंजणं, मला घिऊन जा बरूबर" म्हणत सांसाई बाहेर आली.

सांसाई जवळ आली तेव्हा मी विचारलं, "बरूबर तं खरं, पण कुठे घेऊन जाऊ? आम्हाला कुठे जायचंय ते माहीत आहे तुला?"

"तुम्हाला कुटं जायचंय त्ये मला कशाला इचारतोयस? मला कुठे जायचंय् त्ये मला इचारायचं असतं." म्हणत सांसाई माझ्या मागे बसून गेली.

"बरं! आता सांगा जगदंबा, आपल्याला कुठं जायचं आहे?" मी चिडून म्हटलं. सांसाईला हसू आलं आणि गरबा गात असेल तशा सुरात गायली, "सांसाई मावडी के से अमने काठीतडना कोड..." मग खळखळून हसून म्हणाली, "तितं माज्यासारकी आनखी येक जोगमाया हाये – लाजो. तिच्याकडं मला उतरवून द्या, बस, मंग समदी गीर तुमची, जितं भटकायचं असंल तितं भटका."

"तिच्याबरोबर तुझं खूप जमतं, नाही? चांगली मुलगी आहे लाजो." मी म्हटलं.

"म्हंजे?" सांसाईचा आवाज बदलला. ती पुन्हा म्हणाली, "म्हंजे काय म्हनायचंय् तुला?"

"म्हणजे काही नाही! चांगली आहे. स्वभावानं चांगली आहे, बस."

"पन ती यवडी चांगली, ती तुला कुटं भेटली?" सांसाईनं विचारलं.

"धानू दवाखान्यात होता ना, तेव्हा लाजो आणि मी एकाच बसनं परत आलो होतो. हीरणवेलजवळ उतरलो होतो," मी म्हंटलं, "तेव्हा सासणकडे चालत चालत येताना आम्ही तुझी आठवण काढली होती, ती तुझी काळजी करत होती."

सांसाई उडी मारून खाली उतरली आणि उसळून माझ्यासमोर आली. "काय मामला हाये बोल? काय म्हनालास तू? तुमी दोगं माजी चिंत्या करत व्हता, असं?"

मी म्हटलं, "सहजच बोलता बोलता तुझ्याबद्दल बोलणं निघालं, एवढंच. त्यात एवढी रागावतेयस कशाला?"

सांसाई मला आजमावत असेल तशी टक लावून माझ्याकडे बघत राहिली आणि मग धमकी देत असेल तशा गंभीर स्वरात म्हणाली, "ह्ये बग, जादा शानपना दाकवू नगं! आनि मला त्या लाजुडीला पन सांगावं लागंल, की वाट्टंल त्येच्या समूर माजी चिंत्या करायची न्हाई. न्हाई तं बग म्हनावं काय हुईल त्ये!"

एवढीशी थट्टेवारी नेण्यासारखी साधी गोष्ट असं स्वरूप घेईल अशी मला कल्पना नव्हती, पण तसं पाहिलं तर माझी चूक होतीच. हीरणवेलहून येताना सांसाईबद्दल बोलायला सुरुवात मी केली होती. लाजोनं तर 'सांसाईबद्दल बोलू नको' असं मला सावधही केलं होतं. तरीही आत्ता मी ते सगळं लाजोच्या नावावर खपवलं होतं. सांसाईला चिडलेली बघून मी अवघडलो. मी म्हणालो, "अगं, पण – ऐक..."

माझं बोलणं पुरं व्हायच्या आत विक्रम परत आला आणि माझ्यामागे बसत सांसाईला म्हणाला, "चल, बसून जा."

"तुमी जा. तिगं तिगं बसायचं मला न्हाई जमनार." सांसाई म्हणाली आणि नाक्याच्या ऑफिसकडे निघून गेली.

विक्रमच्या लगेच लक्षात आलं. तो म्हणाला, "तिला तू काही म्हणालास?"

"नाही." मी उत्तर दिलं आणि बाइक चालू केली.

कमलेश्वरला पोहोचलो तिथं विक्रमनं बाइक थांबवली. तो उतरून मंदिराकडे जाता जाता सांगून गेला, "तू जा वस्तीवर, मी मंदिरात जाऊन येतो. प्राचीपोतर जानार आहोत तं बापूंना काई आनाय-करायचं असलं तं घिऊन येता यील."

"मी थांबतो, जाऊन ये तू." मी म्हणालो.

"मला येळ लागंल. बापू च्हा प्यायल्याबिगर जाऊ द्येनार न्हाईत." विक्रम म्हणाला.

नदीतून बाइक नेण्याऐवजी मी बाइक रस्त्याच्या कडेला उभी केली आणि चालतच वस्तीकडे गेलो. पुरुष म्हशी चारायला घेऊन गेले असतील आणि लाजो आणि तिची सासू घरी असतील असं समजून मी आत गेलो, तर झोपडी रिकामी होती. मी बाहेरच्या विहिरीकडे गेलो. विहिरीवर लाजो एकटीच कपडे धुवत बसली होती. मला बघून तिनं उघडा पडलेला गुडघा झाकला आणि म्हणाली, "तिकडं अंगणात बस. माजं ह्ये काम जालंच हाये, आत्ता येत्ये."

"झोपडीत कोणी नव्हतं म्हणून इकडे आलो." मी सांगितलं.

"हां. त्ये तं माज्या सासूबाई गेल्यात म्हशींसाटी पेंड आनाया तालालाला." म्हणत लाजो उभी राहिली. शरीर एकीकडे झुकवत तिनं कपडे भरलेलं घमेलं डोक्यावर घेतलं. मग जरा वाकून बादली उचलत म्हणाली, "चल, मी पन येत्ये."

मी लाजोच्या हातातली 'बादली घेतो' म्हटलं, तर तिनंही आढेवेढे न घेता दिली, आम्ही दोघं झोपडीकडे निघालो. लाजोनं ओढणीनं तोंड पुसत विचारलं, "कंच्या बाजूनं आलास?"

"सासणहून," मी सांगितलं.

लाजो म्हणली, "तं मंग तितनं तं आज सांसी यनार व्हती, घिऊन यायचं व्हतं ना?" मग स्वत:च म्हणाली, "पन तुला म्हाईत नसंल."

"माहीत तर नव्हतं, पण सांसाई मला नाक्यावर भेटली. बरोबर यायला तयारही झाली आणि मग तिघा तिघांच्यात मला नाही जमणार म्हणून नाही आली. आता दुसऱ्या कोणाबरोबर आली तर." मी अर्धं खरं सांगितलं.

लाजो चालायची थांबली. डोक्यावरच्या ओझ्यासकट मान माझ्याकडे वळवून ती म्हणाली, "ह्ये खरं न्हाई. दुसरं काईतरी काम आठिवलं असंल, न्हाई तं आनखी काई वांदा जाला असंल. तीन सवारी तं सांसी कितींदा जातीया."

"मलाही तसंच वाटलं. ती माझ्यावर रागावली असेल. मी तिला जरासं चिडवलं होतं." मी सांगितलं.

"तू असं काय म्हनालास तरी, की सांसी येत व्हती ती न्हाई आली?" लाजोच्या मनात शंकेच्या किडा वळवळला, हे माझ्या लक्षात आलं.

"बस, काही नाही. तिनं आपली ओळख कशी झाली ते विचारलं, तेव्हा मी आपण हीरणवेलला उतरून चालत सासणला आलो होतो ते सांगितलं आणि तुझी वाखाणणी केली."

लाजो गंभीर झाली आणि म्हणाली, "यवड्या गोस्टीवरनं चिडंल असी तं सांसी न्हाईच. नक्कीच तू काईतरी म्हनाला असनार."

मी म्हणालो, "नाही, काही म्हटलं नव्हतं. लाजो चांगली आहे, तिचा स्वभाव

चांगला आहे. तुझी मैत्रीण म्हणून तिला तुझी काळजी वाटते, एवढंच म्हटलं आणि ती चिडली.''

लाजोचा चेहरा लाल झाला. तिला जरा हसूही आलं. मग म्हणाली, ''त्या दिवशी तू सांसीबद्दल विचारलंस, तवाच मला वाटाया लागलं की हा मानूस आमची मैतरी मोडंल कदीतरी. मी तुला सांगितलंवतं की तू सांसीच्या भानगडीत पडू नगं, तरी तू न्हाई ऐकलंस?''

मला लाजोचं रागावणं आवडलं नाही असं नाही, तरी पण वाद घालायला मी म्हटलं, ''मी तिच्या भानगडीत नाही पडलेलो. जसं तुला वाटलं तसं मलाही वाटलं, की....''

मध्येच उसळून लाजो म्हणाली, ''मला वाटलंवतं त्ये काय उगाच न्हवतं वाटलं. कोनी थेट धारीपास्नं सात गाई सोधून आन्तो आनि सातीसात भाकड जालेल्या असल्या तं... चारणची ल्येक हाये मी. इचार तं येनार ना? त्येबी पुन्ना ज्यानं आनल्या, त्यो माज्या मैतरणीचा...'' थोडे शब्द गिळून टाकून ती पुढे म्हणाली, ''म्हून मी सांसीला सांगितलं, न्हाइतं नसतं सांगितलं...''

'कोणी भाकड झालेल्या गायी विकत घेतल्या' त्यात विचार करण्यासारखं काय आहे ते मला फारसं कळलं नाही, पण लाजोला भरून आलं असेल तशी तिनं मान फिरवली, म्हणून मी म्हटलं, ''जाऊ दे, सांगितलंस तर काय झालं? मैत्रिणीलाच सांगितलंस ना? त्यात काय मोठं झालं?''

लाजो माझी कीव करत असेल तशी माझ्याकडे बघत राहिली आणि म्हणाली, ''मी सांगितलं त्यानंच तं सांसीचं समदंच नुस्कान जालं ना! समदं चिगळत ग्येलं, सांसी हट्टाला प्येटली, सांसीनं परतिग्याच केली. मला म्हाईत व्हतं की ह्ये असं व्हईल, म्या कई बोलले नसते. पण मंग तं वाटलं वतं त्येच जालं गाईचं. त्या सातीसात गाई गेल्या स्हावजांच्या पोटात.''

मी लाजोला शांत करायला म्हटलं, ''गीरमध्ये पाळलेल्या जनावरांनाही सिंह, बिबटे मारतातच, होतं असंही. तुझ्या गिरवाणला सिंहिणी घेऊन गेल्यावत्या ना?''

लाजो एकदम संतापली. ती लगेच म्हणाली, ''माज्या गायीबद्दल बोलू नगं. ती मला म्हायेराहून लगीन क्येलं तवां दिलंली व्हती. तिला सिंहिणींच्या तोंडी द्यायला न्हवती आनली. मी जंगलखात्याकडनं गिरवाणचा येक पैसा पन घ्येतलंला न्हाई.''

लाजोचं हे सांगणं ऐकल्यावर मग कुठं माझ्या लक्षात आलं, की चारणनं भाकड झालेल्या गाई स्वस्तात विकत घेऊन स्वतःच सिंहांच्या तोंडी दिल्या, त्या गाईंचे जंगलखात्याकडून पैसे मागितले आणि घेतले. सांसाई काय किंवा लाजो काय, हे असं कृत्य चालवून घेतील हे शक्यच नव्हतं.

मला काल रात्री आईमांकडे भेटलेला गढवी आठवला, त्याचा उल्लेख न करता मी म्हटलं, "आपण समजतो तसं नसेलही. असंही झालं असतं, की गाई गढवीनं घेतल्या नसत्या, तर त्यांची कत्तलखान्यात रवानगी झाली असती."

लाजो थोडा वेळ काही बोलली नाही, मग म्हणाली, "सांसीच्या हे लक्षात नसंल का आलं? गढवी असा तितं गावाच्या भाईर, थेट तिकडं अमरापूरच्या टेकड्या हायेत तिकडं, यकटा का ऱ्हातो, ह्ये समजनार ऱ्हाई?"

"माणसाला जिथं जागा मिळेल किंवा जिथं आवडेल, तिथं तो राहणार." मी म्हटलं. "जितं ऱ्हाईल तितं, पन आपन गाई कसल्या आनतोय ह्ये समजत नसंल, असं?" लाजोनं मला उलट विचारलं.

"तू उगीचच भांडतेयस. त्याचा धंदाच गाई विकायचा आहे." मी म्हटलं.

लाजोनं चमकून माझ्याकडे पाहिलं आणि विचारलं, "तुला जनू समदं म्हाईत हाये, असं कसं बोलतोयस तू?"

"मला काही माहीत नाही. मला आपलं वाटलं, की त्याचा गाईंचा धंदा असेल, तरच तो विकत घेईल ना?" मी म्हणालो, "आणि सांसाईची समजूत काढायची असेल, तर ह्या सगळ्याचा विचार केला पाहिजे ना?" मी गढवीचा उल्लेख टाळला. "गाई तर मिळतील तेथून आणि मिळतील तसल्या घ्याव्या लागणार."

"मिळतील तेथून नाही! भाकड झालेल्या शोधून घेतल्या, एकेकीचे दोनशे रूपये दिले. आणून इकडे झोपड्यांच्या वस्तीत मोकळ्या ठेवायच्या सोडून बारोबार झाडांना बांधून मारवल्या. म्हनून तं दोन स्हावज सातीसात जनींना खाऊन गेल्यं. मोकळ्या ठिवल्या असत्या तं दोगी-तिगी तरी पळून गेल्या असत्या न् वाचल्या असत्या."

मी उत्तर देऊ शकलो नाही. दोनशे रुपयांना घेतलेल्या गायीची जंगलखात्यात आठशे-हजार किंमत लिहिता येईल. प्रत्येक गायीमागे सहाशे-सातशे म्हटलं तरी

गढवीला पाचएक हजार रुपयांचा फायदा झाला असेल. हे शक्य होतं तरी पण मी म्हटलं, "असं असेल की गढवीच्या मते गायी मरायच्या तर होत्याच, त्या मेल्या. सिंहांना शिकार मिळाली, हा सिंहांचा लाभ."

आता लाजो उठून उभी राहिली आणि म्हणाली, "तू कबूल कर, का नको करू, तू गढवीच्या बाजूचा झालायस. तोही तुज्यासारकंच म्हनत हुता, की गाई त्यानं नसत्या घेतल्या तं कसायानं नेल्या असत्या. त्यानं कसायाकडं न्हाई जाऊ दिल्या, तं स्हावजांना त्यांचं खानं दिलं, त्यात वाईट काय क्येलं?"

मी म्हटलं, "मी गढवीच्या बाजूचा कशाला होऊ? मला तर त्याचं नावही ठाऊक नाही. मी तर सांसाईला काय सांगून समजावावं, त्याचंच बोलतोय. आपण समजतो तेच खरं आणि दुसऱ्याचं नाही असं तर नाही ना बरोबर?"

"नाही बरोबर," लाजो म्हणाली, "सांसीनं पन गढवीचं सांगणं कबूल क्येलं असतं, पन जेवा सांसीनं सांगितलं, की गढवीनं हातात पानी घिऊन महनावं, की इथून फुडं भाकड जालेल्या गाई न्हाई आननार, तवां चारण फिरला."

"कसा?" मी विचारलं.

लाजो जरा थांबली आणि मग म्हणाली, "त्यो म्हनाला, की मी काईपन पाप क्येलेलं न्हाई. मी पानी घिऊन शपथ घ्येतली, तर त्येचा अरथ हा व्हईल की मी अपराद क्येलाय, आनि पुना, फिरून कदी कुनी कुटून आनलेली भाकड गाय गळ्यात पडली, तं तिला पन मी सांबाळायची?"

चर्चा पुष्कळ चालली असती, पण विक्रम दुरून दोहे गात येताना ऐकू आला, म्हणून आमचं बोलणं थांबलं. लाजो माझ्याबद्दल अनेक शंका तिच्या मनात असतील, तशी माझ्याकडे बघत राहिली. समोरून येणाऱ्या विक्रमनं जोरात ओरडून विचारलं, "जालं तूप वजन करून?"

मी नकारार्थी डोकं हलवलं, तेव्हा विक्रमनं जवळ येऊन विचारलं, "अजूनबी न्हाई वजन क्येलं, तं आत्तापोतर करत काय व्हतास?"

लाजो हळूच पुटपुटली, "आला तवापास्नं तोल-मापच बगतोय."

।। २७ ।।

पटणीसरच्या रस्त्यानं काठीतडहून सीरवाणला चालत जाता येत असेल. कुठल्यातरी काळी तेथून घोडेही जात असतील. बाइक घेऊन त्या रस्त्याचे खडकाळ चढउतार आणि नदी-नाले ओलांडून जायचं, तर आज तर कसलं, पण कधीही प्राचीला पोहोचता येणं शक्य नव्हतं. मला विक्रमचा राग आला. त्याला सांगावं तर सांगायचं तरी काय? मी काहीही म्हणालो, तरी तो अगदी सहजपणानं म्हणेल, "असं असंल तं मंग चला मागारी. सासणला जाऊन तिकडनं जाऊया!"

अर्धा रस्ता जाऊन मी बाइक परत वळवली. सासणला परत जाऊन तालालाला पोहोचलो तेव्हा दुपार टळली होती, तरी पण उजेड होता तोवरच प्राचीच्या रस्त्यावर बऱ्यापैकी अंतर कापलं. दिवस असेपर्यंत पोहोचायला मी बाइक चालवत राहिलो. विक्रम तर मागच्या सीटवर शांतपणे बसला होता. एकाएकी मला थांबायला सांगत असेल तसा माझा खांदा दाबून तो म्हणाला, "अरं एऽ, जाऊ नको फुडं! बग, बग जरा! फुडं रस्त्यावर स्हावज बसल्यात."

मी बाइक थांबवली आणि समोर दूर रस्त्यावर मला थोडी हालचाल दिसली. वाळलेलं गवत आणि धूळ ह्यांच्या रंगाबरोबर मिसळून जाणारे रंग कमी उजेडातही वेगळे बघू शकण्याची माझी क्षमता विक्रमएवढी नव्हती. मी लक्षपूर्वक पाहिलं तेव्हा थोडंथोडं दिसलं, की समोर सिंहांचं सबंध टोळकंच बरोबर रस्त्याच्या मधोमध बसलं होतं. त्यांच्या शेपट्या हलत नसत्या तर मला एवढंही दिसलं नसतं.

"आता?" म्हणत मी बाइक बंद करायला हात पुढे केला.

विक्रमनं मला थांबवत म्हटलं, "चालूच ठीव. गाडी बंद केली, तर ह्येंच्यातला येकबी म्हांराज उबा न्हाई व्हनार."

"अरे, पण मग तर..."

"मंग तं काई न्हाई. गाडी बंद जाली, की त्ये समजनार की आता हितं कोनी न्हाई. चालू ठिवली तं कंटाळून उभं व्हतीलबी. अंधार व्हईल तवां लाइट लावूया. आत्ता तं गाडी जरा थोडी फुडं घ्ये."

"पुढं?" मी विचारलं, "मरायचंय?"

विक्रमला हसू आलं आणि तो म्हणाला, "सरळ जाऊन त्यांच्यावर पडायला न्हाई सांगतोय. जरा फुडं जाता यील त्यवडं तं घ्ये, न्हाई येनार अंगावर."

मी बाइक हळूहळू पुढे घेतली. एखाद्या सिंहिणीनं आमच्याकडे थोडंसं बघितलं, पण वनराजांनी तर आमच्या येण्याची नोंदही घेतली नाही. मी विक्रमला म्हटलं, "मला नाही वाटत हे उठून जातील."

"त्यांचं राज्य हाये. उटावं वाटलं तं उटतील, न्हाइतं हाकलावं लागेल." विक्रम थंडपणे म्हणाला.

विक्रमच्या ह्या बोलण्याचा मला राग आला. मी म्हटलं, "त्या काय गाई-म्हशी आहेत ते 'हाकलायची' म्हणतोयस?"

ह्यावर विक्रम म्हणाला, "तं मंग गाडी कडंच्या पायवाटेवर घे आनि न्हाई तर चल, परत जाऊया."

रस्त्याच्या दोन्ही बाजूंना जंगलखात्यानं करवून घेतलेल्या दगडांच्या भिंती दाखवत मी त्याला म्हटलं, "तुला कुठं दिसली रे पायवाट इथे? उग्गाच काहीतरी सल्ले देऊ नको."

मला राग आलेला बघून विक्रम हसला आणि म्हणाला, "तं मंग हो मरद. माज्यामदी तं हाये हिम्मत, चालव गाडी-शेपट्यांच्या जवळून निगून जाऊया."

सिंह रस्त्याच्या जणू मधोमध असतील तसे बसले होते, तरी पण डाव्या बाजूच्या रस्त्याचा भाग तसा बराचसा मोकळा होता, तरी पण तिथून पुढे जायचं म्हणजे सिंहांच्या मधून निघून जाण्यासारखंच होतं. एखाद्यानं जरी शेपूट हलवली, तरी बाइक त्याला स्पर्शून जाणार. मी म्हटलं, "तिथून तर कशीही काढली तरी बाइकवरून जाता येणार नाही."

विक्रम खाली उतरला. मला म्हणाला, "तू मग गाडी इझवून टाक आनि मला दे. मी गाडी वढत वढत घ्येऊन जातो. तू जंगलातून निगून पलीकडे भाईर ये."

मी काही बोलणार त्यापूर्वीच विक्रमनं बाइक बंद करून किल्ली काढून घेतली आणि मला जरासा धक्का मारून म्हणाला, "चल नीघ तिकडनं. हितं काय रात काडायचीय का?"

नाइलाजानं बाइक सोडून मी दगडांच्या भिंतीवरून उडी मारून जंगलाच्या हद्दीत गेलो आणि समोरच्या दिशेनं चालू लागलो. सिंह-सिंहिणींनी माझ्याकडे एकदा बघितलं आणि पुन्हा आरामात पडून राहिले. मी बराच दूरचा वळसा घालून सिंह होते त्या जागेच्या बरंच पुढे जाऊन परत रस्त्याकडे वळलो आणि पुन्हा दगडांची भिंत ओलांडून रस्त्यावर येऊन विक्रम काय करतो आहे ते बघायला उभा राहिलो.

विक्रमनं मला 'तिथंच उभा रहा' अशी खूण केली आणि स्वत: बाइक पकडून

सिंह बसले होते त्या दिशेला चालू लागला. विक्रम सिंहांच्या जवळ येत गेला, तसे सिंह जरा सावध झाले. एखादी सिंहीण शेपटी उंच करून जरा गुरकावलीही.

माझ्या अंगातून भीतीनं एक शिरशिरी गेली. मला वाटलं की ओरडून विक्रमला परत जायला सांगावं, पण तोपर्यंत तर तो थेट तिथपर्यंत पोहोचला होता. सिंहिणी झोपल्या होत्या त्या जरासं गुरगुरत उठून बसल्या. विक्रम काहीही प्रतिक्रिया न दाखवता चालत राहिला. जणू काहीच घडत नसेल तसे सिंहही काहीही लक्ष न देता विक्रम आणि बाइक त्यांच्या अगदी जवळून पुढे जाताना शांतपणे बघत राहिले.

विक्रम माझ्यापर्यंत केव्हा पोहोचतो ह्याची वाट बघत मी दिङ्मूढ होऊन उभा होतो. जवळ येताच विक्रम म्हणाला, "स्हावजला गीरचा राजा काय उगाच म्हटलंया? त्येला राजा न्हाई राजांचाही राजा म्हटलं पायजे – आपल्याच मस्तीत असनारा अवधूत!"

कोणाला अवधूत म्हणायचं? विक्रमला का सिंहांना? ते ठरवायचा विचार सोडून देऊन मी बाइक हातात धरली. अंगात शक्तीच राहिली नसेल तशी माझ्या किकनं गाडी चालूच झाली नाही. विक्रम म्हणाला, "काई वांदा न्हाई. तू बस. मी पानी घिऊन येतो, पिऊन घ्ये, मंग निगूया."

विक्रम पाणी आणायला कुठे, कुठल्या बाजूला गेला तेही मी पाहिलं नाही. मी टक लावून त्या मागच्या रस्त्यावर कशाचीही, कोणाचीही पर्वा न करता बसलेल्या, आडव्या पसरलेल्या, एकमेकांशी खेळणाऱ्या वनयोगिंद्रांकडे बघत राहिलो.

गीर आणि गिरनार पर्वताच्या छायेखाली येणाऱ्या प्रदेशाला साधकयोगींचा देश म्हटलं जातं. मला वाटतं की योग्यांना त्यांच्या साधनेत प्रगती करण्याची शक्ती ह्या अपूर्व बलिष्ठ, अहंकाररहित, स्वत:तच मस्त अशा अरण्य-फकिरांना बघून मिळत असेल, नाहीतर त्यांना अगणित वर्षं साधना करत राहाणं कसं शक्य होत असेल?

विक्रमनं मला पाणी दिलं, किक मारून गाडी चालू करून दिली आणि म्हणाला, "चल आता. पइल्यांदा थोडी भीती तं समद्यांनाच वाटती, पन तुला पटलं कां न्हाई पटलं. तरीबी तू गीरचाच हायेस तरी, कां मग गीरचा व्हत चाललायस! न्हाइतं कोनी उबंच नसतं ऱ्हाइलं."

मला विक्रमचं म्हणणं पटलं नाही. मी गीरचा होत जात असतो, तर माझी गात्रं अशी गळून जायला लागली नसती. मी काही उत्तर दिलं नाही, पण बाइक सुरू झाल्याबरोबर एका वेगळ्याच स्फूर्तीनं ती चालवू शकलो.

प्राचीला पोहोचलो. विक्रमनं थोड्या गल्ल्या ओलांडून एका मोठा दरवाजा असलेल्या घरापाशी बाइक थांबवायला सांगितलं. दरवाजा उघडून आम्ही आत गेलो. मोठं अंगण, एका बाजूला तुळशीवृंदावन, समोर लिंपून सारवलेल्या पडवीत

खांबाजवळ मांडी घालून बसून पोथी वाचत असलेला शुभ्र पांढरे केस असलेला ब्राह्मण.

आम्हाला बघून वृद्धानं पोथी बाजूला ठेवली. विक्रम त्यांना वाकून नमस्कार करत म्हणाला, "हरिॐ झीणादादा."

वृद्धानं त्याच्या डोक्यावर हात ठेवून 'हरिॐ' म्हणून त्याचं स्वागत केलं.

मी हात जोडले तेव्हा वृद्ध मला म्हणाले, "हरिॐ' आपण तर इथं प्रथमच आला आहात, हो ना?"

"जी," मी नम्रपणानं उत्तर दिलं.

झीणादादांनी घरात बघत असतील तसं जरा वाकून सांगितलं, "बेटा, दोन पाहुणे आले आहेत." मग माझ्याशी पुढं बोलत म्हणाले, "या, या. कुठून आलात? मूळ कुठले?"

मी म्हटलं, "पृथ्वीवर आहे एवढं तरी नक्की म्हणू शकतो."

झीणादादा हसून म्हणाले, "म्हणा! जरूर म्हणा! पण ह्याच पृथ्वीवर तुमचे पूर्वजही हिंडले-फिरले आहेत, त्यांनी एखाद्या जागेला स्वत:ची मानली असेल, तिथं त्यांनी दीर्घकाळ म्हणता येईल असं, कदाचित पिढ्यान्पिढ्या वास्तव्य केलं असेल. साधारणपणे अशा जागेला आपण आपलं मूळ स्थान म्हणतो."

"आमच्या अशा जागेविषयी मला माहिती नाही." मी म्हणालो.

दादा अगदी सहजपणानं हसले. "होतं, असंही होतं, काही हरकत नाही. मला आपल्या माता-पित्यांचं नाव सांगितलंत तर मूळ स्थान तर मी शोधून देईन. आजी-आजोबांची नावंही माहीत असली तर जास्त लवकर सापडेल."

मी म्हटलं, "प्रयोग करून पाहण्यासारखा तर नक्कीच आहे, पण आपण मला 'आपण' म्हणू नका."

"प्रयोग नाही," ब्राह्मण म्हणाले, "तुमचे कोणी नातेवाईक जर इथं येऊन गेले असतील... कोणी ना कोणीतरी तर आलंच असेल, तर साधी सरळ नोंदच वाचायला मिळेल."

आम्ही बोलत होतो, तेवढ्यात घरातून कपाळापर्यंत पदर ओढून घेतलेली गृहिणी किटलीत चहा आणि बशा ठेवून गेली. विक्रमनं चहा बशांमध्ये ओतून आधी झीणादादांना, मग मला दिला आणि मग स्वत: घेतला. नंतर त्यानं बाइकवर तुपाचा डबा बांधलेला होता तो सोडवून आणला. डबा पडवीच्या कोपऱ्यात ठेवत तो म्हणाला, "गुरुजी, ह्ये तूप आईमांनी हवन करायला पाटिवलं हाये."

झीणादादा म्हणाले, "खूप घाई केली. हवन करायला तर अजून अवकाश आहे."

विक्रम पडवीवर बसत म्हणाला, "त्ये समदं काई मला कळत न्हाई. मला तं

सांगितलं म्हून पोचवून दिलं.'' मग खिशातून मी लक्ष्मीला दिलं होतं, ते आईमांच्या चित्रांच्या पैशाचं पाकीट काढून झीणादादांजवळ ठेवत तो म्हणाला, ''ही दक्सिना. ही हवनसाटी न्हाई, तुमी घियाची हाये.''

काम झालं म्हणून मी विचारलं, ''तर मग आम्ही निघू?''

''अरे भाई?'' दोन्ही पंज्यांची बोटं पसरून आश्चर्य व्यक्त करत झीणादादा म्हणाले, ''असं न जेवता कोणी निघतं?''

''रात्री उशीर होईल. रस्त्यात....''

''नाही होणार. सगळं तयार आहे. जेवून नऊ वाजेपर्यंत तर तुम्ही सासणला पोचून जाल. एवढी जरा पोथी बघून घेतो, मग जेवायला बसू या.'' म्हणत झीणादादांनी मला विचारलं, ''सांगा, तुमचं गोत्र, मातापित्यांची नावं, ज्या वडील पिढ्यातल्या मंडळींची नावं माहीत असतील ती. आत्या, मावशी ह्यांचीही चालतील.''

मी माझं गोत्र, आडनाव, आई-वडील आणि आजोबांची नावं सांगितली. वृद्ध थोडा वेळ पानं उलटत राहिले, मग म्हणाले, ''हे बघा. तुमचे आजोबा इथं आले होते, तुमचे नानाजी आणि तुमच्या आई पण आल्या होत्या, कोठून आल्या होत्या त्या गावाचं नाव तुमच्या दादांनी मुंबई सांगितलं होतं आणि नानाजींनी जाफराबाद.''

प्राचीसारख्या कोपऱ्यातल्या लहानशा गावात, एका ब्राह्मणाच्या पोथीमध्ये माझ्या पूर्वजांची नावं आणि त्यांनी प्राचीमध्ये करवून घेतलेल्या पूजेच्या तिथी सकटची माहिती बघून मला मजा वाटली. मी म्हटलं, ''तर मग दादांच्या आधीच्यास पिढीतल्यांची नावंही असली पाहिजेत.''

''असतील, पण ह्या पोथीत नाही, माझ्या वडिलांच्या पोथीत.'' गुरुजी उठले आणि दुसरी पोथी घेऊन आले. त्या पोथीच्या पानांवरचं लेखन संस्कृतमध्ये होतं. गुरुजी म्हणाले, ''ही माझ्या आधीच्या पिढ्यांची पोथी. त्यात हे तुमचं गोत्र. तुमच्या आजोबांचे आजोबा...'' एवढं बोलून गुरुजी थांबले, त्यांचा चेहरा जरासा गंभीर झाला.

मी विचारलं, ''काय?''

'जरा थांबा' अशा अर्थी माझ्यासमोर हात धरून ते ती पोथी बघत राहिले. मग विचारलं, ''तुमच्या आजोबांच्या वेळेपासून तुम्ही लोक बाहेर गेलात, खरं ना?''

''हो, कदाचित तसं असेल. माझ्या वडिलांचा जन्म मुंबईत झाला, तिथंच शिकले आणि तिथंच धंदा केला. मीही मुंबईत होतो.'' मी उत्तर दिलं.

''छान!'' गुरुजी म्हणाले आणि काहीच विशेष झालं नसेल तसे पोथी बंद करत माझ्याकडे बघत राहिले. पडवीत दोन मुली बसकरं अंथरत होत्या, त्या जरा वेळ माझ्याकडे बघून आत गेल्या. मग त्या दोघी त्यांच्या छोट्या हातांमध्ये वाढलेल्या थाळ्या घेऊन बाहेर आल्या, तेव्हा झीणादादांनी आम्हाला सांगितलं, ''दोणीला त्या बाजूला नळ लावलेला आहे.''

हात धुवून सगळे जेवायला बसलो. आत्तापर्यंत बाहेर न आलेल्या झीणादादांच्या पत्नी बाहेर आल्या आणि त्यांनी आमच्या थाळ्यांवर नजर टाकली.

झीणादादांनी माझ्याकडे हात दाखवत म्हटलं, ''गोराणी, (गोर म्हणजे पुरोहित. त्याची पत्नी – गोराणी.) ऐका, ह्यांची ओळख करून देतो.'' आणि मग गोराणींना विचारलं, ''हरिभाई, ज्यांचा नातू खूप वर्षांपूर्वी धंदा करायला मुंबईला गेला होता, त्यांचं नाव ऐकलंय?''

गोराणींनी उत्तर दिलं, ''गोराणी असून कुटुंबाच्या यजमानांचं नाव मी ऐकलं नसेल तर तुम्ही कसले 'गोर' म्हणायचे? मी त्या कोणाला बघितलेलं नाही, पण घरात त्यांच्याबद्दल बोलणं तर ऐकलं आहे. रवा आतांच्या रुखड्याखाली महादेवाची स्थापना ज्यांनी करवली, तेच ना? का दुसरे? महादेव आपल्या शिवादादांनीच तर स्थापला होता.''

''तेच'' झीणादादा म्हणाले, ''ते ह्यांचे खापर पणजोबा.''

घास घशात अडकला, तशी मी पाणी प्यालो. झीणादादांनी माझ्याकडे बघितलं. ''जेवा स्वस्थ, मग पोथीत दाखवतो. आम्ही शुद्ध वेदान्ती म्हणून तुमच्या कुटुंबाचं यमजमानपण आमच्या घरी. माझ्या बापूजींचे दादा हे शिवादादा. त्यांचं शिक्षण काशीला झालं. तुमचे खापरपणजोबा हरिभाई अंबाडामध्ये राहात असत. बघितलंय अंबाडा? गेला आहात?''

मी म्हटलं, ''नाही. अजून तरी नाही गेलो.''

''तर मग जाऊन या. देवळियाहून कनडो डोंगर दिसतो ना? त्याच्या पायथ्याशी अंबाडा. जालंधरहूनही जाता येतं आणि मधुवंतीच्या डॅमवरूनही जाता येतं. हे अंबाडा तुमच्या खापरपणजोबांचं गाव. तुमच्या घरी काहीही धार्मिक कार्य असलं, तर आमच्या घरातल्या वडील माणसांना अंबाडाला घेऊन जायचे.''

गोराणी म्हणाल्या, ''हे सगळं आम्हाला कसं माहीत असणार? हरिबापांनी रुखड्याखाली महादेवाची स्थापना केली, त्यानंतर दहा-बारा वर्षांनी सबंध कुटुंब कच्छी भाटियाच्या धंद्यासाठी मुंबईला गेलं असं माझ्या सासूबाई सांगायच्या. मध्ये एकदा त्यांचा मुलगा का कोणीतरी पीपळाला काही पूजा वगैरे करवून गेले. नंतर कोणी मूळ गावी परत आलंच नाही.''

''त्याशिवाय काही?'' गुरुजींनी मिशीतल्या मिशीत हसत विचारलं.

गोराणी जरा लाजल्या आणि मग ठामपणानं म्हणाल्या, ''आपलं लग्न झालं तेव्हा ह्यांच्या बापूजींचा जन्म झाला होता हे आठवतंय. मुंबईच्या कोणीतरी बांना बातमी सांगितली होती, म्हणून बा मला म्हणत असायच्या, की 'तू सात फेरे घालत होतीस आणि चांगली बातमी आली, तेव्हा तुला पण पहिला मुलगाच होणार!'''

झीणादादा खळखळून हसले. गोराणी म्हणाल्या, ''काय तुम्ही तरी!''

जेवणं झाल्यावर झीणादादांनी माझ्या हातात पोथी दिली आणि माझ्या नावापासून वरच्या बाजूला दाखवत जाऊन माझ्या वडिलांच्या आजोबांपर्यंतच्या पिढ्यांची नावं आणि ती मंडळी प्राचीच्या प्रवासाला कोठून आली होती, त्या नोंदी दाखवल्या, समजावून सांगितल्या. माझ्या आजोबांच्या आधीच्या कोणाच्या नावांची मला माहिती नव्हती. आज त्या सर्वांच्या खाली माझं नावही झीणादादांनी लिहिलं होतं.

कशाचंच भानच राहिलं नसावं तशा अवस्थेत ती पोथी मी झीणादादांना परत दिली. परत जायला निघालो तेव्हा मी आणि विक्रमनं त्यांना आणि गोराणींना वाकून नमस्कार केला. एकानं म्हटलं 'चिरंजीव' आणि दुसऱ्यांने 'आयुष्यमान व्हा'.

मी बाइक चालवत होतो, पण माझ्या मनात अनेक विचार येत होते. मगाशी सिंह बसले होते त्या जागेवरून पुढे गेलो. या जागी विक्रम मला म्हणाला होता, 'तू गीरचाच हायेस, न्हाईतर होत चाललायस.' ह्यापूर्वीही माझ्या चित्रांमधल्या चुका दाखवून त्यानं मला पुन्हा तेथे जाऊन त्या स्थळाचं कोडं सोडवायचा आग्रह केला होता. रुखड्याचं चित्र बघून तर त्यानं 'कुठंतरी असलं तं काहीतरी येतं' एवढंही म्हटलं होतं. मी जाणून आहे की हे सर्व योगायोग आहेत, तरीही मला वाटतं, की आईमा विक्रमला 'भरथरी' अगदी उगीचच नाही म्हणत.

सासणला पोहोचलो तेव्हा रात्रीचे साडेदहा व्हायला आले होते. विक्रमला मी म्हटलं, ''रात्र झालीय इथंच रहा.''

''मी दाधियाला जाऊन झोपंन. हितं खोलीच्या आत मला झोप न्हाई लागत.'' असं म्हणून विक्रम दाधियाच्या दिशेनं चालू लागला.

मी अंथरूण घातलं आणि झोपणार होतो, तेवढ्यात शेजाऱ्यानं येऊन सांगितलं, ''राजकोटहून आलेल्या बसमदनं ही तुमच्यासाठी चिठ्ठी आलीय, कोनीतरी द्येऊन ग्येले.''

चिठ्ठी उघडून वाचली – 'उद्या प्रेझेन्टेशन करायचं आहे.'

'येळ आली, की समदं बरूबर व्हतं,' हे सांसाईचं सांगणं आठवत मी सकाळच्या बसनं राजकोटला जाण्यासाठी चित्रं पॅक केली, सामान बांधलं आणि झोपलो.

सकाळी पहिली बस पकडून राजकोटला पोहोचलो, तरी उशीरच झाला. मिता वाटच बघत होती, म्हणाली, ''लवकर तयार हो. नाश्ता करून घे. आत्ता निघावंच लागेल.'' मग विचारलंन् ''प्रेझेन्टेशन लिहिलंयस? दे, वाचून बघते.''

''नाही लिहिलं.''

''मग? काय बोलशील?''

''माहीत नाही. सांगेन काहीतरी. चित्रंच हातात देईन.''

मिता तर काळजीत पडली आणि म्हणाली, "अरे, तिथं बरेच लोक येणार आहेत. कितीतरी लोक तर... बरं, जाऊ दे. तुझी सगळी चित्रं एकामागून एक ओव्हरहेड प्रोजेक्टरवर दाखवली जातील आणि त्यांच्यावर चर्चा होईल."

"मग तर चांगलंच." मला ओझं उतरल्यासारखं वाटलं, "ते सगळे लोक जे विचारतील, त्याची उत्तरं देईन. तेवढं तर येईल मला. चल, निघू या. सगळं ठीक होईल."

मिता मला कॉलेजच्या ऑडिटोरियममध्ये घेऊन गेली. हॉलच्या मध्ये ठेवलेल्या मोठ्या टेबलाजवळ मला घेऊन जाऊन तिनं सांगितलं, "तुला इथं उभं राहून बोलायचं आहे. चित्रं पडद्यावर येत जातील. त्यांच्याबद्दल तू माहिती सांगायचीस, मग ते लोक चर्चा करतील."

थोड्या वेळानं हॉल भरू लागला. बरेच लोक माझी चित्रं बघायला आणि त्यांविषयी मी काय सांगतो ते ऐकायला गोळा झाले होते. खास तर ते मोठे गृहस्थ, ज्यांनी माझ्या ह्या कामाचा खर्च दिला होता आणि आज मी दाखवणार होतो ती चित्रं ते विकत घेणार होते.

मी घाबरलो नव्हतो, तरी पण काय बोलावं ते समजत नव्हतं. मी मिताकडे बघण्याचा प्रयत्न केला, तेवढ्यात अंधार झाला आणि मिता कार्यक्रमाची रूपरेषा सांगू लागली.

मी काढलेलं पहिलं चित्र आता पडद्यावर येणार होतं आणि त्याबद्दल मी काय सांगू शकेन ते मला समजत नव्हतं. बोलायचा प्रयत्न करेन तेव्हाच नेमकी मनात ठरवलेले शब्द, वाक्यं, विचार ह्यांची साखळी तुटून विसकटून जातील अशी भीती वाटत होती.

पण एवढंच, की अशा वेळी जे घाबरायला होतं, तसं मला होत नव्हतं. पाय अजिबातच लटपटत वगैरे नव्हते. शेवटी कोण जाणे कसं, पण अगदी स्वस्थ, शांत मनानं मी पुढे झालो आणि बोलू लागलो –

"मित्रहो, पृथ्वीतत्त्वाची चित्रं काढण्याचं काम माझ्यावर सोपवण्यात आलं होतं, त्यावेळी तत्त्वरूपा पृथ्वी म्हणजे काय, हे माझ्या मनात स्पष्ट नव्हतं. नंतर जेव्हा जेव्हा पृथ्वीच्या स्वरूपांना कॅनव्हासवर दाखवण्यासाठी मी ब्रश हातात घेतला, तेव्हा तेव्हा; का आणि कसं ते माहीत नाही, पण माझ्याही लक्षात येऊ न देताच पृथ्वीवर असंख्य रूपांनी प्रगट झालेल्या जीवनाचंच कुठलं ना कुठलं रूप माझ्या कॅनव्हासवर जणू आपलं आपलंच उतरत होतं.

असं का होत होतं ते मला तेव्हा समजत नव्हतं. आज अंधूक अंधूक उलगडा होतो आहे. तो का होतो आहे त्याची मोठी कहाणी मी सांगणार आहे." असं म्हणून मी प्रोजेक्शन सुरू करायला खूण केली.

पहिलं चित्र पडद्यावर आलं, त्याबरोबर मी सांगायला सुरुवात केली आणि गोष्ट सांगत असेन तसं ते चित्र का आणि केव्हा काढलं गेलं आणि ते काढताना माझी मन:स्थिती कशी होती, त्याबद्दल सगळंच सांगत गेलो.

मध्ये कोणी काहीच बोललं नाही, कोणी काहीच विचारलंही नाही, ह्याचं मनाशी आश्चर्य करत मी सबंध हकिगत सांगून पूर्ण केली आणि म्हणालो,

''सज्जनहो, त्या आजींनी मला 'एक कोटी वर्षांचा हो' असा आशीर्वाद दिला, तेव्हा मला हसू आलं होतं, परंतु झीणादादा आणि गोराणी दोघांनी 'चिरंजीव हो' असा आशीर्वाद दिला, त्यावेळी मी हसू शकलो नव्हतो.

आज त्या तिघांपैकी कोणाचाच आशीर्वाद मला नाकारता येण्यासारखा वाटत नाही. मी समजून चुकलो आहे, की मी अजून तरुण असलो, तरी माझं एक दुसरं वय – लाखो, कदाचित करोडो वर्षांचं आहे.

आणि हां, तो अदृश्य आवाज, जो म्हणाला होता- 'गीर – एक वेळची आपली भूमी –' त्या म्हणण्याचाही आज मी स्वीकार करतो. तो आवाज हा माझा आत्मा नाही, किंवा माझा भ्रमही नाही. तो माझ्यामध्ये राहणारा लाख, कोटी किंवा त्याहूनही जास्त वर्षांचा मी आहे. होय, मीच.

परमेश्वराच्या संतानांचा – मानवाचा जन्म झाला, तेव्हापासून आजपर्यंत आपण जे शिकत आलो आहोत, ते ज्ञान, कौशल्य आणि शहाणपण प्रत्येक पिढीला प्रगती करेल, नवं येत जाईल, बदलत जाईल आणि दर नव्या पिढीत नव्या स्वरूपात फुलेल, फळेल. ही समज माझ्यामध्ये ज्या रितीनं आली, तीच रीत मला असा विश्वास बाळगायलाही प्रेरणा देते, की जीवन हेच पृथ्वीचं, तत्त्वस्वरूप होऊ शकतं. ही समज मला असा विचार करायला प्रेरणा देते, की अग्नी, आकाश, जल, वायू ह्यांना धारण करून पृथ्वीच सगळी रूपं घेते.

पृथ्वी तत्त्वरूपानं जीवन बनून प्रकट होते. ह्या माझ्या समजुतीचा स्वीकार आपण केलात, तर आपण बघितलीत त्यातील रमजानाचं, दिवाकरनच्या बिबट्याचं, सांसाईचं, आईमांचं, कमनीय लाजोचं, तिच्या गिरवाण गायीचं, भरथरी विक्रमचं, धानू, डोरोथी, की महादेववाल्या रुखड्याचं... कुठलंही चित्र पृथ्वीचा पर्याय म्हणून मी आपल्याला देऊ शकतो.

मित्रहो, तसं असलं तरी दोन कारणांसाठी मी तसं करणार नाही. एक कारण असं, की ही केवळ माझी कल्पना आहे, ज्ञान नाही. ज्या लोकांमुळे मला ही कल्पना आली, त्यांचं जे ज्ञान आहे, शहाणपण आहे, ते मला अजूनही पूर्णपणे उमजलेलं नाही.

दुसरं कारण असं, की हे सगळं गीरचं आहे आणि गीरचं असेल, ते गीरच्या बाहेर घेऊन जाणं मला कबूल नाही.''

हॉलमध्ये शांतता पसरली. माझी चित्रं जे विकत घेणार होते, ते गृहस्थ उभे राहिले. काही क्षण मौन उभं राहून मग त्यांनी त्यांच्या जागेवरूनच टाळ्या वाजवल्या, आणि मिताकडे बघून होकारात्मक मस्तक झुकवलं. प्रेक्षकांनीही उभं राहून त्या गृहस्थांबरोबर टाळ्या वाजवल्या.

मिता माझ्याजवळ आली आणि म्हणाली, ''ह्या सर्व चित्रांच्या प्रतिकृती कराव्या लागतील. मूळ चित्रं तू गीरलाच परत घेऊन जा.'' मग एक पाकीट माझ्या हातात देत म्हणाली, ''दुसरीकडचं कुठलं काम मिळालं तर करशील तर खरा ना?''

मी म्हणालो, ''गीरनं मला दुसरीकडे जायची परवानगी दिली तर!''

मिता हसली आणि म्हणाली, ''खमा गीरला!''